குரு வம்சம்

எம். சுப்பிரமணியன்

டிஸ்கவரி பப்ளிகேஷன்ஸ்
எண்: 9, பிளாட் எண்: 1080A, ரோஹிணி பிளாட்ஸ்
முனுசாமி சாலை, கே.கே.நகர் மேற்கு,
சென்னை – 600 078. பேச: 99404 46650

வெளியீட்டு எண்: 0319

குரு வம்சம் (நாவல்),
ஆசிரியர்: எம். சுப்பிரமணியன்©
Guru Vamsam (novel),
Author: **M. Subramaniyan**©
Print in India
1st Edition: March - 2024
ISBN: 978-81-19541-89-8
Pages - 452

Publisher • Sales Rights

Discovery Publications
No. 9, Plot,1080A, Rohini Flats,
Munusamy Salai,
K.K.Nagar West, Chennai - 78.
Tamilnadu, India.
Mobile: +91 99404 46650

Discovery Book Palace (P) Ltd
No. 1055-B, Munusamy Salai,
K.K.Nagar West,
Chennai-600 078.
Ph: (044) 4855 7525
Mobile: +91 87545 07070

discoverybookpalace@gmail.com / www.discoverybookpalace.com

இந்த நூலில் பிரசுரமாகியுள்ள எந்த ஒரு பகுதியையும் எழுத்துபூர்வமான முன்அனுமதி பெறாமல் எடுத்தாள்வதோ, மறுபிரசுரம் செய்வதோ, மொழியாக்கம் செய்வதோ, ஊடகங்களில் மறுபதிப்புச் செய்வதோ, காப்புரிமைச் சட்டப்படி தடை செய்யப்பட்டுள்ளது. இந்த நூலிலிருந்து சில பகுதிகளை மேற்கோள்காட்டி நூல்அறிமுகம் செய்யலாம்.

உங்கள் மொபைல் போனிலிருந்து ஸ்கேன் செய்து 'டிஸ்கவரி புக் பேலஸ்' மொபைல் ஆப்பை டவுன்லோடு செய்து, புத்தகங்களை வாங்குங்கள்.

சமர்ப்பணம்..

அறிவூட்டிய என் தந்தை
மகாதேவசர்மாவுக்கும்
தாய்ப்பாலோடு அன்பெனும்
பேரமுதூட்டிய என்தாய் **தங்கம்மாளுக்கும்**

கிளைமாறிப்பூக்க நான் ஆசைப்பட்டபோது
எல்லாவகையிலும் தோள் கொடுத்த
என் ஆத்மசிநேகிதர்கள் **பாலகுமாரனுக்கும்**
சுப்ரமண்ய ராஜீவுக்கும்

மருத்துவர்
பா. சுந்தரராஜன்

என் பார்வையில் குருவம்சம்

சென்ற நூற்றாண்டின் முற்பகுதியில் நம் தமிழ்நாட்டில் நடைமுறையில் இருந்த செயல்பாடுகளை அதாவது ஏறத்தாழ ஒரு நூறு ஆண்டுகளுக்கு முன் நடந்த நிகழ்வுகளை தனது கற்பனையில் இந்நாவலின் மூலம் நம் கண் முன் வந்து நிறுத்தியிருக்கிறார் நமது நண்பர் இந்நூலாசிரியர் எம். சுப்ரமணியன். காதல், கடமை, அறிவு, மனித இன ஏற்றத்தாழ்வு, சாதி சம்பிரதாய சிக்கல்கள் அனைத்து நிகழ்வுகளையும், துல்லியமாக இக்கதையுடன் இணைத்து விவாதித்திருக்கிறார்.

நெல்லைப் பகுதியின் நடுத்தர வர்க்கக் குடும்பங்களில் அன்றாடம் பரிமாறிக் கொள்ளும் உரையாடல்களை மிகச் சிறப்பாக விவரித்திருக்கிறார். நடுத்தரவர்க்கக் குடும்பங்களில் நடைபெறும் தியாகங்கள், ஏமாற்றங்கள், ஏமாற்றுதல்கள், கிசுகிசுக்கள், ஏச்சுக்கள், பேச்சுக்கள் போன்ற அனைத்துச் சம்பவங்களையும், திறமையாக, எதார்த்தமாகக் கையாண்டிருக்கிறார். சுதந்திர போராட்டக் காலகட்டங்களில் நமக்கு சுதந்திரம் பெற்றுத் தந்த தலைவர்களைப் பற்றியும், தொண்டர்களைப் பற்றியும், தற்போதைய தலைமுறையினர் தெரிந்து கொள்ளவும் புரிந்து கொள்ளவும் இப்புத்தகம் பெரிதும் உதவும் என்பதில் எள்ளளவும் ஐயமில்லை. இன்றைக்கும் நம் எல்லோரையும் பாதித்து எத்தனையோ இளம் உள்ளங்களின் கனவுகளையும், ஆசைகளையும் நொறுக்கி நாசமாக்கிக் கொண்டிருக்கும் சாதி, மத ஏற்றத்தாழ்வுகளையும் வறட்டு கௌரவங்களால் சீரழியும் குடும்பங்களின் அவலங்களையும் இக்கதையின் மூலம் சிறப்பாக எடுத்துச் சொல்லியிருக்கிறார்.

அந்தக் காலகட்டத்தில் நம்முன்னோர்கள் வாழ்ந்த நகரங்களும், கிராமங்களும், வீடுகளும் நடந்த சம்பாஷணைகளும், இவரது வர்ணணையால் புத்துயிர் பெற்றிருக்கின்றன. 'வீழ்வது யாராயினும் வாழ்வது நாடாகட்டும்' என்ற ஒற்றைக் கற்பனைக் கதையாக இருந்தாலும் நம்முன் உறங்கிக் கொண்டிருக்கும் விவாதங்களுக்குட்பட்ட சிந்தனைகளைத் தட்டி எழுப்பிச் சிந்திக்க வைத்த ஆசிரியர்க்கு எனது மனமார்ந்த பாராட்டுகள்.

மருத்துவர் **பா. சுந்தரராஜன்** M.S. ENT DLO,
முன்னாள் பேராசிரியர்:
செங்கல்பட்டு மருத்துவக்கல்லூரி
மருத்துவமனை.

எம். சுப்பிரமணியன்

பூர்வீகம்: தமிழ் உரைநடையிலும், மரபுக் கவிதைகளிலும் ஈடுபாடும் ஆளுமையும் கொண்ட தந்தை, மஹாதேவ ஷர்மாவுக்கு திருநெல்வேலியை அடுத்த தளபதி சமுத்திரம் என்ற சிறிய கிராமம் பூர்விகம். அம்மை தங்கம்மாளுக்கு அங்கிருந்து 3 கி.மீ. தொலைவில் முருகன் கோவில் கொண்ட வள்ளியூர்.

எம். எஸ். மணி, இளங்குமரன், எம். சுப்பிரமணியன், மணி சாந்தினி என்ற பெயர்களில் எழுதி வந்திருக்கிறேன்.

என்னைப்பற்றி

6ஆவது வரை வாசித்ததும், வாழ்ந்ததும் திருநெல்வேலி மாவட்ட தளபதி சமுத்திரத்திலும், நான்குநேரியிலும் இன்னமும், என் உடல் முழுவதும் வானமாமலைப் பெருமாள் கோவில் கொண்ட நான்குநேரி மண் ஒட்டிக் கொண்டிருப்பது போலவே தோன்றுகிறது. சிறு வயதில் அந்த அளவுக்கு ஆடித் தீர்த்த மண் அது. மழைக்காலங்களில் ஏரி சமுத்திரம் போல் காட்சியளிக்கும். வீட்டுக் கிணறுகள் நிறைந்து தளும்பும். ஏரி முழுவதும் செங்காவி நிறத்தில் நீர் பெருகி உண்மையிலேயே அலையடிக்கும். படித்துறை மண்டப உச்சிக்குப் போய், சரேலெனப் பாய்ந்து, நீரில் மூழ்கி காணாமல் போய், வெகுதூரம் சென்று தலையை உயர்த்திப் பார்க்கும் போது கர்வம் பொங்கும். ஏரி நீரில் மீனாய் மூழ்கித் துளைத்த அந்த நாட்கள் சென்னை வந்த பின் கனவாயிற்று. வாசிக்கும் பழக்கம் நான்குநேரியில் தான் ஆரம்பமாயிற்று. சிறு வயதில் ஆடித் தீர்த்த நேரம் போக, என் பெரும்பாலான நேரம் நூலகத்திலேயே கழிந்தது. அதுதான் க.நா.சு.வின் எழுத்து பரிச்சயமான பின்னாளில் இருந்து, நல்ல எழுத்தைத் தேடித் தேடிப் படிக்கும் பழக்கத்திற்கு வித்திட்டது. 1960இல் இருந்து 1970 வரை சென்னை வாசம். ஏழாம் வகுப்பில்

இருந்து பதினோராம் வகுப்பு வரை படித்தது சென்னையில். ஒன்பதாவது படிக்கும் போது என்று ஞாபகம். 'கலாவல்லி' என்ற இதழில் 'அன்பின் பரிசு' என்ற என் முதல் சிறுகதை வெளியாயிற்று. பள்ளிப்படிப்பு முடிந்த பின் 'நாரதர்' இதழில் சில மாதங்கள் பணி. அவ்விதழின் 'பாலர் மலர்' பகுதிக்கு சில கதைகள் எழுதினேன். 'மனத்துக்கினியவன்' என்ற சிறுவர்களுக்கான தொடர்கதை நாரதர் இதழில் தொடர்ந்து வந்து பாராட்டைப் பெற்றது.

ஞானரதம், தீபம், கணையாழி, கசடதபற, பிரக்ஞை, வாசகன், தாமரை போன்ற தீவிர இலக்கியச் சிறுபத்திரிகைகளில், எனது கடிதங்கள், விமர்சனக் கட்டுரைகள், சிறுகதைகள், குறுநாவல்கள் வெளியாகியுள்ளன. கசடதபறவில் வெளியான 'உள்வெளி' என்ற சிறுகதை 'நல்ல சிறுகதை' என்ற பாராட்டை பிரபல இலக்கிய விமர்சகர் தி.க.சி. அவர்களிடமிருந்து பெற்றது.

அதே பத்திரிகையில் வெளியான 'நேர்க்கோடுகளும் கோணல் கோலங்களும்' என்ற சிறுகதை மாலன் முன்னெடுத்து 'வாசகன்', இதழ் தொகுத்து வெளியிட்ட 'ஒரு தலைமுறையின் பதினோரு சிறுகதைகள்' என்ற தொகுப்பில் இடம் பெற்றது. கணையாழியில் வெளியான 'வெளியேற்றம்' குறுநாவலை எழுத்தாளர் அம்பை பாராட்டி கடிதம் எழுதியது நினைவிலாடுகிறது.

இன்னாரு புறம், ஆனந்த விகடன், கல்கி, எழுத்தாளர் சாவி ஆசிரியராக இருந்த தினமணிக் கதிர், தாய், தினமலர் வாரமலர் போன்ற வார இதழ்களில் என் சிறுகதைகள் வெளிவந்தன. ஆனந்த விகடனில் பரிசு வென்ற 'ரிஷியின் சொர்க்கம்' என்ற சிறுகதை, தொலைக்காட்சிக்கு ஏற்ற வகையில் வடிவமைக்கப்பட்டு பொதிகை தொலைக்காட்சியில் ஒளிபரப்பாயிற்று.

என்னையும் சேர்த்து 32 கவிஞர்கள் எழுதிய புதுக்கவிதைகளைத் தொகுத்து 'நாற்றங்கால்' என்ற கவிதைத் தொகுப்பை வெளியிட்டிருக்கிறேன். இத்தலைப்பைச் சூட்டியது பாலகுமாரன். முன்னுரையை கூத்துப்பட்டறை ந.முத்துசாமி எழுதினார். கசடதபற குழுவினர் இக்கவிதைத் தொகுப்பு வெளிவர பெரும்பங்காற்றியதை மறக்க முடியாது. முகப்போவியம் வரைந்து சிறப்பித்தவர் ஓவியர் ஆதிமூலம். இனியவனின் மதுராந்தகம் இலக்கிய வீதி அமைப்பில், கி.ராஜநாராயணன் எழுதிய 'கோபல்ல கிராமம்'

நாவலை விமர்சித்தும், அரசு அலுவலர் ஒன்றிய மேடையில் 'மயில் தோகை' கவிதைத் தொகுப்பை விமர்சித்தும், 'இலக்கியச் சிந்தனை' மேடையில் அந்த மாதத்துக்கான சிறுகதைகளை அலசி விமர்சித்தும் கட்டுரைகள் வாசித்திருக்கிறேன், இப்படி இன்னும் சில நிகழ்வுகள்.

எழுதியவை 80க்கும் மேற்பட்ட சிறுகதைகள், பிரசுரமானவையென ஒரு முப்பதைச் சொல்லலாம்.

பலசிறுகதைகள், நெடுங்கதைகள், இரண்டு நாவல்கள் கையெழுத்துப் பிரதிகளாகவே உள்ளன. அவற்றைப் பதிப்பிக்க வேண்டும்.

நான், பாலகுமாரன், சுப்ரமண்ய ராஜீ, மாலன், ஜெயபாரதி, இந்துமதி எல்லோருமே சமகாலப் படைப்பாளிகள்; நெருங்கிய நண்பர்கள். ஒன்றாகவே பயணித்தோம். கூடுதலாகவும் ஒன்றைச் சொல்லத் தோன்றுகிறது. நான் அக்கிரஹாரத்து அம்பி. விரும்பியது வேறு சமூகத்துப் பெண்ணை முன் நின்று எங்கள் திருமணத்தை நடத்தி வைத்தது பாலகுமாரனும், சுப்ரமண்ய ராஜீவும், அவர்கள் எங்கள் மனங்களில் வாழ்கிறார்கள். மாலனும், இந்துமதியும் ஆற்றிய உதவிகள் காலத்தால் மறக்க முடியாதவை.

மற்றபடி, 36 ஆண்டுகள் அரசுப் பணி. 2006ல் பணி நிறைவு. 1981 முதல் செங்கல்பட்டில் வசித்து வருகிறேன். கிடைத்தற்கரிய பேறாய் அன்பான மனைவி. வரமாய் மூன்று குழந்தைகள். வாசிப்பு, எழுத்து, பேரக்குழந்தைகள் என்று காலம் நகர்கிறது.

ஒரு ரகசியம். 'குருவம்சம்' நாவலை எழுத ஐந்து ஆண்டுகளாயிற்று. அதன் மூலப்படியில் இருந்து நிறைய வடிகட்டிய பின்னான வடிவம் இது. நாவலை முற்றிலும் கற்பனை என்று சொல்லி விடுவதற்கில்லை. கொஞ்சம் என் வலியும்தான்.

முகவரி: **எம். சுப்பிரமணியன்**
59, மாதா கோவில் தெரு (சர்ச் ரோடு)
குண்டூர், செங்கல்பட்டு 603001.
தொடர்புக்கு: 9597396538, 9994984382

மாலன்

கட்டைவிரல் நகத்தில் தீட்டிய கடந்த காலத்தின் சித்திரம்

வாரணாசி 2022. கங்கையைப் பார்த்துக் கொண்டு உட்கார்ந்திருக்கிறேன். நாளை காசி தமிழ்ச் சங்கமத்தில் பாரதியைப் பற்றிப் பேச வேண்டும். பொதுவாக முக்கியமான உரை நிகழ்த்தும் முன்னால் மனதில் வார்த்தைகள் வரிகளாகச் சங்கிலி கோர்த்துக் கொண்டு ஓடும். இன்றைக்கு மனதிற்கு வார்த்தைகள் ஏதும் வசப்படவில்லை. காட்சிகள் புரண்டு கொண்டிருக்கின்றன.

கிருஷ்ணன் சிவன் தீவிர சிவ பக்தர். விஸ்வநாதர் கனவில் வந்து சொன்னார் என்பதற்காக மனைவி குப்பமாளையும் அழைத்துக் கொண்டு, திருநெல்வேலி வாகைக்குளத்திலிருந்து, நடந்தே காசிக்கு வந்தவர். வீட்டுக்குள்ளேயே சித்தேஸ்வரன் சித்தேஸ்வரி என சிவனுக்கும் சக்திக்கும் கோவில் கட்டி,, வேளை தவறாமல் பூஜித்தவர். அவர் பூஜைசெய்யும் நேர்த்தியைக் காணவே பக்தர்கள் அவர் வீட்டில், அதாவது அவர் கட்டிய கோவிலில், கூடுவார்கள்.

அன்று ஆருத்திரா தரிசனம். காரம் பசு தரிசனம், கல்யாண தரிசனம், கனகசபை தரிசனம், சிற்சபேச தரிசனம் என்று திரையை மூடுவதும் திறப்பதுமாக கிருஷ்ணன் சிவன் காட்சிகளை மாற்றி மாற்றிக் காண்பித்துக் கொண்டிருக்கிறார். ஆனால் உள்ளூற ஒரு பதற்றம் பரவிக் கொண்டிருக்கிறது. காரணம் பூஜையின் கடைசி அம்சமாக திருவெம்பாவை பாட வேண்டும். அர்க்கியம், ஆசமனீயம், புஷ்பம், தூபம், தீபம் நைவேத்தியம் என்று இறைவனுக்குச் செய்கிற பதினாறு உபசாரங்களில் இசையை அர்ப்பணிப்பதும் ஒன்று. அதற்கு ஏற்பாடு செய்திருந்த ஆளைக் காணோம்.

'என்ன குறை வைத்தேன் உனக்கு இப்படி சோதிக்கிறாயே விஸ்வநாதா' என மனம் கசிய, கிருஷ்ணன் சிவன் கண்களில் நீர் கோர்க்கிறது. அது பக்திப்பரவசத்தால் அல்ல என்பது குப்பமாளுக்குப் புரிகிறது

"என்ன?" என்கிறார் குப்பம்மாள்

" ஆச்சு எல்லாம் ஆச்சு இன்னும் ஆரத்திதான் பாக்கி. இன்னும் ஆளைக் காணோமே?"

"அவ்வளவுதானே நான் ஏற்பாடு செய்கிறேன்"

"யாரு?"

"நம்ப சுப்பையாதான்"

"அவனா?"

அந்த 'அவனா'க்குப் பின் உள்ள திகைப்பு குப்பமாளுக்குப் புரிந்தது. சுப்பையா குப்பமாளின் சகோதரன் மகன். படிப்பதற்காக காசிக்கு வந்த பதினாறு வயது பைபன் இரண்டு நாள் முன்தான் பூணூலைக் கழற்றிப் போட்டுவிட்டு, சிகையை கிராப்பாகத் தரித்துக் கொண்டு மீசை வளர்க்க ஆரம்பித்திருந்தான்.அந்தப் புரட்சி குறித்து வீட்டில் பெரிய சண்டை. நடந்திருந்தது. 'சிவ பூஜை நடக்கற இடத்தில் இப்படிக் கைம் பெண்ணைப் போலத் தலையை முண்டனம் பண்ணிக் கொண்டு பாஷாண்டியாக வந்து நிற்கிறாயே?' என்று சிவன் அவனைக் கடிந்து கொண்டிருந்தார்.

அவர் சொன்னதை காதில் வாங்கிக் கொள்ளாதவள் போல குப்பமாள் மாடிக்குப் போனார். சுப்பையாவின் கிராப்பபை மறைக்க ஒரு அங்கவஸ்திரத்தை எடுத்து தலைப்பாகையாக தலையில் சுற்றினாள். பூணூல் இல்லாத மார்பை இன்னொரு அங்கவஸ்திரத்தை எடுத்துப் போர்த்தினாள். அது நகர்ந்து காட்டிக் கொடுத்து விடாமல் விடாதிருக்க ஒரு கண்டிகையைக் கழுத்தில் போட்டாள். விபூதியக் குழைத்து பட்டையாக நெற்றியில் தீற்றினாள். 'வாடா!' என்று சுப்பையாவை அழைத்து வந்து சந்நிதியில் நிறுத்தினாள்.

சுப்பையா ஊன் உருக திருவெம்பாவை பாடினார். பக்தர்கள் நெகிழ்ந்தார்கள். மாணிக்கவாசகருக்கு நெகிழாதவர்கள் மரக்கட்டைகளாகத் தான் இருக்க முடியும். திருவெம்பாவையோடு சுப்பையா போனஸாக, 'பாதம் காணக் காணப் பரவசம்' என்று நந்தனார் கீர்த்தனை ஒன்றையும் பாடினார்.

கிருஷ்ண சிவனுக்கு இப்போதும் கண்ணில் நீர் பெருகிற்று. ஆனந்தக் கண்ணீர். கையில் வெண்ணையை வைத்துக் கொண்டு அலைந்தோமே என்று வெட்கமாக இருந்தது. சுப்பையாவை நெஞ்சாரத் தழுவிக் கொண்டார்.

அந்த 'பாஷாண்டி' சுப்பையா சுப்ரமண்ய பாரதி!

பிராமணக் குடும்பங்களில் வேரைத் தோண்டிக்கொண்டு போனால் அல்லது கிளையைப் பிடித்துக்கொண்டே மேலேறினால், பல குடும்பங்களில் பரம பக்தர்களையும் அவர்களின் வாரிசுகளாக அவர்கள் அருகிலேயே புரட்சியாளர்களையும் பார்க்கமுடியும்.

என் குடும்பத்திலேயே உண்டு

என் தாத்தாவின் தந்தை வேத வல்லுநர். புரோகிதர் அல்ல. ரிக், யஜூர் இரண்டிலும் எந்த வார்த்தையைச் சொன்னாலும் அது வரும் வரியை அடுத்த கணம் சொல்லும் அளவிற்கு கரைத்துக் குடித்தவர். சதஸ் நடத்தினால் சங்கராசாரியார் அவரைக் கூப்பிட்டு விடுவார், உபநிஷதங்கள் குறித்து எடுத்துரைக்க. விளாத்திகுளத்து வேத வியாசர் என்று அவருக்கு சால்வை போர்த்தி சன்மானம் கொடுத்து கௌரவித்ததாக கேள்விப்பட்டிருக்கிறேன். வேதத்தின் வாய் எனக் கருதப்படும் வியாகரணத்தில் (இலக்கணத்தில்) ஏதேனும் விவகாரம் என்றால் அந்த மாவட்டத்தில் இருப்பவர்கள் இவரிடம் வந்து விளக்கம் பெற்றுப் போவார்கள்.

ஆனால் அவர் மகன் 'பிணம் அறுக்கும்' மருத்துவக் கல்லூரியில் சேர்ந்தார். மருத்துவம் படித்து, வெள்ளைக்காரன் கொடுத்த வேலையை உதறிவிட்டு, ஏழைகளுக்கு மருத்துவம் பார்ப்பதே என் லட்சியம் என ஒரு சிற்றூரில் குடி அமர்ந்தார். காந்தி பக்தரான அவர், இன்று பட்டியலினத்தவர் என்றழைக்கப்படும் தாழ்த்தப்பட்டவர்களைக் கோயிலுக்குள் அழைத்துப் போனதற்காக, ஜாதியிலிருந்து விலக்கி வைக்கப்பட்டார். நவராத்திரியின் ஒன்பது நாளிலும், ஒவ்வொரு நாளும் லலிதாவின் திருநாமங்களை லட்சம் முறை உச்சரிக்கும் அந்த உபாசகர் இந்த விலக்கலால் கலங்கவில்லை. உடல் வேறு வேறு என்றாலும் உயிர் ஒன்றுதான் என்று அவர் பயின்ற அறிவியலும், எல்லா உயிர்களிலும் இறைவன் இருக்கிறான் என்று அவருக்குக் கற்பிக்கப்பட்ட அத்வைதமும் அவருக்குத் தெளிவைக் கொடுத்திருந்தன..

ஒரு கிளையில் பூத்த இரு மலர்களாக ஜாதி பித்து, சமூக சீர்திருத்தம் என்ற இரண்டையும் ஒரே குடும்பத்தில், ஒரே நேரத்தில்

பிராமண சமூகத்தில் பார்க்க முடியும். நம்பிக்கை சார்ந்து ஒரு சாராரும், சிந்தனை சார்ந்து ஒரு சாராரும் அங்கே இயங்குவது சகஜம். மரபின் மீது பற்றும், நவீனத்தின் மீது ஈர்ப்பும் அங்கே இயல்பானது. காலாவதியாகிப் போனதைக் கைவிடாதவர்களும், எதிர்காலத்தை இன்றே அழைத்துவர விரும்புபவர்களும் ஒரு கூரைக்குள் வாழும் அதிசயம் அங்கே சர்வ சாதாரணம்.

அந்த அதிசயத்தைத்தான் இந்தக் கதை பேச முற்படுகிறது. அடிப்படையில் இது ஒரு காதல் கதை. ஆனால் காதல் கதை மட்டுமல்ல. கட்டைவிரல் நகத்தில் தீட்டிய கடந்த காலத்தின் சித்திரம் *(thumbnail sketch)* நகச் சித்திரம் என நான் சொல்வதற்குக் காரணம் இடத்தை அதிகம் எடுத்துக் கொள்ளாமல் சொற்செட்டுடன் காட்சிகளை விரித்துக் கொண்டு போவதால்தான். காட்சிகள் விரிகின்றன. அதே நேரம் பாத்திரங்களின் உணர்ச்சிகள் சில இடங்களில் அவை உங்களைக் கண நேரமேனும் நெகிழச் செய்யும் குறையும் மிகையும் இன்றி வெளிப்படுத்தப்படுகின்றன.

அது எளிதல்ல. அதற்கு ஒரு தேர்ந்த கை வேண்டும். தறி கெட்டு ஓடிவிடாமலும் தளர் நடை போடாமலும் குதிரையைச் செலுத்துவது போல வார்த்தைகளை லாவகமாக வழிநடத்தும் கை. பூத்தொடுப்பது போல சரியான சொல், உணர்வுத் துல்லியம் இரண்டையும் நறுவிசாகப் பிணைக்கும் கை. எம். சுப்ரமணியனின் கை அப்படி ஓர் தேர்ந்த கை.

அந்தக் கையிலிருந்து புறப்பட்ட எழுத்தின் மூலம்தான் எம். சுப்ரமணியன் எனக்கு முதன் முதலில் அறிமுகமானார். எழுபதுகளின் மத்தியில் கணையாழியில் அவர் கதை ஒன்று வந்திருந்தது. அப்போது அவர் தலைஞாயிறு சுப்ரமணியன். அந்த ஆரம்ப காலக் கதையிலேயே அவருக்கு மொழி வசப்பட்டிருந்தது. சதுப்பு நிலத்தில் முளைத்த ரோஜாச் செடி என்று நான் அப்போதே அந்தக் கதையைப் பற்றி நண்பர்களிடையே கமெண்ட் அடித்திருக்கிறேன். தலைஞாயிறு வேதாரண்யத்திற்கு அருகில் உள்ள ஓர் ஊர். அதனால் சதுப்பு நிலம். ஆனால் எதையும் ஒரு வாதமாக வளர்த்து வாயாடுகிற அந்தப் பருவத்தில் பாலா (பாலகுமாரன்) அது ரோஜா அல்ல, தாழம்பூ என்றார். பூத்தது தெரியாமல் தாழை பூக்குமாம். ரோஜாவோ தாழையோ மணத்திற்கு குறைவில்லை.

பின்னர் எம்.சுப்ரமணியன் முன்னெடுக்க நாற்றங்கால் என்று ஒரு கவிதைத் திரட்டு வந்தது, அதில் அன்று கவிதைகளால் இலக்கிய உலகைத் திரும்பிப்பார்க்க வைத்த இளைஞர்கள்

பலரும் எழுதியிருந்தார்கள். பின்னர் பல மொழிகளில் மொழிபெயர்க்கப்பட்ட என்னுடைய ;எலிகளோ மனதைப் போல பழகிடச் சகிக்கும் இதுவும் என முடியும் கவிதை அதில்தான் வெளியாயிற்று.

எல்லோரையும்போல எதையும் செய்வதில்லை என்று காப்புக் கட்டிக்கொண்டு நான் ஆரம்பித்த வாசகன் என்ற இலக்கியச் சிற்றேடு ஒரு இதழை பத்திரிகையாக இல்லாமல் புத்தகமாகக் கொண்டு வருவது என முடிவு செய்து 'ஒரு தலைமுறையின் பதினோரு சிறுகதைகள்' என்ற நூல் ஒன்றை எழுபதுகளின் மத்தியில் கொண்டு வந்தது. வாசகர்களிடையேயும் பத்திரிகைகளிடையேயும் பெரும் கவனம் பெற்ற அந்தத் தொகுப்பில் எம். சுபரமணியனும் எழுதியிருந்தார். (அதில் எழுதிய மற்றவர்கள் ஆதவன், பாலகுமாரன், சுப்ரமண்ய ராஜு, ஜெயபாரதி, வண்ணதாசன், இந்துமதி, மாலன், சிந்துஜா, அக்ரிஷ், கலாஸ்ரீ) ஒரு மழை வரப்போகிறது என்ற கட்டியத்துடன் அந்த நூலின் முன்னுரை தொடங்கியது.

மழை வந்தது. அந்தப் பதின்மரில் இருவர் பின்னாட்களில் சாகித்ய அகாதெமி விருது பெற்றார்கள். சிலர் வாசகர்களிடம் பிரபலமடைந்தார்கள். ஒருவர் சினிமா பக்கம் ஒதுங்கினார். நான் பத்திரிகைப் பணியைத் தேர்ந்தேன். வாழ்க்கைப் புயல் எங்களை எல்லாத் திசைகளிலும் தூக்கி வீசிற்று

நாங்கள் மிகுந்த நம்பிக்கை கொண்டிருந்த எம். சுப்ரமணியன் வாழ்க்கை என்ற சதுப்பு நிலம் பின்னிழுத்தது. ஆனால் தன் திட சித்தத்தாலும் வைராக்கியத்தாலும் எம். சுப்ரமணியன் தன் குடும்பக் கடமைகளை முடித்துக் கொண்டு தன் பேனாவை ஊன்றி எழுந்து மீண்டு விட்டார். அது எனக்கு எல்லையற்ற மகிழ்ச்சியை அளிக்கிறது. பழைய கல்லூரித் தோழனை பல ஆண்டுகளுக்குப் பிறகு அதே இளைஞனாக சந்திக்க நேர்ந்தால் மனதில் ஒரு மகிழ்ச்சி பொங்குமே அதைப் போல மனம் குதூகலிக்கிறது.

சுப்ரமணியனின் மீட்சியை மட்டுமல்ல, அவரது திறமைக்கும் சாட்சியாக இந்த நாவல் நிற்கிறது. நிற்கும். காலம் கடந்தும் நிற்கும்.

வாழ்த்துகள்!

அன்புடன்

மாலன்

கும்பிட்ட கைகளும் இன்னும் சில சொற்களும்

இன்றுவரை ஒரு மூத்த பத்திரிகையாளராகவே பெரிதும் அடையாளப் படுத்தபடுகிற திரு மாலன் அடிப்படையில் ஓர் நற்கவி.

அணை உடைத்த காவேரி போல, யாப்பையும் தளையையும் உதறிவிட்டுத் தமிழ்க்கவிதை

புதிய சிறகுகளுடன் இலக்கிய வானில் சிறகடித்துப் பறக்க ஆரம்பித்த காலகட்டத்தில் மாலனுக்குச் சிறகு முளைத்தது. அது கவிதைச் சிறகு அமரர் சி.சு.செல்லப்பா அவர்களின் எழுத்துவிலும் பின் பல இதழ்களிலும் அவருடைய கவிதைகள் வெளியாயின. சொற்சொட்டு, துருத்திக் கொண்டு நிற்காத குறியீடுகள் படிமங்கள் என சொன்னதற்கு அப்பால் சொல்லாத ஒன்றையும் சொல்வதாக அவருடைய கவிதைகள் விளங்கின. ஆதலின் அதிகக் கவனம் பெற்றன. பேசு பொருளாயின. பிறமொழிகள் தழுவிக்கொண்டன.

பின் சிறுகதை, நெடுங்கதை நாவல் கட்டுரைகள் என்று விரிந்து குறிப்பிடத்தகுந்த பல இலக்கியப் படைப்புகளைப் படைத்துத் தடம் பதித்தவர், உயரம் தொட்டவர்.

இந்தியாவின் உயரிய இலக்கிய விருதுகளில் ஒன்றான பாரதீய பாஷா பரிஷத்தின் விருதிலிருந்து, தமிழில் சிறந்த மொழி பெயர்ப்புகளுக்கான சாகித்திய அகாதமி விருதுவரை பலவிருதுகள் பெற்றவர்.

பல பல்கலைக்கழகங்கள் அவருடைய படைப்புகளை முதுகலை மாணவர்களுக்கான பாட நூலாக வைத்து சிறப்பித்திருக்கின்றன. இப்படி அவரைத் தேடிவந்த கௌவரவங்கள் மிகப்பல பன்முகத்தன்மை கொண்ட இலக்கிய ஆளுமை அவர். சொல்வதற்கு இப்படி இன்னும் நிறைய இருக்கிறது. அவர் என் இனிய நண்பர்,

என் நாவலுக்கு அருமையான அணிந்துரையை வழங்கி என் எழுத்துக்கு மிகப்பெரிய அங்கீகாரத்தை அளித்திருக்கிறார். சுலபமாய் நன்றி என்று சொல்லிவிட்டு நகர்ந்துவிட முடியாது தான்... என்ன செய்ய அதனால் தான் கும்பிட்ட கைகளும் இன்னும் சில சொற்களும் என்று இந்தச் சிலபக்கங்கள் விரிகின்றன.

அடுத்து காது, மூக்கு, தொண்டை சிகிச்சை நிபுணர், மருத்துவப் பேராசிரியர் பா.சுந்தரராஜன் அவர்களைப் பற்றி இங்கே சொல்லியாக வேண்டும். நல்ல இலக்கிய ரசிகர். அவருடைய இரண்டு சிறுகதைகள் இலக்கியச் சிந்தனை அமைப்பின் பரிசு பெற்றவை. அதில் ஒன்று அது வெளியான ஆண்டில் அந்த ஆண்டின் மிகச்சிறந்த சிறுகதை என்ற இலக்கியச் சிந்தனையின் பரிசைப் பெற்றது. இது அவரின் ஒரு பக்கம். அவருக்கு இன்னொரு பக்கமும் இருக்கிறது.

அவருடைய துணைவியார் மிகச்சிறந்த கண் சிகிச்சை நிபுணர். கார்ப்பரேட் கலாச்சாரம் மருத்துவ சிகிச்சையை வியாபாரமாக்கிவிட்ட சூழலில், சேவை மனப்பானமையுடன் செங்கல்பட்டில் ஒரு மருத்துவமனை நிறுவி, மிக நீண்ட காலமாக நோயாளிகளுக்கு மிகத்தரமான மருத்துவ சிகிச்சையை அளித்து வருகிறார்கள். பரிசோதனைக் கட்டணம் ரூபாய் ஐம்பது மட்டும். அதே நோயாளி அதே மாத்தில் திரும்பி வர நேர்ந்தால் பரிசோதனைக் கட்டணம் கிடையாது. இதை இலட்சியமாகக் கொண்டு, மனித நேயத்தை உயர்த்திப் பிடிப்பவர் அவர். என் நாவல் குறித்த தனது பார்வையை பதிவு செய்து பெருமைப்படுத்தி இருக்கிறார். அவருடைய பேரன்புக்கு நன்றி.

கடந்து போனவை 46 அருமையான ஆண்டுகள். நான் கிளைமாறிப் பூக்க ஆசைப்பட்டது அப்போது தான் இப்போது திரும்பிப் பார்க்கையில் உள்ளே ஒரு நிறைவு இருக்கிறது. நான் ஒரு நல்ல தகப்பனா தெரியாது. ஆனால் எங்கள் குழந்தைகளுக்கு நல்ல சிநேகிதனாக இருந்திருக்கிறேன். அவளோ பெருகியோடும் நதி போன்றவள் தாய்ப்பாலோடு அன்பெனும் அமுதூட்டியவள். இன்றைக்கு அவர்கள் மூவருமே, சகமனிதர்களை நேசிப்பவர்களாக தனித்த அடையாளங்களோடு உயர்ந்து நிற்கிறார்கள். அந்த வகையில் நான் ஆசிர்வதிக்கப்பட்டவன். என் குடும்பத்தின் வேராய் கிடைத்தற்கரிய பேறாய் வாய்த்த என் அன்பிற்கனிய மனைவி திருமதி எ.ஜெயந்தி அவர்களுக்கு பெரிதும் நன்றி சொல்லக் கடமைப்பட்டிருக்கிறேன்.

என் எழுத்து நூல்வடிவம் பெறுவதற்கு என் மூன்று குழந்தைகளும் மிகுந்த ஆர்வத்தோடு இருக்கிறார்கள். எல்லோரையும் ஒருங்கிணைத்து, இப்பணியை முன்னெடுத்து மிகுந்த ஆர்வத்தோடு சிறப்பாகச் செயல்படும் என் மூத்த குமாரன் திரு. எ.சங்கர் கணேஷைப் பாராட்டுகிறேன். மூவரும், வளமோடும், நலமோடும் பல்லாண்டு இன்புற்று வாழ வாழ்த்துகிறேன்.

புத்தகப் பதிப்புத்துறையில் நல்ல காத்திரமான படைப்புகளைத் தேடித் தேடி நல்ல முறையில் பதிப்புத்து அழுத்தமான முத்திரை பதித்துவரும் டிஸ்கவரி புக் பேலஸ் பதிப்பகம் மூலம் என் படைப்பு வெளிவருவதில் பெரு மகிழ்ச்சியடைகிறேன். அவர்களுக்கு என் நெஞ்சம் நிறைந்த நன்றி

நாள் 06.02.24
இடம்: செங்கல்பட்டு
மிக்க அன்புடன்
எம்.சுப்பிரமணியன்

1

கல்யாண ராமய்யருக்கு விழிப்பு தட்டிற்று. தூக்கம் உதறி எழுந்தார். ஜன்னலுக்கு வெளியே இருட்டு விலக ஆரம்பித்திருந்தது. இன்னும் சற்று நேரத்தில் வெளிச்ச ரேகைகள் பரவ ஆரம்பித்துவிடும். கொல்லைத் தோட்டத்திலிருந்து பறவைகள் விடியலைக் கூவி அழைத்துக் கொண்டிருந்தன. ஜன்னலைத் திறந்தார். குளிர்ந்த ஈரக்காற்று வருடிக்கொண்டு போயிற்று. அப்படியே வானம் பார்த்துக்கொண்டு நின்றார். நிறமற்ற வானம். விடைபெறும் அவசரத்தில் நட்சத்திரங்கள். எல்லாம் சூரியனைத் தேடிக்கொண்டிருந்தன. இன்று ஞாயிற்றுக்கிழமை. விடுமுறை. அலுவலகம் போக வேண்டியதில்லை. அவருடைய உயரதிகாரி வெள்ளைக்காரத் துரை. அவனிடமிருந்து எப்போது அழைப்பு வருமோ? என்ன கேட்பானோ? என்ற கவலை இல்லை.

ஆற அமர பூஜை செய்யலாம். 1008 காயத்ரி ஜபிக்கலாம். ராட்டையால் நூற்கலாம். தியாகைய்யரின் கீர்த்தனைகளில் உருகிக் கரையலாம். பாரதியில் மூழ்கலாம். சின்னக் குழந்தை போல், அவர் மனம் உற்சாகத்தில் துள்ளிற்று. ஆனந்தாஸ்ரமத்திற்குப் போய் மாதமாயிற்று. போக வேண்டும். காந்தி சேவா சங்கம் கட்டும் பள்ளி அடிக்கல் நாட்டியதோடு நிற்கிறது. அதை விரைவுபடுத்த வேண்டும். கொல்லைத் தோட்டம் போய் இயற்கை உபாதைகளைத் தீர்த்துக்கொண்டு வந்தார். குளிர்ந்த கிணற்று நீரில் மனசும், உடம்பும் குளிரக் குளிரக் குளித்தார். ஈரிழைத் துண்டால் துடைத்துக்கொண்டு, பஞ்சகச்சம் கட்டிக்கொண்டார். விபூதியைக் குழைத்து நெற்றி, மார்பு, புஜங்களில் இட்டுக்கொண்டார். கொட்டிக் கிடந்த பூக்களைக் குடலையில் சேகரித்தார்.

சுவாமிக்கு விளக்கேற்றி, பூ சாற்றினார். சாளக்கிராம பூஜை செய்தார். ஸ்லோகங்கள் வெளிக்குக் கேட்காமல் தம்புராவின் சுருதி போல உள்ளேயே ரீங்கரிக்க தியானத்தில் ஆழ்ந்தார். கிணற்றின் ஆழத்தில் விழுந்த கல் போல, மனம் அடியாழத்தில் விழுந்து கிடந்தது. ஒரு ஆடல் இல்லை. அசங்கல் இல்லை. வெளிச் சத்தம் கேட்கவில்லை. தனக்குள் தான் மூழ்கி, தான் அழிந்து, நிமிஷமோ, மணியோ... தோட்டத்திலிருந்து பறவையொன்றின் கூவல் கேட்டது. தியானம் கலையும் அந்த க்ஷணத்தில், ஒவ்வொரு நாளும் அந்தக் கூவல் கேட்கும். சாதாரணக் கூவல் இல்லை அது. அதைக் கேட்கும் போதெல்லாம் மனசு இலகுவானது போல் இருக்கிறது. மெல்லத் தொட்டு, உள்ளே திறந்து ஆன்மாவை வருடுவது போலத் தோன்றுகிறது. இன்றைக்கும் அப்படித்தான் தோன்றிற்று. சுவாமிக்கு நைவேத்தியம் பண்ணி கற்பூர ஆரத்தி எடுத்துக் கண்களில் ஒற்றிக் கொண்டார். நைவேத்தியத்தில் கொஞ்சம் எடுத்துக்கொண்டு போய், மொட்டை மாடியில் பறவைகளுக்கு வைத்தார். கொல்லை போய், பசும் புல்லை பசுவுக்கு ஊட்டினார். தொட்டுப் பரிவாய்த் தடவிக் கொடுத்தார். அப்பா, தாத்தா படங்களுக்குப் பூச்சாற்றி, மனம் குவிந்து நின்றார். ரேழி முழுவதும் சந்தனப் புகை சுழன்று வீச, எங்கும் பூஜா மலர்களின் நறுமணம் கமழ்ந்தது. ஒவ்வொரு நாளும், பெரும்பாலும், கல்யாண ராமய்யரின் காலை இப்படித்தான் விடிகிறது. ஆத்ம விசாரமும், தேடலும் நிரம்பிய கல்யாண ராமய்யருக்கு இன்னொரு முகமும் உண்டு. உண்மையில் அதுதான் அவருடைய நிஜமான முகம் என்று சொல்ல வேண்டும். இந்தக் கதை கல்யாண ராமய்யரைப் பற்றியதா என்றால், ஆம் எனலாம்; இல்லையென்றும் சொல்லலாம். ஒரு மகாநதி ஒரு புள்ளியில் தோன்றி, சிற்றோடையாய் சலசலத்து ஓடி, பொங்கிப் பிரவாகமாய் பல கிளைகளாகப் பிரிந்து பல இடங்களை நனைத்துக்கொண்டு ஓடி கடைசியில் மஹா சமுத்திரத்தில் கலக்கிறது. அதுபோல இந்தக் கதை கல்யாண ராமய்யரில் துவங்கி, அவர் பழக நேர்ந்த பல சுவாரஸ்யமான பல மனிதர்களின் வாழ்க்கைக் கதையைப் பேசிக்கொண்டே, கடைசியில் கிளை மாறிப் பூக்க ஆசைப்பட்ட ரகுராமனின் காதல் கதையாய் விரிகிறது. ஆதலால் இது ரகுராமனின் காதல் கதையும்தான்.

"அன்னம்!"

குரல் கொடுத்தார்.

"தோ வந்துட்டேண்ணா..."

அய்யரின் மனைவி அன்னலட்சுமி அம்மாள் அந்த அதிகாலையிலேயே குளித்திருந்தார். மஞ்சளில் குளித்த முகம். நெற்றி நிறைய குங்குமம். கண்களில் சுடர். முகம் முழுவதும் புன்னகை. அய்யரின் வாழ்க்கையில் இழையோடும் லயத்திற்கு அன்னலட்சுமி அம்மாள்தான் ஆதார ஸ்ருதி.

"இந்தாங்கோ காபி..."

ரசித்துக் குடித்தார்.

"ஏன்னா?"

"சொல்லு!"

"இன்னிக்கொண்ணும் ஆபிஸ் கீபிஸ் போற ஜோலி இல்லையே?"

"வெள்ளைக்காரன் ராஜ்ஜியத்திலே ஞாயித்துக்கிழமை லீவுதானே அன்னம். ஏன் அப்படிக் கேக்கறாய்?"

"இல்லேன்னா... அவசர ஜோலி கலெக்டர் துரையோட மீட்டிங் இருக்கு. அது இதுன்னு ஞாயித்துக்கிழமைன்னு கூடப் பார்க்காமே பறப்பேளே. அதான் கேட்டேன்,"

"நல்ல வேளையா இன்னிக்கு அப்படி ஒண்ணுமில்லை."

"ஆனா இன்னிக்குத்தானே பஞ்சாயத்து?"

"அடடே... ஆமாம். நல்ல வேளை ஞாபகப்படுத்தினே."

"எத்தனை மணிக்காம்?"

"பதினொரு மணிக்குன்னு சொன்னா."

"என்ன பஞ்சாயத்து வேண்டியிருக்கு? என்னவோ ஈஸ்வர சங்கல்பம் அன்னிக்கு அப்படி ஆயிடுத்து. அதுக்காக அந்த ஏழை பிராமணர் என்ன செய்வார் பாவம்? இதுக்கோசரம் கச்ச கட்டிண்டு ஆடணுமா எல்லாரும்?"

"நோக்குப் புரியறது. அவாளுக்குப் புரியலையே..."

"என்னவோ போங்கோ. ஏன்னா?"

"சொல்லு!"

"சொல்றனேன்னு கோவிச்சுக்காதேள்"

"இல்லே, சொல்லு!"

"ஏற்கனவே எல்லாப் பிராமணாளும் ஒங்களக் கரிச்சுக் கொட்டறா - பிராமண துவேஷின்னு."

"அதுக்கு?"

"யார் வாயிலயும் நிக்க வேண்டாம். பாத்துப் பேசுங்கோ!"

கல்யாண ராமய்யர் என்ன நினைத்தாரோ, கொஞ்ச நேரம் மௌனமாய் இருந்தார். அன்னலட்சுமி அம்மாளை இப்போதுதான் முதல்முறையாகப் பார்ப்பது போலப் பார்த்தார். அந்த முகத்தில் பொலிந்த சாந்தம் பார்த்து, "சரி" என்றார்.

"அன்னம்!"

"சொல்லுங்கோ!"

"இன்னிக்கிப் பஞ்சாயத்துல சங்கரய்யரைப் பிரஷ்டம் பண்றாப்பிலே எதுவும் ஆகப்படாதுன்னு மஹாப் பெரியவாள பிரார்த்தனை பண்றியா?"

"நிச்சயமாப் பண்றேன்."

"முடிஞ்சா ஒரு 1008 ஸ்ரீராமஜெயம் எழுதேன்"

"சரி..."

அம்மாள் வட்டையும், லோட்டாவையும் எடுத்துக்கொண்டு உள்ளே போனாள். அய்யர் காந்தி படத்துக்குக் கீழே தடுக்கைப் போட்டுக்கொண்டு உட்கார்ந்தார். ராட்டையில் நூற்க ஆரம்பித்தார்.

"ரகுபதி ராகவ ராஜாராம்

பதித்த பாவன சீதாராம்

ஈஸ்வர அல்லா தேரே நாம்" – என்று லயித்து சாருகேசி ராகத்தில் மெல்லப் பாடினார். கல்யாண ராமய்யரின் காந்தக் குரல் காற்றுவெளியில் மெல்லப் பரவி, தெருவை நிறைத்தது.

நண்பகலுக்கு முந்தைய வானம் நீலமும் வெள்ளையுமாகப் பூத்துக் கிடந்தது. பட்டு அங்கவஸ்திரத்தைப் போர்த்திக்கொண்டு கல்யாண ராமய்யர் தெருவில் இறங்கினார். தெருவில் ஒரு ஈ காக்கை இல்லை. காற்று எங்கு போய் ஒளிந்துகொண்டது தெரியவில்லை. ஒரு இலை அசங்கவில்லை. பஜனை மடத்தில்தான் விசாரணையாம். மங்களபுரத்திலிருந்து இதற்கென்றே நடராஜ தீக்ஷிதர் வருகிறாராம். அய்யர் மடத்தை நோக்கி நடையை எட்டிப் போட்டார்.

அந்த நாளைய திருநெல்வேலியில் தெப்பக் குளத் தெரு கல்யாண ராமய்யர் என்றால் தெரியாதவர்கள் இருக்க முடியாது. அப்படியே இருந்தாலும் 'அன்னதானம் கல்யாண ராமய்யர்' என்றால் 'ஓ அவரா? நன்னாத் தெரியுமே' என்பார்கள். 'அன்னதானம்' என்கிற இந்தச் சிறப்பு அடைமொழி கல்யாண ராமய்யரின் தாத்தா விஸ்வநாதய்யர்

காலத்தில் இருந்தே தலைமுறை தலைமுறையாய் ஒட்டிக்கொண்டு வருகிறது. அந்தக் குடும்பத்துக்கென்று வாய்த்த உயரம் அது. சொல்லப்போனால் கல்யாண ராமய்யரும் நல்ல உயரம்தான். இரட்டை நாடி தேகம். நீள அகலமான நெற்றி. பளீரிடும் விபூதி. அடர்ந்த புருவம். பெரிய நாவல் பழம் போல மின்னும் கண்கள். விடைத்துத் தடித்த நாசி. கீழே அழுத்தமான தடித்த உதடுகள். கொஞ்சம் பெரிய காதுகள். இரண்டிலும் வெள்ளைக் கடுக்கன். வீச்சு வீச்சாய் கைகள், கால்கள். ரோமக்கட்டு குடுமி. பரம்பரைச் செழுமையோ உள்நிறைவோ 'நிகுநிகு'வென்று அப்படியொரு நிறம். கோபமே வராதோ இந்த மனுஷனுக்கு? என்பது போல மலர்ந்த முகம். குளிர்ந்த பார்வை. யாராக இருந்தாலும் நின்று ஒரு வார்த்தை பேச மாட்டாரா என்று ஏங்க வைக்கும் தோற்றம். பொதுப்பணித் துறையில் உயர் பதவி வகிக்கும் இன்ஜீனியர். ஆனாலும் அசாத்திய எளிமை. பணிவு.

பெரிய பெரிய பாகவதர்களெல்லாம் வந்தால் அய்யர் வீட்டில்தான் தங்குவார்கள். எப்போதும் சங்கீதம் கேட்கும். வேத மந்திரம் ஒலிக்கும். அன்பாலான வீடு அய்யருடையது. யாரேனும் ஒரு பத்துப் பேர் தலை வாழை இலையில் சாப்பிட்டுக் கொண்டிருப்பார்கள். மதியம் பன்னிரெண்டு மணியானால் போதும். கூடை கூடையாய் தயிர் சாதம் திண்ணைக்கு வரும். ஆதரவற்ற ஒரு நூறு பேருக்காவது அன்னதானம் நடக்கும். அன்னலட்சுமி அம்மாள், தயிர் சாதப் பொட்டலத்தை தாமரை போன்ற உள்ளங்கையில் வைத்துக் கொள்ள, வந்தவர் எடுத்துக் கொள்வார். அம்மாள் கொடுத்து, அவர்கள் வாங்கியதைப் பார்த்தவர்கள் யாரும் இல்லை. காலம்காலமாய் அன்பெனும் மகாநதியாய், அந்த தர்மத் தாரை பொங்கிப் பிரவாகமாய் தெப்பக் குளத் தெருவில் ஓடிக்கொண்டிருக்கிறது. ஆனால், அய்யரிடமோ, அம்மாளிடமோ துளி அகந்தை கிடையாது. அலட்டல் கிடையாது. அப்படியொரு வம்சம். அப்படியொரு வார்ப்பு. அந்தத் தொடர்ச்சியின் இன்றைய வித்து கல்யாண ராமய்யர். அவர்தான் அந்தக் காரியத்தைச் செய்துவிட்டார். சங்கரய்யர் வீடேறி வந்து காலில் விழுந்து கதறிய போது, அவருக்கு வேறு வழி இருக்கவில்லை.

❖❖❖

2

பஜனை மடத்தில் எல்லோரும் தீக்ஷிதருக்காகக் காத்திருந் தார்கள். ஈஸ்வர கனபாடிகளைச் சுற்றி ஒரு பத்து பேர் இருந்தார்கள். அவர்கள் ஏதோ ஒரு தீர்மானத்தோடு வந்திருப்பது போல கல்யாண ராமய்யருக்குத் தோன்றிற்று. வேதசிரோன்மணி பாலகிருஷ்ண சாஸ்திரிகள் மஹா பெரியவாளின் திரு உருவப் படத்துக்கு மாலை சாற்றிக் கொண்டிருந்தார். குற்றம் சாட்டப்பட்ட சங்கரய்யர் குன்றிப்போய் தலை குனிந்து ஒரு ஓரமாய் உட்கார்ந்திருந்தார். தரையில் பவானி ஜமக்காளம் விரிக்கப்பட்டிருந்தது. மூன்று நாற்காலிகள் மட்டும் போடப்பட்டிருந்தன.

கல்யாண ராமய்யரைப் பார்த்ததும் பஞ்சு சாஸ்திரிகள் எழுந்து வந்தார். எழுபது இருக்கலாம். ஒட்டி உலர்ந்த உடல். பொல்லென்று நரைத்த தலை. முகத்தில் கண்களில் ஒளிவிடும் தேஜஸ். இடையறாத வேத பாராயணமும், காயத்திரி ஜபமும், தியானமும் அதற்குக் காரணமாக இருக்கக்கூடும். அவருக்குக் குடும்பம் உண்டு. பெண் இருக்கிறாள். ஆயினும், லௌகீக வாழ்க்கை தன்னைக் கீழே பிடித்து இழுத்து விடாமல் ஒரு தபஸ்வியைப் போல வாழும் ஞானி. அய்யருக்கு, சாஸ்திரிகள் மீது அலாதியான மதிப்பும் மரியாதையும் உண்டு. சாஸ்திரிகள் அருகில் வந்ததும் சாஷ்டாங்கமாய் அவர் காலில் விழுந்து நமஸ்கரித்தார்.

“தீர்க்காயுசா இரு!”

ஆசிர்வதித்த சாஸ்திரிகள் அவர் தோளைப் பற்றித் தூக்கினார்.

நெற்றியில் விபூதி இட்டார். தானும் இட்டுக்கொண்டார். வாஞ்சையாய் அவர் கைகளைப் பற்றித் தன் கைகளுக்குள் பொதிந்து கொண்டார்.

“கடேசியா திருச்செந்தூர்ல வெச்சு சூரசம்ஹாரத்தன்னிக்குப் பார்த்தது. ஆச்சு ஆறு மாசம். எப்படி இருக்காய்?”

“பெரியவா ஆசீர்வாதம் நன்னா இருக்கேன். சேர்மா தேவியிலேர்ந்து எப்போ வந்தேள்?”

“அது ஆச்சு ரெண்டு நாள். பாளையங்கோட்டை சுந்தரமய்யர் ஆத்திலே ராதா கல்யாண மஹோர்ச்சவம். நான் வந்தாத்தான் ஆச்சுன்னு சுந்தரம் ஒத்தக்கால்ல நின்னான். வந்தேன்.”

“அண்ணா இங்க எப்படி? இவா அழைச்சாளா?”

“சேச்சே... இவ்ளோ தூரம் வந்துட்டோமே பக்கத்துலதானே திருநவேலி... என்னோட ஆத்ம சிநேகிதர் பாலகிருஷ்ண சாஸ்திரிகளப் பாத்துட்டுப் போனா என்னன்னு தோணித்து. வந்தேன். அவர்தான் இங்க அழச்சுண்டு வந்தார். அது சரி... ஆத்துல சௌக்கியமோ?”

“சௌக்கியம்.”

“பெரியவள் பார்க்கவி பம்பாயில தானே வாக்கப்பட்டிருக்கா?”

“ஆமாம்.”

“ஷேமமா இருக்காளோல்லியோ?”

“இருக்கா.”

“சின்னவள் சியாமளா படிப்ப முடிச்சுட்டாளா?”

“இல்லை. இது கடேசி வருஷம்.”

“என்ன படிக்கறா? வயசாயிடுத்தோல்லியோ, அப்பப்ப மறந்துடறது...”

“பி.எஸ்.சி... பிரசிடென்சி காலேஜ்ல.”

“அது மதராசல இல்லையோ இருக்கு. அங்க எதுக்கு?”

“என்னவோ குழந்தை ஆசப்பட்டா. அவ ஒண்ணுவிட்ட பெரியப்பா விஸ்வேஸ்வரய்யராத்திலே தங்கிண்டு படிக்கறேன்னா. அவருக்கு ஆம் திருவல்லிக்கேணில. அங்க இருந்து காலேஜ் ரொம்பப் பக்கம்.”

“அது சரி. காலம் கெட்டுக் கிடக்கு. பெண் குழந்தை. அவ்வளவு தூரம் போய் படிக்கணுமா சொல்லு?”

“பயப்பட ஒண்ணுமில்ல அண்ணா. சியாமளா சூட்டிகையான குழந்தை!”

“என்னவோடாப்பா. ஆத்துப் பொண்கள் படி தாண்டப் படாதுன்னு கட்டிப் போட்டு வெச்சிருந்தா. படிப்பு, வேலைன்னு பொண்டுகளுக்கு றெக்கை முளச்சிடுத்து இப்போ. தைரியமா வெளில வர ஆரம்பிச்சுட்டா... ஆத்துக்காரனுக்குத் துணையா

இருந்து குடும்ப ஷேமார்த்தம் குடும்பத்துக்குள்ளேயே வாழற ஒரு வாழ்க்கை கட்டு உடஞ்சு போச்சு. எல்லாம் மாறிண்டே இருக்கு. மாறத்தான் செய்யும். ஆனா நம்மோட வேர் அழுகாம இருக்கணும்."

என்று நீளப் பெருமூச்செறிந்தார். கல்யாண ராமய்யருக்கு பாரதியின் 'நிமிர்ந்த நன்நடையும் நேர்கொண்ட பார்வையும்' கவிதாவரிகள் நினைவில் ஓடின. சாஸ்திரிகளின் பார்வையை மறுக்க வேண்டுமென்று தோன்றியது. ஆனால் விவாதத்திற்கான சூழல் இதுவல்ல என்பதால் மௌனமாக இருந்தார்.

"கேக்க மறந்துட்டேனே... நீ கட்டிண்டு இருக்கற ஹரிஜனப் பள்ளிக்கூடம் எந்த அளவுல இருக்கு இப்போ?"

"அடிக்கல் நாட்டினதோட நிக்கறது. நானும் கால்ல சக்கரத்தக் கட்டிண்டு பறக்கறதாலே நின்னு கவனிக்க நேரமில்லை. அதோட அது ஹரிஜனக் குழந்தைகளுக்கான பள்ளிக்கூடம் மட்டும் இல்லை..."

"அப்பறம்?"

"எல்லாக் குழந்தைகளும் சேர்ந்து படிக்கற பள்ளிக்கூடம். உயர்வு தாழ்வு கற்பிக்காத, பேதமற்ற, ஜாதி, மதம், இனம், தேசம் கடந்த மனித நேயமிக்க முற்றிலும் அன்பாலான ஒரு உலகம். என் ஆதர்சம். அது என் கனவு. இலட்சியம். இந்த மனசும் பார்வையும் சின்ன வயசிலேயே எல்லாக் குழந்தைகளுக்கும் வரணும். அதுக்கான விதை பிஞ்சு மனசுலேயே விழணும். அதுக்கு விதைக்கிற இடம்தான் இந்தப் பள்ளிக்கூடம்!"

"சபாஷ். உன்ன நினைச்சுப் பெருமையா இருக்கு கல்யாண ராமா... பிராமணர்களிலேயே நீ சிரேஷ்டன். உன் கனவு பலிக்கட்டும்!" என்று கை உயர்த்தி சாஸ்திரிகள் ஆசீர்வதித்தார்.

மடத்தில் திடீரென சலசலப்பு கேட்டது. தீக்ஷதர் வந்து கொண்டிருந்தார்.

❖❖❖

3

“எல்லாரும் வந்தாச்சோ?”

தீக்ஷிதர் கேட்டார்.

“ஆச்சு அண்ணா...” – ஈஸ்வர கனபாடிகள் பவ்யமான குரலில் சொன்னார்.

“ஆரம்பிக்கலாமோ?”

“ஆரம்பிக்கலாம்.”

கணீரென்ற குரலில் தீக்ஷிதர் பேச ஆரம்பித்தார்.

“சபைக்கு நமஸ்காரம். மஹா பெரியவாளோட திவ்ய ரூபத்த இங்க வெச்சிருக்கா. அப்படின்னா என்ன அர்த்தம்? மஹா பெரியவாளே இங்கே நேரா எழுந்தருளி இருக்கறா மாதிரி எனக்குத் தோணறது. அதனாலே யார் பேசினாலும் அந்தரங்க சுத்தியோட உண்மையே பேசணும்னு கேட்டுக்கறேன். ஈஸ்வர கனபாடிகளே நீங்க சொல்லுங்கோ!”

“எல்லாருக்கும் நமஸ்காரம். பிராமணனுக்குன்னு ஒரு சுதர்மம் இருக்கு. எந்தச் சூழ்நிலையிலயும் அதை விட்டுடப்படாதுன்னு மஹா பெரியவாளே சொல்லிருக்கா. வேதமும் ஸ்மிரிதிகளும் சாஸ்திரங்களும் என்ன சொல்றதோ அதை மீறாம அதும்படி நடக்க வேண்டியதுதான் பிராமணனோட தலையாய தர்மம். அப்படி பாக்கறச்சே இதோ நிக்கறாரே இந்த சங்கரய்யர், வேத சாஸ்திரங்களுக்கு எதிரா அநாச்சாரமா நடந்துண்டு, பெரிய அபச்சாரம் பண்ணி இருக்கார். கங்கைல குளிச்சாலும் தீராத மகா பாபம் பண்ணி இருக்கார். இப்படின்னு நான் சொல்லல. அவாத்திலே வைதீக காரியங்கள் பண்ற அவாத்து நாராயண வாத்தியாரே பிராது கொடுத்திருக்கார். இதக் கண்டிக்காம விட்டா, நாளைக்கு வேத ஸ்மிரிதிகளையும் சாஸ்திரங்களையும் யாரும் மதிக்க மாட்டா. வைதீகாள் பிராமணன்னு சொல்லிண்டு தெருவிலே தைரியமாக நடக்க முடியாது. மத்தவா எல்லாம் சிரிக்கும்படியா

ஆயிடும். அதனால சங்கரய்யரைக் கடுமையா தண்டிக்கணும். அப்பத்தான் நாளைக்கு தப்பு செய்யற தைரியம் எவனுக்கும் வராது." முழங்கிவிட்டு ஈஸ்வர கனபாடிகள் நாற்காலியில் உட்கார்ந்தார்.

"பிராது குடுத்த நாராயண வாத்தியார் வந்திருக்காரா?" பாலகிருஷ்ண சாஸ்திரிகள் கேட்டார்.

"அடியேன் வந்திருக்கேன்."

சங்கரய்யராத்து வாத்தியார்ங்கற முறைலே உங்கள்ட்ட ஒரு கேள்வி. இதுக்கு முன்னே அவாத்திலே நிறைய வைதீக காரியங்கள் நடத்தி வெச்சிருப்பேள். அப்போல்லாம் சங்கரய்யர் சாஸ்திர விரோதமா நடந்திண்டிருக்காரா?"

"இல்லை."

"வேத சாஸ்திரங்களுக்கு எதிரான மனப்போக்கு உள்ளவரா சங்கரய்யர்?"

"இல்லை."

அப்போ அவ அம்மா தெவசத்தன்னிக்கி நடந்ததெல்லாம் முன்கூட்டி திட்டமிட்டு நடந்ததில்லை, தற்செயல்னு சொல்றேன். நீர் என்ன சொல்றேர்?"

"தற்செயலோ என்னமோ... ஆனா நடந்தது மகா பாபம்"

"அப்போ உம்மோட கருத்து?"

"தண்டிக்கணும்; இல்லேன்னா குளிர்விட்டுப் போயிடும்."

"சரி, உக்காரும்!"

"சங்கரய்யர் இதுக்கு என்ன பதில் சொல்லப்போறேள்? உங்கம்மாவோட தல தெவசத்தன்னிக்கு என்ன நடந்தது? இவா சொல்றாளே மகா பாபம் பண்ணேள்னு. அப்படியொரு பாபம் ஏம் பண்ணும் படியா ஆச்சு? யாருக்கும் பயப்படாம, பதறாமே உண்மையைச் சொல்லுங்கோ" என்றார் நடராஜ தீக்ஷிதர்.

சங்கரய்யர் குனிந்த தலை நிமிராமல் வந்தார். மஹா பெரியவாளின் உருவப் படத்தின் முன் கண் மூடி நின்றார். உள்ளே உடைந்து பொங்கிற்று. அருவியாய்த் துளிர்த்த கண்ணீரைத் துடைத்துக்கொண்டார்.

"எல்லாரும் என்ன மன்னிக்கணும்!" சாஷ்டாங்கடமாய் விழுந்து சபையை நமஸ்கரித்தார். நடுங்கும் குரலில் பேச ஆரம்பித்தார்.

❖❖❖

4

"மஹா பெரியவா இங்கே எழுந்தருளியிருக்கறதா பாவிச்சிண்டு உண்மையே பேசணும்னு சொன்னா. நேக்குப் பொய் பேசத் தெரியாது. வராது. நான் சொல்றதெல்லாம் உண்மை. சத்தியம். மொதல்லே ஒண்ணச் சொல்லணும். வேதம், ஸ்மிரிதிகள், சாஸ்திரங்கள் பத்தியெல்லாம் நேக்கு எதுவும் தெரியாது. எங்காத்து வாத்தியார் என்ன சொல்றாரோ அதுதான் நேக்கு வேதம். நான் ஒரு சாதாரண அதமப் பிராமணன். சமையல்காரன். அன்னிக்கு என்ன நடந்ததுன்னு சொல்றதுக்கு மின்ன என்னப் பத்தியும் எங்கம்மையைப் பத்தியும் சொல்ல வேண்டியிருக்கு. அதுக்கு இந்த மஹா சபை நேக்கு அனுமதி தரணும். அப்போதான் நான் ஏன் அன்னிக்கு அப்படி செஞ்சேன்னு புரியும்" என்று சங்கரய்யர் தீக்ஷிதர் முகம் பார்த்தார்.

"சங்கரய்யர் நீங்க என்ன சொல்லணும்னு நினைக்கறேளோ அத தாராளமா சொல்லலாம். பயப்படாமே சொல்லுங்கோ" என்றார் நடராஜ தீக்ஷிதர்.

"எங்கம்மான்னா நேக்கு உயிரு. எங்காத்திலே ஒத்தைக்கு ஒரு பிள்ளை நான். அதனாலேயே என்னவோ எங்கம்மையும் எம் மேல உசுரையே வெச்சிருந்தா. பிரியமா கொட்டினா. நானும் எங்கம்மாவ ஒரு ஷணம் பிரிஞ்சு இருந்ததில்லை. சதா சர்வ காலமும் அவளோட புடவைத் தலைப்பையே பிடிச்சு சுத்திண்டு இருப்பேன். என்னோட பத்து வயசிலே என் தோப்பனார், விஷக் காய்ச்சல்லே தவறிப் போனார். அம்மை சின்ன வயசிலேயே பட்ட மரமா ஆனா. என்னை இன்னும் இறுக்கிண்டா. அவளோட உலகத்திலே நான் மட்டும்தான் இருந்தேன். ரெண்டு மூணு ஆத்திலே பத்துப்பாத்திரம்

தேச்சு, சமைச்சுப் போட்டு, வத்தல், வடாம், அப்பளம் செஞ்சு வித்து கஷ்டப்பட்டு என்ன வளத்தா. பசியும் பட்டினியுமான வாழ்க்கைதான். ஆனா என் வயிறு வாடாமே பாத்துண்டாள். எப்பிடி தெரியுமோ... வயத்திலே ஈரத்துணியக் கட்டிண்டு... மனசு துடிக்கும். கண்ல ஜலம் கொட்டும். என்ன செய்ய... பிரம்ம லிபி அப்படி. பெரியவனானா அம்மையை நல்லபடியா காப்பாத்தணும்னு வெறி வரும். ஆனா படிப்பு ஏறலை. சமையல் வேலைக்குப் போக ஆரம்பிச்சேன். பெரிசா காசு வல்லேன்னாலும் வயத்துப் பாட்டுக்கு வஞ்சனை இல்லாமக் காலம் போச்சு. அம்மைதான் அங்க இங்க அலஞ்சு நேக்கு ஒரு கல்யாணத்தப் பண்ணி வெச்சா. மனுஷனாக்கினா. இப்போ இருக்கற ஆமும், காணி நிலமும் அம்மையோட பிதுராஜித சொத்து. என்னோட ஆத்துக்காரியும் கட்டுசெட்டா குடுத்தனம் பண்ணினா. ரெண்டு பேரும் அம்மைய உள்ளங்கைல வெச்சுத் தாங்கினோம். யார் கண் பட்டதோ... நேக்கு உயிரா உலகமா இருந்த எங்கம்மை திடீர்னு செத்துப் போனா. ஸ்ரீராமஜெயம் எழுதிண்டிருந்தா. அப்படியே சாஞ்சுட்டா. அனாயச மரணம். அம்மை இல்லாத வாழ்க்கை நரகமாச்சு. அம்மையக் கரைச்சுட்டு வந்தேன். சுபஸ்வீகாரமும் ஆச்சு. அப்பவும் அம்மையை மறக்க முடியலை. சதா சர்வ காலமும் அவள் நினைப்பாவே இருந்தது. இப்பவும் இருக்கு. இந்த சந்தர்ப்பத்திலேதான் அம்மையோட தல தெவசமும் வந்தது" என்று நிறுத்திய சங்கரய்யர் செருமிக்கொண்டார். மேல் துண்டால் கண்களை ஒற்றிக்கொண்டார். கல்யாண ராமய்யர் குடிக்கத் தண்ணீர் கொடுத்தார். குடித்தார்.

"விடிஞ்சா தெவசம். முத நாள் ராத்திரி. அம்மை படத்தையே வெறிச்சுண்டு ஒக்காந்திருந்தேன். அவள் என்னவோ எங்கிட்ட கேட்ட மாதிரி தோணின்டே இருந்தது."

"ஏன் அம்மை படத்தையே வெறிச்சுண்டு ஒக்காந்திருக்கேள்? அம்மை எங்கயும் போகலை. இங்கதான் இருக்கா. நாளைக்கு நிச்சயம் வருவாள். கவலைப்படாதேள்"ன்னா என்னோட ஆத்துக்காரி மங்களம். நேக்கு தூக்கிவாரிப் போட்டுது... கண் தளும்பிடுத்து. நேரம் போயிண்டே இருந்தது.

"சங்கரா... சங்கரா"

குரல் கேட்டது. பரிச்சயமான குரல்.

"யாரு?"

"தெரியலை?"

"இல்லை."

"நான்தாண்டா அம்மை!"

எங்க இருந்து கூப்பிடறாய்?"

"வாசக்கதவைத் திறவே!ன்"

"அம்மா நீயா?"

"பசிக்கறதுடா சங்கரா... மயக்கம் வரும் போல இருக்கு. கொஞ்சம் சாதம் போடறயா. மோர் போரும். நாரத்தங்கா ஊறுகா இருந்தா ஒரு துண்டு போடே!ன்"

எடுத்துக்கொண்டு வந்து, விளக்கைப் போட்டால் யாரும் இல்லை. வாரிச்சுருட்டிண்டு எழுந்தேன். தொப்பமா வேத்திருக்கு. விடிவிளக்கு கண்ணைச் சிமிட்டிண்டு இருக்கு. அத்தனையும் கனவா? அம்மா, அம்மா உனக்கு இத்தனை பசியா? உன் பசியை எப்படித் தீர்க்கப்போறேன்?

"விடிஞ்சிது. ஆனாலும் அந்தக் கனவே மனசிலே நிழலாடிண்டு இருந்தது. கதவுக்கு வெளியே அம்மை நிக்கறாப்லயே தோணிண்டு இருந்தது. நான் பொய் சொல்லலை. நிஜம். தெவசக் காரியங்களை சிரத்தையோட செஞ்சுண்டு இருந்தேன். இன்னம் ஒரு அரை மணி தேசாலம் போயிருந்தா தெவசம் நல்லபடியா முடிஞ்சிருக்கும். வைதீக பிராமணா போஜனம் பண்ணி, நிறைவா போயிருப்பா. அப்பத்தான் வாசல்லே அந்தக் குரல் கேட்டுது. அச்சு அசலா அம்மையோட குரல். என்னையறியாம எழுந்து போனேன். கொஞ்ச நாளா இந்தத் தெருவில லாந்திண்டிருக்கற வயசான பெண்மணி. எங்கம்மையோட புடவையக் கட்டிண்டு நிக்கறா. கொஞ்ச நாளைக்கு மின்ன ஒரு நா உடுத்திக்க ஒண்ணுமில்லைன்னு கெஞ்சினா. அம்மையோட பழம் புடவையிலே ரெண்டைக் குடுத்தேன். அதத்தான் கட்டிண்டு இருந்தா. அப்படியே அம்மையைப் போலவே இருந்தா. சாகும்போது அம்மைக்கு அறுவது வயசு. இந்த அம்மாளுக்கும் அதே வயசுதான் இருக்கணும்"

"பசி உயிர் போறதுடா சங்கரா. செத்துடுவேன் போல இருக்கு. மயக்கமா வரது. சாதம் போடேன்..."

“அந்தம்மாள் யாரோ எவரோ கீழ்ஜாதியோ தீண்டத்தகாதவளோ நேக்குத் தெரியாது. பசில உயிர் போறாப்பல துடிச்சுப் புரண்டா. அவ கேட்டது அம்மை கேட்டாப்பலயே இருந்தது. உண்மையா பிரமையா சொல்லத் தெரியலே. பாத்திண்டு இருக்கச்சயே அந்த அம்மாளோட தல சாஞ்சுடுத்து. சப்த நாடியும் ஒடுங்கிப் போச்சு நேக்கு. முகத்திலே தண்ணி தெளிச்சேன். தொட்டுத் தூக்கி ஒக்கார வெச்சேன். ‘பசி பசி’ன்னு முனகினா. நேக்கு என்ன ஆச்சுன்னு தெரியலை. பெரிய தலை வாழை இலை போட்டு, தெவசத்துக்காக மடியா செஞ்சு வெச்சிருந்த ஆகராதிகளைக் கொண்டு வந்து அந்தம்மாளுக்குப் போட்டேன். திருப்தியா சாப்ட்டா. போறச்சே எந் தலையைத் தொட்டு ஆசீர்வாதம் பண்ணாப்லே ஏதோ பண்ணிட்டுப் போனா. உடம்பெல்லாம் சிலிர்த்துடுத்து எனக்கு. அப்பறந்தான் பதறியடிச்சுண்டு உள்ளே போனேன். ஒரு கீழ் ஜாதிப் பொம்பளையைத் தொட்டுத் தூக்கி மாபாபம் பண்ணிட்டேன்னு வைதீகாள் கோவிச்சுண்டு போயிட்டா. வேற வைதீகாள்ட்ட போய் கெஞ்சினேன்; அழுதேன். யாருமே வர முடியாதுன்னுட்டா. தெவசம் பாதில நின்னுடுத்து. எள்ளும் தண்ணியும் இறச்சு பிண்டம் வெச்சாதானே பித்ருக்கள் உண்டு நிறைவா... அப்பறம் கல்யாண ராமய்யர் ஆத்துக்குப் போய் அவர் கால்லே விழுந்து கதறினேன். பெரிய மனசு பண்ணி அவா வந்து சாஸ்திரப்படி தெவசத்த நிறைவா நடத்திக் குடுத்தா. இதான் நடந்தது. ஒரு எளிய ஜீவன் பசியால துடிச்சு சாகப்படாதுன்னு தோணித்து. அதோட, வந்தது எங்கம்மை மாதிரியே தோணித்து. கனால நடக்கறாப்பிலே ஏதோ ஒரு மன மயக்கத்துல இப்படி ஆயிடுத்து. நான் மனசார, வேணும்னே எதையும் செய்யலை. நான் சொன்னதை ஏத்துண்டு இந்த மஹா சபை என்னை மன்னிக்கணும்” என்றார் சங்கரய்யர்.

❖❖❖

5

“ஈஸ்வர கனபாடிகளே... கேட்டேளா - சங்கரய்யர் சொன்னதை? நீர் என்ன நினைக்கறீர்?” தீக்ஷிதர் கேட்டார்.

“நம்பறாப்பிலே நன்னா கதை சொல்ல வரது சங்கரய்யருக்கு. இப்படியெல்லாம் கதை சொன்னா செஞ்ச பாவம் இல்லைன்னு ஆயிடுமோ?”

“அப்போ?”

“பஞ்சமா பாதகத்த விட மகா பாபம் இது. செஞ்ச பாவத்துக்குத் தண்டனையா சங்கரய்யரை ஜாதிப் பிரஷ்டம் பண்ணுங்கோ. அதான் சரி!”

“அவசரப்பட வேண்டாம். இன்னம் நாம கல்யாண ராமய்யரை விசாரிக்கலை. அவர் என்ன சொல்றார்னு கேக்க வேண்டாமோ? அதச் செய்யுங்கோ மொதல்ல...” என்றார் பாலகிருஷ்ண சாஸ்திரிகள்.

“நன்னா விசாரிங்கோ. யார் வேண்டாம்னா? இவரென்னவோ பெரிய வைதீகப் பிராமணன் மாதிரி நின்னு போன தெவசத்த நடத்தி வைக்கிறார்... யார் குடுத்தா இவருக்கு இந்த அதிகாரம்? கோட்டும் சூட்டும் போட்டுண்டு மிலேச்சன் கிட்ட கை கட்டி சேவகம் பண்ற அதமப் பிராமணன் இவர்... யார்தான் இன்னின்னதைப் பண்றதுன்னு ஒரு கணக்கு இல்லையா?”

குரல் உயர்த்திக் கத்தினார் நாராயண வாத்தியார்.

“சபைக்கு நமஸ்காரம். இங்கே பேசறச்சே என்ன அதமப் பிராமணன்னு சொன்னா. பரவாயில்லை; பிராமணன்னாவது ஒத்துண்டேளே. அது வரைக்கும் சந்தோஷம். ஒரு நல்ல மனுஷனா

அறியப்படுவதில்தான் எனக்கு சந்தோஷம். எங்கப்பா சர்வேஸ்வர அய்யர் இந்த ஜில்லாவிலே பிரபல கிரிமினல் லாயரா கொடிகட்டிப் பறந்தவர். அதோட யாராவது ஏழை பிராமணராத்தில வைதீக காரியங்கள் பண்ணணும்னு கூப்பிட்டா செஞ்சு வச்சுட்டு வருவார். வாத்தியார் தட்சணைன்னு சல்லிக்காசு வாங்க மாட்டார். சகல மந்திரங்களும் அவருக்கு அத்துபடி. அவரோட இரத்தம்தான் என் உடம்பிலேயும் ஓடறது. தெவசத்தன்னிக்கு எள்ளும் தண்ணியும் விட்டு பிண்டம் வெச்சாதான் பித்ருக்கள் அதை உண்டு நிறைவா. மனசு குளுந்து ஆசீர்வாதம் பண்ணுவா. அதனாலதான் ஏற்கனவே பசி பசின்னு தவிச்சிண்டிருந்த சங்கரய்யரோட அம்மை உண்டு நிறையட்டும்னுதான் நின்னு போன தெவசத்த சாஸ்திரப்படி, தெவச மந்திரம் சொல்லி செஞ்சு வெச்சேன். நேக்கு அது தப்பா தெரியலை. என் பார்வையில சங்கரய்யர் பிரஷ்டம் செய்யற அளவுக்கு எந்தப் பாபமும் செய்யலை” என்றார் கல்யாண ராமய்யர்.

“பேஷ் பேஷ் ரொம்ப நன்னாருக்கு... சங்கரய்யர் எந்தப் பாபமும் செய்யலையோ?” ஈஸ்வர கனபாடிகள் உறுமினார்.

“இல்லை.”

“பாதித் தெவசம் நடக்கறச்சே ஒரு கீழ் ஜாதிக்காரியத் தொட்டுத் தூக்கினது பாபம் இல்லையா? தீட்டு இல்லையா? வைதீகப் பிராமணாள் போஜனம் செய்யறத்துக்குமின்ன தெவசத்துக்குன்னு மடியா செஞ்ச ஆகாராதிகளை கீழ் ஜாதிப் பொம்பளைக்குப் போட்டது மகா பாபம் இல்லையா?”

“இது மகா பாபம்னா அவர் செஞ்சதும் மகா பாபம்தான்”

“யாரைச் சொல்றேள்?”

“ஸ்ரீதர அய்யர்வாள்”

“அவர் கதை இங்க எதுக்கு?”

“இளம் வைதீகாள் நிறையப் பேர் இங்க இருக்கா. அவாள்ளே ஸ்ரீதர அய்யர்வாள் பத்தித் தெரியாதவா ஒண்ணு ரெண்டு பேர் இருக்கலாம். அவாளும் தெரிஞ்சுக்கட்டுமே...”

“கல்யாண ராமய்யர் சொல்லட்டும். யாரும் தடுக்க வேண்டாம்” என்றார் தீக்ஷிதர்.

கல்யாண ராமய்யர் சொல்ல ஆரம்பித்தார்.

“நம்ம தஞ்சாவூர் ஜில்லாவிலே திருவிசைநல்லூர் கேள்விப்பட்டிருக்கேளா? அதான் ஸ்ரீதர அய்யர்வாளோட ஊர். இன்னிக்கு சுமார் முன்னூறு வருஷத்துக்கு முன்னே வாழ்ந்த மகான் அவர். மஹா பண்டிதர். சகல சாஸ்திரங்களும் தெரிஞ்சவர். சதா பகவத் தியானம், ஆச்சாரம், அனுஷ்டானம்னு தபஸ்வியா தூய்மையான வாழ்க்கை வாழ்ந்த கிரஹஸ்தர். ஒரு நாள் அன்னிக்கு அய்யர்வாளோட தோப்பனாருக்கு சிராார்த்தம். வயலுக்குப் போய் ஸ்நானம் பண்ணிட்டு ஈஸ்வர தியானத்தோட வந்துண்டு இருக்கார். வழில ஒத்தன் பசியால சுருண்டு விழுந்து கிடக்கான். அய்யர்வாளுக்கு யார் பசின்னு தவிச்சாலும் மனசு தாங்காது. அவ்வளவு இளகின மனசு அவருக்கு. அவனத் தொட்டுத் தூக்கி ஆத்துக்கு அழைச்சிண்டு போனார். சிராார்த்தத்துக்குத் தயார் பண்ணி வெச்சிருந்த ஆகாராதிகளை அவனுக்குப் போட்டுப் பசி அமர்த்தினார். அய்யர்வாளுக்கு அவனோட பசி மட்டும்தான் தெரிஞ்சுது. அவன் தாழ்த்தப்பட்டவன்ங்கறது தெரியலே. அதத் தெரிஞ்சுண்ட அந்த ஊர் பிராமணா சிராார்த்தத்துக்கு வர மாட்டேன்னுட்டா. என்ன செய்யறது? அப்பறம் தோப்பனாரோட சிராார்த்தத்தை எப்படிப் பண்றதுன்னு கேட்டார். கங்கைல ஸ்நானம் பண்ணிட்டு வந்தா தீட்டு போயிடும். சிராார்த்தம் பண்ணலாம்னு வைதீகாள் சொன்னா. கங்கைல குளிக்கவா? காசி எங்க இருக்கு? திருவிசைநல்லூர் எங்கே இருக்கு? எப்போ போய் ஸ்நானம் பண்ணி எப்போ திரும்பி வந்து... நடக்கற காரியமா? பார்த்தார் ஸ்ரீதர அய்யர்வாள். கங்கா தேவிய மனசுல பிரார்த்தனை பண்ணிட்டு எட்டு ஸ்லோகம் சொன்னார். கங்கா தேவி அவாத்துக் கிணத்திலேர்ந்து பிரவாகமா பொங்கி வழிஞ்சா. இப்பச் சொல்லுங்கோ... ஸ்ரீதர அய்யர்வாள் பண்ணினது பாபம்னா, தொட்டது தீட்டுன்னா அவாத்துக் கிணத்துலேர்ந்து கங்கை பொங்கி வந்திருப்பாளோ? அன்னிக்கு ஸ்ரீதர அய்யர்வாள் செஞ்சது பாபம் இல்லைன்னா, தீட்டு இல்லைன்னா இன்னிக்கு சங்கரய்யர் செஞ்சது மட்டும் எப்படி தீட்டாகும்?” என்று கேட்டு நிறுத்தினார்.

“அதானே...” கூட்டாய் குரல்கள் கேட்டன.

“நான் இன்னம் முடிக்கலை. சங்கரய்யர் பேதம் பார்க்காமே பசியால வாடித்துவண்ட ஒரு ஜீவனோட உயிரைக் காப்பாத்தி இருக்கார். அது பெரிய தர்மம். ஒருவேளை அய்யர் பசி அமர்த்தலைன்னா வயதான அம்மாள் உயிர் போயிருக்கும். இவாள்ளாம் சொல்றத விட மகா பாபம் சூழ்ந்திருக்கும். அப்படியெல்லாம் நடக்கப்படாதுங்கறது ஈஸ்வர சங்கல்பம். அதனாலே இந்த ஏழை பிராமணரைத் தண்டிக்க வேண்டாம். வேணும்னா மஹா பெரியவாளோட திவ்ய சொருபத்துக்கு சாஷ்டாங்க நமஸ்காரம் பண்ணட்டும். அது போரும்” என்று சொல்லி அமர்ந்தார்.

“பாலகிருஷ்ண சாஸ்திரிகளே... நீங்க என்ன நினைக்கறேள்?” தீக்ஷிதர் கேட்டார்.

“கல்யாண ராமய்யர் சொல்றது சரி”

“நான் என்ன சொல்ல வரேன்னா...” என்று ஈஸ்வர கனபாடிகள் ஏதோ சொல்ல வந்தார். தீக்ஷிதர் அவரைக் கை அமர்த்தினார். பேசலானார்.

“விசாரிச்ச வரையிலே சங்கரய்யர் சாஸ்திர விரோதமா நடக்கறவர் இல்லைன்னும் வைதீகக் காரியங்களை ரொம்ப சிரத்தையோட செய்யறவர்னும் தெரியறது. அதனாலே அன்னிக்கு முன்கூட்டியே திட்டமிட்டு அவர் அப்படி நடந்துண்டார்னு அவர் மேல குத்தம் சாட்ட முடியாது. தெவசத்தன்னிக்கு பிரமை பிடிச்சாப்ல யாரோ உள்ள இருந்து ஆட்டி வெச்சா மாதிரியான ஒரு மனநிலைலதான் சங்கரய்யர் அதச் செய்திருக்கார். காரணம், அவர் அம்மை மேல அவருக்கு இருந்த அதீத பாசம். அவரோட இழப்ப தாங்க முடியாத அவரோட மனம். இது ஒரு உண்மை. இத நாம புரிஞ்சுக்கணும். இன்னொரு விஷயம். ஒரு மனுஷ ஜீவன் கண்ணுக்கு எதிர்ல பசில துடிக்கறது. உயிர் போயிடும் போல இருக்கு. பசி அமர்த்தறது தர்மமா? தீட்டாயிடும் சாகட்டும்னு விடறது தர்மமா? எது மனுஷ தர்மம்? அதைத்தான் ஸ்ரீதர அய்யர்வாள் செஞ்சார். அவர் செஞ்சது தீட்டு இல்லை. பாபம் இல்லைன்னு கங்கை பொங்கி சொல்லிட்டா. அதுவே சங்கரய்யருக்கும் பொருந்தும். ஈஸ்வர சங்கல்பம் அப்படி இருக்கச்சே நாம யாரு குறுக்க? சங்கரய்யர்

மஹா பெரியவாளுக்கு நமஸ்காரம் பண்ணட்டும், போரும்" என்று தீக்ஷிதர் தீர்ப்பளித்தார்.

சங்கரய்யர் நமஸ்கரித்தார்.

தீக்ஷிதர் எதிர்வர, அவர் காலில் விழுந்து கும்பிட்டார் கல்யாண ராமய்யர்.

"தீர்க்காயுசா அமோகமா இரு!" என்று ஆசீர்வதித்த தீக்ஷிதர், "கடேசியா வாதாடி ஒரு ஏழை பிராமணனைக் காப்பாத்திட்டாய்" என்று சிரித்தார்.

"நான் எங்க காப்பாத்தினேன். மஹா பெரியவான்னா காப்பாத்தினா" என்றார் கல்யாண ராமய்யர்.

"அடடே அப்படியா?"

"ஆமாம். நேத்திக்கு ராத்திரி தூக்கமே வல்லை. சங்கரய்யர இந்த இக்கட்டிலேர்ந்து காப்பாத்த ஒரு வழியக் காட்டுங்கோன்னு மனசார மஹா பெரியவாள்ட்டே வேண்டிண்டு படுத்தேன். எப்போ கண்ணசந்தேன்னு தெரியலை. நல்ல தூக்கத்துலே ஒரு கனா. மஹா பெரியவா திவ்ய ரூபம் நன்னாத் தெரியறது. 'எதுக்குக் கவலைப்படறாய்? ஸ்ரீதர அய்யர்வாள் கதையச் சொல்லு. சரியாகும்'ன்னு சொன்னா மாதிரி ஸ்பஷ்டமா கேட்டுது. மஹா பெரியவா அடி எடுத்துக் குடுக்கலேன்னா இவ்வளவு சுலபமா முடிஞ்சிருக்காது."

"ஆஹா... ஆஹா..." என்று சிலிர்த்தார்கள்.

பஞ்சு சாஸ்திரிகள் தனியாக வந்து சொல்லிக்கொண்டு போனார். அவர்கள் நகர்ந்ததும், சங்கரய்யர் கல்யாண ராமய்யர் காலில் விழ வந்தார். அவரைத் தடுத்து "ஆத்துக்குப் போய் ஸ்வாமி படத்துக்கு நமஸ்காரம் பண்ணு" என்று சொல்லிவிட்டு தெருவில் இறங்கி வேகமாக நடந்தார். மனசு லேசானது போல இருந்தது.

பிற்பகல். மாலை வெயில் சரிய ஆரம்பித்திருந்தது.

"அண்ணா!"

வாசலில் குரல் கேட்டது.

எம். சுப்பிரமணியன் | 37

“அன்னம், சிவநேசம் பிள்ளைவாள் வந்தாச்சு. வெளில கிளம்பணும். திண்ணைக்கு ரெண்டு காபி கொண்டு வா!”

“நன்னாருக்கு. அவர உள்ள வரச் சொல்லுங்கோளேன்...”

“பிள்ளைவாள் என்னிக்கி ஆத்துக்குள்ள வந்தார்... இன்னிக்கி வர. அவர் மனசுல ஏதோ ஒரு முள் குத்திண்டிருக்கு. அந்த முள்ள எடுத்தா எல்லாம் சரியாய்டும்.”

சட்டையைப் போட்டுக்கொண்டு திண்ணைக்கு வந்தார்.

“வாங்கோண்ணா!” வரச்சே சங்கரய்யரைப் பாத்தேன். எல்லாம் சொன்னார். இப்பதான் மனசு நிம்மதியாச்சு” என்றார் சிவநேசம் பிள்ளை.

“நேக்கு நிம்மதியாகலை... ஒருவேளை உம்மகிட்ட மனச விட்டுப் பேசினா நிம்மதியாகுமோ என்னவோ தெரியலை.”

“அண்ணா என்ன சொல்றேள்?”

“வாரும், சொல்றேன்.”

காபியைக் குடித்துவிட்டு இருவரும் தெருவில் இறங்கினார்கள்.

❖❖❖

6

கல்யாண ராமய்யரும், சிவநேசம் பிள்ளையும் படித்துறைக்கு வந்து சிறிது நேரம் ஆகியிருந்த்து. பேச வந்தவர்கள் பேசத் தோன்றாமல் உட்கார்ந்திருந்தார்கள். காலடியில் குலுங்கியோடும் நதி. ஈரக்காற்று. சொல்லிக்கொள்ளாமல் மறையப் பார்க்கும் சூரியன். கூடு நோக்கித் திரும்பும் பறவைகள். குஞ்சுகளின் ஆனந்தக் கூச்சல். காற்றில் கசிந்து வரும் கோயில் மணியின் டிணாங், டிணாங், டிணாங்கின் நீண்ட கார்வை. ரம்யம்தான். சிறிது நேரம் அப்படியே போயிற்று.

"அண்ணா, சின்னச் சங்கரன்கோவில் போயிருக்கேளா?" பிள்ளை கேட்டார்.

"ம். ஏன் கேக்கறீர்?"

"அங்கே இவள் இன்னும் கொள்ளை அழகு!"

"தாமிரபரணி எங்கேதான் அழகா இல்லே? மதுரை மீனாட்சி ஒரு அழகு. மூக்குத்தி சுடர கன்யாகுமரில தவமிருக்காளே அவ வேற ஒரு அழகு. ஸ்ரீவில்லிப்புத்தூர் ஆண்டாள்... அந்தக் கொண்டையும் அது தரும் சோபையும் அவளோட கன்னல் தமிழும்... இவளும் அப்படித்தான். ஒவ்வொரு இடத்துல ஒவ்வொரு அழகு இவள். எங்க அம்மை இப்ப இல்ல. அம்மைட்ட பேசணும்னு தோணினா இங்க வந்து ஒக்காந்துப்பேன். கொஞ்ச நேரம் சந்தோஷமா ஓடற தாமிரபரணியப் பாத்துண்டே இருந்தாப் போரும். அம்மையோட பேசினது மாதிரியே இருக்கும். அம்மை சாகலைன்னு தோணும்."

"நெஜம்தான் அண்ணா. திருநெல்வேலிக்காரனுக்கு அவ குடும்பத்திலே ஒருத்தி."

“பேஷ் பேஷ் ரொம்பச் சரியாச் சொன்னேள். அவ வெறும் ஜலப்பிரவாகம் இல்லை. ஜகன்மாதா. எதையோ சொல்லிண்டு அவ பாட்டுக்கு ஓடிண்டே இருக்கா. அவளோட பாஷை நமக்குப் புரியலை.”

“இதோ வர வழி எல்லாம் ரெண்டு பக்கமும் பச்சையா நிறஞ்சு கெடக்கே. அதான் அவளோட பாஷை!”

“வாஸ்தவம். ஆனா அதையும் தாண்டி அவ என்னவோ சொல்றா. அது நமக்குக் கேக்கலை.”

“நதிக்குப் பாஷை உண்டோ?”

“உண்டு. சூட்சும ஒலி அது.”

“பறவைகளுக்குக் கூட உண்டாமே...”

“உண்டு. கேக்கக் காது வேணும். வேதம் கூட சப்த அறிவுதான்!”

“சப்த அறிவா?”

“ஆமாம். பரம்பொருள் பிரம்மனுக்குக் கூறியது வேதம். லோகத்திலே பிறந்த மனுஷாள்லே தவத்தால் ஞான நிலையால் அந்த சப்த அறிவை சூட்சும ஒலியாக் கேட்டவா நம்மோட ரிஷிகள். அதனாலதான் கடவுளின் பேச்சைக் கேட்டறிந்தோர்களை மந்திர திருஷ்டாக்கள்னு சொல்றா.”

“இப்போ நாம கேக்கறோமே அந்த ஒலி?”

“பரா, பச்சயந்தீ, மத்யம வைகாரின்னு ஒலியோட நிலையை நாலாச் சொல்றா. மனுஷாள்ட்ட கூட அடி வயிறுலேர்ந்து வாய் வரையில நாலு இடத்துல இந்த நிலை ஒலி இருக்காம். இதுல நம்மோட பேச்சொலிக்குப் பேரு வைகாரி. அது மட்டும்தான் நமக்குக் கேக்கறது. மத்யம ஒலியை ரிஷிகளும், பச்சயந்தீய தேவதைகளும் கேட்பதில் வல்லவர்களாம். தவப் பயிற்சியால் சூட்சும நிலைக்கு ஒத்தர் மனசு போனா கடவுள் மொழியை அறியலாம்னும் சொல்லி இருக்கா.”

“என்னையே இன்னும் சரியாப் புரிஞ்சுக்க முடியலே. இதுல கடவுள் மொழியாவது புரிஞ்சுக்கறதாவது? என்னவோ சொல்றேன்னு கூட்டிண்டு வந்தேள். பேச்சு எங்கேயோ போயிடுத்து.”

கேட்டு, அய்யர் மெலிதாய்ச் சிரித்தார்.

“பிள்ளைவாள் நீர் திருநவேலிக்கு டிரான்ஸ்பர்ல வந்து ரெண்டு வருஷமிருக்குமா?”

“மூணாவது வருஷம் முடியப் போறதுண்ணா.”

“அப்படியா? அப்போ இந்த மூணு வருஷமா நாம பழகிண்டிருக்கோம் இல்லையா?”

“ஆமாம்.”

“பழகறோம் சரி. ஆனா ஆத்மார்த்தமா பழகறோமோ?”

“புரியலை.”

“நாம ஒருத்தருக்கொருத்தர் முழுசா நன்னாத் தெரிஞ்சிண்டுருக் கோமோ?”

“அப்படித்தான் தோணறது.”

“நேக்கு அப்படித் தோணலை.”

“ஏன்னா?”

“ஏதோ ஒண்ணு உம்மை உறுத்திண்டே இருக்கு. அதான் முழுசா ஒட்ட விடாமயே தெருவோட வந்து தெருவோட போற சிநேகிதமா அடிச்சுப்பிடுத்து...”

“ஏன் அப்படிச் சொல்றேள்?”

“இந்த மூணு வருஷமா ஒரே ஒரு நாளாவது எங்காத்துக்குள்ளே வந்திருப்பேரோ? இப்படி தெருவோட காபி சாப்டுப் போணுமா? உள்ள வரப்படாதான்னு நானோ, என் ஆத்துக்காரியோ கூப்பிடாத நாள் உண்டா? ஒருவேளையாவது எங்காத்திலே சாப்பிட்டிருப் பேரோ? அப்படி நீர் ஆத்துக்குள்ள வரப்படாத அளவுக்கு நான் என்ன ஓய் பாவம் பண்ணேன்? எது பிடிச்சு தடுக்கறது உம்மை? இல்லே என்னைப் பத்தி ஏதோ பெரிசா கற்பிதம் பண்ணிண்டு விலகிப் போறேரா?”

மிகச் சாதாரணத் த்வனியில்தான் அய்யர் அதைக் கேட்டார்.

சிவநேசம் பிள்ளை பேசவில்லை. ஆனால் முகம் சற்றே வாடினது போல இருந்தது.

கேட்டிருக்க வேண்டாமோ? உள்ளூர உடைத்து விட்டோமோ?

“காயப்படுத்திட்டேனா?”

“சேச்சே...”

“விடும், அந்தப் பேச்ச அப்புறமா பேசிக்கலாம். சொல்லும். என்னப் பத்தி என்ன தெரியும் ஒமக்கு?”

“அப்படின்னா?”

“என்ன எப்பிடி புரிஞ்சு வெச்சிண்டிருக்கீர்னு தெரியணும். கேக்கலாமா?”

“தாராளமா… ஒரு நிமிஷம்”

வெற்றிலைச் செல்லத்தை எடுத்து வெற்றிலையைப் போட்டுக்கொண்ட பிள்ளைவாள் கோலி அளவுக்குப் பன்னீர் புகையிலையை எடுத்து உள்ளங்கையில் வைத்து உருட்டி வாயில் அதக்கிக் கொண்டார்.

“கேளுங்கோ!” என்றார்.

“நான் யாரு?”

“இப்படிக் கேட்டா?”

“இப்போ சொல்லும். நான் யாரு?”

“கல்யாண ராமய்யர்.”

“அப்பறம்?”

“என்னோட ஆத்ம சிநேகிதர்.”

“அட… அப்படியா?”

“என்னண்ணா இப்படிக் கேக்கறேள்?”

“இல்லை ஓய். சொல்லும்.”

“ஊர் பெரியவா.”

“யாருக்கு?”

“எனக்கு. எல்லாருக்கும்.”

“அப்படி வேற நினைச்சிண்டு இருக்கேளாக்கும். பேஷ் பேஷ்… அப்புறம்?”

“அன்ன தாதா”

“யாரு நானா?”

“ஆமாம். வேற யாரு இந்த ஊர்ல?”

“அப்படியொரு வேஷமா?”

“வேஷமில்லேண்ணா. நிஜம்”

“சரி அப்படியே வெச்சுப்போம். நான் கல்யாண ராமய்யர். பெரிய மனுஷன்னு பெத்தப் பேரு. அன்னதாதான்னு வேஷம் வேற கட்டிண்டாச்சி. இதுல எது தடுக்கறது ஒம்ம ஆத்துக்குள்ள வர விடாத?”

“இப்படிக் கேட்டா என்ன அண்ணா சொல்றது?”

“இல்லை ஓய். ஒரு முள். கண்ணுக்குத் தெரியாத இடத்துல குத்தி சதா நெருடிண்டே இருக்கு. ஏதோ ஒண்ணு ஒட்ட விடாமே தடுக்கறது. முள் யார் மனசுல இருந்தாலும் வெளிய வந்துடணும் இன்னிக்கி.”

“அப்படியெல்லாம் ஒண்ணும் இல்லைண்ணா...”

“பொய் சொல்லாதேயும். நான் உம்மோட ஆத்ம சிநேகிதன்னா உண்மையைச் சொல்லும்!”

“அண்ணா கோச்சுக்கப்படாது. நீங்களும் நானும் ஒண்ணா?”

“ஒண்ணில்லையா அப்ப?”

“இல்லை.”

“அடப்பாவி. நான் பிராமணன்கிறதுதான் உம்மோட பிரச்னையா?”

“... ... .”

“சொல்லும் ஓய்”

“பெரியவா மன்னிக்கணும். உங்க காலடி நிழல்ல நிக்கக்கூட தகுதி இல்லாதவன் நான்.”

“சிவசிவா... இப்படியொரு விஷத்த மனசுல வெச்சுண்டுதான் பழகினீரா? பிராமணன்னா யாரு? நானா? நானா ஓய் பிராமணன்?”

“எங் கண்ணுக்குத் தெரிஞ்ச சத்புருஷன் நீங்கதான் அண்ணா!”

“போரும் போரும் உளராதேயும். பிராமணன் பிராமணன் என்கிறீரே யார் ஓய் பிராமணன்? இந்தப் பூணூலா... குடுமியா, இந்த விபூதியா? இல்லே பஞ்ச கச்சமா? இதெல்லாம்தான் பிராமணனுக்கு அடையாளம்னா நானும் பிராமணன்தான்; நீயும் பிராமணன்தான்”

“என்ன அண்ணா இப்படிச் சொல்றேள்?”

"பின்னே எப்படிச் சொல்றது? யார் உண்மையான பிராமணன்? சதா சர்வ காலமும் பரப்பிரம்மம் ஒண்ணையே ஸ்மரணை பண்ணிண்டு, வேதம் சொல்றதே யதுகரி பிட்ஷை மூணு வீடுகள்லயோ ஏழு வீடுகள்லயோ பிட்ஷை எடுத்து, அடுத்த வேளைக்குன்னு ஒண்ணும் சேத்து வைக்காம ஒரு நாளை அஞ்சாப் பிரிச்சு பஞ்சகாலப் பாராயணனா, இந்த லோகத்திலே இருக்கற சகல ஜீவராசிகளும் துக்கமில்லாமே சந்தோஷமா இருக்கணும்னு எவன் சர்வ சதா காலமும் ஈஸ்வரன தியானிக்கறானோ தனக்குன்னு ஒண்ணையும் யாசிக்காத தபஸ்வியா இருக்கானோ அவன்தான் வேதம் சொல்ற உண்மையான பிராமணன். எங்கே? அப்படியோரு பிராமணனை அடையாளம் காட்ட முடியுமா உம்மாலே? எவன் உலக மனிதர்களின் சுபிட்ஷத்திற்காக வாழ வேண்டியவனோ அவனை அவனுடைய சாதாரணத் தேவைகளுக்காக சிந்திப்பவனாக ஆக்கிய நிர்பந்தம் எது? எல்லா ஆதர்ஸங்களிலிருந்தும் விலகி ரொம்ப தூரம் வந்தாச்சு. இதுல போய் மேல் என்ன கீழ் என்ன ஓய்?"

"பெரியவா தாழ்த்தித்தான் பேசிப்பா."

"சரியாப் போச்சு. இன்னும் நம்பலையா நீர்? நான் ரிஷி இல்லை. மகான் இல்லை. அப்படியொரு பிம்பம் உம் மனசுல இருந்தா இந்தச் க்ஷணத்திலேர்ந்து அதை அழிச்சிரும். மத்தபடி நான் ரொம்பச் சாதாரணமான ஒரு மனுஷன். அவ்வளவுதான்!"

"இப்படிச் சொல்றதுக்கும் ஒரு பக்குவம் வேணும் அண்ணா."

"போரும் என்னோட பிரலாபம்... ஆஞ்சநேயனுக்குத் தன் பலம் தெரியாதாம். அதுமாதிரி பிள்ளைவாளோட உயரம் பிள்ளைவாளுக்குத் தெரியாது. உம்மை உமக்குப் புரிய வைக்க இப்போ கேக்கப் போறேன். கேக்கட்டுமா?"

"ஒரு சங்கல்பத்தோட வந்திருக்கேள். மாட்டேன்னா விடவா போறேள். கேளுங்கோ!" என்றார் சிவநேசம் பிள்ளை.

அய்யர், நதிக்கரையில் சந்தியா வந்தனம் பண்ணிவிட்டு வந்தார். மேற்கு வானில் ஆரஞ்சு வட்டம் மெல்ல அடிவானில் மூழ்க ஆரம்பித்தது.

❖❖❖

7

"உம்மைப் பத்தி என்ன ஓய் தெரியும் உமக்கு?" கல்யாண ராமய்யர் ஒரு புன்னகையுடன் கேட்டார்.

"புரியலண்ணா."

"நீர் யார்? தத்துவார்த்தமா பதில் சொல்ல வேண்டாம். சாதாரணமாச் சொல்லும்."

"நான் சிவநேசன்."

"வேத வழியைச் சார்ந்தவரா?"

"இல்லை."

"ரிஷி வழியில் பிறந்தவரா?"

"இல்லை"

"வேதச் சடங்குகள் கட்டாயமா?"

"இல்லை"

"தெய்வ நம்பிக்கை?"

"உண்டு"

"தெய்வம்?"

"சிவன்"

"ஆசாரம் அனுஷ்டானம்?"

"உயிர் எனக்கு"

"பிற மதம்?"

"அவர்கள் வழி அவர்களுக்கு"

'உம்மதம்?'

"உயர்வெனக்கு. பிற மதம் இகழ மாட்டேன்"

"புலால் உண்பீரா?"

"அறியாமல் ஒருமுறை"

"மது?"

"அறிந்து ஒருமுறை"

“ஜாதி பார்ப்பீரா? தீண்டாமை உண்டா?”

“ம்ம்... இல்லையென்று பொய் சொல்லத் தோன்றவில்லை. எல்லாம் சமம் என்கிற சமநோக்கு இன்னும் வரவில்லை.”

“பொறாமை?”

“உண்டு.”

“உண்டா?”

“ஆம். சத்புருஷர்களைப் பார்த்து, பொறாமைப்பட்டிருக்கிறேன். அந்த சத்குணம் என்னிடம் இல்லையே என்று. செல்வமும் செழிப்புமாய் இருக்கிறவர்களைப் பார்த்து எனக்கு இல்லையே என்று புழுங்கியது இல்லை.”

“ஏன்?”

“இருப்பதில் நிறைவு இருக்கிறது. சந்தோஷம் இருக்கிறது. இப்போது கொடுத்திருப்பதே அதிகம். அதுவே அவன் கருணை. அது போதும்!”

“அடுத்தவன் கெட்டுப் போகணும், அழியணும்னு நினைச்சிருக்கீரா?”

“இல்லை”

“துரோகம்?”

“ம்ஹும்”

“வருமானம் கொழிக்கும் துறையில் வேலை செய்கிறீர். இலஞ்சம் வாங்குவீரா?”

“குடி அழியுமே. வாங்க மாட்டேன்.”

“பிறன் மனை இச்சித்தது உண்டா?”

“உண்டு. திருமணத்துக்கு முன் பதின்வயதுகளில் பயன்படுத்தப்பட்டிருப்பேன். வெட்டுப்படும் முன் தப்பித்தேன். நல்லவேளை சிவம் என்னைக் காப்பாற்றியது.”

“தாசி வீட்டுக்குப் போனதுண்டா?”

“உண்டு. அவளே நல்வழிப்படுத்தித் திருப்பி அனுப்பி வைத்தாள்.”

“அவை நிகழாமல் போனதற்காக வருத்தமோ சந்தோஷமோ பட்டதுண்டா?”

"இரண்டும் இல்லை."

"கோபம்?"

"அது ஒரு சாபம் எனக்கு."

"ஆத்துக்காரிய ஒரு நாளைக்காவது உக்கார வெச்சு சாதம் போட்டிருக்கேரோ? அன்பா நாலு வார்த்தை பேசி இருக்கேரோ?"

"... ... ..."

"அடிப்பேரோ?"

"இந்த விஷயத்திலே மகாச் சண்டாளன் அண்ணா நான்."

"விட்ரும்."

"சரி."

"சிவநேசம் பிள்ளை எழுந்திரும். நமஸ்காரம் பண்ணிக்கறேன்."

"என்னண்ணா? என்னண்ணா?"

"நீர்தான் அசல் பிராமணன் ஓய். உண்மையைச் சொல்றவன் யாரோ அவன்தான் பிராமணன். ஆத்மாலே துளி கறை இல்லாமே இவ்வளவு வெள்ளையா இருக்கேரே உம்மைப் பார்த்தா பொறாமையா இருக்கு ஓய். இப்பச் சொல்லும் இந்த அதமப் பிராமணனை விட நீர் எந்த வகையிலே குறைஞ்சு போயிட்டீர்?"

"இருந்தாலும் மனசுக்குள்ளே ஆறாத ரணம் அண்ணா" என்ற சிவநேசம் பிள்ளை தூரத்து மரங்களை வெறித்துக்கொண்டு மௌனமாய் உட்கார்ந்திருந்தார். அடிபட்ட பார்வை. முகத்தில் இருட்டு. வலி. கண் விளிம்புகளில் அரும்பு கட்டி எந்த நிமிஷத்திலும் உடைந்து விடலாம் போல ஒரு தோற்றம். பிள்ளைவாள் தன் வாழ்க்கையில் அதிகம் காயம் பட்டிருக்க வேண்டும் என்று அய்யருக்குத் தோன்றிற்று. அவரே பேசட்டும் என்று கல்யாண ராமய்யரும் காத்திருந்தார். ஒரு பறவை தாழப் பறந்து மீனைக் கொத்திக்கொண்டு போயிற்று. காற்றில் லைபாய் சோப்பின் மணம் மிதந்து வந்தது. மற்றபடி ஆழ்ந்த மௌனம். விநாடிகளில் ஒரு செருமல் கேட்டது. பிள்ளைதான். ஒரு நீளப் பெருமூச்சு. பின் பிள்ளைவாள் பேசினார்.

"எங்க ஊர்லயே சுந்தரம் பிள்ளை பெரிய செல்வந்தர். ஏராளமான நிலம் நீச்சு தோப்பு துறவுன்னு ஜமீன்தார் மாதிரி வாழ்ந்தவர். ஊர்ல அவர் வெச்சதுதான் சட்டம். ஒருத்தன் எதிர்த்துப் பேச முடியாது. அப்பறம் ஆடறதுக்குக் கேட்கணுமா? சுந்தரம்

எம். சுப்பிரமணியன் | 47

பிள்ளை தாலி கட்டின பொண்டாட்டி பேரு பெரிய நாயகி. அவங்களுக்கு மூணு பசங்க. ரெண்டு பொண்ணு, ஒரு பிள்ளை. அவர் பொண்டாட்டி பசங்க பிள்ளையோட அம்மா எல்லாரும் கோட்டை வீட்லதான் இருந்தாங்க. அப்பிடியே போய்கிட்டிருக்கக் கூடாதா வாழ்க்கை? விதி யாரை விட்டது? சுந்தர புருஷரான பிள்ளையோட பார்வை ஒரு சேரிப் பெண் மேல விழுந்திருக்கு. அவங்க பேரு மயிலா. அவ்வளவு அழகா இருப்பாங்களாம். அவங்க அழகுல மயங்கி, சேரிக்குள்ள புகுந்து சாரட் வண்டியில அவங்களத் தூக்கிப் போட்டுக்கிட்டுப் போயிருக்காரு பிள்ளை. கேக்க ஒரு நாதியில்லை. கீழ் ஜாதிப் பொம்பளையாச்சே. கோட்டை வீட்ல கொண்டு போய் வெச்சுக்க முடியுமா? விடுவாங்களா? ஊருக்கு வெளில, தென்னந்தோப்பிலே வீடு கட்டி, பத்து ஏக்கர் நிலத்தையும் அவங்க பேர்ல எழுதி வெச்சு வறரதும் போறதுமா இருந்திருக்காரு. அந்த சுந்தரம் பிள்ளைக்கும் அவரோட ஆசை நாயகி மயிலாவுக்கும் பிறந்தவன்தான் இந்த சிவநேசம் பிள்ளை. தாலி கட்டச் சொல்லி எங்கம்மா அப்பாவ எவ்வளவோ கெஞ்சி இருக்கு. அவரு கட்டலே. அவங்க சாகற வரைக்கும் ஆசை நாயகியாத்தான் இருந்திருக்காங்க. என் அஞ்சு வயசில எங்கம்மா என்னை எங்கப்பா கைல ஒப்படைச்சிட்டு விஷக்காய்ச்சல்லே செத்துப் போச்சு. அதுவரை நான் ஒரு நாள் கூட கோட்டை வீட்டுக்குப் போனதில்லை. எங்கம்மாவோட தோப்பு வீட்லயும், சேரியிலயும் வளர்ந்ததனாலே ஒண்ணும் குறையாத் தெரியலே. ஆனா அதுக்கப்பறம் வந்த அந்தச் சபிக்கப்பட்ட நாட்கள்... அது வராமலே இருந்திருக்கக் கூடாதா?" என்று பிள்ளைவாள் நிறுத்தினார். ஒரு இறுக்கமான மௌனம் சில விநாடிகள் நிலவிற்று. மறுபடியும் செருமிக்கொண்டு பேசினார்.

"என்ன நினைச்சாரோ எங்கப்பா என்னை கோட்டை வீட்டுக்குக் கூட்டிட்டுப் போனார். அங்க யாருக்குமே என்ன பிடிக்கலே. மொத மொதல்ல நான் கோட்ட வீட்ல நுழைஞ்ச அன்னிக்கு, விவரம் தெரியாத சின்ன வயசுப் பயலாச்சே, தாயில்லாக் குழந்தையாச்சேன்னு கூடப் பார்க்காம அந்த வீட்டுப் பெரிய நாயகி அம்மா என் முகத்தில் காறித் துப்பினாங்க. பசங்க சாணியக் கரைச்சு ஊத்தி செருப்பால அடிச்சாங்க. நான் அப்பாவக் கட்டிக்கிட்டு அழுதேன். பெரிய சண்டை ஆச்சு. 'யார் என்ன சொன்னாலும் சரி, அவன் எம்பிள்ளை. அவன் இந்த வீட்லதான் இருப்பான். விருப்பமில்லாதவங்க வெளில போங்க'ன்னு

அப்பா கத்தினார். அப்பத்தான் எங்கப்பா மேல எனக்குப் பிரியம் வந்தது. கோட்டை வீட்ல எனக்கு இடம் கிடைச்சுது. நடு வீட்ல இல்ல; மாட்டுத் தொழுவத்தில. அங்கதான் தங்கல், சாப்பாடு, படுக்கை. சாப்பாடுன்னா பழைய சோறு கஞ்சி. கோட்டை வீட்டுக்காரங்க சாப்பிட்ட மிச்சம் இப்படித்தான். தொழுவத்துல இருவது மாடுகளுக்கு மேல இருந்தது. அதுகள மேய்க்கணும். குளிப்பாட்டணும். பத்துப் பாத்திரம் தேய்க்கணும். துணி துவைக்கணும். அதெல்லாம் கூட எனக்குக் கஷ்டமா இல்லே. அவங்களைப் பொருத்தவரைக்கும் நான் ஒரு அடிமை. தெரு நாயை விடக் கேவலமானவன். தீண்டத்தகாதவன். ஒவ்வொரு செயல்லயும் நீ கீழ் ஜாதி நாய்டான்னு சொல்லி அவமானப்படுத்திகிட்டே இருந்தாங்க. அப்பல்லாம் மனசு துடிக்கும். குன்னிப் போகும். அப்பா எவ்வளவோ போராடியும் அவங்க மாறல. திருந்தல. அந்தக் கவலையே அவர அரிச்சிருக்கணும். அவர் நினைச்சிருந்தா அவங்க அத்தன பேரையும் வீட்ட விட்டுத் துரத்தி இருக்க முடியும். ஆனா அவர் அப்படிச் செய்யலே. ஒரு ஐம்பது ஏக்கர் நிலத்தை மட்டும் தனக்குன்னு வெச்சுகிட்டு ஏராளமான சொத்த பொண்டாட்டி பிள்ளைங்க பேர்ல எழுதி வெச்சுட்டு வெளில வந்துட்டாரு. ஊருக்கு வெளில எங்கம்மா வாழ்ந்த தோப்பு வீட்லதான் எங்கப்பா, அவங்கம்மா, நான் மூணு பேரும் வாழ்ந்தோம். அப்பாதான் நிலமெல்லாம் வித்து என்னப் படிக்க வெச்சார்; மனுஷனாக்கினார். என் மனசை உணர்ந்ததாலயோ என்னவோ அவர் இருந்த வரைக்கும் அவர்தான் என்னை சிவநேசம் பிள்ளை, சிவநேசம் பிள்ளைன்னு கூப்பிடுவார். என்னதான் வளர்ந்து ஒரு நிலைக்கு வந்துட்டாலும் சின்ன வயசுல பட்ட அவமானம், அந்த அடி இன்னமும் மனசோட ஒரு ஓரத்திலே ஆறாத ரணமா ஒரு முள்ளா உறுத்திக்கிட்டே இருக்கு. ஒவ்வொரு நிமிஷமும் நீ கீழானவன் இல்லைன்னு எனக்கு நானே சொல்லிக்கத்தான் இந்தப் பூணுல், குடுமி, பஞ்சகச்சம், பிராமண பாஷைங்கற வேஷமெல்லாம். இன்னமும் கூட பெரிய நாயகி அம்மா வகையறாவெல்லாம் என்ன ஒரு மனுஷனாவே மதிக்கறதில்லை. வாழ்வும் இல்லை சாவும் இல்லைன்னு ஆகிப் போச்சு. என்னதான் படிச்சு மேல வந்துட்டாலும் சமூகத்தின் பார்வையிலே ஒரு கேலி இருக்கு. சில இடங்கள்லே ஏதோ ஒண்ணு பின்னாடி பிடிச்சு இழுக்கறதத் தடுக்க முடியலே" என்ற போது அவர் குரல் உடைந்திருந்தது.

கல்யாண ராமய்யர் பிள்ளையின் கை பற்றி அழுத்தினார்.

"உம்மோட வலி புரியறது பிள்ளைவாள். அதுக்குக் காரணம் இந்தச் சமூகம். மனுஷனக் கூறு போடற அதோட மோசமான கட்டமைப்பு. நீர் என்ன செய்வேர் பாவம்? இழிவு பிறப்பால இல்லை பிள்ளைவாள். நாம எப்படி வாழறோம்கிறதுல இருக்கு. மனசு முழுக்க அழுக்கா இருட்டா வெச்சுண்டு வாழற வாழ்க்கை இழிவு. இது அநித்யமான நீர்க்குமிழி வாழ்க்கை. எப்ப வேணா உடையும். அதனாலே வாழ்க்கைக்கு ஒரு அர்த்தம் வேணும்னு பரந்த மனசா விரிந்த பார்வையா அன்போட எல்லாரையும் அணைச்சுக்கிற புத்தியா ஒரு வாழ்க்கை வாழ்ந்தா அத விட உயர்வு உண்டோ? ஆத்மாலே துளி கறை இல்லாமே மனசெல்லாம் இவ்வளவு வெள்ளையா காலம்பற பனித்துளி மாதிரி அத்தனை தூய்மையா இருக்கீரே... இதுதானே நிஜமான உயர்வு. உம்மை நினைச்சுப் பெருமையா இருக்கு ஓய். மனச அலம்பித் தொடச்சிட்டு இந்த க்ஷணத்திலேர்ந்து புதுசா பிறவியெடும்" என்று பிள்ளையை இறுகத் தழுவிக்கொண்டார் அய்யர். சிவநேசம் பிள்ளைக்குள் ஒரு சிலிர்ப்பு ஓடிற்று.

"இப்படியொரு மனசும் புத்தியும் எப்படி அண்ணா?" நெகிழ்ந்து கேட்டார்.

"என்னவோ பெரியவா ஆசீர்வாதம். அவா பழக்கின விதம். கத்துக்கொடுத்த பார்வை. துவேஷத்தை வளத்துண்டு போறதுல என்ன லாபம் சொல்லும்?"

"வாஸ்தவம். எல்லாரும் காசு பணம்னு சேத்து வைப்பா. ஆனா உங்க பெரியவா சேத்து வெச்சிருக்கற சொத்து எல்லாத்தையும் விடப் பெரிசு. உங்க தாத்தா விஸ்வநாதய்யர் வெள்ளைக்காரன்கிட்டயே பாரஸ்ட் ஆபிசரா இருந்தவரோல்லியோ?"

"ஆமாம்."

"மரணத்தின் சன்னதிலே அவரோட உள்மனசு விழிச்சுண்டுதுன்னு முன்னே சொன்னேள். அது என்னது சொல்லுங்கோளேன்"

"ஆத்துக்கு வாரும். தாத்தாவோட டைரி தரேன்" என்றார் கல்யாண ராமய்யர்.

❖❖❖

8

கல்யாண ராமய்யரின் தாத்தா விஸ்வநாதய்யரின் டைரி நளினமான ஆங்கிலத்தில் எழுதப்பட்டிருந்தது. சாப்பிட்டு முடித்து, சிவநேசம் பிள்ளை விட்ட இடத்திலிருந்து படிக்க ஆரம்பித்தார்.

காட்டு இலாகாவிலே அதிகாரியாவேன் என்று கனவிலும் நான் நினைத்ததில்லை. என் கனவு, ஆசை, இலட்சியம் எல்லாமே உயர் போலீஸ் அதிகாரி ஆக வேண்டும் என்பதுதான். என் அப்பாவின் ஆசையோ வேறு மாதிரி இருந்தது. ஒரு தத்துவப் பேராசிரியராகத்தான் அவர் என்னைப் பார்க்க விரும்பினார். அதுவும் காசியில் வேலை செய்பவனாக. கடைசியில் அவருடைய ஆசையும் நிறைவேறவில்லை. என் கனவும் பலிக்கவில்லை. எழுதிச் செல்லும் விதியின் கை யாரை எங்கே கொண்டு போய் வைக்கும் என்பது யாருக்குத் தெரியும்?

ஒருவேளை போலீஸ்காரனாக ஆகி இருந்தால் கொலை, கொள்ளை, கற்பழிப்பு, இரத்தம், மரணம், சிறை, கோர்ட்டு என்று நிறையச் சந்திக்க நேர்ந்திருக்கும். ஏன் மரண தண்டனைகளைக் கூட காண நேர்ந்திருக்கலாம். ஒருவகையில் சபிக்கப்பெற்ற மனிதர்களை, பெருங்குற்றவாளிகளைக் கையாள்வதில் பெரிய சவால்கள் இருந்திருக்கக்கூடும். ஆனால் காட்டில் அப்படி பெரிய சவால்கள் ஏதும் இல்லை. அப்படி இருந்தால், அது வெளி மனிதர்களால்தானே தவிர விலங்குகளால் அல்ல: வனவாசிகளால் அல்ல. அவர்கள் நம்மை விட நேர்மையானவர்கள். விலங்குகளும் மனிதனைப் போல இல்லையென்றே சொல்லத் தோன்றுகிறது.

அவை எப்போதும் காமுற்று அலைவதில்லை. அவைகளின் உலகத்தில் மனிதனைப்போல இத்தனை கவலை, துக்கம்,

அவமானம், பொறாமை, துரோகம் எதுவும் இல்லை. ஒன்றின் பாதையில் ஒன்று குறுக்கிடுவது இல்லை. அதனதன் இடத்தில் ஒரு குறிப்பிட்ட நியதியோடு, ஒழுங்கோடுதான் அவை வாழுகின்றன. நாம் அதன் வழியில் குறுக்கிடாதவரை. ஒரு வகையில் மிருகங்களுக்கும் பறவைகளுக்கும் சுவாமி ஒரு மேம்பட்ட வாழ்க்கையைக் கொடுத்து விட்டானோ என்று கூடத் தோன்றுகிறது. ஆனால் அறிவு கிடைத்தற்கரிய பெரிய வரம் அல்லவோ? அதை மனிதனுக்குத்தானே கொடுத்திருக்கிறான் சுவாமி... அவனை அறிவதே அறிவு. அதற்கே அறிவு. அறிய முயன்றாலும், அறிந்ததற்கு அப்பால் அறியாத ஒன்றாய்க் கண்டதற்கு அப்பால் காணாத ஒன்றாய் அது இருப்பதை அறிய வேண்டும். ஆனால், அறிவின் அகந்தை அதை ஒருபோதும் ஏற்றுக்கொள்வதில்லை. உணர்வின் ஆழத்திற்கு அறிவு செல்ல முடியாதென்பதை உணர வேண்டும். அதற்கும் அவன் அருள் வேண்டும்.

அடர்ந்த கானகம், ஆழப்பெருங்கடல், வானப் பெருவெளி, அண்ட கோளங்கள், மலைகள், பாலைவனங்கள், நதிகள் எல்லாம் இயற்கை மனிதனுக்குக் கொடுத்த பெருங்கொடை அல்லவா? இறையின் பெருங்கருணை அல்லவா? ஆனால் நாம் அதைப் புரிந்து கொண்டிருக்கிறோமா? இல்லையென்றால் இயற்கையை அழித்துக் கொண்டே, வெகுதூரம் விலகி வந்திருப்போமா?

காடென்றால் வெறும் மரங்கள், கொடிய விலங்குகள் அல்ல. பட்சிகளும், புழு பூச்சிகளும், செடிகளும், கொடிகளும், மலர்களும், நதியும், ஓடையும் மட்டும் என்றா நினைத்துக்கொண்டிருக்கிறீர்கள்? இல்லை. மனித வாழ்க்கைக்கான ஏதோ ஒரு செய்தி அங்கே இருக்கிறது. எதையும் எதிர்பார்த்து, மரங்கள் மழையை ஆகர்ஷிப்பதில்லை. அதைத் தனக்குள்ளேயே வைத்துக் கொள்வதில்லை. மலர்களாய், கனிகளாய் தருகின்றன கிளைகள். பறவைகளின் கூடுகளாகின்றன. பறவைகளின் எச்சம் விதையாகிறது. அது மரமாகிறது. மரம் மறுபடியும் மழை ஈர்க்க... இது ஒரு சுழற்சி. பயன்பாட்டுச் சுழற்சி. வெளியே இருப்பவர்களுக்காக உள்ளே நடக்கும் தவம். இது யாருக்குப் புரிகிறது? இல்லையென்றால் பச்சை மரத்தின் கிளையை ஒடிக்கத் தோன்றுமா? சின்னக் குழந்தைகள் கையை ஒடிப்பது போல் அல்லவா அது? வனம்

பெற்றதைத் தரும். மீண்டும் மீண்டும் தரும். நம்மால் முடியுமா ஒரு வனத்தை உருவாக்க? ஆனால் மிகச் சுலபமாக அழித்து விடலாம். நல்லவேளை என்னுடைய அதிகாரி நல்லவன். புரிந்து கொள்ளக் கூடியவன். அடிமை தேசத்தின் அதிகாரி சொல்வதைக் கேட்பதா என்ற அகந்தை இல்லாதவன்.

ஆனால் அவனுடைய காதல் மனைவி...

9

ராபர்ட் பிரவுன் எனக்கு அதிகாரியாய் வாய்த்ததை என்னுடைய அதிர்ஷ்டம் என்றுதான் சொல்ல வேண்டும். கிறிஸ்துவப் பாதிரியாவதுதான் அவனுடைய முதல் ஆசையாக இருந்திருக்கிறது. ஆனால் என்னைப் போலவே அவனுடைய கனவும் பலிக்கவில்லை. 'யாருக்கு எதைக் கொடுக்க வேண்டுமென்று கர்த்தருக்குத் தெரியாதா' என்று ஒருநாள் என்னிடம் கேட்டான். இறை நம்பிக்கை உள்ளவன். உலகில் கிறிஸ்தவம்தான் அன்பின் வழி என்பது அவனுடைய எண்ணம். அப்படிச் சொல்லிக்கொள்ள அவனுக்கு உரிமை உண்டு. அதை நான் மறுத்ததில்லை. ஆனால் கிறிஸ்தவம் மட்டும் அன்பின் வழியைப் போதிக்கவில்லை. எல்லாமே அன்பின் வழியைத்தான் சொல்கின்றன. சரி.

ஆனால் உண்மையில் அன்புதான் எல்லாவற்றிலும் நிறைந்திருக்கிறதெனில், இத்தனை யுத்தங்கள் ஏன்? சச்சரவுகள் ஏன்? உயர்வு தாழ்வு ஏன்? வழியே தவறா, வழிகாட்டியவர்கள் தவறா? இத்தனை இருந்தும் மீட்சி இல்லையே... சந்தோஷம் இல்லையே... ஒருவேளை துயருற்று அலையும் மானுடத்தின் மீட்சிக்குக் கடவுளும் மதமும் உதவவில்லையோ? இதைப் பற்றியெல்லாம் அவனுடன் விவாதிக்க முடிந்திருக்கிறது. அதை அவன் ஏற்றுக் கொள்கிறானா என்பது வேறு விஷயம். கேட்கிற பொறுமையும் சகிப்புத்தன்மையும் அவனிடம் இருந்தது. அப்படியெனில் அவனிடம் கொஞ்சமேனும் அன்பு இருந்ததாகத்தானே அர்த்தம்... அது மாதிரியான சந்தர்ப்பங்களில் நீங்கள் ஒரு நல்ல தத்துவ ஆராய்ச்சியாளராகப் போயிருக்க வேண்டிய மனிதர். துரதிர்ஷ்டவசமாகக் காடுகளைக் கட்டிக்கொண்டு அழும்

வேலைக்கு வந்துவிட்டீர்கள் என்று சிரிப்பான். அப்போதெல்லாம் அப்பாவின் ஞாபகம் வரும் எனக்கு. சிரித்து நகர்வேன்.

மேடம் பிரவுன் இதற்கு நேர் எதிர். நானும் பிரவுனும் உட்கார்ந்து பேசுவது, தேநீர் பருகுவது, அதிரச் சிரிப்பது, விவாதிப்பது இதெல்லாம் அவளுக்குப் பிடித்ததில்லை. என்னைக் கண்டாலே அவள் கண்கள் வெறுப்பை உமிழும். அடிமை தேசத்து அடிமை நாய் என்று ஒரு பார்வை. லண்டன் சீமாட்டி. பணக்காரி. ஆளப்பிறந்தவள். பின் அகங்காரத்திற்குக் கேட்பானேன்? ஆனால் ஸில்வியா அற்புதமான குழந்தை. அத்தனை சுடர். அழகு, அறிவு. என் மீது உயிராய் இருப்பாள். என்னைக் கண்டதும் சின்னத் தேர் போல ஓடிவந்து 'ஹாய் கிராண்ட் பா' என்று மடி மீது அமர்ந்து கொள்வாள். கதை கேட்பாள். நிறையச் சொல்லி இருக்கிறேன். கேட்டுவிட்டு அந்த ஏழு வயதுக் குழந்தை கேட்கும் கேள்விகளில் எனக்குள்ளே கதவுகள் திறந்து கொண்டிருக்கின்றன. ஆனால் குழந்தை என்னிடம் ஒட்டிக்கொள்வதை மேடம் பிரவுன் ரசித்ததில்லை. ஆனால் மிஸ்டர் பிரவுன் குழந்தையை ஒருபோதும் தடுத்ததில்லை.

மேடம் பிரவுன் எல்லாவற்றையும் வெறுப்பாள் என்றும் சொல்வதற்கில்லை. காட்டிலிருந்து தேன், மலை வாழை, மாம்பழம், பலாப்பழம், மலைவாசிகள் தயாரித்த மூட்டு வலித் தைலம், பெரிய பெரிய இளநீர்க் காய்கள், விதம் விதமான பூக்கள் என்று கொட்டும்போது முகம் மலரச் சிரிப்பாள். 'மிஸ்டர் அய்யர்' யு ஹாவ் டன் எ குட் ஜாப்' என்பாள். அதை நான் எதிர்பார்ப்பதும் இல்லை, ஏற்பதும் இல்லை. உண்மையில் இப்படிச் செய்வதில் எனக்கு விருப்பமும் இல்லை. என் விருப்பமும் முடிவும் மேடம் பிரவுனுக்கு முக்கியமில்லை. அவள் தன் தேவைகளை காட்டின் களப்பணியார்கள் மூலம் நிறைவேற்றிக் கொள்ள ஒருபோதும் தயங்க மாட்டாள் என்று எனக்குத் தெரியும். அப்படித்தான் மேடம் பிரவுன் நவீன வேலைப்பாடுகளோடு பெரிய தேக்கு மரக்கட்டில் செய்ய வேண்டுமென்று ஆசைப்பட்டாள். எப்போதும் சந்தனப் புகை வருவதற்கு ஏற்பாடு செய்யச் சொன்னாள். தேக்கும் சந்தனமும் காட்டில் இருந்தன. அதைப் பயன்படுத்திக்கொள்ளலாம் என்று அவளே சொன்னாளாம். மிஸ்டர் பிரவுன் என்னிடம்

எம். சுப்பிரமணியன் | 55

அதைச் சொன்னான். அழகிய தேக்கினால் மரங்களால் ஆன ஒரு மாளிகையைக் கட்டினால் என்ன என்று கேட்டாளாம். இந்திய மரபுக்கு மர வீடு சரி வராது என்று மறுத்ததாக மிஸ்டர் பிரவுன் சொன்னான். கடைசியாக ஒரு பிரமாஸ்திரத்தை இறக்கி இருக்கிறாள். 'விரிந்த காட்டின் விளிம்பில் படர்ந்த மலை. அதில் எப்போதும் வற்றாத அருவி. அதன் பின்னணியில் காட்டை அழித்து பிரும்மாண்டமான மாளிகையைக் கட்டுங்கள். அப்படியொரு அற்புதமான அழகிய சூழலில் வாழ வேண்டும். என்பது என் கனா என்று கட்டளை இட்டு இருக்கிறாள்.

10

அந்தச் செய்தி அதிர்ச்சியாகத்தான் இருந்தது எனக்கு. ஒரு சீமாட்டியின் ஆசைக்காக மரங்களை வெட்டுவதாவது? ஒவ்வொரு மரமும் கனிகளை மட்டுமல்ல, அடுத்த சந்ததியர்க்கான விதைகளையும், மழையையும், நதியையும் தனக்குள்ளே ஒளித்து வைத்துக் கொண்டிருக்கின்றது. அதை வெட்டுவது எதிர்காலச் சந்ததியர்களுக்கான வளத்தை வற்றச் செய்வதாகாதா? காக்கின்ற பொறுப்பில் இருக்கின்ற நாமே இன்று அதைச் செய்தால், அது தவறான முன்னுதாரணம் ஆகிவிடாதா? அரசாங்கத்தில் எதற்கும் ஒரு முன்னுதாரணம் இருக்கிறதா என்று பார்ப்பதுதானே வழக்கம்.

"இன்று ஒரு தேவைக்காக நாம் பல நூறு மரம்தானே என்று ஆரம்பித்தால் நாளை வேறு ஒருவர், அப்புறம் இன்னொருவர் என்று இந்த விஷ வட்டம் விரிந்து கொண்டே போகும். இது வெளியே உள்ளவர்களையும் மறைமுகமாகத் தூண்டும். கடைசியில் வனம் அழியும். மழை குறையும். மழை குறைந்தால் மண் வளம் அழியும். மண் வளம் அழிந்தால் பயிர் வளம் அற்றுப்போகும். இயற்கையின் சீரழிவால் மீண்டும் பஞ்சம் தலைதூக்கும். எல்லாவற்றையும் அறிந்தவர் நீங்கள். இயற்கை மனிதனுக்குக் கொடுத்ததை மனிதனே அழிக்க முயலலாமா? அதற்கு நம் காலத்தில் நாம் அதுவும் கருணை உள்ளம் கொண்ட தாங்கள் ஏன் விதைக்க வேண்டும்? எதிர்காலச் சந்ததியர்களை சோற்றுக்கலைய விடும் பாவத்தை நாம் ஏன் சுமக்க வேண்டும்?" என்று மிஸ்டர் பிரவுனிடம் தன்மையான குரலில் நான் கேட்டேன். நல்லவேளையாக மேடம் பிரவுன் அப்போது அங்கே இல்லை.

மிஸ்டர் பிரவுன் கொஞ்ச நேரம் ஒன்றும் பேசவில்லை. வானத்தையே அவனுடைய கண்கள் வெறித்துக் கொண்டு இருந்தன. புகைத்தபடி புல் தரையில் சிறிது உலவினான். அமர்ந்தவன், என்னை உட்காரச் சொன்னான். நான் அவன் எதிரில் அமர்ந்தேன். அப்போதுதான் ராபர்ட் பிரவுன் அந்தக் கேள்வியைக் கேட்டான்.

"மிஸ்டர் அய்யர் பஞ்சம் என்று ஏதோ சொன்னீர்களே?"

"உணவு உற்பத்தி குறைவது பற்றிய கவலையைச் சொன்னேன்"

"அதுவல்ல மீண்டும் ஒரு பஞ்சம் என்றல்லவா குறிப்பிட்டீர்கள்"

"ஆம். ஒரு கோடி மனித உயிர்களைப் பறித்த, பிரிட்டிஷ் அரசாங்கத்தின் மனசாட்சியை உலுக்கிய கொடிய பஞ்சமல்லவா அது? தாது வருஷத்தின் அந்தப் பேரழிவை அவ்வளவு சுலபமாக மறந்து விட முடியுமா அய்யா?"

அந்தக் கேள்வி மிஸ்டர் பிரவுனை உலுக்கி இருக்கக்கூடும். ஆனால் அவன் கோபப்படவில்லை. பேச்சற்று, சில நிமிஷங்கள் உட்கார்ந்திருந்தான்.

"வெல். நீங்கள் சொல்வது உண்மைதான். மிகப் பெரிய துன்பியல் நிகழ்வு அது. ஆட்சியும் அதிகாரமும் கையில் வைத்திருந்த என் தேசம் சூழ்நிலையை இன்னும் புத்திசாலித்தனமாக சிறப்பாகக் கையாண்டிருக்க வேண்டும் என்ற எண்ணம் எனக்குண்டு. ஆக்கிரமிப்பாளர்களுக்கு அடிமை தேசத்தின் மீது என்ன அக்கறை இருக்க முடியும் என்று ஒரு கேள்வி அப்போது என்னுள்ளே எழுந்திருக்கிறது."

"அந்தக் கேள்வி... அந்தப் பார்வை இப்போது மாறிவிட்டது என்கிறீர்களா?" என்று கேட்டேன்.

ஒரு புன்னகையோடு அவன் என்னைப் பார்த்தான்.

"வெல். மிஸ்டர் அய்யர். அந்தக் கேள்வி எழுந்தபோது சூரியனே அஸ்தமிக்காத ஒரு தேசத்தின் பிரதிநிதியாக நான் இல்லை. ஆனால் இப்போது அப்படி இல்லை. ஆயினும் அந்தக் கேள்வி இன்றும் அப்படியேதான் இருக்கிறது. ஒரு மனிதனாக என் பார்வை மாறவில்லை. அது மாறாது. மாறக்கூடாது. ஆனால் ஒரு

மாயத்திரை அதை வேறுவிதமாய் மறைக்கிறது. நியாயப்படுத்திப் பார்க்கிறது."

"மாயத்திரையா?"

"ஆம். தேசாபிமானம் என்ற மாயத்திரை."

"அது தவறு என்கிறீர்களா? அவசியம் இல்லை என்கிறீர்களா?"

"நான் அப்படிச் சொல்லவில்லை. ஒருவகையில் அது அபத்தம் என்கிறேன். மதங்கள் மனிதனைக் கூறுபோட்டன. பிரித்தன. உயர்வு தாழ்வு கற்பித்தன. தேசாபிமானம் அதை இன்னொரு வழியில் இனம் மொழியென்று உலக மனிதர்களைக் கூறு போட்டுக்கொண்டிருக்கிறது என்கிறேன். அது ஊட்டப்பட்டதென்று சொல்கிறேன். உலகம் முழுவதும் நாள்தோறும் ஆயிரக்கணக்கில் குழந்தைகள் பிறக்கின்றன. அவையெல்லாம் இன்ன தேசம், இந்த இனம், இந்த மொழி, இந்த மதம் என்று பார்த்தா, தேர்ந்தெடுத்தா பிறக்கின்றன? அது முற்றிலும் தற்செயல் அல்லவா? அப்புறம் நடப்பதெல்லாம் ஊட்டப்பட்டவைதானே... கற்பிக்கப்பட்டவைதானே. உலகம் முழுவதும் ஒன்று. மானுட உயிர்கள் அனைத்தும் ஒன்று, சமம் என்ற பார்வை காலங்காலமாக தலைமுறை தலைமுறையாய் ஊட்டப் பெற்றிருந்தால் அந்த மன வளம் வாய்க்கப்பட்டிருந்தால் ஆக்கிரமித்தல் ஏது? அடிமை செய்தல் ஏது? எல்லாம் ஒன்று என்றான பின், குறித்த ஒன்றின் மீது தனிப்பட்ட அபிமானத்திற்கான தேவை எங்கிருந்து வரும்? அப்படி நிகழ்ந்தால் உலகம் முழுவதும் நான் சிறகு விரித்துச் சுதந்திரமாகப் பறப்பதற்குரிய வான் வெளியல்லவா? இன்றைக்கு என்னவாயிற்று? கடலில் எல்லை. காட்டில் எல்லை. விரிந்த வான்வெளியில் எல்லை. எல்லாவற்றிலும் எல்லை. என்ன காரணம்? மனித மனம் குறுகி விட்டது. குறுகிய மனம். குறுகிய எல்லை. அதற்கு யார் காரணம்? எது காரணம்? மனிதனுடைய பேராசை. அன்பு வற்றிப்போன மனம்."

அதற்குப் பிறகு கொஞ்ச நேரம் நாங்கள் பேசவில்லை. எனக்கு அவனை நினைத்துப் பெருமையாக இருந்தது. மிஸ்டர் பிரவுன் தேநீரும், பிஸ்கோத்தும் வரவழைத்தான். நான் தேநீர் மட்டும் எடுத்துக் கொண்டேன். அவன் இன்னொரு சிகரெட்டைப் பற்ற

வைத்து ஆழ உறிஞ்சினான். நீலப் புகை காற்றில் வளையமிட்டது. என்ன நினைத்தானோ தெரியவில்லை.

"என்ன முரண்பாடு பாருங்கள் மிஸ்டர் அய்யர். எங்கே இருந்துகொண்டு என்ன பேசுகிறேன் நான் - சாத்தான் வேதம் ஓதுவது போல..." என்று சொல்லி கசந்து சிரித்தான்.

எனக்கு சற்று வருத்தமாக இருந்தது.

"நீங்கள் அப்படி உணரத் தேவையில்லை. உள்ளே ஒளி இல்லாத ஒருவன் இப்படிச் சிந்திக்க முடியும்; மானுடத்தின் மீட்சிக்காக இப்படிக் கவலைப்பட முடியும் என்று எனக்குத் தோன்றவில்லை அய்யா" என்றேன்.

பிரவுன் என் கைகளைப் பற்றிக் கொண்டான்.

"என்ன சொன்னீர்கள்... என்ன சொன்னீர்கள்... உள்ளே ஒளியுள்ள மனிதன் என்றா?"

"ஆம்."

"அதற்கான தகுதியெனக்கு இருக்கிறதென்று உண்மையாகவே நீங்கள் நம்புகிறீர்களா மிஸ்டர் அய்யர்?"

"நிச்சயமாக."

"நான் வழி தவறிய ஆடென்பதாலா?"

"தேவனின் கருணை எப்படிக் கிடைத்தால் என்ன?"

"சரியாக சொன்னீர். நான் சீக்கிரமே லண்டன் திரும்பி விடலாம் என்றிருக்கிறேன். என் பணி இதுவல்ல. அவளுக்காகத்தான் இந்த முள் இருக்கையில் ஒட்டிக் கொண்டிருக்கிறேன். ஒரு வகையில் ஆட்சி அதிகாரம் என்பதற்கான தகுதியெல்லாம் எனக்கிருப்பதாக நான் நம்பவில்லை."

அதைச் சொல்லும்போது அவன் முகம் பிரகாசமாக இருந்தது. அப்படியொரு ஒளியை அதற்கு முன் அவன் முகத்தில் நான் பார்த்ததில்லை. என்ன நடந்ததோ தெரியவில்லை. காடழித்து மாளிகை கட்டுவது பற்றி மேடம் பிரவுன் எதுவும் பேசவில்லை.

❖❖❖

11

சமீப நாட்களாகக் காட்டில் புதிய மனிதர்களின் நடமாட்டம் தெரிவதாகவும் அவர்களுடைய நடவடிக்கை சந்தேகத்திற்கு இடம் அளிக்கும் வகையில் இருப்பதாகவும் தகவல் வந்தது. தகவல் தந்தது லம்பான். அந்தக் காட்டுவாசி எங்களுடைய நம்பகமான இன்பார்மர். எங்களுடைய முதல் நோக்கம் மரங்கள் அறுக்கப்படாமல் காப்பது. கடத்த முயல்பவர்களைக் களத்திலேயே வேட்டையாடிக் கைது செய்வது. அதற்கு தொம்பான் உதவ வந்தான். எங்களுக்கும் தொம்பானுக்கும் எந்த வகையிலும் நேரடித் தொடர்பு இல்லாமல் பார்த்துக் கொண்டோம். அதிக நெருக்கமில்லாமல், சங்கேத முறையில் லம்பான் அவனை இயக்கினான்.

ஒரு மாதம் கடந்து போயிற்று. எதிரிகள் தொம்பானைத் தொடர்பு கொள்ளவே இல்லை. ஆனால் அவர்கள் கண்காணித்துக் கொண்டேதான் இருந்திருக்கிறார்கள். கடைசியில் நாங்கள் எதிர்பார்த்தது நடந்தது. அவர்கள் தொம்பானை நம்பினார்கள். எங்கள் குழு வேட்டைக்குப் புறப்படுவதற்கான நாள் குறிக்கப்பட்டது.

வேட்டைக்குக் குறிக்கப்பட்ட அன்று நிறைந்த அமாவாசை. அன்று இரவுதான் எங்கள் இலக்கு. அதற்கு முதல் நாள் இரவு முழுவதும் எனக்குத் தூக்கம் வரவில்லை. ஏதோ கெட்ட கனவாக வந்து கொண்டிருந்தது. என்ன காரணம் என்று தெரியவில்லை. உள்ளே பயம் இல்லை. இன்னதென்று புரியாத கலக்கம். அமைதியின்மை. இதற்கு முன் இப்படி நேர்ந்ததில்லை.

எழுந்தேன். அற்பசங்கையைத் தீர்த்துக்கொண்டு, கிணற்றில் ஜலம் இழுத்து முகம், கை, கால் அலம்பிக் கொண்டேன். கிணற்றை ஒட்டிய சிமிட்டிப் பால் வைத்துக் குழைத்து மெழுகிய தரை குளிர்ந்து கிடக்கும். உட்கார்ந்தேன். நட்சத்திரங்களைத் தொலைத்து

விட்டு வானம் இருண்டு கிடந்தது. முன்னிரவு. ஜில்லென்ற காற்று. ஈர்த்தரை. மூளி வானம். பார்த்துக்கொண்டே இருந்தேன். இராப்பூச்சிகளின் முணுமுணுப்பைத் தவிர வேறொன்றுமில்லா நிசப்தம். ஒரு பத்தடி தூரத்தில் ஏதோ அசைந்தது போல... உற்று கவனித்தேன். முறுக்கிய பிணைக் கயிறு போல... காற்றில் அப்பளம் சுடும், உளுந்து வறுபடும் வாசனை. சரிதான். இரண்டு சர்ப்பங்கள்... ஒன்றோடு ஒன்று பின்னிப் புரண்டு வால் மட்டும் பூமியில் பதிந்திருக்க இடுப்பு உயரத்திற்கு நின்ற வாகில் பின்னிக்கொண்டு கவ்விக் கொண்டு ஆனந்தக் களியில்... அதில்தான் எத்தனை தாபம். மோகத்தின் மூர்க்கம். ஆக்ரோஷம். சூழல் மறந்த, தான் அழிந்த லயம் பரவசம். சகல ஜீவராசிகளுக்கும் கூட்டுக்களியை ஒன்றாய் வைத்த சுவாமி எவ்வளவு பெரியவன்... எவ்வளவு அன்பு நிறைந்தவன்... சமநோக்குள்ளவன்...

நான் இருட்டுக்குப் பழகிப் பார்த்துக்கொண்டே இருந்தேன். அந்த லயத்தைக் கலைக்க விருப்பமில்லை எனக்கு. அதைவிடப் பெரிய பாவம் ஒன்றுமில்லை. வனத்தில் இந்தக் கூத்து சகஜம். கலைக்காமல் விலகிப் போவோம். கொஞ்ச நேரத்தில் சர்ப்பங்கள் ஜலதாரை வழியே வெளியேறின. ஜலதாரை வாசல் கம்பி வலை நைந்திருந்ததை கொல்லை விளக்கு வெளிச்சத்தில் பார்த்தேன். அந்த வழியாகத்தான் அவை வந்திருக்க வேண்டும். முதலில் லம்பானிடம் சொல்லி எங்கேனும் புற்று இருக்கிறதா என்று பார்க்கச் சொல்ல வேண்டும். இருந்தால் பிடித்து வனத்தில் விட்டு விடலாம். இன்று என் வீட்டுத் தோட்டத்தில் இரண்டு வாயில்லா ஜீவன்கள் களி கொள்ள இறைவன் அருளினான் போலும். விளக்கை நிறுத்திவிட்டு உள்ளே வந்தேன். கட்டிலில் உட்கார்ந்தேன். கண்களை மூடிக்கொண்டேன். உள்ளே சர்ப்பக் காட்சி ஆடிற்று. கட்டிலில் விசாலம் ஒருக்களித்துப் படுத்துக்கொண்டிருந்தாள். அழகாய்த் தோன்றினாள். அருகில் படுத்துக்கொண்டேன். சிம்னி விளக்கின் சுடரை இன்னும் தணித்தேன். ஒன்றில் கரைந்த ஒன்றாய் இரண்டற்ற ஒன்றாய்... எப்போது தூங்கினேன் என்று தெரியவில்லை.

விடிந்தது. அன்றைக்கு அமாவாசை. பித்ருக்களைப் பூஜிக்கும் நாள். அமாவாசைத் தர்ப்பணத்தை ஒருபோதும் நான் தவறவிட்டது இல்லை. அன்றைக்குத்தான் அப்பா வருவார் காக உருவில்.

பித்ருக்கள் அப்படித்தான் வருவார்கள். அது என் ஆழ்ந்த நம்பிக்கை. ராபர்ட் பிரவுன் கூட என் நம்பிக்கையைக் கேலி செய்ததில்லை. அன்றைக்கும் தர்ப்பணத்தை சிரத்தையாகத்தான் செய்தேன். எள்ளும் தண்ணீரும் கலந்த கலவையைக் கிணற்றில் ஊற்றினேன். வாழை இலையில் பிண்டத்தை வைத்து, காகத்தை அழைத்தேன். ஒரு குரலுக்கு ஓடி வரும் காகம் அன்றைக்கு ஏனோ பல குரல் கொடுத்தும் வரவில்லை. இவ்வளவுக்கும் சுற்றிலும் காகங்கள் கரையும் குரல் கேட்டுக் கொண்டேதான் இருந்தது.

என் மனது தவித்தது. என்றைக்கும் ஒரு குரலுக்கு ஓடி வருவாயே அப்பா இன்று என்ன ஆயிற்று உனக்கு? யார் மீது கோபம்? நான் ஏதேனும் பாபம் செய்து விட்டேனோ? அந்த வெண் கழுத்துக் காகம் நீதானே? கூப்பிட்டவுடன் அதற்காகவே காத்திருந்தது போல பறந்து வந்து அவசர அவசரமாய் ஒரு வாய் கொறித்து, தலை தூக்கி ஓரப் பார்வை பார்க்குமே... நீயும் அப்படித்தானே அவசர அவசரமாய் அள்ளிப் போட்டுக்கொண்டு காலேஜுக்கு ஓடுவாய். ஏதாவது கேட்டால் தலை சாய்த்து ஓரப்பார்வை பார்ப்பாயே. இன்றைக்கு என்ன ஆயிற்று உனக்கு?

எதுவாக இருந்தாலும் சரி. நான் உன் பிள்ளை. உன் வித்து. உனை என் தோப்பனாராக அடைந்ததற்கு நான் பெரிய பாக்கியம் செய்திருக்க வேண்டும். எனக்கு எல்லாமாய் இருந்தது நீதானே. நல்ல சிநேகிதனாய்... நல்லாசிரியனாய்... ஞானகுருவாய்... நடக்கவும், பார்க்கவும், கடக்கவும் கற்றுக்கொடுத்தவன் நீயல்லவோ... எதுவாயினும் மன்னித்துக்கொள். நீ மன்னிக்காமல் யார் மன்னிப்பார்கள்? வா வந்து ஒரு வாய் சாப்பிடு. என்னை ஆசீர்வதி. உள்ளே கதறினேன். வானம் பார்த்துக் கும்பிட்டேன். அப்புறம் நீ வந்தாய். என்னை தலை சாய்த்து ஓரப்பார்வை பார்த்தாய். நீ அப்படிப் பார்ப்பவன்தான். ஆனால் இந்தப் பார்வை வேறு மாதிரியாக இருந்தது. ஒரு வாய் சாப்பிட்டிருக்க மாட்டாய். பிண்டம் உருண்டு கிணற்றுக்குள் விழுந்துவிட்டது. எழுந்து என் தலை சுற்றிப் பறந்தாய். அப்போதுதான் கவனித்தேன். உன் கழுத்தில் உள்ள காயத்தை. அதில் கசிந்த இரத்தத்தை. நீ என்னைக் காப்பாற்றத்தான் எமனிடம் போராடி விட்டு வந்திருக்கிறாய் என்பது எனக்கு அப்போது புரியவில்லை.

12

எங்கள் குழு எல்லாத் திசைகளிலும் பரவி காட்டுக்குள் ஊடுருவிற்று. ஆயிற்று. வெகுதூரம் வந்தாயிற்று. இலக்கைக் கூட அடைந்தாயிற்று. எங்கள் அடையாளங்களின்படி, தேக்கு மரங்கள், சந்தன மரங்கள் அடர்ந்த பகுதிகளில் எந்த வித்தியாசமும் இல்லை. மரங்களுக்கு எந்தச் சேதமும் இல்லை. தடயம் எதுவும் சிக்கவில்லை. அப்போதுதான் எனக்குத் தோன்றிற்று. ஒன்று அவர்களுடைய இலக்கு வேறு மரங்கள் சூழ்ந்த இடமாக இருக்கலாம். உடனடியாகத் திரும்பிப் போக முடியாத தூரத்துக்குள்ளே எங்களை அழைத்து வந்து கவனத்தைத் திருப்புவதாய் இருக்கக்கூடும். இல்லையென்றால், எங்களை அலைக்கழித்து நடுக்காட்டில்... மை காட் அப்படித்தான் இருக்க வேண்டும். எனக்கு முன்னே லம்பான் பத்தடி தூரத்தில் மின்மினிப் பூச்சிகள் ஒட்டிய களிமண் சட்டியுடன் போய்க்கொண்டிருந்தான். நடுவில் நான். எனக்குப் பின்னே பத்தடியில் பல்ராம்.

நான்கடி நடந்திருக்க மாட்டேன். காலில் ஏதோ இடறிற்று. ஸ்பரிசம் மர வேரோ, கல்லோ இல்லையென்றது. சின்ன டார்ச்சை உசுப்பி அதன் ஒளி சிதறாமல் மறைத்துக்கொண்டு கீழே பார்த்தேன். தொம்பான் உயிரற்ற சடலமாகக் கிடந்தான். சரிதான். எதிரிகள் உஷாராகி விட்டார்கள். இனி நிழலாட்டம் சரி வராது. அவர்கள் முதலில் வேட்டையாடப் போவது எங்களைத்தான். திடீரென்று லம்பானிடமிருந்து சங்கேத ஒலி கேட்டது. பெரிய ஆபத்து என்று அர்த்தம். அவன் மண் சட்டியை எறிந்த திசையில் பெரிய ஆல மரம். அதன் மிகப் பெரிய பொந்தில் அவர்கள் பதுங்கி இருந்திருக்க வேண்டும். அவர்கள் எத்தனை பேரென்று

தெரியவில்லை. நான் ஒரு ரவுண்டு சுட்டேன். ஒரு குண்டு என் காதுக்கருகே சீறிக்கொண்டு போயிற்று. நான் கணித்தது மிகச் சரி. எதிரிகள் ஆயுதம் வைத்திருக்கிறார்கள். நான் எச்சரிக்கையானேன். பல்ராம் ஒளி பாய்ச்ச நான் இரண்டாவது முறை சுட்டேன். அலறல் கேட்டது. அதற்குள் இன்னொரு திசையில் இருந்து வந்த தீபக், பகதூர், லம்பான் எல்லோரும் அவர்களை வளைத்து விட்டார்கள். பல்ராம் துப்பாக்கியின் அடிக்கட்டையால் அவர்களைத் தாக்கி மரத்தோடு பிணைத்தான். மொத்தம் ஐந்து பேர். இரண்டு பேர் செத்துக் கிடந்தார்கள். மூன்று பேருக்கும் காலில் குண்டு சிராய்த்திருந்தது. அவர்களை விசாரித்தேன். அவர்கள் வேறு பாஷை பேசினார்கள். ஒருவன் மட்டும் கொஞ்சம் தமிழ் பேசினான். அவர்களுடைய இலக்கு சந்தன மரங்களோ, தேக்கு மரங்களோ அல்ல. நாங்களும் அல்ல. யானைத் தந்தங்கள். அறிந்து அதிர்ந்தோம். அதற்கான ரம்பங்களை, கருவிகளை, நாட்டுத் துப்பாக்கிகளைக் கைப்பற்றினோம்.

அவர்களைப் பிணைத்து முன்னே நடக்கச் சொன்னோம். ஒரு நூறடி போயிருப்போம். கைதிகளில் ஒருவன் யானையைப் போலப் பிளிறினான். அப்போதுதான் நான் அதைக் கவனித்தேன். அது ஒரு ஒற்றை யானை. அதுவும் ஒற்றைக் கொம்பன். அது எங்களை நோக்கி ஆக்ரோஷமாய் ஓடி வந்து கொண்டிருந்தது. நாங்கள் சிதறினோம். எனக்குப் பின்னே மூன்று கைதிகளின் மரணக் குரல் கேட்டது. ஒற்றைக் கொம்பன் அவர்களைத் துவம்சம் செய்திருக்க வேண்டும். அப்படியும் அதன் வெறி அடங்கவில்லை. நான் திசையற்று ஓடினேன்.

13

நல்லவேளை... என் வீரர்கள் தப்பி விட்டார்கள். இப்போது என் உயிர் முக்கியம். நான் வளைந்து வளைந்து ஓடினேன். என் பின்னால் மரங்கள் முறியும் ஓசை. பறவைகளின் அலறல். சிறிய விலங்குகள் திசைக்கொன்றாய் சிதறி ஓடுகின்றன. என் பின்னால் இன்னும் வெறி அடங்காத ஒற்றைக் கொம்பன். திசை தெரியாது வழி தெரியாது ஓடிக்கொண்டிருந்தேன். அதுவும் விடாமல் துரத்திக்கொண்டே வந்தது. இனி ஓட முடியாது. கால்கள் துவண்டு விட்டன. நாக்கு வற்றிப் போய்விட்டது. உடல் முழுவதும் வியர்வை வெள்ளம். சிராய்ப்புகள். முட்களின் கீறல். எரிச்சல். சரி இன்றோடு நம் வாழ்க்கை முடியப் போகிறது. இனி வேறு வழி இல்லை. நான் சுடுவது என்று முடிவெடுத்தேன். யானையைச் சுட்டு வீழ்த்துவது என் நோக்கமல்ல. அது வனத்தின் ஆதார உயிரினம். ஒரு வனத்தின் வளம் அதன் ஆதார உயிரிகளால் ஆனது. காட்டை நேசிப்பவனுக்கு வன உயிர்களை அழிப்பதற்கு மனம் வருவதில்லை. ஆயினும், என்ன செய்ய? அதன் வேகத்தைத் தடுத்தாக வேண்டும். அது காயமுறாதவாறு அதை நோக்கி ஆறு குண்டுகள் சுட்டேன். காடே அதிர்வது போல யானை பிளிறிற்று. வெறி கொண்டு நீட்டிய துதிக்கையில் சிக்கி இருப்பேன். நல்லவேளை... பெரிய வேர் தடுக்கி இலை தழைகளால் மூடப்பட்டிருந்த பெரும்பள்ளத்தில் தலைக்குப்புற விழுந்தேன். யானைக்கு வெட்டிய குழி அது. அதில்தான் நான் விழுந்திருந்தேன். அப்போதும் கொம்பன் போகவில்லை. கொடிகளையும் இலைகளையும் ஒடித்துப் பள்ளத்தில் வீசிக் கொண்டிருந்தது.

அது எப்போது அங்கிருந்து போனதோ எனக்குத் தெரியாது. பள்ளத்தில் விழுந்த வேகத்தில் எனக்கு மயக்கம் வந்துவிட்டது.

நினைவு தப்பு முன் என் மனக் கண்ணில் ஒரு முகம் நிழலாடிற்று. அது என் அப்பாவின் முகம். அதுவும், கழுத்தில் காயத்தோடு இரத்தம் கசிய தலை சாய்த்து ஓரப்பார்வை பார்த்த காக முகம்.

எத்தனை நாள் அந்த மரணக் குழிக்குள் கிடந்தேனென்று தெரியவில்லை. உயிரோடு இருக்கிறேனா? செத்துவிட்டேனா? மரணம் என்பது இதுதானா? ஒன்றுமே இல்லாத சூழல்தானா? இரண்டு நாள் நினைவற்று விழுந்து கிடந்திருக்கிறேன். பின்னால் லம்பான்தான் சொன்னான். மூன்றாம் நாள் முழுவதும் பசியிலும் தாகத்திலும் தவித்திருக்கிறேன். அப்படியொரு பசியை, தாகத்தை அதற்கு முன் நான் அனுபவித்ததில்லை. பெருநெருப்பு அது. லம்பான்தான் அந்த மரணக்குழியில் இருந்து என்னைக் காப்பாற்றினான். லம்பானும் அவன் மனைவியும் தொம்பானின் பிள்ளைகளும் பேரன்புடன் என்னைக் கவனித்துக் கொண்டார்கள். அவர்கள் இல்லையென்றால் இந்த விஸ்வநாதய்யர் இல்லை.

இதற்குப் பின், விஸ்வநாதய்யர் தன் பிள்ளை சர்வேஸ்வர அய்யரிடம் நேரில் சொல்வது போல, பேச்சு வழக்கில் அந்தப் பகுதியை எழுதியிருந்தார். அதை வாசித்த போது, சிவநேசம் பிள்ளைக்கு சிலிர்ப்பு தட்டிற்று. விஸ்வநாதய்யர் மீதான மரியாதை இன்னும் கூடிற்று.

“சர்வேஸ்வரா நன்னா கேட்டுக்கோ. இத்தனை காலமா என் மனசெல்லாம் இருட்டா இருந்திருக்கோன்னு இப்ப தோணறது. யாரெல்லாம் தொட்டா தீட்டு பாவம் கவ்விக்கும்னு நான் நினச்சிண்டு இருந்தேனோ அவாள்ளாம்தான் என்னத் தொட்டுத் தூக்கி இருக்கா. தோள்ல தூக்கிண்டு போயிருக்கா. வைத்தியம் பாத்திருக்கா. பழமும், தேனும், தினை மாவுமா ஊட்டி இருக்கா. இந்த உயிர் அவா போட்ட பிச்சை. இது மறு ஜென்மம் எனக்கு. ஆபத்துக்கு தோஷமில்லைன்னு சுலபமா நகர்ந்துடலாம். அப்பிடி நடந்துண்டா நான் மனுஷனே இல்லை. என்னைவிட கேடு கெட்ட ஜென்மம் ஒண்ணு இருக்காது. செத்தப்பறம் நாமெல்லாம் ஒண்ணுமே இல்லையோன்னு தோணறது நேக்கு. அதனால சொல்றேன். பசின்னா என்னங்கறத அந்த மரணக்குழிலதான் நான் தெரிஞ்சுண்டேன். இனி ஒரு உயிர் பசின்னு வதையக் கூடாது. பசின்னு யார் வந்தாலும் அவன் யாரா இருந்தாலும், எந்த ஜாதியா இருந்தாலும், மதமா இருந்தாலும் வயிறு நிறைய சாப்பாடு

போடு. நாளைக்கு உன் பிள்ளை, அப்புறம் அவன் பிள்ளைன்னு தலைமுறை தலைமுறையா செய்யுங்கோ. மனுஷாள்லே இழிஞ்சவான்னு யாருமே இல்லை. என் மனசுல இருந்த அழுக்கு, கசடு எல்லாம் போயிடுத்து. நம்ம குழந்தைகள் மனசுலயும் இந்த அழுக்குப் படியாம பாத்துக்கோ. காலாகாலத்துக்கும் நம்ம குழந்தைகள் அமோகமா இருப்பா. என்னோட டைரிய எல்லாக் குழந்தைகளுக்கும் படிக்கக் குடு. அவா மனசுல இதெல்லாம் வித்தா விதையா விழட்டும்."

சிவநேசம் பிள்ளைக்கு, கல்யாண ராமய்யர் சொன்னதெல்லாம் ஆத்மாவிலிருந்து சொன்னதென்று தோன்றிற்று.

❖❖❖

14

அன்று ஞாயிற்றுக்கிழமை. காலையிலேயே களக்காட்டில் இருந்து கதர் கிருஷ்ணய்யரும் வக்கீல் விஜயராகவனும் வந்திருந்தார்கள். கல்யாண ராமய்யருக்கு தேசப்பற்று, விடுதலைப் போராட்டம், ஹரிஜன முன்னேற்றம் போன்றவற்றில் கதர் கிருஷ்ணய்யர்தான் வழிகாட்டி, ஆசான், ஆதர்சமெல்லாம். கிருஷ்ணய்யர் தேசபக்தர். அதைவிட மிகத் தீவிரமான காந்தி பக்தர். காந்தியின் சொல் வேதம் அவருக்கு. திருநெல்வேலி ஜில்லாவில் காந்தி வழியில் நடக்கும் அறப்போராட்டங்களில் முதல் வரிசையில் அவரைப் பார்க்கலாம். தலைவனாக அல்ல; தொண்டனாக. அறுபதை நெருங்கும் வயது. சர்க்கரையால் சற்று தளர்ந்த உடல்தான். ஆனாலும் அபாரமான மன உறுதி. அசாத்தியமான எளிமை. ஒளி நிறைந்த கண்கள். பார்வையில் அணைத்துக் கொள்ளும் காருண்யம். அதுதான் நிறைய இளைஞர்களை ஈர்த்தது. கட்டிப் போட்டது. ஆனந்தபுரம் ஆசிரமம், கல்யாண ராமய்யரின் கனவு. அதை வடிவமைத்தவர் கதர் கிருஷ்ணய்யர். ஹரிஜனப் பள்ளிக்கூடத்திற்கும் அவர்தான் அடிக்கல் நாட்டினார்.

வக்கீல் விஜயராகவன் கிருஷ்ணய்யரின் சட்ட ஆலோசகர். போராட்டங்களில் ஈடுபடும் இளைஞர்கள் பிரிட்டிஷ் அரசாங்கத்தால் கைது செய்யப்படும்போது அவர்களை ஜாமீனில் எடுப்பது, வழக்காடுவது அவருடைய முதல் வேலை. அய்யரின் நியமிக்கப்படாத பாதுகாவலராகவும் அவர் செயல்பட்டார். ஆனந்தபுர ஆசிரமக் கணக்குகள் அவரால்தான் பராமரிக்கப்பட்டன. கல்யாண ராமய்யருக்கும் வக்கீல் விஜயராகவனுக்கும் நல்ல சிநேகிதமும் புரிதலும் இருந்தன. காரணம், இருவருக்கும் ஒரே ரசனை. ஒரே பார்வை. மாதம் ஒருமுறை கதர் கிருஷ்ணய்யரும்,

விஜயராகவனும் கல்யாண ராமய்யர் அகத்திற்கு வருவது வழக்கம். காலை உணவுக்குப் பின் மூவரும் ஆனந்தபுரம் ஆசிரமத்துக்குப் போவார்கள். அன்றும் கல்யாண ராமய்யரின் காரில் மூவரும் ஆனந்தபுரம் போனார்கள்.

இந்திய தேசியக் கொடியை வணங்கிவிட்டு, கதர் கிருஷ்ணய்யர் உள்ளே போனார். அவருக்குப் பின்னே எல்லோரும் போனார்கள். கணக்குகள் சரிபார்க்கப்பட்டன. ஆசிரமச் செயல்பாடுகள், ஹரிஜன முன்னேற்றச் சங்க செயல்பாடுகள் பற்றியெல்லாம் நிர்வாகிகளிடம் கிருஷ்ணய்யர் அக்கறையாய் விசாரித்தார். இரண்டு கோரிக்கைகளை இருசன் முன்வைத்தார். ஒன்று: உடைந்துபோன முனியசாமி கோவில் சுற்றுச் சுவரை கட்டித் தர வேண்டும். இரண்டு: இன்னும் சில கழிவறைகள் வேண்டும். இரண்டு கோரிக்கைகளும் ஏற்கப்பட்டன. ஹரிஜனப் பள்ளிக்குக் கடகால் எடுக்க நாள் குறிக்கப்பட்டது. மூன்று பணிகளுக்குமான நிதி ஒதுக்கப்பட்டு முன் பணமாக ஒரு தொகை பொறியாளரிடம் கொடுக்கப்பட்டது. இருசனுக்குப் பின்னால் ஆணும் பெண்ணுமாய் ஒரு ஐம்பது ஹரிஜனங்கள் திரண்டிருந்தார்கள். அத்தனை பேருக்கும் ஆசிரமக் கைத்தறியால் நெய்யப்பட்ட கதர் வேஷ்டிகளும், துண்டுகளும், சட்டைகளும் வழங்கப்பட்டன. எல்லோரும் ஒன்றாய் அமர்ந்து உணவருந்தினார்கள்.

திரும்பும்போது, பஸ் நிலையத்தில் கதர் கிருஷ்ணய்யரும், வக்கீல் விஜயராகவனும் இறங்கிக் கொண்டார்கள். அவர்கள் களக்காடு பஸ்சில் ஏறும் வரை கல்யாண ராமய்யரும் காத்திருந்தார். தெப்பக் குளத் தெருவிற்கு வரும்போது மூன்றாகியிருந்தது. வாசல்லேயே தலைகள் தெரிந்தன. யாருக்கு என்ன ஆயிற்று? காரைப் பார்த்ததும் சிவநேசம் பிள்ளை எழுந்து வந்தார். தண்ணீர் குடிக்கக் காத்திருந்தார்.

“என்ன ஓய் எல்லார் மூஞ்சியும் பேயறஞ்சாப்லே இருக்கு?”

“சீமாச்சு அய்யர் போயிட்டாராம்.”

“எப்போ?”

“தெரியலை. வாழத்தோப்பிலே வெட்டிப் போட்டிருக்காளாம். ரெண்டு நாளா யாருமே பார்க்கலையாம். ஒடம்பு அழுகிடுத்து. இந்த சீமாச்சு அய்யருக்கு இப்படி ஒரு சாவு வரணுமா?”

"ப்ச்... எல்லாம் அவன் தலை எழுத்து."

"அதுக்காக இப்படியா? அக்கிரஹாரத்திலே ஒரு பிராமணா பொணம் எடுக்க வர மாட்டேங்கறா."

"ம்ம்... பாவம் அவன். ஒருவகையிலே அவனோட வாழ்க்கை பரிதாபமான சபிக்கப்பட்ட வாழ்க்கை. வேற என்ன சொல்றது?"

இருவரும் தெருவில் இறங்கினார்கள்.

15

சிதை கனன்று பற்றி எரிந்தது. கொள்ளி வைத்த சிறுவனை - அவனுக்கு ஆறோ ஏழோ வயதிருக்கும் – யாரோ கைத்தாங்கலாய் அணைத்துக் கொண்டு போனார்கள். 'திரும்பிப் பாக்காத போல' என்று ஒரு குரல் கேட்டது. சற்றுத் தள்ளி ஒதுங்கி நின்ற பெண்ணுக்கு நாற்பது, நாற்பத்தைந்து வயதிருக்கலாம். எரிகின்ற சிதை முன் சில நிமிஷங்கள் நின்றாள். சிதைக்குக் கீழே சுடுகாட்டு மண்ணில் விழுந்து கும்பிட்டாள். சிதையின் காலடி மண்ணைத் தொட்டு நெற்றியில் இட்டுக்கொண்டாள். கல்யாண ராமய்யரும் சிவநேசம் பிள்ளையும் இருந்த இடத்திற்குச் சற்றுத் தள்ளி நின்று இருவரையும் பார்த்துக் கும்பிட்டாள். தரையில் மடிந்து வணங்கினாள்.

"இது போதும் சாமி... எஞ்சாமிய நல்ல கதிக்கு அனுப்பிட்டய... புள்ள குட்டியளோட நல்லா இருக்கணும் சாமிகளா..."

எழுந்தாள். கண்ணைத் துடைத்துக் கொண்டாள். பிள்ளையைக் கையில் பிடித்துக் கொண்டு விறுவிறுவென நடந்தாள். அது – சீமாச்சு இது ஒண்ணும் தெரியாமல் எரிந்து கொண்டிருந்தது.

"அவ்வளவுதானா அண்ணா கடேசிலே?"
"அலைமேல் குமிழி... எப்ப வேணா உடையும்."
"கடசீல இப்படியா ஆகணும் நீசி நான் சீன்னு"
"என்னவோ பிராப்தம் அவ்வளவுதான் அவனுக்கு."
"ரொம்பவும் ஆடிட்டானோ?"
"அதுவும் காரணமா இருக்கலாம்."

"என்னதான் வெளிநாட்ல இருந்தா என்ன? தோப்பனார் செத்தா மனசு பதறாதா? இரத்தம் துடிக்காதா? வர இருவத்தெட்டு மணி நேரம் ஆகும். அதுவரைக்கும் பொணத்த வெச்சிண்டிருப்பேன்னு சொல்லுங்கோ. அடிச்சுப் பிடிச்சுண்டு வரப் பாக்கறேன். வந்தாலும் கர்மாவெல்லாம் பண்ணிண்டு ஒக்காந்திருக்க முடியாது என்னாலே. இங்க ரிசர்ச் எல்லாம் நின்னு போயிடும். வேணா இரண்டாயிரம்

டாலர் அனுப்பறேன். முடிஞ்சா பதினாறாம் நாள் காரியத்துக்கு வரப் பாக்கறேன். அதுவும் முடிஞ்சாத்தான்னு சொல்வனோ ஒரு பிள்ளை?"

"அவன் அப்படிச் சொல்லலேன்னாதான் அதிசயம்!"

"அண்ணா என்ன சொல்றேள்?"

"சீமாச்சுவே அவன் கொள்ளி போடறத விரும்பலே."

"ஏண்ணா?"

"ஏன்னா அவன் சீமாச்சுவோட அசல் வித்து இல்லே."

"சிவசிவா...

"அதான் ஓய் சத்தியம்"

"கொள்ளி வெச்சானே அந்தக் கீழ் ஜாதிப் பையன். அவன்?"

"அவன்தான் சீமாச்சுவோட இரத்தம். அவனோட வித்து. அவன் ஆசப்பட்டாப்பிலே கடசீல அவன் பெத்த பிள்ளை கையால கொள்ளியாவது கெடச்சுதே... அந்த வரைக்கும் புண்ணியம்!"

"என்னண்ணா பாவம் புண்ணியம்? கசாப்புக்கு வெட்றாப்லே வெட்டி இருக்கான். வாழத் தோப்பிலே ரெண்டு நாளா பொணம் நாறிண்டு கெடந்திருக்கு. தெரு முழுக்க பொணம் தூக்க ஒரு பிராமணன் வர மாட்டேனுட்டான். கொள்ளி போட வெளில இருக்கற புள்ளையாண்டான் ஏண்டா வரலேன்னா அவன் அவர் பிள்ளையே இல்லைங்கறேள். சொந்தம்னு சொல்லி அழ ஒரு ஈ காக்கா வல்லே. அப்புறம் யாரோ ஒரு கீழ் ஜாதிப் பொம்பளைக்குப் பொறந்த பயலை இவன்தான் சீமாச்சுவோட பிள்ளைன்னு பஞ்சாயத்து பண்ணி சண்டை போட்டு கர்மா பண்ணி வைக்கறேள். இப்படி ஒரு வாழ்க்கையும் ஒரு சாவும் பிராமணனுக்கு வரலாமா?"

கல்யாண ராமய்யர் நீளப் பெருமூச்செறிந்தார்.

"பாவம் ஓய் சீமாச்சு. அவன் வாழ்க்கைதான் நல்ல கதியிலே அமையலே. பரகதியாவது நல்லபடியா அவனுக்குக் கிடைக்கட்டும்னு பகவானை வேண்டிக்குங்கோ. அதைத் தவிர நாம வேற என்ன செய்ய முடியும்... " என்பதற்கு மேல் கல்யாண ராமய்யரால் ஒன்றும் சொல்ல முடியவில்லை. இந்தச் சீமாச்சு ஏன் பிறந்தான்? இப்படித் துயருற்று வாழ்நாளெல்லாம் நெருப்பைச் சுமந்து அலையவா? இல்லை, இப்படிப் புழுத்து அழுகிக் கொள்ளி போடக் கூட ஆள் இல்லாது சாகவா? சீமாச்சு... சீமாச்சு... சீமாச்சு...

❖❖❖

16

தெரு அடங்கி இருள் அடர்ந்திருந்தது. நாய்களின் குரைப் பொலியைத் தவிர வேறு நடமாட்டமில்லை. வாசலில் நிழலாடிற்று. முன் நடையில் ஈஸி சேரில் சாய்ந்து கொண்டு வாசித்துக் கொண்டிருந்த கல்யாண ராமய்யர் அந்த அசைவைக் கவனித்தார்.

"யாருலே அது?"

"நாந்தான்ணா"

"நான்தான்னா பேரு இல்லையா? எதுக்கு ஒளியறே திருடனாட்டமா... எதிர வா"

உருவம் நகர்ந்து, எதிர்வந்து தலை குனிந்து நின்றது.

"அட சீமாச்சுவா... என்ன அகாலத்திலே?"

"அண்ணாவைப் பாக்கலாம்னு..."

"சரி எதுக்கு இருட்டுல நிக்கறே. இப்படி செத்த கிட்ட வந்து மூஞ்ச காட்டப்படாதா? என்னடா ஏன் என்னவோ போல இருக்கே பேயறஞ்சாப்லே என்னடாது?"

"அண்ணா... ஆ ஆ..."

"டேய் டேய் எதுக்குடா அழறே இப்போ? இதப்பாரு கண்ணத் தொடச்சுக்கோ... மொதல்ல. நீ இப்படி அழுதேன்னா வயத்தக் கலக்கறது நேக்கு"

"சரிண்ணா."

"சாப்பிட்டயோ?"

"... ... ..."

"கேக்கறேனோல்லியோ?"

"வேண்டாம்னா..."

"ஏண்டா... "

“இனிமே நா எதுக்காக, யாருக்காக இருக்கணும்?”

மறுபடியும் சீமாச்சு கதறி வெடித்து அழுதான்.

“நாசமாப் போயிடுத்தண்ணா, எல்லாமே நாசமாப் போயிடுத்து. அவாள என்ன செஞ்சுடுவேனோன்னு பயமா இருக்கண்ணா. காப்பாத்துங்கோ”

“என்னடா சொல்றே?”

சொன்னான். கல்யாண ராமய்யருக்கு நாக்கு உலர்ந்து போயிற்று. அம்பாள் விக்கிரகம் மாதிரி இருக்குமே அந்தப் பொண்ணா? பார்த்தால் நமஸ்காரம் பண்றேன் மாமாவென்று மடிந்து கும்பிடுமே அந்தக் குத்துவிளக்கா? அம்பிகா அம்பிகா என்று இந்தப் பயல் மாய்ந்து போவானே அவளா? என்ன பாந்தம்? என்ன அமரிக்கை? அதுவா சீமாச்சுவை எரித்து விட்டது? சர்வேஸ்வரா இது உண்மையா?

“சீமாச்சு இது உண்மையா?”

“அம்பாள் மேல சத்தியமா உண்மைண்ணா.”

“எப்படித் தெரியும் உனக்கு?”

“என்னோட வாழத் தோப்பிலே அவா ரெண்டு பேரும்... ரெண்டு பேரும்... பாழாப்போன இந்த ரெண்டு கண்ணால பாத்தேன் அண்ணா”

“இல்லை, நீ யாரையோ பாத்துட்டு உன்னோட ஆத்துக்காரின்னு குழம்பிண்டிருக்கே.”

“இல்லண்ணா.”

“சீமாச்சு இது ஒரு பொண்ணோட வாழ்க்கை. அம்பிகா மேல என்ன கோபம் ஒனக்கு?”

“அய்யோ அண்ணா அவ மேல என்ன கோபம் நேக்கு? அவள அம்பாளா பூஜித்தவன் நான்.”

“அப்ப நிஜம்.”

“சத்தியம்”

“என்ன பண்ணனுங்கறே?”

“எனக்குத் தெரியலே. நீங்கதான் ஒரு வழி சொல்லணும்”

“உனக்குத் தெரியும்னு அவாளுக்குத் தெரியுமோ?”

“தெரியாது.”

“சரி தெரிய வேண்டாம். யாருக்கும் தெரிய வேண்டாம். நீயே சொல்லி நீயே தூத்தி நாறடிக்க வேண்டாம். நீ என்ன செய்யணும்னு நான் சொல்றது சரியா இருக்காது. அதை நீதான் முடிவு பண்ணனும். ஒரு வாரமோ பத்து நாளோ நன்னா யோசி. முடிஞ்சா அவகிட்ட மனம் விட்டுப் பேசு. அவ மனசில என்ன இருக்குன்னு தெரிஞ்சுக்கப் பாரு. அப்பறமா என்ன பண்ணலாம்னு யோஜிக்கலாம். ஆனா ஒண்ணு யாரோட உயிருக்கும் ஹானியா எதுவும் பண்ண மாட்டேன்னு எனக்கு சத்தியம் பண்ணு. இது பெரிய வலி. ஜீரணிக்கறது கஷ்டம். பெரிய மனசா மன்னிக்கற புத்தியா இருந்தா இதுவும் கடந்து போகும். நீ நல்லவன். நீ நன்னா இருக்கணும். கொஞ்சம் பொறுமையா இரு. இந்தாத்திலேயிருந்து யாரும் வெறும் வயிறாப் போப்படாது. இந்தப் பாலையும் பழத்தையும் சாப்டுட்டு இப்போ தைரியமா போயிட்டு வா!”

சீமாச்சு எழுந்து நமஸ்கரித்தான். தெருவில் இறங்கி இருளில் கரைந்து மறைந்து போனான்.

❖❖❖

17

மூன்றாம் நாளே சீமாச்சு வந்து விட்டான். காலடியில் உட்கார்ந்து கொண்டான்.

"சொல்லு!"

"மீறிப் போயிடுத்துண்ணா."

"என்னடா சொல்றே?"

"அவ வயத்துல வித்து விழுந்தாச்சு. அது விருட்ஷமா வளந்திண்டிருக்கு. மறஞ்சு மறஞ்சு வாந்தி எடுக்கறா."

"அடப்பாவமே..."

"பாவந்தான். என்னோட பாவம்"

"உன்னோட பாவமென்னடா இதிலே?"

"முப்பத்தஞ்சு வயசிலே பதினெட்டு வயசுக் குழந்தைய எதுக்குக் கல்யாணம் பண்ணிக்கணும்? கல்யாணந்தான் பண்ணிண்டாச்சு. என்னத்துக்கு ஆம்படையாள அம்பாளா நினைக்கணும்?"

"அடப்பாவி இப்படியும் ஒருத்தன் இருப்பானோ?"

"இருந்தேனே... இப்பவும் இருக்கேனே..."

"அடச் சண்டாளா..."

"என்ன பண்றதண்ணா... என்னவோ எம்புத்தி அப்படிப் போயிடுத்து. என்னவோ அவள வெறும் உடம்பாப் பாக்க முடியலே நேக்கு. கிட்டப் போனா அப்படியே பூஜை பண்ணத் தோணுமே தவிர, படுத்துக்கத் தோணினதே இல்லே."

"என் தெய்வமே... என் தெய்வமே"

"தெய்வந்தான்... இப்போ சாக்கடேல தள்ளிப் புடுத்து."

"என்ன செய்யலாம்னு சொல்லு?"

"நீங்க சொல்லுங்கோ. நீங்க சொல்றது வேதம் எனக்கு"

"அந்தத் தகுதி இருக்கா நேக்கு? தெரியலே. அவகிட்ட பேசினயோ இதப் பத்தி?"

"ம்"

"என்ன சொன்னா?"

"காலப்பிடிச்சுண்டு ஒன்னு அழறா."

"அழுதா ஆச்சா? அவளுக்குள்ளே அவனோட போகணும்னு ஆசை இருக்கோ?"

"இல்லே."

"நன்னாத் தெரியுமோ?"

"தெரியும்."

"அப்புறம்?"

"தெரியாமப் பண்ணிட்டேன். மன்னிச்சுருங்கோன்னு கதர்றா. நீங்க தெய்வமாத்தான் நெனச்சேள். நான்தான் வெறும் சதப்பிண்டமா புழுத்துப் போயிட்டேன்னு கலங்கறா. இங்கயே ஒரு ஓரமா விழுந்து கிடக்கறேன் புழுத்த நாய் மாதிரி. செத்தா ஒங்க கையால கரைச்சிடுங்கோன்னு ஒரே அழுகை!"

"சரி என்ன முடிவு பண்ணே?"

"அவளுக்கு அவனோட போக இஷ்டமில்லே. எனக்கு அனுப்ப இஷ்டமில்லே."

"அப்போ குழந்தை?"

"அது என்னோட குழந்தை இனிமே."

"சீமாச்சு... சீமாச்சு... நீ மனுஷனே இல்லைடா. மகான். கையக் குடு கண்ல ஒத்திக்கணும் போல இருக்கு"

"என்னண்ணா பெரிய வார்த்தையெல்லாம் சொல்றேள்? எங்கள ஆசீர்வாதம் பண்ணுங்கோ"

"என்னடா ஒத்தன் நீ எதிர நிக்கறே? அம்பிகா வந்திருக்காளா? அடப்பாவீ... உண்டாயிருக்கறவள வெளில அதுவும் இருட்லயா நிக்க வைப்பா. கூப்பிடுறா!"

அவள் கவிழ்ந்த தலையாய் வந்தாள். 'ஓ'வென்று உடைந்து கதறி, காலில் விழுந்து கண்ணீரால் அலம்பினாள்.

"எதுக்கு அழறே? என்னமோ விஷக்கடி வேளை. சறுக்கிப்பிடுத்து. எல்லாத்தையும் கெட்ட கனவா நினச்சு மறந்துட்டு இந்த நிமிஷத்திலருந்து புதுசா ஒரு வாழ்க்கைய ஆரம்பிங்கோ!"

கல்யாண ராமய்யரும் அவர் மனைவி அன்னலட்சுமியும் வாழ்த்தினார்கள். வாசல் வரை சென்று வழியனுப்பி விட்டு வந்தார்கள்.

"அன்னம் வாச விளக்க நிறுத்தாதே எரியட்டும்"

சொல்லிக்கொண்டே அய்யர் பூஜை அறையில் கண் மூடி நின்றார்.

18

கல்யாண ராமய்யர் கொஞ்சம் நிறுத்தினார். கேட்கும் ஆர்வம் இருந்தாலும் மனசு கனத்துக் கிடந்தது சிவநேசம் பிள்ளைக்கு. இரண்டு பேரும் கொஞ்ச நேரம் பேசாமல் நடந்தார்கள். சிதையில் இருந்து உடல் கருகும் வாடை காற்றில் அலைந்து அருவிற்று. வஸ்திரத்தால் நாசியை மூடிக்கொண்டு இருவரும் சற்று வேகமாக நடக்க ஆரம்பித்தார்கள்.

“அப்பறம் அந்தப் பொண் அப்பப்போ ஆத்துக்கு வரும். எங்காத்துக்காரியோட பேசிண்டிருக்கும். என்னப் பாத்தா எந்த இடம் அழுக்கா தூசியா தெருவான்னு பாக்காது. விழுந்து கும்பிடும். மகராசியா இருன்னு எத்தனையோ தடவ வாழ்த்தி இருக்கேன். அப்புறம் பல வருஷம் அவ அந்நியோன்யமாத்தான் வாழ்ந்தா. ஒருவேளை அப்பிடி நான் நினச்சிண்டிருந்தேனோ என்னமோ? அந்தப் பிள்ளைய சீமாச்சு கண்ல வெச்சுத்தான் காப்பாத்தினான். பெரிய பெரிய படிப்பெல்லாம் படிக்க வெச்சான். ஆனா அந்தப் பய இவங்கிட்ட அவ்வளவா ஒட்டலே. எப்பிடி ஒட்டும்? வேற இரத்தமாச்சே... எப்படியோ அவனும் ஆளாகி வெளிநாட்டுக்குப் போய் அம்மா பேருக்கு டாலரை அனுப்பிச்சான். அவ இருந்த வரைக்கும். திடீர்னு ஷயம் வந்து அவ படுத்தா. காசக் காசுன்னு பாக்காத சீமாச்சு செலவு செஞ்சான். முத்தின காசம். என்ன செலவு பண்ணி என்ன பண்ண? சுவாமி நாளக் குறிச்சுட்டான். அவன் தேதியக் குறிச்சப்பறம் அய்யோன்னா விடுவனா அம்மான்னா விடுவனா? இன்னிக்கோ நாளைக்கோ இந்த நிமிஷமோன்னு இழுத்திண்டிருக்கு. அப்போ அவள் சீமாச்சுவைக் கூப்பிட்டு ‘அவனப் பாக்கணும் போல இருக்கு. கூட்டிண்டு வாங்கோ!’ அப்பிடின்னாளாம்...

“எப்பிடி இருந்திருக்கும் சீமாச்சுக்கு அப்போ? சாகப் போறவளோட கடைசி ஆசை. ஆளைத் தேடலாம்னா நடு இராத்திரி வேற எங்க போய்த் தேட ஆளத் தெரியுமா? அட்ரஸ் தெரியுமா? சீமாச்சுக்கு ஒண்ணுமே புரியலையாம். ‘வரலயா வரலயா’ன்னு கேட்டுண்டே இருந்தாளாம் அவ. அப்பிடியே செத்துப் போயிருக்கப்படாதோ சண்டாளி. விஷத்தக் கக்கிட்டுச் செத்துப் போயிருக்கா. ‘நீ கூட்டிண்டு வர மாட்டேன்னு தெரியும். அதுக்காக ரொம்ப சந்தோஷப்பட்டுக்காதே. புள்ளயக் குடுத்தவன். அவன்தான் என்னோட புருஷன். இத்தன வருஷமா உன்னோட படுத்து எழுந்துண்டேனேன்னு பாக்கறயா? உங்கண்ண மறைக்கணும்னுதான் அழுது ஆர்ப்பாட்டம் பண்ணி மன்னிப்பு கேட்டேன். அப்பப்போ அவன் வருவன். ஆண்டு அனுபவிப்பன். சாப்பிட்ட மிச்சத்த நாய்க்குப் போடறாப்ல அவன் சாப்பிட்ட மிச்சத்ததான் ஒனக்குப் போட்டேன். அப்பவும் அவன நினைச்சுண்டுதான் உங்கூடப் படுத்துண்டேன்’ என்று சொல்லிவிட்டு அவன் பேரச் சொல்லிண்டே உயிரை விட்டாளாம் பாவி... சீமாச்சுவா இருக்கட்டும் யாரா இருக்கட்டும் நூறு சுக்கலா உள்ள ஒடஞ்சிருக்க மாட்டானா? இவ்வளவுக்கும் சீமாச்சு என்ன பாவம் பண்ணினான்? அவனுக்கு இப்படியொரு துரோகம் ஏன் நடக்கணும்? எல்லாத்தையும் சகிச்சுண்டு பெரிய மனசா மறுபடியும் ஆரம்பிச்சவனோட வாழ்க்கை ஏன் இப்படிச் சீரழியணும் சொல்லுங்கோ? அதான் அவன உடைச்சிப் போட்டுடுத்து. மனம் போன வாழ்க்கைக்கு உந்தித் தள்ளிடுத்து...

“ஒருவகையில சபிக்கப்பட்ட வாழ்க்கைதான் சீமாச்சுவோடது. அதுக்காக சாக்கடைல விழணுமா இப்பிடி?”

“குடி, கூத்தி, சூதாட்டம், வட்டிக்கு விடறது, ஊர அடிச்சு உலையில போடறது, மனுஷா வயித்தெரிச்சக் கொட்டறது... தெனம் தெருச் சண்டை... போறும் போறாத்துக்குச் சேரில போய் ரகளை... அடிதடின்னு இப்பிடி ஒரு வாழ்க்கை. அதான் வெட்டிச் சாச்சுப்பிடுத்து வாழைக் கொல்லையிலே... அவனையும் ஒத்தி அணைச்சிண்டா. கற்பகம்னு பேரு. பாவப்பட்ட ஜென்மம். கீழ் ஜாதி விதவை. சின்ன வயசிலேயே புருஷனை இழந்தவள். அவளை இவன் வெச்சுண்டிருந்தான். அப்பறம் தாலி கட்டி பொண்டாட்டியாவே

ஏத்துண்டான். அவளுக்குப் பிறந்த குழந்தைதான் இப்ப கொள்ளி வெச்சானே இந்தப் பிள்ளையாண்டன். சொன்னா நம்ப மாட்டேர். இந்தப் பய பிறந்த அன்னிக்கு ராத்திரி சீமாச்சு என்னத் தேடிண்டு வந்தான்" என்று கல்யாண ராமய்யர் நிறுத்தினார்.

பேசிக்கொண்டே தாமிரபரணிக்கு வந்திருந்தார்கள். பகல் விழுந்து, இருட்டின் முதல் ரேகை பரவ ஆரம்பித்த நேரம். இருவரும் தாமிரபரணியில் அமிழ்ந்து மனச்சூடு அடங்கக் குளித்தார்கள்.

❖❖❖

19

குழந்தைச் சிணுங்கலாய், மழை சன்னமாகத் தூறிக் கொண்டிருந்த முன்னிரவு. வாசல் கதவை யாரோ தட்டும் ஓசை.

“அண்ணா... அண்ணா...”

“யாரு?”

“நாந்தாண்ணா சீமாச்சு”

“சீமாச்சுவா என்னடா இந்த நேரத்திலே?”

கதவைத் திறந்து கொண்டு வந்த கல்யாண ராமய்யர் மூக்கைப் பொத்திக் கொண்டார். அழுகிய பழ வாடை. சீமாச்சு நிறைய குடித்திருக்க வேண்டும். தள்ளாடும் நடை. மூடிய துணிக்குள் வைத்திருந்த பூக் குடலையை சீமாச்சு கீழே வைத்தான். அதில் இருந்து புஷ்பத்தை எடுப்பது போல அப்போதுதான் பிறந்த சிசுவை எடுத்து அவருடைய காலடியில் கிடத்தினான். அய்யருக்குப் பதறிற்று.

“என்னடா இது?”

“என் குழந்தைன்னா இது? எனக்கும் என்னோட ஆம்படையாள் கற்பகத்துக்குப் பொறந்த என்னோட இரத்தம். என்னோட சதை. பாருங்கோ. எப்பிடிச் சிரிக்கறான் பாருங்கோ. இவன்தான் என்னோட பிள்ளை. ஒரே பிள்ளை. நான் போயிட்டா இவன்தான் நேக்குக் கொள்ளி போடணும். வேற யாரும் இல்லே. கேட்டேளோ?”

“சரி.”

“நான் இருப்பேனோ என்னமோ... அண்ணா இருப்பேள். இதான் என்னோட கடேசி ஆசை. செய்வேளா? செய்வேள். நீங்க செய்யாத யார் செய்வா நேக்கு? உங்க வாயாலே இவன் நன்னாயிருக்கணும்னு ஆசீர்வாதம் பண்ணுங்கோ!”

கல்யாண ராமய்யர் குழந்தையின் சிரசைத் தொட்டு ஆசீர்வதித்தார். கழுத்துச் செயினைக் கழற்றி குழந்தைக்குப் போட்டார். அவன் தள்ளாடி நமஸ்கரித்தான். குடலைக்குள் சிசுவை வைத்துத் துணியால் சுற்றி, தூறலில் இறங்கி வெகு சீக்கிரம் இருட்டுக்குள் மறைந்து போனான்.

அவன் போன பிறகும் எழுந்திருக்கத் தோன்றாமல் அப்படியே உட்கார்ந்திருந்தார் அய்யர். இந்த வாழ்க்கையாவது சீமாச்சுவுக்கு சந்தோஷம் தர வேண்டும். தெப்பக்குளத் தெருவோ, சேரியோ நிறைவான ஒரு வாழ்க்கை லபிக்க வேண்டும். அப்புறம் தெருவில் அவனைப் பார்த்ததாகவே ஞாபகம் இல்லை. தெப்பக்குளத் தெரு வீடு கூட பூட்டியே இருந்தது.

இருவரும் கரையேறினார்கள். இடுப்பில் பெரிய துண்டைக் கட்டிக்கொண்டு வேஷ்டியைக் காற்றில் உலர்த்தியபடி அய்யரும், பிள்ளையும் பேசிக்கொண்டே நடந்தார்கள்.

“அப்பறம் என்னாச்சு? சீமாச்சுவ எப்பப் பாத்தேள்?”

“ஒரு நா தற்செயலா அஞ்சு வருஷத்துக்கப்பறம் பாத்தேன்” என்று சொல்லி ஆரம்பித்தார்.

❖❖❖

20

தற்செயலாகத்தான் கல்யாண ராமய்யர் அவனைப் பார்த்தார். சீமாச்சு குழந்தையைக் கையில் பிடித்துக்கொண்டு வேகவேகமாய்ப் போய்க் கொண்டிருந்தான். முதலில் கூப்பிட வேண்டாமென்றுதான் நினைத்தார். மனசு கேட்கவில்லை. பார்த்து எத்தனை வருஷங்களாயிற்று? பிள்ளையைப் பார்த்தால் ஐந்து பிராயமாவது இருக்கும் போலிருக்கிறது.

"ஏல யாருடாலே அது? சீமாச்சுவா?"

குரல் கேட்டு அவன் திரும்பினான். முகத்தில் வெளிச்சம்!.

"அண்ணா..." குழைந்து நின்றான்.

"ஏண்டாலே பாத்தும் பாக்காத மாதிரி போறே?"

"பாக்கலேண்ணா... மன்னிச்சுக்குங்கோ!"

"பிள்ளையாண்டானா?"

"ஆமாம்ணா. அம்பி மாமாவ நமஸ்காரம் பண்ணிக்கோ!"

அந்தப் பிஞ்சு தெருப்புழுதியில் சாஷ்டாங்கமாக நான்கு முறை விழுந்து நமஸ்காரம் பண்ணிற்று. அவர் பாதங்களைத் தொட்டு கண்களில் ஒத்திக் கொண்டது. எழுந்திரு என்று சொல்லும் வரை மண்ணிலேயே விழுந்து கிடந்தது.

"தீர்க்காயசா இருடா குழந்தே"

தோள் பற்றித் தூக்கினார். தெரு மண்ணைத் தட்டி விட்டார். தூக்கி முத்தமிட்டார். குழந்தை அப்படியே அப்பனை உரித்துக் கொண்டு பிறந்திருந்தது. சுருள் சுருளாய் முடி. நல்ல களை. முகத்தில் பிரகாசம். கல்யாண ராமய்யருக்கு ஏனோ கண்களில் முத்து திரண்டது. வாரி அணைத்து இன்னொரு முறை முத்தமிட்டார்.

"குழந்தைக்கு என்ன வயசாறது?"

எம். சுப்பிரமணியன் | 85

“ வர தைக்கு அஞ்சு நிறையறது.”

“பேஷ்... என்னமா வளந்துட்டான் குழந்தை. என் கண்ணே பட்டுடும் போல இருக்கே...”

“எல்லாம் பெரியவா ஆசீர்வாதம்!”

“என்னோட ஆசீர்வாதம் என்னடா இதுலே?”

“பச்ச மண்ண ஒங்க கால்லதானே அண்ணா மொத மொதல்ல போட்டேன்... கழுத்துச் செயினக் கழட்டிக் குழந்தைக்குப் போட்டு அமோகமா இருப்பேடான்னு ஆசீர்வாதம் பண்ணேளே அந்த நடுநிசில மறந்துட்டேளா?”

“ஆமாம் பூலோகத்தத் தூக்கி இந்தா வைச்சிக்கோன்னு குடுத்திட்டேம்பாரு... அம்பி உன் பேரென்ன?”

“கல்யாண ராமன்”

“சீமாச்சு என்னடாது?”

“சுவாமியோட பேரு அண்ணா...”

“யாருடா சாமி?”

“நீங்கதான் மாமா!” என்றது குழந்தை.

“சுவாமி நான் இல்லேடா குழந்தே. கோவில்ல இருக்கார் பாரு அவர்தான் சுவாமி”

“பொய். கல்யாண ராம மாமாதான் நமக்கு சுவாமி. அவா காலை கெட்டியாப் பிடிச்சுக்கோன்னு அப்பா சொல்லி இருக்கா.”

“என்ன சீமாச்சு குழந்தை கிட்ட போய்... ”

“இல்லேன்னா அவனாவது நன்னா இருக்கட்டுமே...”

“என்னமோ போ... அம்பி உங்க அப்பா பேர் என்ன சொல்லு?”

“ஸ்ரீமான் சீமாச்சு அய்யர்”

“யார் சொல்லிக் குடுத்தா... ”

“எங்கம்மை.”

“அம்மை பேர் என்ன?”

“கற்பகம் நாச்சியார்”

“அட நன்னாருக்கே. யார் சொன்னா?”

“அப்பா.”

"பேஷ் பேஷ்... எங்க கிளம்பிட்டேள் அப்பாவும் பிள்ளையும்?"

"நீச்சக் கத்துக்கணும்னான். அதான் தாமிரபரணிக்குக் கூட்டிண்டு போறே.ன்"

"அவன் நீச்சக் கத்துக்கறது இருக்கட்டும். நீ எப்போ கரையேறப் போறே... "

"... ... ."

"கோட்டயாட்டமா வீடு தெப்பக்குளத் தெருவிலே... அத விட்டுட்டு எதுக்கு வசதி இல்லாத குடிசைல மூணு பேரும் அவதிப்படணும்? பேசாம இங்க வந்துடலாமே?"

"வேண்டாம் அண்ணா."

"ஏண்டா?"

"சாக்கடையெல்லாம் கங்கையிலே கலக்கப்படாது"

"போடா அசத்து. நீ சாக்கடையும் இல்லே. தெப்பக்குளத் தெரு கங்கையும் இல்லே. அப்படியே வெச்சுண்டாலும் கங்கைல கலந்தப்பறம் சாக்கடையாவது ஒண்ணாவது?"

"சரி வராது அண்ணா."

"அதான் ஏன்?"

"இங்கதானே அவ செத்துப் போனா. என்ன உசுரோட வெச்சு நெஞ்சிலே நெருப்பு வெச்சா. அவள ஞாபகப்படுத்தற எதுவுமே வேண்டாம் நேக்கு..."

"அதனாலதான் யாரையோ எதையோ பழிவாங்கறதா கறுவிண்டு, குடிச்சிட்டு வெறிபிடிச்சு ஆடிண்டு இருக்கையா? எதுக்கு நிலைகொள்ளாமே இப்படி அலையறே... அடிச்சுச் சாய்க்கறே? ஒரு பிராமணன் இப்பிடிச் செய்யலாமோ?"

சீமாச்சு தலை குனிந்து நின்றான்.

"உன் ஆத்துக்காரி கற்பகம் நாச்சியார் இருக்காளே அவள் மகா உத்தமி. நீ இப்படின்னு தெரிஞ்சு உன்னை அணைச்சிண்டவ அவ. நீ அவளையே கல்யாணம் பண்ணிண்டேன்ன ஒடனே ரொம்ப சந்தோஷப்பட்டேன். சரி நிச்சயம் மீண்டு வருவேன்னு நம்பினேன். ஆசப்பட்டேன். நடக்கலை. நாலு பேர் நல்லவிதமா உன் பேர் சொல்றாப்பலே வாழ வேண்டாமோ? என் பிள்ளை என் பிள்ளைன்னு பூரிச்சுப் போறயே இந்தப் பிஞ்சுக்கு நீ என்ன

சேத்து வெச்சுட்டுப் போப் போறே? கிராதகன்ங்கற பேரையா? அத இந்தக் குழந்தை கேட்டா அதோட மனசு என்ன பாடுபடும்? இதையெல்லாம் யோசிக்காமே கங்கை சாக்கடைன்னு புலம்பிண்டு இருந்தா என்ன அர்த்தம்? நீ எங்க வேணா இரு. அது சேரியா தெப்பக்குளத் தெருவாங்கறது முக்கியம் இல்லே. நீ கங்கையா இரு. அன்பா பிரவாகமா ஓடிண்டே இரு. அப்பறம் நீ இருக்கற இடம் கோவிலாகும். என்னவோ மனசு கேக்கல. சொல்லணும்னு தோணித்து."

சீமாச்சு கண் கலங்க நின்றான். அவர் கைகளைப் பற்றி கண்களில் ஒற்றிக்கொண்டான்.

"உலகம் நீங்க இல்லேண்ணா. எனக்கு நீங்க மட்டும் போறும்"

"பைத்யம் மாதிரி பேசாதே. இவனுக்கு வர தையில அஞ்சு பிராயம் நிறையப் போறதே. அப்பிடியே பிரும்மாபதேசம் பண்ணிடலாம்லியோ?"

"வேண்டாம்னா."

"ஏண்டா?"

"இவன ஒரு பிராமணனா வளக்க விரும்பலே அண்ணா"

"அப்பறம்?"

"எந்த அடையாளமும் இல்லாமே ஒரு மனுஷனா அவன் வளந்தாப் போறும் அண்ணா... அம்பி மாமாவ சேவிச்சுக்கோ"

குழந்தை சேவித்தது.

"வரோம் அண்ணா."

"ஆத்துக்கு வாயே.ன் ஒரு நா உன்னோட ஆம்படையாளையும் அழச்சிண்டு!"

"வரேன் அண்ணா." என்று வேகமாகப் போனான். அந்தக் குழந்தை திரும்பித் திரும்பிப் பார்த்துக்கொண்டே போயிற்று. எத்தனை சுடர் இந்தக் குழந்தை. இந்தக் குழந்தை காயத்ரி ஜெபம் செய்தால் உலகம் அஸ்தமித்து விடுமா? காயத்ரி மந்திரம் சொல்லும் குழந்தை நல்ல மனுஷனாக வளராதா? பேச வேண்டும். ஆனால் சாகும் வரை சீமாச்சு வரவில்லை. செத்தபின் அவனைக் கரையேற்றி விடுமாறு கற்பகம் நாச்சியார்தான் கதறிக் கொண்டு வந்தாள்.

❖❖❖

21

"அண்ணா ஒரு சந்தேகம்..." பிள்ளை கேட்டார்.

"கேளும்."

"யார் வேணா கொள்ளி போடலாமா? கர்ம காரியம் செய்யலாமா?"

"கூடாது. எவன் பாத்தியதை உள்ளவனோ, கரையேற்றக் கடமைப்பட்டவனோ அவன்தான் செய்யணும். அப்படி யாரும் இல்லேன்னா செத்தவனுக்கு இரத்தம் சம்பந்தப்பட்டவா செய்யலாம்"

"யாருமே இல்லேன்னா... அநாதையாச் செத்தா?"

"அநாதையா சாகற துர்பாக்கியம் எந்த மனுஷ ஜீவனுக்கும் வரப்படாது. அப்படி யாராவது அநாதையா செத்தா அவாளுக்கு யார் வேணா கொள்ளி வைக்கலாம். அத விடப் பெரிய புண்ணியம் ஒண்ணுமில்லே. அதுதான் மனிதாபிமானத்தின், மனித நாகரீகத்தின் உச்சம்!"

"அப்பிடி யார் செஞ்சிருக்கா?"

"ஸ்ரீமன் ராமச்சந்திர மூர்த்தி செஞ்சிருக்கார்"

"அவர் கடவுள். அவதாரப் புருஷர். செஞ்சார். மனுஷாள் ஏத்துப்பாளா?"

"சரி யுதிர்ஷ்ரர் சத்திரியர். விதுரர் சூத்திரர். விதுரருக்கு இறுதிக் கிரியை செஞ்சு கரையேத்தினது யாரு? தர்மன்தான். மகாபாரதத்திலே வரதே"

"மகாபாரதம் இதிகாசம் இல்லையா?"

"இதிகாசம்னா இது நடந்ததுன்னுதானே அர்த்தம்!"

"சரி அண்ணா. நம்மள மாதிரி மனுஷா செஞ்சிருக்காளா?"

“செஞ்சுருக்கா. மகா பூர்ணர் மாரநேரி நம்பியார்னு ஒத்தர். விஷ்ணுதாசர். ஸ்ரீ இராமனுஜர் காலத்திலே வாழ்ந்த மகான். அவருக்குக் கிரியை செய்தது மகா பூர்ணர்ங்கற வைஷ்ணவ பிராமணன். அதுக்காக அவரோட பந்துக்களும் ஸ்ரீரங்கத்து ஸ்ரீ வைஷ்ணவர்களும் அவரை நிந்திச்சா. இழிவா பேசினா. மகா பூர்ணர் அதுக்கெல்லாம் கவலையோ பயமோ படலை. இந்த மகா புண்ணிய காரியத்துக்கு சாதி, மதம், குலம், கோத்திரம் எதுவுமே பாக்க வேண்டியதில்லை. மனசுல ஈரம் இருந்தாப் போரும்.”

“கர்மா செய்யலேன்னா?”

“இதே கேள்வியத்தான் நானும் வேதசிரோன்மணி பஞ்சு சாஸ்திரிகள் கிட்டே கேட்டேன். வேதம், ஸ்மிரிதிகள், சாஸ்திரங்கள், புராணம் இதிலெல்லாம் அபாரமான ஞானம் உள்ளவர். அவர் எனக்குச் சொன்னதை சொல்றேன். கர்மா செய்யாத ஜீவன் கரையேறாது. அநித்யமான இந்த உடம்பிலே வாழ்ந்தவனை ஜீவன்னு சொல்றது வேதம் - அந்த ஜீவன் அடுத்தாப்பிலே என்னென்ன நிலைகளை அடையும்ங்றது பத்தியும் வேதமே புராணங்களிலும், இதிகாசங்களிலும் விளக்கி இருக்கு. இறந்த உடம்பைப் பிரிந்த ஜீவான்மாக்கள் பசி தாக உணர்வோடு ஆஆன்னு அலையுமாம். அதுக்கு சூட்சும தேகம் உருவாகாது. அப்போ பித்ரு லோகம் போக முடியாது. அதனாலே இரத்தமும் சீழும் ஆறாக ஓடும் வைதரணி நதியைத் தாண்ட முடியாமல், இந்த லோகத்திலேயும் இருக்க முடியாமல் பிரேதம் பிசாசா அலையும். இப்படி மேல் உலகமும் கீழுலகமும் இல்லாமே அலையறதே கருமம் செய்யப்படாத ஆன்மாக்கள்!”

“உடம்பு அழியறது. அழியாத ஆத்மா வேற கூட்டுக்குள்ள போயிடுத்து. அப்புறம் எது போறது சொர்க்கத்திற்கும் நரகத்திற்கும்?”

“நல்ல கேள்வி. ஜீவனைப் பத்தின நல்ல கெட்ட வினைகள் பஞ்சப் பிராணன்கள், சூட்சும பஞ்சபூத தன்மாத்திரைகள், பஞ்ச புலன்கள், மனம் ஆகிய பதினேழு தத்துவங்கள் இணைந்து ஒரு உடலா அது வெளியேறும். இத சூட்சும சரீரம்னு சொல்வா. லிங்க சரீரம்னும் சொல்றதுண்டு”

“சரி, அப்புறம் பத்து நாள் காரியம் எதுக்கு?”

“இந்தப் பத்து நாள் காரியத்தாலே ஜீவனுக்கு ஒரு உடல் கிடைக்கறது. ஒவ்வொரு நாள் பிண்டத்தால் முதல் நாள் தலை,

இரண்டாம் நாள் கழுத்தும் தோளும்னு ஒவ்வொரு நாளும் ஒரு உறுப்பு உருவாறது. பத்தாம் நாள் முழுமையான சரீரம் உண்டாகும். இதப் பிண்ட சரீரம்பா."

"அப்பறம்?"

"பதினோராம் நாள் பன்னிரண்டாம் நாள் பிராமணன் மூலமா தர உணவை உண்டு நிறையும். பதிமூணாம் நாள் யம படராலே யம லோகம் போவான். அங்கதான் ஜட்ஜ்மெண்ட்டே. அவனவன் செஞ்ச நல்வினை தீவினைப்படி தீர்ப்பு இருக்கும். பாவஞ் செஞ்சவன் யாதனாங்கிற காலத்தால் அழியாத உணர்வு, உடல்ல யம லோக தண்டனையை அனுபவிப்பான். இளமையான பொன் உடலில் புண்ணியம் செய்தவன் சொர்க்கத்தை அனுபவிப்பன். ஆனா எனக்கு வேற பார்வையும் உண்டு" என்று சற்று நிறுத்தினார் கல்யாண ராமய்யர்.

❖❖❖

22

“அண்ணா என்ன சொல்றேள்?”

“நான் பாத்த வரைக்கும் மனுஷ வாழ்க்கை துயரம் நிரம்பினதாவே இருக்கு. யார் மனசுலயும் சந்தோஷம் இல்லை; அமைதி இல்லை. துயருற்று அலையும் இந்த வாழ்க்கையிலர்ந்து விடுதலை வேணும். சாந்தி வேணும். அது எப்பிடி எங்க இருந்து கிடைக்கும்? பிறவி தருமா? கல்வி கொடுக்குமா? குலமோ குணமோ சூழலோ எது தரும் அதை? வெளில இருந்து எதுவுமே கிடைக்கறதில்லே சில அனுபவங்களைத் தவிர. அந்த அனுபவங்களையும் நாம முழுசா அறிஞ்சுண்டோம்னு சொல்ல முடியாது. எப்பவுமே கண்டதற்கப்பால் காணாததும், அறிந்ததற்கப்பால் அறியாததுவுமாவே இருக்கு. அப்ப மீட்சிக்கு என்ன வழி, உய்ய என்ன வழி என்று ரிஷிகளும் முனிகளும் பெரியவாளும் சில ஆதார நெறிகளைச் சொன்னா. இந்த வழில போன்னு திசை காட்டினா. வெளிச்சம் காட்டினா. மனுஷ மனசுதான் நூறு விசித்திரமாச்சே. சொர்க்கம் நரகம்னு பயமுறுத்தினா அப்படியாவது இந்தப் பய கடைத்தேற மாட்டானான்னு கவலப்பட்டா, அந்தக் கவலையோட வடிவம்தான் இதெல்லாம்னு தோணும்.”

“அப்போ எல்லாமே இங்கதான்னு சொல்றேளா?”

“அப்பிடி வெச்சுக்கலாம்னு சொல்றேன். ஏன்னா சுவாமி என்ன அவ்வளவு இரக்கமில்லாதவனா நரகத்துக்கு அனுப்ப? அவன் அணைச்சிக்கறவன் இல்லையோ? நாமெல்லாம் அவனோட குழந்தைகள் இல்லையோ? கருணையே வடிவானவன் தண்டிப்பானா? மனுஷ நீதியில கூட கொலை செஞ்ச எல்லாரையுமா தூக்குல போட்டுடறா? மனுஷாளோட நீதிமன்றத்திலேயே குற்றம்

செஞ்சவன் திருந்த ஒரு சந்தர்ப்பம் கிடைக்கறதுன்னா எல்லையற்ற பெருங்கருணைக்குச் சொந்தக்காரன் 'போ' நீ நரகத்திலேயே வீழ்ந்து கிட...'ன்னு தண்டிப்பனோ?"

"உங்க பார்வை புதுசா இருக்கு அண்ணா. சுவாமியோட எல்லையற்ற கருணை பாவஞ் செஞ்சவனையும் மன்னிக்கும். சரி அப்போ பாவஞ் செஞ்சவனும் சொர்க்கத்துக்குத்தான் போவன்னா அப்பறம் அதர்மம் தலை விரிச்சு ஆடாதா?"

"வாஸ்தவம். அதனாலதான் மறு பிறவின்னு ஒண்ண வெச்சிருக்கா. உன் கர்மாவுக்கு ஏத்தபடி மறுபடியும் பிறந்து, அந்தப் பிறவியிலாவது கடைத்தேற வழி தேடுன்னு."

"நம்பறவனுக்குத்தான் அவஸ்தை ஜாஸ்தியோ?"

"எது வேணும்... எதை எங்க வைக்கணும்னு தெரிஞ்சவனுக்கு அவஸ்தை ஏது?"

சரியென்று தோன்றிற்று பிள்ளைக்கு. அப்புறம் வீடு திரும்பும் வரை இருவரும் பேசிக்கொள்ளவில்லை.

நாட்கள் இறக்கை கட்டிக்கொண்டு பறந்தன. மாதங்கள் கடந்து போயின. அலுவலக வேலையாய் மதராசப் பட்டணம் போன கல்யாண ராமய்யர் விடுதியில் தங்கிப் படிக்கும் அவருடைய மகள் சியாமளாவைப் பார்க்கப் போனார்.

❖❖❖

23

அலுவலகப் பணிகள் முடிந்ததும் கல்யாண ராமய்யர் பெண்ணைப் பார்க்க மாம்பலம் போனார். சியாமளா விடுதியில் இல்லை. பெரியப்பா வீட்டிற்குப் போயிருப்பதாக ஒரு பெண் சொன்னாள். கொஞ்சம் பழங்கள் வாங்கிக் கொண்டார். திருவல்லிக்கேணிக்கு டிராம் ஏறினார். கல்யாண ராமய்யரின் ஒன்று விட்ட அண்ணா விஸ்வேஸ்வர அய்யர். மதராசில் நல்ல செயலாய் இருந்தார். சிங்கராச்சாரி தெருவில் வீடு. அப்பாவைப் பார்த்ததும் சியாமளா ஓடி வந்தாள். "வாங்கோப்பா!" முகம் மலர வரவேற்றாள். எத்தனை மாதங்களாயிற்று அப்பாவைப் பார்த்து! ஆறு மாசம் இருக்குமா? இருக்கலாம். சந்தோஷமாய் உள்ளே குரல் கொடுத்தாள்.

"பெரீப்பா, அப்பா வந்தாச்சு."

"வாடா... இப்பத்தான் வரயா?"

"ஆமாம்."

"இப்பவாவது வரணும்னு தோணித்தே. அது வரைக்கும் சந்தோஷம்!"

"வரக்கூடாதுன்னு இல்லே. வேல காலக் கட்டறதண்ணா."

"என்னமோ போ... நன்னா இருந்தாச் சரி"

ஊஞ்சலில் உட்கார்ந்தார். காபி வந்தது. பேசிக்கொண்டிருந்தார்கள். பேச்சு எங்கெல்லாமோ அலைந்தது. அண்ணாவின் பேச்சு அப்படித்தான் இருக்கும்... சர்க்கரைப் பாகில் நனைத்த மாதிரி. ஆனால் ஐஸ் கத்தி. நான்கு மணிக்கு, அப்பாவும் பெண்ணும் கடற்கரைக்குக் கிளம்பினார்கள். முதலில் கோவிலுக்குப் போனார்கள்.

ஒரு பெரிய அலை எழும்பி சியாமளாவின் கால்களை நனைத்துக் கொண்டு போயிற்று. குழந்தையின் குதூகலத்தோடு அலையுடன் துள்ளி விளையாடும் தன் பெண்ணை ஒரு தகப்பனின் சந்தோஷத்துடனும் கவலையுடனும் பார்த்துக் கொண்டு கல்யாண ராமய்யர் கரையில் உட்கார்ந்திருந்தார். அப்படியொன்றும் கூட்டமில்லை. மணல் வெளியில் அங்கொன்றும் இங்கொன்றுமாய் விச்ராந்தியாய் மனிதத் தலைகள். தூரத்தில் ஒரு கட்டுமரம் தோன்றுவதும் மறைவதுமாய் அலையில் அலைந்து கரை நோக்கி வந்துகொண்டிருந்தது. கரையோர நண்டுகளுக்காக காகங்கள் ஈர மணலில் அசைந்து அசைந்து நடந்து கொண்டிருந்தன. யாரோ விலைவாசியைப் பற்றிப் பேசிக்கொண்டிருந்தார்கள். ரேடியோவில் கசிந்த ஷெனாய் காற்றில் அலைந்து கடந்து போயிற்று. கல்யாண ராமய்யர் சியாமளாவையே பார்த்துக் கொண்டிருந்தார்.

வரும் தைக்கு பதினெட்டு நிறைகிறது. அதற்குள் என்னமாய் வளர்ந்து விட்டாள் குழந்தை. இரண்டு வரன்கள் வந்து தட்டிப் போய்விட்டது. இரண்டு வரன்கள் மதில் மேல் பூனையாக இருக்கிறது. ஒருவேளை நான் எனக்கு என் வட்டம் என் மனிதர்கள் என்று இருந்திருந்தால், வந்த வரன்கள் தட்டிப் போயிருக்காதோ? என் போக்கும் பிடிவாதமும்தான் காரணமோ? நான்தான் உலகத்தை மனிதர்களைச் சரியாகப் புரிந்து கொள்ளவில்லையோ? விஸ்வேஸ்வர அண்ணா சொல்வது சரிதானோ... ஒரு பெரிய அலை அடித்து எல்லா அழுக்கையும் அலம்பித் துடைத்துக்கொண்டு போய் விடக் கூடாதோ? அவர் மனது குமைந்தது. விஸ்வேஸ்வர அய்யர் சொன்னது காதில் ஒலிப்பது போல இருந்தது.

“இதோ பாரு கல்யாண ராமா... நான் இப்பிடிச் சொல்றேனேன்னு தப்பா எடுத்துக்காதே. ஒனக்குத் தெரியுமோல்லியோ... உற்றார் உறைக்கச் சொல்லுவா... ஊரார் சிரிக்கச் சொல்லுவா... நீ ரொம்ப நல்லவன். யாரும் கஷ்டப்படக்கூடாது நோக்கு. சரி நல்ல விஷயம். ஆனா லோகம் அப்படி இல்லையே. எல்லாரும் அவா அவா வட்டத்துக்குள்ளதான் இருக்கா. அதத் தாண்டி யாரும் வர விரும்பலே. நீயாக் கயறக்கட்டி இழுத்தாலும் வர மாட்டா ஏன்? அவாளுக்குன்னு ஒரு ஸ்வதர்மம் இருக்கு. அத விட்டுட்டு எல்லாராலயும் வர முடியாது. லோக சம்ரட்சணம் பகவானோட

வேலை. யாருக்கு எதைக் குடுக்கணும்னு சுவாமிக்குத் தெரியும். நீ யாரு நடுவிலே? யாரு வேணா மேல வரட்டும். வேண்டாங்கலே. அதுக்காக பிராமணன் கீழ போணுமா? பி.ஏ.வும் எம்.ஏ.வும் படிச்சுட்டு பிராமணக் குழந்தைகள் யார் யார் காலையே பிடிச்சுண்டு வேலை செய்யறதுகள். அவனவன் அடையாளத்த அழிச்சிண்டு போறான்னா என்ன அர்த்தம்? பயம். த கொஸ்டின் ஆஃப் சர்வைவல். அப்போ நீ எப்படி இருக்கணும்? காவலா, அரணா கை தூக்கி விடறவனா இருக்க வேண்டாமா? அப்பிடி ஒங்கப்பா சர்வேஸ்வர அய்யர் நான் உடஞ்சு திக்கத்து நின்னப்போ கைதூக்கி விட்டதனாலதான் இதோ இன்னிக்கு திருவல்லிக்கேணில காரும் பங்களாவுமா கொழிக்கறேன். இந்த வாழ்க்கை அவா போட்ட பிச்சை. மறந்துட முடியுமோ சொல்லு?" என்று நிறுத்தினார். சீரக வெந்நீர் கேட்டுக் குடித்தார். ஒரு வாய் வெற்றிலை போட்டுக்கொண்டு புகையிலையை உருட்டி அதக்கிக் கொண்டார்.

"கேக்கறேனேன்னு தப்பா எடுத்துக்காதே. கவர்மெண்ட்ல பெரிய போஸ்ட்ல இருக்கே. ஒரேயொரு பிராமணப் பையனுக்காவது அட்லீஸ்ட் ஒரு பியூன் வேலையாவது வாங்கித் தந்திருப்பியா? பஞ்சையா பராரியா எத்தனையோ பிராமணக் குடும்பம் நிர்கதியா அலையறது. அவாள்லே ஒரு நாலு குடும்பத்திலயாவது விளக்கேத்தி வைக்கணும்னு ஏன் தோணலே நோக்கு? ஆனா காலம்காலமா என் வயல்லே வேலை செய்யறான். அவனுக்கு நிக்க நிழல் இல்லேன்னு வீடு கட்டிக் குடுக்கறே... காந்தி சொன்னார் என்னோட கனவுன்னு சொல்லிண்டு ஹரிஜனங்களைக் கைதூக்கி விடறேன்னு. அந்தக் கிறுக்கு பிராமணன் கதர் கிருஷ்ணய்யரோட சேந்துண்டு ஆடறே. உண்டா இல்லையா? ஊருக்கு ஒத்தர் சிநேகிதம். ஒரு பிராமணன் உண்டோ அதிலே? கேட்டா எல்லாரும் காலேஜ்ல ஒண்ணா படிச்சோம், ஆத்ம சிநேகிதாம்பே. சரி... ஆனா அவாள்ளாம் ஒன்ன மாதிரி ஆசாரம் கெட்ட பிராமணனோட பொணத்த எரிக்கறேன்னு அலையறாளா? குலம் கெட்டுப் பொறந்த குழந்தையத் தத்து எடுத்துக்கறேன்னு ஒத்தக் கால்ல நிக்கறாளா?" கேட்டுக்கொண்டே, வெற்றிலையைத் துப்ப எழுந்து போனார்.

என்னதிது இங்கிதமில்லாமல்... கல்யாண ராமய்யருக்கு உள்ளே பொங்கிற்று. காலம்காலமாய் அழுந்திக் கிடக்கும் ஒரு

பெரும் மனிதக்கூட்டம் மேலெழும்பி வர வேண்டுமென்று காந்தி மகான் போராடுவதில் என்ன தவறு? அந்தப் பேச்சு அருவருப்பாய் இருந்தது அவருக்கு. எழுந்தார்.

“என்னடா எழுந்துண்டே. நான் முடிக்கலே...”

“சொல்லுங்கோ!”

“கேக்கக் கசப்பாதான் இருக்கும். என்ன செய்யறது உண்மையாச்சே... மாதா பிதா செஞ்ச பாவம் மக்கள் தலையிலேம்பா... இதோ குழந்தை சியாமளாவுக்கு வயசு பதினெட்டோ பத்தம்போதோ ஆகப்போறது. சொர்ண விக்ரகமாட்டமா இருக்கா குழந்தை. பாத்தா பாத்துண்டே இருக்கலாம் போல இருக்கு. ஆனா வர வரனெல்லாம் தள்ளிண்டு போறது. ஏன்னு கொஞ்சமாவது யோசிச்சயா? குழந்தை மேல என்ன தப்பு... ஏன் இப்பிடி நடக்கறது? அப்போ நீ போற பாதை சரியில்லேன்னுதானே அர்த்தம்?”

கனத்த மனத்துடன், கல்யாண ராமய்யர் வெளியே வந்தார்.

“நீ கவலப்படாதப்பா... பெரியப்பா எப்பவுமே இப்படித்தான்!” என்றாள் சியாமளா.

அய்யர் பெண் முகம் பார்த்து ஒரு வறண்ட புன்னகையை உதிர்த்தார்.

“பார்த்தசாரதி கோவிலுக்குப் போயிட்டுப் போலாம்பா.”

சியாமளா சொன்னது சரியென்று தோன்றிற்று அய்யருக்கு.

சியாமளா மணலைத் தட்டிக்கொண்டு அவர் பக்கத்தில் வந்து உட்கார்ந்தாள். சின்னப் பெண் போல கிளிஞ்சல்களை இறைத்து விளையாடிக் கொண்டிருந்தாள். பெரியவள் பார்க்கவியை விட இவள் நல்ல நிறம். உயரம். துடி. சுடர். எட்டாவது முடித்தவளை, கல்யாணமாகி பம்பாய்க்குப் போன பார்க்கவி சியாமளாவையும் கூடவே அழைத்துக்கொண்டு போய்விட்டாள். மூன்று வருஷம் சியாமு பம்பாயில்தான் படித்தாள். அப்புறமாவது இங்கே படிப்பாள் என்று கல்யாண ராமய்யர் ஆசையோடு இருந்தார். ஆனால் அவள் மதராசில், பிரசிடென்சியில் பி.எஸ்.சி. படிக்க ஆசைப்படுவதாகச் சொன்னாள். ஒன்றுவிட்ட பெரியப்பா விஸ்வேஸ்வர அய்யர் அகத்தில் தங்கிக் கொள்கிறேன் என்றாள். அய்யருக்கு இஷ்டமில்லை. ஆனாலும் அரை மனதாய் சம்மதித்தார்.

ஆயிற்று - இரண்டு வருஷம் முடிந்து விட்டது. இன்னும் ஒரு வருஷப் படிப்பிருக்கிறது. இன்னும் படிக்க வேணுமென்கிறாள். மேற்படிப்புக்கு அயல்தேசம் போக வேண்டுமென்ற கனவு இருக்கிறது. பார்க்கவி பம்பாய் போகவே தயங்கினாள். இது தைரியமாய் சிநேகிதிகளோடு தங்கிக் கொண்டு, எல்லாவற்றையும் ஏற்றுக் கொண்டு புரிந்து கொண்டு இந்த ராஜதானியிலே படித்துக் கொண்டிருக்கிறது. ஒரு அப்பழுக்கு சொல்ல முடியாத குழந்தை. எத்தனை சுடர் அந்த முகத்தில்! எத்தனை சௌந்தர்யம்! இதைப் போய் வேண்டாமெனச் சொல்ல எப்பிடி ஒருத்தனுக்கு மனசு வந்தது? இத்தனை அறிவை, மென்மையை, மிருதுவை ஆள உனக்குக் குடுத்து வைத்திருக்க வேண்டாமோ?

"என்னப்பா ஒரு மாதிரியா இருக்கே?"

"ஒண்ணுமில்லே குழந்தே."

"பெரியப்பா என்னவோ ஒரு மாதிரியா சொன்னாளே?"

"எதக் கேக்கறே?"

"ஏதோ ஆசாரம் கெட்ட பிராமணனோட பொணத்த எரிக்கறேன்னு அலையறாளான்னு ஏதோ சொன்னாளே..."

கல்யாண ராமய்யர் சீமாச்சுவின் துயரக் கதையைச் சொன்னார்.

"நல்லவனோ கெட்டவனோ பொணத்தோட யாராவது போடுவாளோ சண்டையும் சச்சரவும்? ஒரு பிராமணன் பொணத்த எடுக்க வர மாட்டேனுட்டான். இவாளானா பிராமணாள் சுடுகாட்டிலே எரிக்கப்படாதுங்கறா. அங்க அவா கூடாதுங்கறா. அப்பறம் எங்க வெச்சு எரிக்கறது சொல்லு? கடசீல சீமாச்சுவோட ரெண்டாவது ஆம்படையா அவா மனுஷா கால் கைலே விழுந்து அவா சுடுகாட்லதான் எரிச்சோம். அதான் பெரிய தப்பாயிடுத்து இப்போ."

"மனுஷா ஏம்பா இப்பிடி இருக்கா?"

"மனுஷா ரொம்ப நல்லவாதாம்மா. ஆனா வெளில வர விடாத அஞ்சாறு கயிறா போட்டு இறுக்கிக் கட்டி வெச்சிருக்கு."

"அஞ்சாறு கயிறா?"

"ஆமாம்..."

“அப்பிடின்னா?”

“பறக்க விடாமே உன்ன கீழப் பிடிச்சு இழுக்கற தளைகள் எது... யோசி, புரியும்.”

“ஏம்பா மீற முடியாதா? அறுத்துண்டு வர முடியாதா?”

“முடியும். ஆனா விட மாட்டா.”

“யாரு?”

“யாருன்னா... எல்லாத்தையும் காபந்து பண்றவா. நீ... நான்... இந்த சமூகம் எல்லாருந்தான்.”

சியாமளா கொஞ்ச நேரம் பேசவில்லை. கடலையே வெறித்துக் கொண்டிருந்தாள்.

“அம்பி எப்பிடி இருக்கான்?”

“மீனாட்சிதானே நன்னா இருக்கான்.”

“சங்கீதம் கத்துக்கப் போறானோ?”

“போறான்...”

“அவ்வளவா அவனுக்கு இஷ்டமில்லேப்பா. அவனுக்கு சர்ச் பார்க் கான்வென்ட்லே படிக்கணும்னு ரொம்ப ஆசை. அக்கா அப்பாட்ட சொல்லுன்னு கெஞ்சினான் எங்கிட்ட. நீதான் அனுப்பலே.”

“ப்ச்... என்ன சேறது... ஆம்பளக் குழந்தையே இல்லையேன்னு ஏங்கித் தவமாத் தவமிருந்தா ஒங்கம்மை. தெருவோட போன சந்நியாசி ஆத்துப் படியேறி வந்து ஆம்பளக் குழந்த பொறக்கும்... ஆனா ஒண்ணு... பொறக்கற குழந்தையை ஆத்ம சுத்தியோட சங்கீதத்துக்குக் குடுக்கறேன்னு சங்கல்பம் பண்ணுங்கோ. சங்கீத மும்மூர்த்திகளோட அம்சமா புள்ளக் கொழந்த பொறக்கும்னு சொல்லிட்டுப் போனார். அதே மாதிரி மீனாட்சி பொறந்தான். எல்லாம் தெய்வ சங்கல்பம். வேறென்ன சொல்ல? ஒரு தாத்தா பாரஸ்டர். இன்னொருத்தர் கிரிமினல் லாயர். இதோ நான் இன்ஜீனியர். மீனாட்சியாவது பகவான உருகி உருகிப் பாடி குளிர்விக்கிற சங்கீத சாம்ராட்டா வரட்டுமே. என்ன சொல்றே?”

“சரின்னுதான் படறது.”

"சியாமு... பேச்சு வாக்ல பெரியப்பா நீ அவாத்துல தங்கி படிக்கப்படாதான்னு ரொம்ப ஆதங்கப்பட்டாரே. இங்கே தங்கப் படாதோ? ஆரம்பத்திலே நீயும் இங்க தங்கித்தானே படிக்கப் போறேன்னு வந்தாய்? பிரஸிடென்சி இங்க இருந்து ரொம்ப கிட்ட போல இருக்கே?"

"சௌரியம்தாம்பா, ஆனா வேண்டாம்!"

"ஏம்மா?"

"பெரியப்பா வாய் சும்மா இருக்காதுப்பா. ஏதாவது நச்சு நச்சுன்னு உன்னக் குறை சொல்லிண்டே இருப்பா. மனசுக்கு ரொம்ப கஷ்டமா இருக்குப்பா."

"அப்படி என்னதான் சொல்லுவா?"

"வேண்டாம்பா."

"ஏம்மா?"

"சொன்னா ரொம்ப வருத்தப்படுவே."

"இல்லம்மா, சொல்லு."

"நீ பிராமண துவேஷியாம்..." என்றாள் சியாமளா.

அதைச் சொல்லும்போது அவள் குரல் வெகுவாக உடைந்து போயிருந்தது.

24

"மூணாவது நாமகரணமா நேக்கு. பேஷ் பேஷ்" கல்யாண ராமய்யர் அதிரச் சிரித்தார். சிதறிய அலை பயந்து பின்வாங்கிற்று. சில முகங்கள் திரும்பிப் பார்த்தன. சியாமளா அப்பாவின் முகத்தை ஏறிட்டாள். அந்த முகத்திலிருந்து அவளால் எதையும் புரிந்துகொள்ள முடியவில்லை. அவர் வேதனைப்படுவார் என்றுதான் அவள் பயந்தாள். ஏதோ கேள்விப்படாத நகைச்சுவையைக் கேட்டது போல் எப்படி அதிரச் சிரிக்க முடிகிறது அப்பாவால்? உள் வலியை மறைக்கும் கைத்த சிரிப்போ ஒருவேளை?

"என்னப்பா சொல்றே? மூணாவது நாமகரணமா?"

"ஆமாண்டி குழந்தே... ஆபிஸ்லே சண்டாளப் பிராமணன்னு செல்லமா பேர் வெச்சிருக்கா நேக்கு. தெப்பக்குளத் தெருவிலே ஆச்சாரம் கெட்ட பாப்பான்னு திவ்ய நாமகரணம்... வசிஷ்டர் வாயாலே பிரும்ம ரிஷின்னாப்பிலே இப்போ அண்ணா வாயாலே பிராமண துவேஷின்னு ஆசீர்வாதம்!" என்று மறுபடியும் சிரித்தார்.

"ஆரம்பத்திலே ரொம்ப வலிச்சது. இப்போ மரத்துப் போச்சு" என்றார்.

கடலை வெறித்துக்கொண்டு உட்கார்ந்திருந்தார். ஒரு இறுக்கமான மௌனம் நிலவிற்று. கடற்கரை காற்றில் கூட இறுக்கமிருப்பது போல சியாமளாவுக்குத் தோன்றிற்று. அப்பாவின் கைகளைத் தேடிப் பற்றிக்கொண்டாள்.

"அப்பிடி என்னம்மா பெரீசா செஞ்சுட்டேன்? நடந்து போறே. வழீல கண்ணாடிச் சில் கிடக்கு. எடுத்து சாக்கடைலே போட மாட்டியா? யாரோ விழுந்துட்டா. ஓடிப்போய்க் கைதூக்கி விடமாட்டியா? விழுந்தவன் யாரு, என்ன குலம் கோத்திரம்னா பாத்திண்டிருப்பே? ஏதோ நம்மால ஆன சின்னச் சின்ன உதவி.

அதுல போய் பேதம் பாக்க முடியுமோ சொல்லு? இதோ இந்த அலை அநாதி காலம் தொட்டு வந்து வந்து போயிண்டிருக்கு. எத்தனை பேர் இந்தக் கரையிலே வந்து நின்னிருப்பா. ஆங்காரக் கால், கோபக் கால், துவேஷக் கால், மேல் கால், கீழ் கால்னு எத்தனை கால்களை இந்த அலை நனச்சிண்டு போயிருக்கும். அத்தனை அழுக்கையும் தனக்குள்ளே வாரிண்டு போயிருக்கும்? அதுக்காக இந்த சமுத்திரம் அழுக்காயிடுத்தா சொல்லு? சர்வேஸ்வரன் பேதம் பாக்கறானா? பார்க்கறவனா இருந்தா நந்தனையும், கண்ணப்பனையும் அணைச்சிண்டு இருப்பனோ? ஸ்ரீரங்கநாதப் பெருமான் திருப்பாணாழ்வாரை வாரி அணைச்சுக்கலையா? அவர் யாரு? எவ்வளவோ பெரியவா என்னென்னவோ செஞ்சு காட்டி இருக்கா. அப்பறமும் எதையும் பாக்க மாட்டேன்னா எப்பிடி? யாருமே வேண்டாம்னா கடசீலே நடுராத்திரிலே சுடுகாட்டிலே விறச்சுண்டு எழுந்து ஒக்காருவியே அப்போ தடியால ஓங்கிப் போடுவனே ஒத்தன் அவன் வேண்டாமா? எதுக்கு இத்தனை அசூயை... அகங்காரம்... துவேஷம். நீயும் வா; அவனும் வரட்டும். எல்லோரும் நன்னா இருக்கணும். அதுக்கு என்ன செய்யலாம்? வா. கை கோத்துக்கோ. ஒண்ணா நடப்போம். அத விட்டுட்டு கூட்ட விட்டு, வட்டத்த விட்டு வர மாட்டேன்னா எப்பிடி? நீ வரலேன்னா காலம் உன்ன விட்டுட்டுப் போயிண்டே இருக்கும். அதான் நடக்கும். நடக்கப் போறது. வேணா பாரு!"

அய்யரின் குரல் தீர்க்க தரிசனம் போல் உறுதியாய் இருந்தது.

சியாமளா ஆச்சர்யமாய் அப்பாவைப் பார்த்தாள். அவர் இப்படிப் பேசி அவள் கேட்டதில்லை. அப்பாவை நினைத்து அவளுக்குப் பெருமையாக இருந்தது.

"இத்தனைக்கும் நான் ஒண்ணும் பெரீசா ஒரு காலடி எடுத்து வெச்சிடலே. ஆனா என் குழந்தை வெப்பன். வைக்கணும்."

"சரி, விடு அந்தப் பேச்சை. நீ செய்யறது தப்பாத் தெரியலே நேக்கு."

"உன்னத் தெரியும்டி குழந்தே. அது சரி ஒங்க பெரியப்பா மூலமா வள்ளியூர்லே இருந்து வந்து பாத்தாளே. போய் லெட்டர் போடறேன்னு சொல்லிட்டுப் போனா. ஆயிடுத்து ஒரு மாசம். ஒரு தகவலும் இல்லே. அண்ணாவும் அதப் பத்தி ஒரு வார்த்தை பேசலே."

"அவாளுக்கு இஷ்டமில்லேப்பா."

"யார் சொன்னா?"

"பெரியப்பா."

"என்ன குறை கண்டாளாம்? பொண்ணுக்கு நூறு மாப்பிள்ளைக்கு ஐம்பது சவரன் போடணும்னா. வரதட்சணைன்னு இல்லே ரொக்கமா ஒரு இலட்சம் வெச்சுடணும்னா பையனோட அம்மா. எல்லாத்துக்கும் பூம் பூம் மாடு மாதிரி தலையாட்டினேனே. அப்புறம் என்ன குறையாம்?"

"எல்லாமே திருப்திதானாம்."

"அப்பறம்?"

"வேண்டாம்பா."

"ஏம்மா?"

"மனசுல அழுக்கா இருக்கறவாளப் பத்தி எதுக்குப்பா பேசணும்?"

"என்னம்மா சொல்றே?"

"நீ சீமாச்சு மாமாவோட குழந்தைய ஆத்துல கொண்டு வந்து வெச்சிண்டிருக்கையோல்லியோ... அது அவாளுக்குப் பிடிக்கலையாம்..."

"அடக்... கிரகச்சாரமே... இதான் காரணமா? அவனோட அம்மா திடீர்னு செத்துப் போயிட்டா. சொந்த பந்தம்னு சொல்லிக்க அவாளுக்கு யாருமே இல்லை. சாகறதுக்கு ஒரு மாசம் மின்ன, அந்தக் குழந்தைய எங்கால்ல கொண்டு வந்து போட்டா. நீங்கதான் சாமி இவனக் காப்பாத்தணும்னு கதறினா. இந்தப் பிஞ்சு எங்காலக் கட்டிண்டு அழுதது. எனக்கு மனசாகலே. அவ போனப்பறம் கரைச்சிட்டு வந்து எங்க போறதுன்னு தெரியாம இது நிக்கறது. யாரும் இல்லாத அநாதையா ஒரு அஞ்சு வயசுக் குழந்தை தெருத்தெருவா பிச்சையெடுக்கணுமோ சொல்லு... அதுக்காக இரக்கப்பட்டது தப்பா?"

"தப்பில்லப்பா. அதுக்காக குலம் கெட்டுப் பொறந்த குழந்தைய ஆத்துல கொண்டு வந்து சீராட்டணுமா? எங்கேயாவது ஹாஸ்டல்ல கண் காணாத வளரட்டுமே யார் வேண்டாங்கறான்னு சொன்னாளாம்."

“நீ என்னம்மா சொல்ற?”

“அம்பி ஆத்துலேயே வளரட்டும்பா. அத ஏத்துக்க முடியாதவா நேக்கு வேண்டாம்.”

“நிஜமாத்தான் சொல்றயா?”

“ஆமாம்பா.”

“சந்தோஷம்மா... அக்காட்ட கேட்டயோ?”

“கேக்காம? அக்காவுக்கு இஷ்டம். அப்பா எதச் செஞ்சாலும் சரியாத்தான் செய்வர்னா. ஆனா அத்திம்பேருக்கு அவ்வளவா இஷ்டம் இல்லையாம்.”

“இவ்வளவு இருக்கா இதுலே?”

“பின்னே? நீ அம்மையக் கேட்டயோ?”

“கேக்காம? மீனாட்சிக்குத் துணையா இருக்கட்டுமே, அழச்சிண்டு வாங்கோன்னா.”

“பரவாயில்லையே. நாம எல்லோரும் ஒரே மாதிரி பாக்கறோம். ஆனா நம்மாத்திலயே அத்திம்பேருக்கு ரஸிக்கலே. அப்பிடி இருக்கச்சே புதுசா சம்பந்தம் பண்ண வரவாளுக்குப் பிடிக்கும்னு எப்பிடி எதிர்பார்க்க முடியும்? எல்லார் பார்வையும் ஒண்ணா இருக்காதோல்லியோ?”

“புரியலடா குழந்தே.”

“ஒண்ணு கேப்பேன், உண்மையைச் சொல்வியா?”

கல்யாண ராமய்யர் தன் பெண்ணை ஆச்சர்யமாகப் பார்த்தார்.

❖❖❖

25

உண்மையைச் சொல்வாயா அப்பா என்று குழந்தை கேட்கிறாளே? என்ன உண்மையைக் கேட்கிறாள். யாரிடமும் எதையும் மறைத்துப் பேசி பழக்கமில்லையே எனக்கு? என் குழந்தையிடமா பொய் சொல்வேன்?

"பார்த்தசாரதி முன்னாடி கலங்கி நின்னயே ஏம்பா?"

"இதான் நீ கேட்ட உண்மையா குழந்தே?"

"இல்லப்பா, சொல்லு ஏன் கலங்கினே?"

"ஒண்ணுமில்லே குழந்தே."

"நான் பாத்தேனே... கேவினாப்ல இருந்ததே..."

"என்னவோ தோணித்து."

"அதான் என்னன்னு கேக்கறேன்?"

"சொர்ண விக்கிரகமாட்டமா குழந்தை இருக்காளே. அதப் போய் இப்பிடி ஒதுக்கறாப்லே நிக்க வெச்சுட்டியேன்னு என்னவோ தோணித்து. தடுக்குனு தளும்பிடுத்து."

"ஏம்பா கல்யாணமாகலேன்னு நான் குறைப்பட்டுண்டேனா. எனக்குன்னு ஒத்தன் இனி மேலயா பொறக்கப் போறான்?"

"அதுக்கில்லேடா குழந்தே. ஒன்னையும் வேண்டாம்னு சொல்ல மனசு வந்திருக்கு பாரு. அத நினச்சாதான் ஆறலை."

"விடுப்பா. மனுஷாள்னா நாலு விதமாத்தான் இருப்பா... "

"சரி... என்னமோ உண்மையைச் சொல்வியான்னு கேட்டையே?"

"சீமாச்சு மாமாவோட குழந்தைய தத்தெடுக்கணும்னு நினைக்கறயாமே அது உண்மையா?"

"ஆமாம்மா."

"ஏம்பா?"

"அப்பத்தானே குழந்தே அவனுக்கு ஒரு பிடி இருக்கும். இல்லேன்னா ஒரு வேலக்காரனாத்தானே ஆத்துல வளைய வருவன். நாளைக்கே எங்க காலத்துக்கு அப்பறம் சீ நாயே வெளில போடான்னு துரத்திட்டா? பின்னாடி யாரோட மனசு எப்பிடி இருக்குமோ?"

"அதையேதாம்பா நானும் சொல்றேன். இப்பவே அத்திம்பேருக்குப் பிடிக்கலே. நாளைக்கு எனக்கு வரவன் எப்பிடி இருப்பனோ? இன்னிக்கு மீனாட்சி பத்து வயசுக் குழந்தை. அவனுக்கு வரவள் எப்பிடி இருப்பளோ? சாதாரணமாக ஆத்துல வளக்கறதுக்கே இந்தக் கதையா இருக்கு. இதுல நீ தத்து வேற எடுத்துண்டா உறவுக்குள்ள நீ சீ நான் சீன்னு ஆகாதா?"

"இதுல அப்பிடி ஆகறதுக்கு என்னம்மா இருக்கு?"

"என்னப்பா இவ்வளவு அப்பாவியா இருக்கே. நீ தத்து எடுத்துண்டேன்னா நாளைக்கு அவனுக்கும் சொத்துல பாத்தியதை உண்டாகாதா? யார் வீட்டுச் சொத்த யாருக்குத் தூக்கிக் கொடுக்கறதுன்னு நாளைக்கு வந்தவா கேக்க மாட்டாளா?"

கல்யாண ராமய்யர் விக்கித்துப் போய் பெண்ணையே பார்த்துக் கொண்டிருந்தார். அவருக்குப் பேச்சு வரவில்லை.

"ஏம்பா தப்பா பேசிட்டேனா?"

"இல்லடா குழந்தே. என் பொண் இவ்வளவு சூட்டிகையா பேசறதேன்னு தோணித்து. பேச்சு வல்லே."

"கோவம் ஒண்ணுமில்லையே?"

"சேச்சே..."

"இன்னொன்னும் சொல்லணும்பா."

"சொல்லு!"

"என்னோட கல்யாணத்துக்காக நீ எதையும் மாத்திக்க வேண்டாம். அதுக்கும் ஒரு வழி இருக்கு."

"என்னம்மா புதிர் போடறே?"

"புதிர் ஒண்ணுமில்லே. ஏ.ஜி. ஆபீஸ் வரன் ஒண்ணு வந்ததோல்லியோ?"

"ஆமாம். அந்த மாமி சுமார்த்தா. அவ ஆத்துக்காரர் ஸ்ரீ வைஷ்ணவர் இல்லையோ?"

"ஆமாம். அவருக்குப் பரிபூரண சம்மதமாம். அந்த மாமிய ஒரு நா பார்த்தசாரதி கோவில்லே வெச்சுப் பாத்தேன். நீ எங்காத்துக்கு மாட்டுப் பொண்ணா வரதுக்கு நாங்க குடுத்து வெச்சிருக்கணும் குழந்தேன்னா. அந்த மாமி பழகின வரைக்கும் நல்ல மனுஷாளாத்தான் தெரியறா. ஆனா வசதின்னு ஒண்ணும் சொல்லிக்கறாப்பிலே இல்லே. மத்தபடி ஒரு குறையுமில்லே."

"வசதி இல்லேன்னா பரவாயில்லே. ஆனா பையன் ஒண்ணும் அவ்வளவு தெரிப்பா இல்லையேம்மா. லேசா கூன் வேற. உன் நிறத்துக்கும் அழகுக்கும் அறிவுக்கும் ஈடாகுமாம்மா?"

"... ... ..."

"பையன உனக்குப் பிடிச்சிருக்கா?"

"பிடிச்சிருக்குன்னா குடுப்பியா?"

"ஏம்மா வரதெல்லாம் தள்ளிப் போறதேன்னு பண்ணிக்கறங்கறயா?"

"இல்லப்பா."

"அப்பாக்காக பிடிக்காத பையன நீ கல்யாணம் பண்ணிக்க வேண்டாம். அத விட நரகம் இருக்க முடியாது. என்னிக்கு இருந்தாலும் உன் ஆசப்படிதான் உன் கல்யாணம் நடக்கும். இது சத்தியம்!"

"என்னப்பா... பெரிய வார்த்தையெல்லாம் சொல்றே?"

"இல்லம்மா ஏதோ கண்ண மறச்ச குதிரையாட்டமா நான் பாட்டுக்குப் போயிண்டே இருந்துட்டேன். இப்போ படீர்னு உள்ள ஒரு கதவு திறந்துண்டாப்லே இருக்கு. எல்லாம் நல்லதுக்குத்தா!ன்"

கல்யாண ராமய்யர் எழுந்து நின்றார். ஒரு அலை வேகமாக ஓடி வந்து கரையில் மோதிச் சிதறியது. பிறகொன்று இன்னுமொன்று.

நிற்காத அலை. சியாமளாவுக்கு உடனடியாகக் கல்யாணம் பண்ணி விட வேண்டுமென்று அவருக்குத் தோன்றிற்று.

சியாமளாவுக்கு அப்பாவை வேதனைப்படுத்தி விட்டோமோ என்று வருத்தமாக இருந்தது. கல்யாண ராமய்யர், விஸ்வேஸ்வர அய்யரிடம் சொல்லிக்கொண்டு கிளம்பினார். இரயிலுக்கு நேரமிருந்தது.

இரயில் புறப்படத் தயாராய் இருந்தது. தன் இடம் பார்த்து கல்யாண ராமய்யர் உட்கார்ந்து கொண்டார்.

"வரட்டுமா குழந்தே?"

"சரிப்பா. அம்மையையும் மீனாட்சியையும் ரொம்பக் கேட்டதாச் சொல்லு!"

"சரிம்மா."

"அதையும் இதையும் நினச்சு மனச ரணமாக்கிக்காதே. யாருக்காகவும் எதுக்காகவும் நீ உன்ன மாத்திக்காத. நீ நீயாவே இரு!"

"சரிடா. ஜாக்கிரதையா போம்மா."

"சரிப்பா"

"வரேன்"

"மன்னிச்சிருப்பா. நான் ஒண்ண அப்பிடிக் கேட்டிருக்கப்படாது. ஐ ஃபீல் சாரி."

"விடு, அதெல்லாம் ஒண்ணுமில்லே..."

இரயில் நகர்ந்தது. ஒரு சிவப்புப் புள்ளியாய் மறைந்தது. திரும்பும்போது சியாமளாவுக்கு மனது கனத்துக் கிடந்தது. அப்பாவிடம் அப்பிடிக் கேட்டிருக்கக்கூடாது. மேகலாவின் காதல் பற்றிப் பேசப்போய் அப்படி பேசும்படி ஆயிற்று.

குருவம்சம்
இரண்டாம் பாகம்

1

அப்பாவை அப்படிக் கேட்டிருக்கக்கூடாது. மனதில் இருந்த இருட்டுதான் அப்படிக் கேட்கத் தூண்டி இருக்க வேண்டும். எப்பேர்ப்பட்ட மனிதர்... அவரைப் போய் மேகலாவின் காதல் பற்றிப் பேசினேன். தப்பில்லை. ஆனால் அந்தக் கேள்வி? அது துடுக்கா? நாக்குத் தடிப்பில்லையா? இங்கிதமில்லாமல் ஏன் அப்படிக் கேட்டேன்? படித்த திமிரா? எனக்கு ஏன் அப்படி புத்தி போயிற்று? சியாமளாவின் மனது அமைதியற்றுத் தவித்தது.

மேகலாவின் காதல் பற்றி தற்செயலாய் அப்பாவிடம் பேசும்படியாயிற்று. அந்த ஏ.ஜீ. ஆபீஸ் வரன் பற்றிப் பேசும்போதுதானே அந்தப் பேச்சு வந்தது...

“ஏம்மா அந்தப் பையன நோக்குப் பிடிச்சிருக்கா?”

“பிடிச்சிருக்குன்னு சொன்னா குடுப்பியா?”

“ஏம்மா எனக்காகச் சொல்றியா? வர வரன்லாம் தள்ளிப் போறதேன்னு பண்ணிக்கறேங்கறயா?”

“அப்படியெல்லாம் ஒண்ணுமில்லப்பா”

“சும்மாச் சொல்லாதே குழந்தே. உன் வாய்தான் சொல்றது. மனசு சொல்லலே. அப்பாக்குத் தெரியாதா? முகத்துல துளி சந்தோஷமில்லை.”

“ ”

“எனக்காக உனக்குப் பிடிக்காத ஒத்தனக் கல்யாணம் பண்ணிக்க வேண்டாம்மா. அத விட வேற நரகம் இருக்க முடியாது”

அப்போதுதான் சியாமளா அதைச் சொன்னாள்.

“மேகலா கூட அப்பிடித்தாம்பா சொன்னா”

"மேகலாவா... யாரு?"

"என் ரூம் மேட்பா... நீ என்னத் தேடிண்டு ஹாஸ்டல் போனப்போ உன்ன உள்ள கூப்பிட்டாளாமே... நீ கூட இன்னொரு சந்தர்ப்பத்திலே வரேம்மான்னு சொன்னயாமே. அவதாம்பா. அது மட்டும் இல்ல நீ வந்துட்டுப் போனப்பறம் வாய்க்கு வாய் உன்னப் பத்தியே பேசிண்டிருக்கா."

"அப்படியா ஆச்சரியமா இருக்கே...

கல்யாண ராமய்யர் மனதில் மேகலாவின் முகம் நிழலாடிற்று.

அந்தப் பெண் சுவர்ண விக்கிரகம் போல இருந்தாள். கையில் சுலோகப் புத்தகம். சாம்பிராணி புகை போட்டுக்கொண்டே, ஏதோ ஒரு சுலோகத்தை முணுமுணுத்தபடியே வந்தாள். அவர் சியாமளாவின் தகப்பனார் என்று தெரிந்ததும் அவள் முகம் பெரிய மலர்ச்சிக்குப் போயிற்று.

"வாங்கோப்பா உள்ள வந்து செத்த நாழி உக்காருங்கோ. சூடா ஒரு வாய் காபி சாப்டுட்டு அப்புறமா போகலாம்."

அப்போதுதான் முதன் முதலாய் அவரைப் பார்க்கிறாள். பல வருஷம் பழகியவள் போல எத்தனை ஒட்டுதல்! வாஞ்சை. என்னவொரு சௌந்தர்யம்! என்ன தேஜஸ் அந்த முகத்தில்... என்னவொரு சாந்தம் அந்தக் கண்களில். மனசு முழுவதும் அன்பாய் நிரம்பித் தளும்புகின்றவருக்குத்தானே இப்படியொரு சாந்தம் வாய்க்கும். யார் இந்தப் பெண்? இவ்வளவு சௌந்தர்யத்திலும் எவ்வளவு அமரிக்கை. அலட்டாத பாந்தம்... மனுஷ ஜாதியில் இப்படியொரு வார்ப்பு சாத்தியமோ? அந்த உமையே இவள் வடிவில் இறங்கி வந்துவிட்டாளா? இத்தனையும் மனிதன் ஆளவா? ஆள முடியுமா? சர்வேஸ்வரா இந்தக் குழந்தை நன்றாக இருக்க அருள் செய். பார்த்த நொடியில் கல்யாண ராமய்யர் மனதில் இவ்வளவும் ஓடிற்று.

"வெளிலயே நிக்கறேளேப்பா. உள்ள வாங்கோ!"

மேகலா அழைத்தாள்.

"இருக்கட்டும்மா. சியாமளா இல்லையோ?"

"அவ பெரியப்பா ஆத்துக்குப் போயிருக்கா. வாராவாரம் சனிக்கிழமை சாயங்காலம் அங்க போயிடுவா. திங்கள் கிழமை சாயங்காலம் ஹாஸ்டலுக்கு வந்துடுவோ."

“சரிம்மா. போயிட்டு வரே.ன்”

“எங்கையால ஒரு வாய் காபி குடிக்கப்படாதா? அந்த பாக்கியத்த நேக்குத் தரப்படாதா?”

“என்னம்மா சொல்றே? பாக்கியமா?”

“ஆமாம்பா. சியாமளா உங்களப் பத்தி வாய் ஓயாமப் பேசிண்டிருப்போ. இந்தக் காலத்திலே அவ மாதிரி பேதம் பாக்காம எதையும் எதிர்பார்க்காம அன்பா சொரியவரா யார் இருக்கா சொல்லுங்கோ? எங்க சியாமளி மழை மாதிரி... இப்படியொரு மனசு ஒத்திக்கு வாய்க்கணும்னா அவளப் பெத்தவா மனசு எப்பிடி இருக்கணும்? அப்படிப்பட்டவாளுக்கு ஒரு வாய் குடுக்கறது பாக்கியமில்லையா... ”

மேகலா மெலிதான் புன்னகையுடன் அதைக் கேட்டாள். கல்யாண ராமய்யருக்குத் தன் பெண்ணை தப்பாக வளர்க்கவில்லையென்று தோன்றிற்று.

“சந்தோஷம்மா... இப்ப உள்ள வரலையேன்னு வருத்தப்படாதே. இன்னொரு தடவை நிச்சயம் வரேன். அப்போ காபி என்ன டிபனே சாப்பிடறேன். இப்போ போயிட்டு வரேன்.”

மனசில்லாமல் அவள் தலையாட்டினாள். மலர்ந்த பெரிய கண்களில் ஏமாற்றம் வெளிப்படையாகத் தெரிந்தது. வாசல் வரை வந்தாள். அவள் கூட வரும்போது கூடவே ஒரு சுடர் வருவது போல அவருக்குத் தோன்றிற்று. காற்றில் ஒரு நல்ல மணம் கமழ்வது போல இருந்தது. இந்தப் பெண் மானுடப் பிறவி இல்லையோ என்று அவருக்கு மறுபடியும் மயக்கமாயிற்று. வெறும் இரத்தமும் சதையுமான பெண் உடம்பிலிருந்து இப்படியொரு தேவ சுகந்தம் வீசாது. இவள் நிச்சயம் ஒரு தேவ மலராகத்தான் இருக்க வேண்டும். எந்த தேவனின் திருவடியில் இந்த மலர் அர்ப்பணமாகப் போகிறதோ... இறைவா இந்தக் குழந்தைக்கு உன் அருளைத் தா. அவர் வேண்டிக்கொண்டே, தலையசைத்துத் தெருவில் இறங்கி நடந்தார். அத்தனையும் அவருக்கு இப்போது ஞாபகம் வந்தது. ஏதோ படபடப்பில் அந்தப் பெண்ணின் பெயரைக் கூட கேட்டுக் கொள்ளாமல் வாழ்த்தி ஒரு வார்த்தை சொல்லாமல் வந்து விட்டதை நினைத்து வருத்தமாக இருந்தது. மேகலாவின் நினைவுகளில் மூழ்கியவரை, சியாமளாவின் குரல் கலைத்தது.

❖❖❖

2

"என்னப்பா அப்பிடியே மூழ்கிப் போயிட்டே?"

சியாமளாவின் குரல் அவரைக் கலைத்தது.

"ஒண்ணுமில்லடா. பாத்தோமே... ஒரு வார்த்தை அந்தக் குழந்தைய வாழ்த்திப் பேசாம வந்துட்டோமேன்னு வருத்தமா இருந்தது.

"மேகலா ரொம்ப நல்லவப்பா. தப்பா எடுத்துக்க மாட்டா."

"எனக்கும் அப்படித்தான் படறது குழந்தே..."

"பூ மாதிரி மனசுப்பா அவளுக்கு."

"ம்..."

"ஒருத்தர் மனசு நோகப்படாது அவளுக்கு. அதிர்ந்து ஒரு வார்த்தை பேச மாட்டா."

"ம்..."

"இதே அவ மனசுல வலிக்கறாப்பிலே யாராவது ஏதாவது பேசினா சிரிச்சுண்டே நகர்ந்துடுவாப்பா..."

"அப்பிடியா?"

"ஆமாம்பா இவ்வளவு அழகா இருக்காளே துளி அகங்காரம் கூட இல்லப்பா."

"ஆச்சரியமா இருக்கே!"

"எங்க எல்லாரையும் விட அவதான் ரொம்பக் கெட்டிக்காரி. ஒவ்வொருத்தருக்கும் என்ன பிடிக்கும்னு பாத்துப் பாத்து செய்வா. மேகலா இல்லேன்னா நாங்க யாருமே இல்லப்பா."

“இந்த நாள்லே இப்படியொரு குழந்தையா? கேக்கவே சந்தோஷமா இருக்கும்மா.”

“செவ்வாய், வெள்ளில அவதான் விளக்கு பூஜை செய்வா. ஒரு விரதம் தவர்றதில்லே.”

“பேஷ்! பேஷ்.”

“மார்கழின்னா திருப்பாவை, புரட்டாசின்னா விஷ்ணு சகஸ்ரநாமம், சிவராத்திரின்னா சிவ நாம ஜபம்னு ஹாஸ்டல அக்ரஹாரமாக்கிட்டாப்பா.”

“அது மத்தவாளோட தனிப்பட்ட சுதந்திரத்தப் பாதிக்காதோ?”

“பாதிக்காது. கிறிஸ்மஸ்னா, அப்பமும் கேக்கும், ரம்ஜான்னா நோம்புக் கஞ்சி செய்யறது யாரு மேகலாதான். அப்புறம் ஜெனிபருக்கோ கதீஜாவுக்கோ ஏன் கோபம் வரப் போறது? சந்தோஷமான சமத்துவமான குட்டி இந்தியாப்பா இந்த ஹாஸ்டல் அறை!”

கேட்கச் சிலிர்த்தது அய்யருக்கு. ஒரு பெண்ணின் முழுமையான அன்பு இப்பிடி மனிதர்களிடையே பேதம் பார்க்காமல் கட்டிப் போடுமெனில் இவ்வளவு சந்தோஷத்தையும், அமைதியையும், நிறைவையும் தருமெனில் அது எவ்வளவு பெரிய விஷயம்? இந்தப் பேரன்பு இந்த அறை தாண்டி, பொங்கிப் பிரவாகமாய்ப் பெருகியோடி உலக உயிர்களின் மனங்களை நனைக்காதா? மனிதனைக் கூறு போடுவதற்கல்ல மதங்கள் என்பதை இந்தச் சின்னப் பெண்கள் புரிந்து வைத்திருப்பதை அறிந்தால் காந்தி மகான் எவ்வளவு சந்தோஷப்படுவார்? என்றெல்லாம் அய்யருக்கு எண்ணங்கள் ஓடிற்று.

“என்னப்பா மறுபடியும் எங்கயோ போயிட்டே?”

“மதங்கடந்த மனித நேயங்கறதுதான் மானுடத்தின் மீட்சிக்கான வழி. அப்படியொரு ஆரோக்கியமான பார்வை எல்லா மனிதர்களுக்கும் இருந்தா எப்படி இருக்கும்னு ஏதோ தோணித்து... சரி சொல்லு”

“பாகக்காய் பிட்லை செஞ்சான்னு வைங்கோ அப்படியே பிராமணாளாத்திலே செஞ்சாப்ல அடி நாக்கிலே ஒட்டிக்கும்.”

“என்ன சொன்னே... என்ன சொன்னே...”

“ஆமாம்பா.”

"அப்போ?"

"ஆமாம்பா அவ ஒரு ஹரிஜன். அதுக்காக மேகலா ரொம்ப அவமானப்பட்டிருக்கா."

"அந்த ஜாதில பொறந்தது அவளோட தப்பா... ஈஸ்வரா... இழிவு பிறப்பால இல்லம்மா" என்பதற்கு மேல் அவரால் ஒன்றும் சொல்ல முடியவில்லை. புரியாத ஒரு வலி அவரை இறுக்கிப் பிடித்தது.

"அப்போ அந்த மடிசார் கட்டு? பிராமண பாஷை?"

"அவ இன்னொரு ஜென்மாவா மாறிண்டு வராப்பா. அப்படித்தான் தன்ன புடம் போட்டுக்கணும்னு நினைக்கறாப்பா."

"எதுக்கும்மா. அவ அவளாவே இருக்கப்படாதா?"

"இருக்கலாம்பா. ஆனா அவ தன்னோட காதலுக்காகத் தன்னை இப்படியெல்லாம் மாத்திக்கணும்னு நினைக்கிறாப்பா. இதுக்காக அவளுக்குப் பிடிச்சதையெல்லாம் விட்டுட்டாப்பா..."

"அடக் கஷ்ட காலமே"

"ஏம்பா?"

"நேசம்னா அது உண்மையா இருந்தா அப்பிடியே ஏத்துக்கும்மா. நீ நீயா இரு. நான் நானா இருக்கேன். ரெண்டு பேரும் மதிப்போம். சகிச்சுப்போம். விட்டுக் குடுப்போம். அப்படி இருந்தாத்தான் கடசீ வரைக்கும் கையக் கோத்துண்டு நடக்க முடியும்..."

"அது சரிப்பா... ரகுராமனுக்கு அது புரியலையோ என்னமோ?"

"ரகுராமனா? யார் அந்தப் பையன்?"

"சங்கரன்கோவில்லே வேங்கட சுப்பைய்யர்னு ஒத்தர். அவரோட சீமந்த புத்திரன் இந்த ரகு. அவ தாத்தா பேரு அனந்த ராமய்யராம். அவாளுக்குப் பூர்வீகம் திருநெல்வேலின்னு பேச்சு வாக்கிலே ரகு சொன்ன ஞாபகம்."

"அடடே... அப்படியா? அனந்தராமய்யர் யார் தெரியுமோ? உன்னோட தாத்தா சர்வேஸ்வரய்யரோட நெருங்கின சிநேகிதர். பிரபல வக்கீல். அந்த நாள்லே ராமனும் லட்சுமணனும் மாதிரிதான் இவா ரெண்டு பேரும் கச்சேரிக்குப் போவா. அவரோட அந்திம காலத்திலே சங்கரன்கோவில் போனா... அப்பறம் எப்பவாவது வேங்கட சுப்பைய்யர் வந்திண்டு இருந்தார். இப்ப ஒரு ரெண்டு வருஷமா வரதில்லை. அது சரி குழந்தே ஒண்ணு கேட்டா கோச்சுக்க மாட்டியே?" என்று சியாமளாவின் முகத்தைக் கூர்ந்து பார்த்தார்.

"என்னப்பா?"

"ஒண்ணுமில்லம்மா; வேண்டாம்."

"சொல்லு!"

"கஷ்டமாயிடும்... வேண்டாம்"

"கேக்கணும்னு தோணிடுத்து. ஏன் முழுங்கறே?"

"என் குழந்தை கிட்ட எனக்கு நம்பிக்கை இருக்கும்மா. நான் அப்பிடி கேக்க நினைச்சது மகா தப்பு..."

"என்ன கேக்க நினச்சே. அந்தக் கதை உண்மையிலேயே மேகலாவோடதா இல்ல என்னோடதான்னுதானே? நான் ஒரு ஹரிஜன விரும்பறேனான்னுதானே?"

"... ... ."

"அது மேகலாவோட கதைதாம்பா!"

"சரிம்மா."

"ஒருவேளை நான் ஒரு ஹரிஜனப் பிரியப்பட்டா கல்யாணம் பண்ணிக் குடுக்க மாட்டியா?"

கல்யாண ராமய்யர் சில விநாடிகள் சியாமளாவின் முகத்தையே பார்த்துக் கொண்டிருந்தார்.

"தெரியலைம்மா. சத்தியமா சிரத்தைக்குப் பதில் தெரியலே நேக்கு."

அப்போதுதான் சியாமளா அப்படிக் கேட்டாள்.

"இல்லப்பா. பொய். ஒம்மனசிலேயும் கறை இருக்கு. ஜாதிக் கறை. இல்லேன்னா இப்பிடியா பதில் சொல்லி இருப்பே?"

அய்யரின் முகம் வெளிறிற்று. இருண்டது. அந்த முகத்தைப் பார்த்து, தான் அப்பிடிக் கேட்டிருக்க வேண்டாமோவென்று சியாமளாவின் மனம் பதறிற்று. அப்பா பேதம் பார்க்கிறவரா? அவர்தானே சின்ன வயதில் பார்க்கக் கற்றுக் கொடுத்தார்... பாதை காட்டினார்... அவரைப் போய்...

ஒன்பதாவது படிக்கும்போது சின்னான் மீது ஈர்ப்பு வந்தது. அவன் பக்கத்துப் பள்ளியில் பத்தாவது படித்துக் கொண்டிருந்தான். அலையோடும் கிராப்பும், பளீரென்ற சிரிப்பும், குறும்பு மிதக்கும் கண்களுமாய் சின்னான் மயக்கினான். ஒரு நாள் அவனைப் பார்க்கவில்லையென்றால் கூட மனசு தவித்தது. ஏங்கிற்று.

அவன் அவள் மனம் தொட்டுப் பேசினான். காதலாய், அன்பாய், சிநேகமாய். அவள் கனவுகளில் வந்தான். காதோரம் முத்தமிட்டான். 'என் சியாமளி என் தேவதையே... நீ எவ்வளவு அழகா இருக்கே தெரியுமா? வா... வான வீதியில் சிறகடித்துப் பறப்போம்' என்று கிசுகிசுத்தான். தூக்கம் போயிற்று. சாப்பிடப் பிடிக்கவில்லை. பித்துப்பிடித்தது போல்... இது என்ன அவஸ்தை... சியாமளா மீள முடியாமல் தவித்தாள். மனதிற்குள் அலை பாய்ந்தாள். அவள் நிலை அறிந்து, கல்யாண ராமய்யர் அவளுடன் ஆறுதலாய்ப் பேசினார்.

விஷயம் தெரிந்து கல்யாண ராமய்யர் எகிறிக் குதிக்கவில்லை. செருப்பு தைக்கிறவன் பிள்ளையோட நோக்கு என்னடி பழக்கம்? என்று பெண்ணை ஓங்கி அறையவில்லை. அந்தப் பையனைத் தேடி அவனையும், அவன் குடும்பத்தையும் அழிக்க முயலவில்லை. சியாமளா தகவல் சொல்லி அந்தப் பையன் வீட்டுப் படியேறி வந்தான். கைகளைக் கட்டிக்கொண்டு தலை குனிந்து நின்றான். அவனை உடைத்து விடாமல், அய்யர் சிநேகமாய் பேசினார்.

"இதப் பாருப்பா... உம்மேல எனக்கு எந்தக் கோபமும் இல்லே. இந்த வயசிலே மனசு அலைபாயும். கொஞ்சம் அழகா இருந்தா அன்பா பேசினா அப்பிடியே கிறங்கிப்போகும். ஒரு ஈர்ப்பு வரும். மனசு கனவுல மிதக்கும். அது ஒரு ஃபீலிங். மாயா லோகம். ஆனா கனவுலயே வாழ முடியுமா? உனக்கு சியாமளாவப் பிடிச்சிருக்கு. அவளுக்கும் ஒன்னப் பிடிச்சிருக்கு. சரி உடனே கல்யாணம் பண்ணி வெச்சிட முடியுமோ? இது படிக்கிற வயசு. நன்னா படிச்சு ஒரு நல்ல நிலைமைக்கு வா. அப்பவும் சியாமளா மேல விருப்பம் இருந்தா இதே மாதிரி வா. பொண் கேளு... என் பொண்ண வெச்சு நீ காப்பாத்துவேன்னு எனக்கு நம்பிக்கை வந்தா எம் பொண்ண ஒனக்குக் கல்யாணம் பண்ணித் தரேன். எல்லாத்துக்கும் ஒரு அஞ்சாறு வருஷம் ஆகாதா? அது வரைக்கும் காத்திண்டிருக்க முடியுமோ உன்னாலே?"

அன்று படி இறங்கிப் போன சின்னான். அதன் பிறகு சியாமளாவிடம் முகம் கொடுத்துக்கூட பேசவில்லை. விலகி விலகிப் போனான்.

அவளே தேடிக்கொண்டு போனாள். கெஞ்சினாள்.

"நீ எதுக்குடி ஓங்கப்பன் கிட்ட சொன்ன?"

"ஏன் சென்னா என்ன தப்பா?"

"தப்புதான். சொன்னதுதான் சொன்னே. ஒரு வார்த்த என்னக் கேட்டிருக்கலாம்ல?"

"அதுக்கு... "

"இப்பமே என்ன கேக்காத நடக்கே. பின்னால என்னாவுமோ... நீ போயிட்டு வா ஆத்தா!"

"அவ்வளவுதானா?"

"சொன்னம்லா... புரியல? நடயக் கட்டு" என்று முகத்தைத் திருப்பிக் கொண்டான். சியாமளா வலியுடன் திரும்பினாள்.

'"இந்தக் கடுதாசியெல்லாம் என்னப்பா செய்யறது கிழிச்சுடவா?"

"வேண்டாம். டிரங்குப் பெட்டிலே அடில போட்டு பத்திரமா வெச்சுக்கோ!"

"என்னப்பா சொல்றே?"

"இப்போ நோக்குப் புரியாது. அந்தக் கடுதாசியெல்லாம் பொக்கிஷம். பத்திரமா வெச்சுக்கோ!"

"சரிப்பா"

அந்த அப்பாவைப் போய்... சே என்ன முட்டாள்தனம்... சியாமளா டிராமில் இருந்து இறங்கினாள். விடுதி நோக்கி மெல்ல நடந்தாள்.

❖❖❖

3

சியாமளா கொக்கியை விலக்கினாள். கதவைத் தள்ளித் திறந்தாள். கதவு ஒரு முனகலுடன் திறந்தது. போர்டிகோவில் மேகலாவும் ரகுராமனும் பேசிக்கொண்டிருந்தார்கள். ரகுராமன் அவளைப் பார்த்து லேசாய்ச் சிரித்தான். "வாங்கோ" என்று சொல்லிவிட்டு விறுவிறுவென்று உள்ளே போனாள். முகம் கழுவிக்கொண்டாள். முகம் துடைத்துக்கொண்டு வரும்போதே மேகலாவும் வந்து விட்டாள். அவளைப் பார்த்ததும் சியாமளாவின் மனதில், அர்த்தமில்லாமல் ஒரு ஊமைக் கோபம் பொங்கிற்று. இவள் காதல் பற்றிப் பேசப்போய்... சீச்சீ என்ன அபத்தம் இது. என்ன இப்படியெல்லாம் யோசிக்கிறேன்... கடிந்து கொண்டாள்.

"டிரெயின் லேட்டா?" மேகலா கேட்டாள்.

"இல்லையே..."

"அப்பறம்... "

"அப்பறம்னா?"

"இவ்வளவு நேரமாயிடுத்தேன்னு கேட்டேன்."

"என்னவோ நடக்கணும்னு தோணித்து."

"இவ்வளவு நேரம் கழிச்சா?"

"நேரத்துக்கென்ன?"

"ஏண்டி ஒரு மாதிரியாப் பேசறே?"

"ஒரு மாதிரியுமில்லே. நேக்குத் தலை வலிக்கறது."

"சூடா ஒரு வாய் டீ குடிக்கறியா?"

"ஒண்ணும் வேண்டாம்."

"சரி ஒரு வாய் காபி தரட்டுமா?"

“ஒரு மண்ணும் வேண்டாம்.”

“ஏண்டி கோச்சுக்கறே?”

“என் கோபம் யார என்ன பண்ணப் போறது... ”

“நான் வேண்டாம்னுதான் சொன்னேன். அவர்தான் கேக்கலே. நாளைக்கு ஊருக்குப் போறாராம். அதான் ஒரு வார்த்தை சொல்லிட்டுப் போலாம்னு வந்தாராம்.”

“நான் கேக்கலையே.”

“நீ கேக்கலை. என்னவோ சொல்லணும்னு தோணித்து. நீயும் கோச்சுண்டா அப்பறம் எனக்கு யாருடி இருக்கா சியாமளா?”

“எதுக்கு இப்போ கலங்கறே? என்ன சொல்லிட்டேன் இப்போ?”

“நீ ஒண்ணும் சொல்லலே.”

“அப்பறம்?”

“சப்பரம்...”

மேகலா கலீரெனச் சிரித்தாள். சியாமளாவும் சேர்ந்து கொண்டாள்.

“யார் கோச்சிண்டா உன்ன?”

“வேற யாரு? அவர்தான்!”

“அவர்னா... பேரு கிடையாதா?”

“என்னோட அவர்.”

“ஏன் மகாராணி பேரச் சொல்ல மாட்டேளாக்கும்? இந்தக் காலத்திலே இப்பிடியும் ஒத்தி இருப்பளா? கட்டுப்பெட்டியா... கர்நாடகமா... ”

“இருந்தா தப்பா?”

“தப்பில்லேடியம்மா... அப்பிடியே இரு - அடிமையா சரணாகதி பண்ணிண்டு.”

“என்ன சியாமளா மின்ன பெரியவாள்ளாம் இல்லையா?”

“சரி விடு. என்னவோ கோச்சுண்டார்னயே உன்னோட அவர்... அப்படி என்ன கோச்சுண்டார்?”

“நான் அசமஞ்சமாம். ஃபாஸ்ட்டா டிசிஷன் எடுக்கத் தெரியலையாம். எதுக்கெடுத்தாலும் பயப்படறேனாம்.”

"அடி சக்கை. அதனால?"

"உங்க வீட்லயும் ஒத்துக்க மாட்டேங்கறா. எங்காத்துலயும் முறுக்கிண்டு நிக்கறா. இப்படியே போயிண்டிருந்தா அதுக்கு என்னதான் வழி? என்ன நம்பித் துணிஞ்சு வா... கையில பாங்க் வேல இருக்கு. கார்த்தாலயும் சாயங்காலமும் பத்துப் பசங்களுக்கு டியூஷன் எடுக்கறேன். ஒழிஞ்ச நேரத்தில சேட்டுக் கடைல கணக்கு எழுதறேன். எல்லாமா சேந்து நாலு காசு வரும். கண் கலங்காம உன்ன வெச்சுக் காப்பாத்த முடியும். வா எங்கயாவது கோவில்ல போய் மேரேஜ் பண்ணிக்கலாங்கறார்."

"வெரி குட். ரகு சொல்றாப்பிலே பண்ணிக்கறதுதானே... "

"என்ன சியாமளா நீயும் அவர மாதிரியே பொறுப்பில்லாத பேசறே? இது அவசரப்படற விஷயமா? இது நானும் அவரும் மட்டும் சம்பந்தப்பட்ட விஷயமா சொல்லு? எங்களுக்குப் பின்னே ரெண்டு குடும்பங்கள் இருக்கே. அதைப் பத்தி யோசிக்க வேண்டாமா? எங்க ஆசையால ரெண்டு குடும்பங்களுக்குள்ளே பகை உருவாகணுமா? அடிச்சுண்டு அசிங்கப்படணுமா? பெரியவாளோட ஆசீர்வாதம் இல்லாமே, சம்மதம் இல்லாமே நாங்களே ஒரு வாழ்க்கையைத் தேடிண்டா... அவா வயிறு எரியாதா? சொல்லு சியாமளா?"

"அது சரி. அதுக்காக... "

"காத்திண்டிருக்கப்படாதா?"

"ஏற்கனவே ஒரு வருஷம் ஓடிப் போயிடுத்து. இன்னும் எத்தனை நாள்?"

"எத்தனை வருஷம்னு கேள்?"

"ஏண்டி?"

"அட்லீஸ்ட் அவரோட ரெண்டு தங்கைகளுக்கும் மொதல்ல கல்யாணம் ஆக வேண்டாமா?"

"ஆகணும்."

"அவசரப்பட்டு இப்போ நாங்க கல்யாணம் பண்ணிண்டா அப்பறம் அவா ரெண்டு பேருக்கும் அவரோட ஜாதில மாப்பிள்ளை கிடைக்குமா? அந்தப் பொண்கள் ரெண்டும் கல்யாணம் ஆகாத கண்ணக் கசக்கிண்டு நின்னா அதப்பார்த்துண்டு நாங்க சந்தோஷமா வாழ முடியுமா?"

“சிக்கல்தான். உன்னோட அவர் என்ன சொல்றார்?”

“எங்க ஜாதில மாப்பிள்ளை கிடச்சா சரி... இல்லேன்னா எல்லாத்தையும் தூக்கிப் போட்டுட்டு ஜாதியோ, மதமோ பாக்காத ஒரு நல்ல பையனைப் பாத்துக் கட்டி வெச்சாப் போச்சுங்கறார்.”

“அது சரி. அதுக்கு அவரோட தங்கைகள் பாகீரதியும் மைதிலியும் ஒத்துக்க வேண்டாமா? உங்களோட காதலுக்காக எல்லாரும் எல்லாத்தையும் விட்டுட்டு வருவான்னு எப்பிடி எதிர்பார்க்க முடியும்? அப்பிடி எதிர்பார்க்கறது சுய நலம் இல்லையா?”

“வாஸ்தவம். அதனாலதான் சொல்றேன் - என்னால அவசரப்பட முடியாது.”

“உங்க வீட்ல பேசினயோ?”

“பேசாத... எங்கம்மாவுக்கும், சின்ன வயசிலேர்ந்து என்ன தூக்கி வளர்த்த எங்க அத்தைக்கும் இஷ்டம்தான்னாலும் மலேயாவிலே இருக்கும் என்னோட தாய்மாமன் மாய கிருஷ்ணன் என்ன சொல்லுமோன்னு உள்ளூர பயம்! எங்க அப்பாதான் ரொம்பக் கலங்கறார்.”

“ஏண்டி?”

“நாமெல்லாம் கால்ல கிடக்கற செருப்பு மாதிரி. செருப்பு சாமி தலையில உக்காரணும்னு ஆசப்படலாமா? அய்யமாருங்க சாமி மாதிரி. அவங்க சாமி குலம். அந்தக் குலத்த கெடுத்த பாவம் நமக்கு வேணுமா? அவங்க வயிறு எரிஞ்சு சாபம் குடுத்தா நம்ம வம்சமே பூண்டத்துப் போயிடுமேன்னு கலங்கறார்.”

“இப்போ தபஸ்வீ யாரும் இல்லே மேகலா - சபிச்சா பலிக்கறதுக்கு...”

“இருந்தாலும் ரொம்பப் பேரோட மனசக் காயப்படுத் தறோமோன்னு வேதனையா இருக்கு சியாமளா... ”

“அதுக்கு? விட்டு விலகிடாம்ங்கிறயா?”

“ப்ச்... இனிமே எம் மனச அழிச்சு எழுத முடியாது சியாமளா.”

“ஏண்டி?”

“இந்த ஒரு வருஷமா ஒவ்வொரு நொடியும், நிமிஷமும் அவர் ஞாபகமாவே வாழ்ந்துட்டேன். அவரோட விரல் நகம் கூட இதுவரை என் மேல படல. ஆனா அவரோட பொண்டாட்டியா

மனசாலே வாழ்ந்துட்டேன். இன்னமும் வாழ்ந்திண்டிருக்கேன். இனிமேலும் வாழ்வேன். ஆண்டாள் எப்படி அந்த ரங்கனுக்காகவே காத்துண்டு இருந்தாளோ அப்பிடி நான் அவருக்காகவே காத்துண்டு இருப்பேன். ஒருவேளை அவர் எனக்கு இல்லைன்னாலும் அவரோட தாசியாவோ, வேலக்காரியாவோ அவர் கால்லே விழுந்து கிடப்பேன். அதுவும் கிடைக்கலேன்னா அவரோட பழகின நாட்களோட, நினைவுகளோட இந்த உலகத்தின் ஏதோ ஒரு மூலையிலே வாழ்ந்திண்டிருப்பேன்."

மேகலா உறுதியாகச் சொன்னாள்.

சியாமளாவுக்கு என்ன பேசுவதென்று தெரியவில்லை. மேகலாவின் பேச்சில் அவள் உறைந்து போயிருந்தாள். இப்படியொரு பெண்ணா? அதுவும் இந்தக் காலத்தில்? இந்த உணர்வின் வேகத்தை என்ன சொல்ல? இது அர்ப்பணித்துக்கொள்ளும் அன்பா? சர்வ பரித்தியாகமா? பலியிடலா? கிடைக்கவில்லையெனில் தாசியாகக்கூட காலில் விழுந்து கிடப்பாளாமே... இதுவா காதல்? இது அடிமைத்தனம் அல்லவா? அடிமைத்தனத்தில் காதல் எங்கிருந்து முகிழ்க்கும்? என்ன பெண் இவள்? இது நோயில்லையா? இவ்வளவு சிதிலப்பட்டா கிடக்கிறது மேகலாவின் மனம்? எதையாவது சொல்லி அவள் மனதை ரணப்படுத்தி விடக்கூடாது - அப்பாவின் மனதைக் காயப்படுத்தியது போல. சியாமளா மேகலாவின் கைகளை அழுந்தப் பற்றிக் கொண்டாள். மேகலாவின் முகத்தில் ஒரு ஒளிக்கீற்று வந்து ஒட்டிக் கொண்டது. இந்தப் பெண் அடிபடாமல் இருக்க வேண்டும். ரகுராமனுடன் ஒரு சந்தோஷமான வாழ்க்கை மேகலாவுக்கு வாய்க்க வேண்டும் என அவள் மனதிற்குள் வேண்டிக் கொண்டாள். அப்பாவை விட்டு ரகுராமனின் அப்பா வேங்கட சுப்பையரிடம் பேசச் சொன்னால் என்ன? அதற்கு முன் ரகுவை அப்பாவிடம் பேசச் சொல்ல வேண்டும்.

"சியாமளா... செத்த உள்ள வாயேன்!"

மேகலாவின் குரல் கேட்டது. சியாமளா எழுந்து உள்ளே போனாள்.

4

"என்னடி... எதுக்குக் கூப்பிட்டே?"

"மொதல்ல ஒக்காரு... இந்தக் குட மிளகாய் பஜ்ஜிய சாப்பிடு..."

"ரகுவ எங்க காணலை?"

"அவரோட பிரண்ட் ஒருத்தரப் பார்த்துட்டு வரேன்னு தியாகராய நகர் வரைக்கும் போயிருக்கார். இப்ப வந்துடுவர். இப்பவாவது சொல்லுடி... ஏன் லேட்டாச்சு?"

"அது எதுக்கு இப்போ?"

"ஒண்ணுமில்லேன்னா மொகம் வாடுவானேன்?"

"அப்பாட்ட பேசினேன்."

"என்ன பேசினே?"

"உன்னப்பத்தி... உங்களோட காதல் பத்தி. நீ உன்னோட அவருக்காக உன்னோட அடையாளங்கள் எல்லாத்தையும் விட்டுட்டு என்ன முழுசா ஒரு பிராமணப் பொண்ணா மாத்திக்கத் தவிக்கறேயோல்லியோ அதையும் சொன்னேன்."

"அப்பிடியா... அப்பா என்ன சொன்னா?"

"உண்மையான அன்புன்னா அது எதையும் எதிர்பாக்காது. நீ நீயா இரு. நான் நானா இருக்கேன். இரண்டு பேரும் பரஸ்பரம் மதிப்போம். புரிஞ்சுப்போம். விட்டுக்குடுப்போம். அப்படி இருந்தாத்தானே காலா காலத்துக்கும் சந்தோஷமா இருக்க முடியும்னா."

"பெரியவாளோல்லியோ... இவ்வளவு அழகா அருமையாச் சொல்லி இருக்கா. ஆனா நேக்கு இது பொருந்தாதுடி சியாமு."

“ஏண்டி அப்பிடிச் சொல்றே?”

“நா யார விரும்பினேனோ அவருக்குத் தகுதியானவளா என்ன ஆக்கிக்கணும்னு நேக்குத் தோணறது. அதுக்கு மேகலா மேகலாவாயிருந்தா சரியா வராது. இதுல என்னுடைய தனிப்பட்ட அடையாளங்கிறது நேக்கு முக்கியமாப் படலே.”

“இந்தப் பார்வை தப்பு… இது மோசமான தாழ்வு மனப்பான்மை மேகலா”

“இருக்கலாம். என் வரைக்கும் நிபந்தனை இல்லாத, அர்ப்பணிக்கிற அன்புதான் சரி. செம்மண்ல கலக்கற நீர் மாதிரி, ஓமத் தீயில் விழுந்த ஆகுதி மாதிரி, அகண்ட சமுத்திரத்துல விழுந்த மழைத்துளி மாதிரி…”

மேகலா உறுதியாகச் சொன்னாள்.

“அந்த அளவுக்கு ரகுவோட மனசுலே…” என்று சியாமளா நிறுத்தினாள்.

“ஏண்டி நிறுத்திட்டே? ஜாதி வெறி இருக்கான்னுதானே கேக்க வந்தே?”

“அப்படின்னு இல்லே…”

“நான் பிராமணனா பொறந்ததுக்காக கர்வப்படவும் இல்லே வெக்கப்படவும் இல்லேன்னுதான் அவர் சொன்னார். அது மட்டுமில்லே. நீ எப்பிடி இருப்பியோ அப்படியே இயல்பா இரு. எனக்காக எதையும் மாத்திக்க வேண்டாம்னுதான் சொன்னார்.

“அப்புறம் ஏண்டி?”

“என்னவோ தெரியலே விடு…”

சியாமளாவுக்கு மனது சமாதானமாகவில்லை. அழுத்தப்பட்ட ஒரு சமூகத்தின் பிரதிநிதி இவள். பொதுவெளியில் அவளுக்கென்று ஒரு கௌரவமான அடையாளம் இல்லை. உயர்கல்வி வரை வந்துவிட்ட ஒரு பெண்ணின் மனதில் கூட இன்னும் விடுதலை வரவில்லை. இவளோ ஆண்டாளாய் அரங்கனுக்காகக் காத்துக் கொண்டிருக்கிறாள்.

“ஆண்டாளாவே உன்ன வரிச்சுண்டுட்டையா மேகலா?”

"அப்பிடித்தான் வெச்சுக்கோயேன்."

"அப்போ ரகு?"

"என் வரை அரங்கன்!"

"நீ இப்பிடி நினச்சிண்டிருக்கேன்னு ரகுவுக்குத் தெரியுமா?"

"தெரியாது. தெரியவும் வேண்டாம்."

"ஏண்டி?"

"அது அப்படித்தான்!"

இந்தப் பெண்ணை உடைத்து விடாமல் ஆட்கொள்ள ரகுராமனால் முடியுமா?

"அது சரிடி. இதுக்கும் உன்னோட முகம் வாடிக் கிடந்ததுக்கும் என்ன சம்பந்தம்?"

மேகலா கேட்டாள்.

அப்பாவிடம் மேகலாவின் காதல் பற்றிப் பேசியது, அப்போது அப்பாவின் மனம் வலிக்கத் தான் அந்தக் கேள்வியைக் கேட்டது, எல்லாவற்றையும் சியாமளா விரிவாகச் சொன்னாள்.

"நான் அப்பாவை அப்பிடிக் கேட்டிருக்கக் கூடாது மேகலா."

"வாஸ்தவம். ஆனா அப்பாவும் உன்ன அப்பிடிக் கேக்க நினச்சிருக்கக் கூடாது இல்லையா?"

"என்னடி சொல்றே?"

"உம்மேல ஆழமான நம்பிக்கை இருந்தா அப்பிடிக் கேக்க நினச்சிருப்பரோ உங்க அப்பா... எப்பிடியோ என்னால தானடி நோக்கு இந்த மனக்கஷ்டம்... ப்ளீஸ் சாரிடி..."

மேகலா அவள் தாடை பற்றிக்கொண்டு கெஞ்சினாள்.

சியாமளாவுக்கு சிரிப்பு வந்துவிட்டது.

"உள்ளே வரலாமோ?" புன்னகையுடன் கேட்டுக்கொண்டே ரகுராமன் உள்ளே வந்தான்.

"அதான் வந்துட்டேளே அப்புறம் என்ன கேள்வி?" என்றாள் மேகலா.

தோழிகள் இருவரும் அவன் அருகில் வந்தார்கள்.

"என்ன சொல்றா ஒங்க பிரண்ட். என்னவோ அரங்கன் அது இதுன்னு காதுல விழுந்ததே?"

சொல்லட்டுமா என்பது போல சியாமளா மேகலாவின் முகம் பார்த்தாள்.

"சும்மா இருடி இவளே..." என்று கிசுகிசுத்தாள் மேகலா.

"அங்க என்ன ரகசியம்? நான் தெரிஞ்சுக்கலாமா?"

"அதெல்லாம் ஒண்ணுமில்லே" மேகலா அவசரமாக மறுத்தாள்.

"சியாமளா நீங்க சொல்லுங்கோ. அரங்கன் யாரு?"

"வேற யாரு சாட்ஷாத் நீங்களேதான்!"

"நானா?"

"ஆமாம்."

"இவ சொன்னாளா?"

"ம்..."

"நான் அரங்கன்னா... இவ ஆண்டாளாமா?"

"அவ அப்பிடித்தான் வரிச்சுண்டிருக்கா."

"சுத்தப் பேத்தல்."

"என்ன இப்படிச் சொல்லிட்டேள்?"

"பின்ன? நான் ரொம்ப ரொம்ப சாதாரணமான ஆள் சியாமளா. இரத்தமும் சதையுமான மனுஷன். எனக்குள்ளே ஆயிரம் ஆசைகள் இருக்கு. கோவம், ஆத்திரம், காமம்னு நூறு மனசிலே. இதுல நான் எப்படி அரங்கனாவேன்? நான் வெறும் ரகுராமனா இருக்கத்தான் ஆசப்படறேன்; அரங்கனா இல்லே."

"அவ மனசுல அப்படியொரு பிரதிமைய பிரதிஷ்டை பண்ணிண்டுட்டா. அதத்தான் தினமும் பூஜிக்கறா."

"ஐம் சாரி சியாமளா... இவள் இவ்வளவு எமோஷனல் இடியட்டா... ஐம் சாரி; ஐம் சாரி; ஐம் நாட் சப்போஸ்டு ஸே லைக் தேட். ஆனா இவ கிட்ட இதான் பிரச்னை. ஷீ இஸ் நாட் எர்த்தி" என்றான் ரகுராமன் சற்று எரிச்சலாக.

அதற்குள் மேகலாவின் கண்கள் திரண்டு விட்டன.

"உடனே அழ ஆரம்பிச்சுட்டியா... இப்ப என்ன சொல்லிட்டேன்னு அழ ஆரம்பிக்கறே? இயல்பா இரு. யதார்த்தத்தப் புரிஞ்சுக்கோன்னு சொல்றேன். அவ்வளவுதானே. இது தப்பா?"

"நீங்க வேணா உங்க இஷ்டப்படி இருங்கோ. நேக்கு நீங்க அரங்கன்தான்!"

"பைத்தியக்காரி. அடிபடுவேடி லைப்ல. புரிஞ்சுக்கோ. எப்பவும் ஒரு மனுஷன் நல்லவனாவோ புனிதனாவோ இருக்க முடியாது மேகலா."

"பரவால்லே... நேக்கு நீங்க நன்னா இருந்தாப் போரும்."

"சியாமளா முடிஞ்சா இவள மேகலாவா மாத்தப் பாருங்கோ!"

"ஏன் அவ ஒரு டிபிகல் பிராமணப் பொண்ணா மாறிண்டு வராளே... அது உங்களுக்கு ரசிக்கலையா?"

"நான் காதலிக்கறது நிஜமான மேகலாவை. எதுக்கு இவ இப்பிடி சாயம் பூசிண்டு நிக்கறா? என்னிக்காவது ஒரு நா சே... நாம நம்மளத் தொலச்சுட்டோமேன்னு ஒரு க்ஷணம் கவலப்பட்டாள்னா... மனசு ஏங்கித்துன்னா மொத்த லவ்வும் அபத்தம் இல்லையா?" என்ற ரகுராமன் "கண்ணத் தொடச்சுக்கோ மேகலா. நீ கலங்கினா மனசுக்குக் கஷ்டமா இருக்கு. நான் கிளம்பட்டுமா? நாளைக்கு ஊருக்குப் போகணும்" என்றான்.

"சரி."

"சங்கரன்கோவில் போயிட்டு அப்பறம் திருநவேலி போகலாம்னு இருக்கேன் சியாமளா."

"எங்கப்பாட்ட பேசப் போறேளா?"

"ஆமாம் சியாமளா. எங்க தாத்தா காலத்திலேர்ந்து பழக்கம். ஒங்க அப்பா மேல எங்கப்பாவுக்கு அலாதியான மரியாதை உண்டு. அவர் சொன்னா எங்கப்பா கேப்பாங்கற நம்பிக்கை இருக்கு. பாப்போம். சியாமளா வரட்டுமா?"

"சரி. ஆல் த பெஸ்ட்!"

"தாங்யு... மேகலா நான் போயிட்டு வரட்டுமா?"

"ம்..."

"அத நன்னா சிரிச்சுண்டுதான் சொல்லேன்."

"நல்லபடியா போயிட்டு வாங்கோ... எல்லாரையும் கேட்டதாச் சொல்லுங்கோ..."

அவன் மறையும் வரை இருவரும் பார்த்துக்கொண்டிருந்தார்கள்.

திரும்பியதும் சியாமளா கேட்டாள்.

"ஒருவேளை ஒரு பேச்சுக்குதான்... ரகு மாதிரி இவ்வளவு ஹேண்ட்சம்மா, மேன்லியா படிச்சு நல்ல வேலையில இருக்கறவனா புத்திசாலியா அன்பா ஒத்தன் ஒங்க கம்யூனிட்டிலயே கிடச்சிருந்தா அப்பவும் இப்படித்தான் ஃபீல் பண்ணுவியா? இப்படித்தான் சரணாகதி பண்ணிண்டு இருப்பியா?"

"இப்பிடிக் கேட்டா எப்பிடி சியாமளா?"

"இல்லே சொல்லு!"

"அப்போ இப்பிடி இருக்க மாட்டேனோன்னு தோணறது."

"அப்புறம் என்ன? இயல்பா இரு மேகலா. மேகலாவ மேகலாவாவே ஏத்துக்கற பக்குவம் ரகுவுக்கு இருக்கு. ரகுவ லவ் பண்ற எல்லாத் தகுதியும் உனக்கு இருக்கு."

"நிஜமாவாடி?"

"சத்தியமா!"

மேகலா நெகிழ்ந்து சியாமளாவின் கைகளைப் பற்றிக் கொண்டாள்.

ரகுராமன் திருநெல்வேலி போய் கல்யாண ராமய்யரிடம் பேசிய இரண்டாம் நாளே வேங்கட சுப்பையர் திருநெல்வேலி வந்தார்.

அன்று...

❖❖❖

5

ரகுராமனின் தகப்பனார் வேங்கட சுப்பைய்யரின் வாயிலிருந்து வார்த்தைகள் அமிலமாகத் தெறித்தன. அந்த அனல் கூடத்தில் இருந்த ரகுராமன், கல்யாண ராமய்யர் எல்லோரையும் ரணமாக்கிற்று. ரகுவிடமிருந்து செய்தி வந்து அவசரமாய் ஊரில் இருந்து சியாமளாவும் மேகலாவும் வந்திருந்தார்கள். இருவரும் சமையலறையில் ஒண்டிக் கொண்டிருந்தார்கள். அவர்களையும் அந்த ஜுவாலை பொசுக்கிற்று. கல்யாண ராமய்யரின் மனைவி அன்னலட்சுமி 'சிவசிவா' என்று காதைப் பொத்திக் கொண்டாள். வேங்கட சுப்பைய்யர் கொட்டித் தீர்க்கட்டுமென்று கல்யாண ராமய்யர் மௌனமாக இருந்தார். மேகலா உள்ளே இருக்கிற விஷயம் வேங்கட சுப்பைய்யரைத் தவிர எல்லோருக்கும் தெரிந்தே இருந்தது. ஆனால் யாரும் காட்டிக்கொள்ளவில்லை.

"நீங்க ஆயிரந்தான் சொல்லுங்கோ என்னாலே ஏத்துக்க முடியாது. இவ்வளவு பேசறானே என்னோட சீமந்த புத்ரன்... பிராமணன்னா என்ன அர்த்தம்னு இவனுக்குத் தெரியுமா? ஏன் சுவாமி தன்னோட முகத்துலேர்ந்து பிராமணனைப் படைச்சார்னு தெரியுமா? ஸ்வாமி வேத ஸ்வரூபம். அந்த வேதம் ஓதற பிராமணன் ஸ்வாமிக்குப் பக்கத்திலே இருக்கறவன். வேத வழி வந்தவன். ரிஷி பரம்பரை. எல்லாருக்கும் மேல இருக்கறவன். இப்படி நடன்னு வழிகாட்டறவன். சத்குரு. அதனாலதான் கடவுளை உணர்ந்த ஞானியையும் பிராமணன்னு சொல்றா... சரி இவ்வளவு பேசறயே நீ. ஒன்னோட குலம் என்ன கோத்ரம் என்ன யோசிச்சயா? நீ குரு வம்சம். வேத குலம். அவளோட குலம் என்ன குலம்? நெஞ்ச நிமித்தி சொல்ல முடியுமா?"

“அப்பா... ப்ளீஸ் பா...” ரகு கெஞ்சினான்.

அப்பாவின் பேச்சு ரசமற்று அருவருப்பாக இருந்தது ரகுராமனுக்கு. அப்பா இப்படிப் பேசக் கூடியவர் இல்லை. இந்த அப்பாவின் முகம் புதிதாய், அதிசயமாய் இருந்தது. ஒருவேளை அப்பாவிற்குள் உறைந்து கிடக்கும் சனாதன வைதீக மனம் எட்டிப் பார்க்கிறதா? சியாமளா முகம் சுளிப்பதைத் தற்செயலாய் மேகலா கவனித்தாள்.

“உன்னோட வேர் தெரியுமோ? உன்னோட பாரம்பரியம் என்ன தெரியுமோ? ஒன்னோட கொள்ளுத் தாத்தா காசி பல்கலைக்கழகத்திலே சமஸ்கிருதப் பேராசிரியரா ஜொலிச்சவர். பிற்காலத்திலே ஊர் ஊராப் போய் ஹரி கதாகாலட்சேபம் பண்ணினவர். உன்னோட தாத்தா அனந்த ராமய்யர் கிரிமினல் லாயரா கொடிகட்டிப் பறந்தார். கொள்ளை கொள்ளையா சம்பாரிச்சார். அப்பேர்ப்பட்ட மனுஷர் எல்லாத்தையும் தூக்கிப் போட்டுட்டு மதுகரி பிட்ஷை எடுத்திண்டு பஞ்ச காலப் பராயணனா சாகற வரைக்கும் ஈஸ்வரனையே தியானிச்சுண்டு சுவாமி கிட்ட போய்ச் சேர்ந்தார். தான் சம்பாரிச்ச காசையெல்லாம் தர்ம காரியங்களுக்கு வாரி எறைச்சார். அப்படியொரு சிரேஷ்டமான குலத்திலே பொறந்தவன் நீ. கீழே போய் விழறேன்னா எப்பிடி? இதவிட உனக்கும் நம் குடும்பத்துக்கும் ஒரு கேவலம் உண்டா? ஒரு நல்ல புத்திரன் பத்து தலைமுறைகளை உயர்த்தி விடுவானாம். சொல்வா... நீ நல்ல புத்ரன் இல்லையா? இந்தத் தலைமுறை உன்னோட அழியணுமா சொல்லு ரகு?” என்று பெருமூச்செறிந்தார்.

சில விநாடிகள் இறுக்கமாய்ப் போயிற்று. ஏதோ சொல்ல வாயெடுத்த ரகுவை கை அமர்த்தினார்.

“என்ன சொல்ல வரே. எனக்குன்னு ஒரு மனசு, அதுல ஒரு ஆசைன்னு இருக்காதான்னுதானே... இருக்கும். இல்லேங்கலே. ஆனா உன்னப் பெத்து வளத்து ஆளாக்கின எங்களுக்கு எவ்வளவு ஆசை இருக்கும், ஏக்கமிருக்கும், அத நினச்சுப் பாத்தியோ? உன் வயத்திலே மணியா ஒரு சத்குழந்தை பொறக்கணும். என்னோட மடில ஒக்கார வெச்சுண்டு அவனுக்கு அட்சரப்பியாசம் பண்ணணும். உபநயனம் பண்ணி அந்தச் சிமிழ் வாயாலே காயத்ரி ஜபம் பண்ண வைக்கணும். ஸமஸ்கிருதம் கத்துக் குடுக்கணும். கட்டுக் குடுமியும்

பஞ்ச கச்சமும், பூணூலும் போட்டுண்டு அவனோட பிஞ்சுக் கையப் பிடிச்சுண்டு ஆவணி அவிட்டத்துக்கு ஆத்தங்கரைக்குப் போகணும். என்னோட பேரன்டான்னு நெஞ்ச நிமித்திண்டு அக்ரஹாரத்திலே நடக்கணும்னு எம் மனசுலே எத்தனை கனா இருக்குன்னு தெரியுமா நோக்கு?"

யாரும் பேசவில்லை. மேகலாவுக்கு மட்டும் ஒரு வயதான பிராம்மணருடைய கனவுகள் சிதையத் தான் காரணமாகி விட்டோமோவென்று வருத்தமாக இருந்தது. ஆனால் வேங்கட சுப்பைய்யரின் பேச்சோ உருகின மெழுகைக் கண்ணில் விட்டது போலத்தான் இருந்தது.

"இப்படி ஜாதி கெட்டு, குலம் கெட்டு, ஆசாரம் கெட்டு ஒரு கீழ் ஜாதிப் பெண்ணுக்குப் பொறக்கற ஒரு குழந்தைய என்னோட பேரன்னு நான் எப்பிடிச் சொல்லிக்க முடியும்? ஒன் தாத்தாவோட பேர அவனுக்கு எப்பிடி வைக்க முடியும்? நான் செத்து அந்தப் பிள்ளை எனக்கு நெய் தீபம் பிடிச்சா போற வழிக்கு வெளிச்சம் கிடைக்குமா? இல்லை, என் கட்டைதான் நிம்மதியா வேகுமா? அப்படியே வெந்தாலும் என் ஆத்மா சாந்தி அடையுமா? அடையாது. அதனாலதான் சொல்றேன். இது வேண்டாம். உன்னாலே உன் தங்கைகள் வாழ்க்கையும் நாசமாய்ப் போயிடும். நீ தயிர் சாதம். அவன் மாமிசம் சாப்பிடறவன். ரெண்டும் ஒண்ணாக முடியாது; கூடாது. அத விட நம்ம வம்சத்துக்குப் பெரிய அவமானம் சீரழிவு எதுவும் இல்லே" விடாது பேசிய வேங்கட சுப்பைய்யருக்கு மூச்சு வாங்கிற்று. சியாமளா தண்ணீர் கொண்டு வந்து வைத்தாள். வாங்கி 'மடமட'வென்று குடித்தார். எழுந்து கல்யாண ராமய்யர் அருகில் வந்து அவர் கைகளைப் பற்றிக் கொண்டார்.

"என்ன கொட்டினாலும் ஆறலே. அப்படியே உள்ள எரியறது. இந்த சேதி கேட்ட ஒரு வருஷமா ஆமே துஷ்டி விழுந்த வீடாட்டமா ஆயிடுத்து. போன வருஷம் வந்தப்போ இப்பிடிப்பான்னு சொல்லிட்டுப் போனான். அன்னிக்கி சுருண்டு படுத்தவள்தான் இவனோட அம்மை. நடைப்பொணமா ஆயிட்டா. வத்தல் வடாம்னு போட்டுண்டு போய் இவனோட தங்கைகள்தான் வெளிலே தெருவிலே போய் வந்திண்டிருக்கா. ஒவ்வொரு நாள் வெளிலே போயிட்டு வரும்போதும் செத்து செத்து வரது குழந்தைகள்...

என்ன உங்க அண்ணா இப்பிடிப் பண்ணிட்டானாமேன்னு நாலு பேர் கேக்கறச்சே கூனிக் குறுகிப் போறதுகள். எங்க போனாலும் யார் என்ன கேப்பாளோன்னு வெந்து சாகறதுகள். அதுகள் முகத்தப் பார்க்கச் சகிக்கலே” என்று முகம் தூக்கிச் செறுமினார். அங்கவஸ்திரத்தால் கண்களைத் துடைத்துக்கொண்டார். மறுபடியும் தண்ணீர் கேட்டுக் குடித்தார்.

சமையல் அறையில் மேகலாவிடம் இருந்து விம்மல் வெடித்தது. சியாமளா அவள் தோளை அழுத்தி அடக்கினாள். நல்லவேளையாய் வேங்கட சுப்பைய்யருக்குக் கேட்கவில்லை. சியாமளாவுக்கு மேகலா கலங்கியதைப் பார்த்து கோபம்தான் பொங்கிற்று. இதைவிடக் கேவலமாகப் பேச முடியாது என்பது போல அவளையும் அவள் குலத்தையும் ஒரு மனிதர் இழித்துப் பேசிய போது அவளுக்குக் கோபம் வரவில்லை. கண் கலங்கவில்லை. ஆனால் காதலனின் குடும்பம் அவமானப்பட நேரிடுகிறதேயென்று கலங்குகிறாள். என்ன சுய கவுரவம் இல்லாத பெண் இவள்? உயர்வோ தாழ்வோ இழிவைச் சகிப்பது சரியா? அல்லது இழிவைச் சுமந்து சுமந்து கால்களுக்குக் கீழே அழுத்தி அழுத்தி சுய மரியாதை உணர்வே அற்றுப் போய்விட்டதா? ஆனால் அவள் கோபப்பட்டு என்ன செய்ய என்றும் அவளுக்குத் தோன்றாமல் இல்லை. ரகுராமனின் தகப்பனார் கடைசி வரை இந்த தேவதையை... சீதையைப் புரிந்து கொள்ளப் போவதில்லை. இத்தனை அழகையும் அறிவையும் மென்மையையும் பணிவையும் சீலத்தையும் ஏற்றுக்கொள்ள கொடுத்து வைத்திருக்க வேண்டும் என்று அவளுக்குத் தோன்றியது.

❖❖❖

6

சற்று இறுக்கம் குறையட்டும் என்று நினைத்தோ என்னவோ சியாமளா எல்லா ஜன்னல்களையும் விரியத் திறந்து விட்டாள். குளிர்ந்த காற்று உள் நுழைந்து தழுவிக்கொண்டு போயிற்று. அன்னலட்சுமி அம்மாள் எல்லோருக்கும் மாதுளம் பழச்சாறு கொடுத்தார். குடித்து விட்டு கல்யாண ராமய்யர் பேச்சை வேறு இடத்திலிருந்து ஆரம்பித்தார்.

"மாசச் செலவுக்கு ரகு பணம் அனுப்புவனோ?"

"வேலைக்குப் போன நாளா குழந்த ஒரு மாசம் கூட பணம் அனுப்பத் தவறினதில்லே."

"ஆத்துக்கு வேண்டுங்கறதெல்லாம் செய்வனோ?"

"பேஷா..."

"தங்கைகளுக்கு?"

"அவன் செய்யற மாதிரி யாராலயும் செய்ய முடியாது."

"கேக்கவே சந்தோஷமா இருக்கு வேங்கடம். குழந்தைகளுக்குக் காலாகாலத்திலே நல்லது செஞ்சு பாக்க வேண்டாமா?"

"நிச்சயமா..."

"மாப்பிள்ளை பாத்துண்டு இருக்கேளா?"

"ஆமாம்."

"நகை நட்டு சீர் செனத்தி எல்லாம் இருக்கா?"

"ஏதோ இருக்கு."

"ஏதோ இருக்குன்னா எப்பிடிக் கல்யாணம் பண்ணுவேள்?"

"வீட்டையும் நிலத்தையும் வித்து."

"வீட்டை வித்துட்டு அப்பறம் எங்க போவேள்?"

“எம் பிள்ளையாத்துக்கு. அவன் எங்க ரெண்டு பேருக்கும் சாதம் போட மாட்டானா?”

“போடுவன். ஆனா நீங்க சாப்பிட மாட்டேளே?”

“ஏன்?”

“அவதான் பிராமணத்தி இலையே. அவ கையால சமைச்சதை சாப்பிடுவேளா?”

“அது எதுக்கு இப்போ?”

“சரி விடும். தங்கைகளோட கல்யாணத்திலே ரகுவுக்கு அக்கறை இல்லேன்னு நினைக்கறேளா?”

“நிச்சயமா இருக்கு.”

“எப்பிடிச் சொல்றேள்?”

“இல்லேன்னா இப்பிடி ஒரு வருஷமா காத்திண்டிருப்பனா நான் சம்மதிக்கணும்னு... அவம்பாட்டுக்குப் பிடிச்சதுன்னு கல்யாணம் பண்ணிண்டு இருக்க மாட்டானா... ”

“வாஸ்தவம். உம்மோட ரெண்டு பொண்களோட கல்யாணம் ஜாம்ஜாம்னு நடக்கும்.”

“எப்பிடிச் சொல்றேள்?”

“இதோ பாரும் பேங்க் பாஸ் புக். பெரியவள் சின்னவள் ரெண்டு பேர் பேர்லயும் தனித்தனியா பணம் போட்டு வெச்சிருக்கான். கிட்டத்தட்ட பத்து வருஷமா வாயக்கட்டி வயத்தக் கட்டி டியூஷன் எடுத்து சேட் கடையிலே கணக்கெழுதி பாங்க்கிலே வேல செஞ்சு என்னென்னவோ பண்ணி தங்கைகளோட கல்யாணத்துக்காக சேத்து வெச்ச காசு. இப்போ சொல்லும் அவனுக்குன்னு ஒரு ஆசை இருக்கப்படாதா? அவனுடைய வாழ்க்கையத் தீர்மானிக்கிற உரிமை அவனுக்கில்லையா?”

“உரிமை இருக்கு. யார் இல்லேன்னா... அதுக்காகத் தெரிஞ்சே கழுநீர்ப் பானைக்குள்ளே போய் விழணுமா அண்ணா?”

“தப்பு தப்பு... எந்த அழுக்கையும் மனசுல வெச்சுக்காதே வேங்கடம். நாம எல்லாருமே ஏதோ ஒரு தோலப் போத்திண்டு வந்திருக்கோம். ஆனா உள்ளே என்னவா இருக்கோம்ங்கறதுதான் முக்கியம். நான் ஒப்புக்குச் சொல்லலே. தயவு செஞ்சு நான் சொல்றதை நல்ல காதாலே கேளு. அந்தப் பொண் மேகலா உனக்கு மருமாளா வரதுக்கு நீதான் குடுத்து வெச்சிருக்கணும். நீ சல்லடை போட்டுச் சலிச்சாலும், இப்பிடியொரு தெய்வாம்சம் பொருந்தின

பொண்ணைத் தேடிக் கண்டுபிடிக்க முடியாது. அவ்வளவு அறிவு. அவ்வளவு தேஜஸ். அவ்வளவு சுடர். அப்படியொரு அமரிக்கை. பாந்தம். எனக்கொரு பிள்ளை கல்யாண வயசுலே இருந்திருந்தா என்னோட மருமாளா சந்தோஷமா ஏத்துண்டிருப்பேன். அந்த பாக்கியம் நேக்கு இல்லே."

"இவ்வளவு சொல்றேளே அவாளப் பத்தி அண்ணாவுக்கு எப்பிடித் தெரியும்?"

"எனக்கு ஆபிஸ்ல ஒரு பியூன் குடுத்திருக்கா. மாயன்னு பேரு. மகா உத்தமன். கண்ணப்பர் எப்படி ஈஸ்வரன பக்தி பண்ணினாரோ அப்பிடி மனசுக்குள்ளே என்ன பகவானா பிரதிஷ்டை பண்ணிண்டு பக்தி பண்ற சீவன். அவனோட பொண்ணுதான் இந்த மேகலா. அதனாலதான் இந்த விஷயத்திலேயே இறங்கினேன். என்ன சொல்றாய்?"

"மொதல்ல தங்கைகள் கல்யாணம். அது நல்லபடியா நடக்கட்டும். மத்தபடி ஈஸ்வரோ ரட்ஷது..."

"பிடி குடுக்க மாட்டேங்கறேளே?"

"பிடி என்ன இதிலே? என்ன சொன்னாலும் இது அடுத்தடுத்த தலைமுறை பத்தின விஷயம். இத்தனை வருஷமா கட்டிக் காப்பாத்தின குலப்பெருமை சீரழிஞ்சுடுமோன்னு நடுங்கறது."

"எல்லாம் மாறிண்டே வரது. நாமும் மாறணும். இல்லேன்னா காலம் நம்மள ஒதுக்கி வெச்சுட்டு அது பாட்டுக்கு ஓடிண்டே இருக்கும்."

"ஊர் தூத்துமே. சொந்தம் வழிச்சுண்டு சிரிக்குமே"

"நீ இவாள சந்தோஷமா சேத்து வை. மனசார வாழ்த்து. அவா அமோகமா இருப்பா. காரும் பங்களாவுமா கொழிப்பா. அப்போ இன்னிக்கி ஒரு மாதிரியா பாப்பா, பேசுவான்னு நீ நினைக்கறவாளே அவா எங்காத்துக்கு வந்தான்னு பெருமையா பேசுவா. இதான் லோகம். அது மட்டும் இல்லே. குழந்தைகள் விரும்பற வாழ்க்கையை அமைச்சுக் குடுக்கறதுதான் பெத்தவாளோட கடமை. குழந்தைகளோட சந்தோஷத்தை விட எதுவும் பெரிசில்லே. அவா ஜெயிச்சாதான் நாம வாழ்க்கையிலே ஜெயிச்சதா அர்த்தம். அதனாலே நல்ல முடிவுக்கு வா. உன்னாலே ஒரு புதிய தலைமுறை உருவாகட்டும்."

"இருந்தாலும்...

"இதோபாரு வேங்கடம், நீ புதுசா எதையும் செய்யப்போறதில்லே. எல்லாம் நாயன்மார்கள் காலத்திலேயே நடந்த விஷயங்கள்தான். வேணும்னா பெரிய புராணத்தை ஒரு தரம் வாசிச்சுப் பாரு. அக்ஞானம் எல்லாம் உதுந்துடும். மனசு நிர்மலமாயிடும். மத்தபடி உன் இஷ்டம்!"

பேச்சு அதன் பின் தொடரவில்லை. உணவுக்குப் பின் வேங்கட சுப்பையர் சிறிது நேரம் தூங்கினார். வெயில் இறங்கி விடும் முன் கிளம்பிவிட வேண்டுமென்று எழுந்தார். சொல்லிக்கொண்டார்.

"அப்போ போயிட்டு வரே.ன்"

"சரி... ஒண்ணும் சொல்லாமப் போறேளே?"

"மொதல்ல பாகிக்கும், மைதிலிக்கும் கல்யாணம் ஆகட்டும்."

"இத உத்தரவா எடுத்துக்கலாமா?"

"உங்க இஷ்டம்!"

"ரகு அப்பாவ பஸ் ஏத்திட்டு வரயா?"

"சரி, மாமா!"

7

அப்பாவும் பிள்ளையும் தெருவில் இறங்கி நடந்தார்கள். வேங்கட சுப்பையர் நாலடி முன்னே 'விறுவிறு'வென நடந்து போய்க் கொண்டிருந்தார். கையில் ஒரு மஞ்சள் துணிப் பை. பெண்களின் ஜாதகம் எப்போதும் அதில் இருக்கும். கைப்பிடிக்குள் மணிக்கட்டை நுழைத்து இறுக்கிப் பிடித்திருந்தார். அப்பாவின் நடையில் முன்பிருந்த வேகம் இப்போது இல்லையென்று ரகுராமனுக்குத் தோன்றிற்று. இந்த ஒரு வருஷத்தில் அவரும் உடைந்துதான் போயிருந்தார். பழைய கம்பீரம் இல்லை. மிடுக்கு இல்லை. கண்கள் பஞ்சடைந்து விட்டது போலத்தான் தோன்றுகிறது. அகன்று பரந்த மார்பு ஒடுங்கி விட்டது. சதைப்பற்றுடன் வீச்சு வீச்சாய் இருந்த கைகளும் கால்களும் மூங்கிலாய், எலும்பாய் சிறுத்து விட்டன. குரல் மட்டும் அப்படியே இருக்கிறது. மற்றபடி தனக்குள் ஒடுங்கிக் கொண்டு வருகிறார் என்றே தோன்றிற்று. அவரை இந்தக் கவலைதான் அரித்துத் தின்றிருக்க வேண்டும்.

நல்ல மனிதர்தான். சாமர்த்தியம் போதாது. இல்லையென்றால் கூடப் பிறந்த அண்ணனிடமே ஏமாறுவாரா? ரகுராமனின் தாத்தா அனந்த ராமய்யர் அவருடைய அந்திம காலத்தில் தான தர்மங்களுக்கு வாரி இறைத்தது போக வேங்கட சுப்பையருடைய பங்காய் இருவத்தைந்தாயிரமும் ஒரு சின்ன ஓட்டு வீடும் கொஞ்சம் நிலமும் கிடைத்தன. இருபத்தைந்தாயிரம் அப்போது பெரிய காசு. அதைக்கொண்டு தன் இரண்டு பெண்களுக்கும் திருப்தியாய்க் கல்யாணம் செய்து விடலாம் என்றுதான் வேங்கட சுப்பையர் நினைத்துக் கொண்டிருந்தார். அவருடைய அண்ணா ரத்னமய்யருக்கு, அவருடைய மனைவி வழியில் களக்காட்டில்

நிலம், நீச்சு என்று செழிப்பாய் இருந்தது. அண்ணனும் தம்பியும் சங்கரன்கோவிலில் அடுத்தடுத்த வீடுகளில்தான் வசித்தார்கள். ஒருநாள் ரத்னமய்யர் தன் தம்பி வேங்கட சுப்பைய்யரிடம் உருக உருகப் பேசி ஏதோ இடம் சல்லிசாக வருகிறதென்றும் பெண்களின் கல்யாணத்தின் போது வட்டியோடு தந்து விடுவதாகவும் சொல்லி இருபத்தைந்தாயிரம் வாங்கிக் கொண்டு போனார். உடன் பிறந்தானை நம்பாவிட்டால் அப்புறம் யாரை நம்புவது இந்த உலகத்தில்? ஒரு எழுத்து முறை, கை சாத்து, சாட்சி எதுவும் கிடையாது. வெறும் நம்பிக்கை மட்டும்தான். 'சாட்சி போட்டு, ரெவின்யூ ஸ்டாம்ப் ஒட்டி அண்டிபாண்ட்லே கையெழுத்து வாங்குங்கோ' என்று மனைவி சொன்னதை வேங்கட சுப்பைய்யர் கேட்கவில்லை. அதுதான் வினையாயிற்று. ஒரு நெருக்கடி வந்து ரத்னமய்யரிடம் கேட்ட போது, "என்னடா விளையாடறயா? எங்கிட்ட இல்லாத காசா பணமா? பிச்சக்காசு இருவத்தைஞ்சாயிரம் அதுக்குப் போய் உங்கிட்ட கையேந்துவேனா? இதே சங்கரன்கோவில்லே யாருட்டயாவது சொல்லிப்பாரு... வழிச்சிண்டு சிரிப்பா..." என்று ஓங்கி அறைந்து விட்டார். வேங்கட சுப்பைய்யர் எழுந்து நடமாட ஆறு மாதமாயிற்று. அதோடு அண்ணன் தம்பி உறவும் அறுந்து போயிற்று. என்ன நினைத்தாரோ ரத்னமய்யர் சங்கரன்கோவிலில் அவருடைய வீட்டையும் நிலத்தையும் விற்று விட்டு, ஒரு வார்த்தை கூடச் சொல்லிக்கொள்ளாமல் தன் மனைவியின் ஊரான களக்காட்டிற்குப் போய்விட்டார். வேங்கட சுப்பைய்யர் வாழ்வில் விழுந்த முதல் அடி அதுதான். இப்போது தன்னாலும்...

ரகுராமனுக்கு வேதனையாக இருந்தது. இந்த வயதில் அவருக்குச் சந்தோஷத்தைத் தர முடியாத தன் மேலேயே வெறுப்பாகக் கசந்தது. இப்படியொரு ஆசை வந்திருக்கக்கூடாதோ? மேகலாவை மாநிலக் கல்லூரி கலைவிழாவில் சந்திக்காமல் இருந்திருந்தால் இப்படி அப்பாவின் மனதை உடைக்க நேர்ந்திருக்காதோ? ஆனால் மேகலாவை விடவும் ஒரு உன்னதமான பெண் தனக்குக் கிடைத்திருப்பாளா? அவளைப் பார்த்த அந்தச் ஷணத்தில் இந்த ஜென்மத்தில் இவள்தான் தன் மனைவி என்று ஏன் தோன்ற வேண்டும்? தேடிப் போகவில்லை. திட்டமிடவில்லை. எல்லாவற்றையும் புரட்டிப் போட்டுவிட வேண்டுமென்ற வெறி

ஒன்றுமில்லை. மிக இயல்பாக இது நேர்ந்தது. ஒரு பூ மலர்வது போல. அவ்வளவுதான். அது தவறா? ரகுராமன் தவித்தான்.

தூறல் சற்று பலமாக விழுந்தது. ரகுராமன் ஓடினான்.

"இந்தாப்பா குடை... நனையறயே..."

"எனக்கெதுக்குடா குழந்தே... நீ நனையாம வா!"

"இல்லப்பா, நீ நனையாதே!"

"சொன்னாக் கேளு... எனக்கென்ன போற கட்டை. நீ நன்னா இருக்கணும்!"

"ஏம்பா இப்பிடிப் பேசறே? எனக்கு நீ வேணும்பா!"

ரகுராமன் நெருங்கி அப்பாவின் கைகளைப் பற்றிக் கொண்டான். அப்பா ஒரு க்ஷணம் நின்று அவன் முகத்தை வெறித்தார். அவர் கண்களும் நிறைந்து தளும்புவது போல இருந்தது. உதடு லேசாய்க் கோணிற்று. பிடி இறுகிற்று. ஆனால் அவர் ஒன்றும் சொல்லவில்லை.

"வா!"

ரகுராமன் அவருடன் நெருங்கி குடையில் ஒட்டிக் கொண்டு நடந்தான். அப்பா நனையக்கூடாது என்று பிள்ளையும், பிள்ளை நனைகிறதேயென்று அப்பாவும் கவலைப்பட்டதில் இரண்டு பேருமே நனைந்தார்கள்.

"அப்பா."

"ம்..."

"மன்னிச்சுடுப்பா!"

"மன்னிப்பெல்லாம் என்னத்துக்குடா குழந்தே?"

"இல்லப்பா... என்னாலதானே ஒனக்கு இவ்வளவு கஷ்டம்... அவமானம்... இப்பிடி உடஞ்சு போயிட்டயே. எனக்கு நீ வேணும்பா. உன்ன விட்டா எனக்கு யார் இருக்கா. என்ன விட்றாதப்பா!"

"சீ... அசடு... எதுக்கு அழறே நடுத்தெருவிலே. யாராவது பாக்கப் போறா..."

“நன்னாப் பாக்கட்டும். எம் மூஞ்சிலே காறித் துப்பட்டும்.”

“எதுக்கு இப்போ?”

“என்னாலதானே?”

“ப்ச்... என்ன சேறது. ஈஸ்வர சித்தம்”

“ப்ளீஸ் என்ன புரிஞ்சுக்கோப்பா. எங்கள சேத்து வைப்பா. நீ செய்யாத யார்ப்பா செய்வா?”

“... ... ... ”

“அவ ரொம்ப நல்லவப்பா!”

“... ... ... ”

“மரியாதையான பொண்ணுப்பா. நீ பாத்தேன்னா நோக்குப் பிடிக்கும்பா. என்ன தேடினாலும் அவள மாதிரி ஒரு பொண் எனக்குக் கிடைக்க மாட்டாப்பா”

“எனக்கு ஒப்பலே குழந்தே”

“அவ அங்க பொறந்தது அவளோட தப்பாப்பா? ஒரு வேள தப்புன்னு நீ நினைச்சேன்னா அவ அப்பிடியே மாத்திண்டாப்பா... என்ன அரங்கனா நினச்சு பூஜிச்சிண்டு இருக்காப்பா. அவ இல்லாம என்னால சந்தோஷமா வாழ முடியாதுப்பா. ப்ளீஸ் பா...”

அதற்குள் பஸ் ஸ்டாண்ட் வந்திருந்தது. பஸ் வருவதற்கு இன்னும் அரை மணி நேரம் ஆகும் போலிருந்தது.

“காபி சாப்பிடறயா?”

“சாப்பிடலாம். ஆனா பிராமணாள் ஹோட்டல் இருக்கோ?”

“இப்பல்லாம் பிராமணா ஹோட்டல்னு யார் போட்டுக்கறா? நீ வா!”

“அதுக்கில்லே. மத்த எடத்துல அவ்வளவு சுத்த பத்தமா இருக்காது. வாய வெச்சு சீப்பிக் குடிப்பா... அதான்...”

“அதெல்லாம் ஒண்ணுமில்லே வா!”

மெதுவாக மிடறு மிடறாக ரசித்துக் குடித்தார்.

“காபி எப்பிடி இருக்கு?”

“அடி நாக்கிலே லேசா கசந்துண்டு பேஷா இருக்கே...”

“வெளில நல்லது நிறைய்ய இருக்குப்பா... கொஞ்சம் விட்டு முன்ன வரணும்.”

“வாஸ்தவம். என்னால வர முடியலே குழந்தே.”

“ஏம்பா?”

“ஊறிடுத்துப்பா... இனிமே மாறாது. கஷ்டம்!”

“எல்லாமே மாறிண்டு வரதுப்பா.”

“மனுஷா மாறலையே. உள்ள அப்படியேதான இருக்கா...”

“யார் வேணா இருக்கட்டும்பா... நாம மாறக்கூடாதா?”

பிள்ளையின் முகத்தை ஒரு ஷணம் வெறித்த வேங்கட சுப்பைய்யர் உறுதியான குரலில் சொன்னார்.

“மாறலாம். நான் மட்டும்னா சரி. இன்னிக்கோ நாளைக்கோ விழப் போற மட்டை... போடா ஜாட்டான்னு இருந்துடுவேன். ஆனா கிளியாட்டமா ரெண்டு பொண்கள் இருக்கே. காலத்துக்கும் அதுகள் புக்காத்துலே தலையைக் குனிஞ்சிண்டு நிக்கணுமே. மாமியாரும், நாத்தனாரும் இடிப்பாளே. சின்னதா ஒரு தப்பு பண்ணினாக் கூட ‘கீழ் ஜாதி பொண்ணு பின்னாடி ஓடினவன் தானேடி ஒங்க அண்ணா. அந்த இரத்தம்தானே உன் ஒடம்புலயும் ஓடறது. அப்பறம் நீ மட்டும் எப்பிடி நடந்துப்பே’ன்னு ஆத்துக்காரன் காலத்துக்கும் அதுகளப் பழிப்பனே? அப்போ அதுகளுக்கு ஆதரவா யார் இருப்பா? அண்ணான்னு நீ போய் நிக்க முடியுமா? நின்னா பேசுவாளோ? இவ்வளவு ஏன் எங்கண்ணாவாத்திலே விசேஷம் போகணும்னு உன் தங்கைகள் கேக்க முடியுமா? கேட்டாலும் அனுப்புவாளா? இல்லே நீதான் அவாத்து விசேஷங்கள்லே உரிமையோட கலந்துக்க முடியுமா? எல்லாம் நல்லபடியா நடக்கணும்னா உன் தங்கைகளோட புக்காத்து மனுஷாளும் நல்லவாளா பேதம் பாக்காதவாளா அவா அவா வாழ்க்கை அவா அவாளுக்குன்னு இருக்கறவாளா இருக்கணும். அது சாத்தியமா சொல்லு? சாத்தியம்னா நாமும் மாறலாம்.”

அவர் சொன்னதில் இருந்த நிஜம் அவன் வாயை அடைத்துவிட்டது. கொஞ்ச நேரம் இருவரும் பேசிக்கொள்ளவில்லை. ரகு போய்

பழங்களும் இனிப்பும் வாங்கிக்கொண்டு வந்தான். கொடுத்துவிட்டு அவர் சட்டைப் பையில் நூறு ரூபாயை வைத்தான்.

"எதுக்குடா இது வேற?"

"அது ஒண்ணுமில்ல. அம்மைட்ட கேட்டதாச் சொல்லு!"

"நீ வல்லையோ?"

"கல்யாண ராம மாமாவாத்திலே ஒரு நாள் தங்கிட்டு வரேனே..."

"சரி."

"பாகியையும் மைதிலியையும் அண்ணா ரொம்பக் கேட்டான்னு சொல்லுங்கோ"

"சரி"

"தனியாப் போயிடுவேள்லையோ?"

"ஏண்டா?"

"ரொம்பத் தளர்ந்தா மாதிரி இருக்கு."

"அப்படியெல்லாம் ஒண்ணுமில்லே."

"நான் உன் பிள்ளைப்பா. ஒரு நாளும் உன்ன நிர்கதியா விட மாட்டேன்."

"அதுக்கென்ன இப்போ... " என்றவர் கொஞ்சம் தயக்கமாய், தழைந்த குரலில் "ரகு" என்று கூப்பிட்டார்.

"சொல்லுப்பா"

"ஒண்ணுமில்லே"

"என்னவோ கேக்கணும்னு வந்தயே கேளு"

"வேண்டாம் குழந்தே"

"ஏம்பா?"

"அப்பறம் மனசு சங்கடப்படும்"

"பரவால்லே. எதா இருந்தாலும் கேளுங்கோ"

அவன் முகத்தை உற்றுப் பார்த்துவிட்டு, "தப்பு ஒண்ணும் பண்ணிடலையே?" என்று கேட்டார். கேட்டதற்காக வருத்தப்படுவர் போல தலை குனிந்து நின்றார்.

ரகுராமனுக்குப் புரிய சில விநாடிகளாயிற்று.

"நீ என்ன அப்படி வளக்கலேப்பா" என்றான்.

"ஈஸ்வரா" என்று அப்பாவின் முனகல் கேட்டது. அதற்குள் பஸ் கிளம்பி விட்டது. ஜன்னலுக்கு வெளியே அப்பாவின் முகம் தேசலாய்த் தெரிந்து திருப்பத்தில் மறைந்தது. ரகுராமன் வெளியே வந்தான். அப்பா நல்லபடியாய் ஊர் போய்ச் சேர வேண்டும் என்று ஏனோ தோன்றிற்று.

...

8

பஸ்சை விட்டு இறங்கியதும் வேங்கட சுப்பைய்யர் நேராகக் கோவிலுக்குத்தான் போனார். தெரிந்த பூக்கடையில் ஒரு செம்பு ஜலம் வாங்கிச் சற்றுத் தள்ளிப் போய் முகம், கை, கால், வாய் சுத்தி செய்தார். சட்டையை அவிழ்த்து மஞ்சள் பையில் வைத்தார். அங்கவஸ்திரத்தால் துடைத்துக் கொண்டு உள் சட்டைப் பையில் இருந்து விபூதியை அள்ளி அது கீழே விழுந்து விடாமல் அண்ணாந்து 'சர்வேஸ்வரா சம்போ மகா தேவா' என்று சொல்லிக்கொண்டே துலாம்பரமாய் நெற்றியில் பூசிக் கொண்டார். மூன்று அர்ச்சனைத் தட்டுகள் வாங்கினார். சங்கரலிங்க சுவாமி, சங்கர நாராயண சுவாமி சந்நதிகளில் ரகுராமன் பேரில் அர்ச்சனை பண்ணினார். கோமதி அம்மன் சந்நதியில் ஒரு நீள வரிசை காத்திருந்தது. அவர் முறை வருவதற்கு ஒரு இருவது நிமிஷமாவது ஆகும் போல இருந்தது.

அவர் கோமதி அம்மனின் திவ்ய நாமத்தை ஸ்மரித்துக் கொண்டே கண் மூடி நின்றார். கோமதி அம்மன் சாதாரணமானவள் அல்ல. வரப்பிரசாதி. கருணாகரி. அவள் சந்நதியில் மனம் உருகி நின்றால் போதும். மனதின் ரணம் ஆறி விடும். அது அவருடைய அனுபவம். அவருடைய மனம் இன்று அமைதியற்றுக் கனத்துக் கிடந்தது. என்னென்னவோ வேண்டிக்கொள்ள வேண்டும் என்றுதான் நினைத்துக் கொண்டு வந்தார். ஆனால் எதுவுமற்று கரைந்து போய் நின்றார். எந்த நினைவும் இல்லை. அவரும் இல்லை. எதுவும் இல்லை. எதுவுமற்று ஒரு பெருவெளியில் ஏதுமற்ற ஒன்றாய் அவர் நின்று கொண்டே இருந்தார். இருள் அற்ற ஒளி. இல்லை மூக்குத்திச் சுடர். இல்லை அம்மையின் கண்கள். எதுவோ ஒன்று. உள்ளே ஊடுருவிப் பரவிற்று. உடம்பு குளிர்ந்து

ஜில்லிட்டது. மயக்க நிலையில் வாய் "தாயே ஈஸ்வரி!" என்று அரற்றிற்று. கண்கள் 'கரகர'வென்று சொரிந்தன. எத்தனை நிமிஷமோ நாளோ, யுகமோ? விழித்த போது சந்நதியில் யாரும் இல்லை.

"வேங்கட சுப்பையர் வாங்கோ! அப்பிடியே அமிழ்ந்துட்டேளே..."

பட்டர் சிரித்தார்.

"என்னமோ உலுக்கிப்பிடுத்து."

"அர்ச்சனையா?"

"ஆமாம்"

"யார் பேர்ல?"

"ரகுராமன்."

"ரகுவோட நட்சத்திரம் கூட இல்லையே. இன்னிக்கு ஏதாவது விசேஷமா?"

"விசேஷம்னு இல்லை. பண்ணணும்னு தோணித்து."

பட்டர் நிறைவாய் அர்ச்சனை செய்து பிரசாதத்தைக் கொடுத்தார்.

"சகல சௌபாக்கியங்களோட குழந்தை பூரண ஆயுசோட அமோகமா இருப்பன்."

தட்சணையை வைத்துவிட்டு பிரசாதத்தை கண்களில் ஒற்றிக் கொண்டு பிரகாரம் சுற்றி விட்டு வெளியே வந்தார்.

சந்நதித் தெருவில் கோவிலில் இருந்து ஒரு ஐம்பது அடி தூரத்தில் வீடு. ஆனால் வீடு வெகுதூரத்தில் இருப்பது போல சோர்வு தட்டிற்று. 'அலச்சல் ஆகலே' சொல்லிக்கொண்டார். வீடு நோக்கி மெல்ல நடந்தார்.

அப்பா வருவதைப் பார்த்ததும் சின்னவள் மைதிலி ஓடிப் போய் பைகளை வாங்கிக் கொண்டாள்.

"அம்மா... அப்பா வந்தாச்சு!"

முன் நடையில் வற்றல் போட்ட கவர்களை ஒட்டிக்கொண்டிருந்த பாகீரதி எழுந்து "வாப்பா" என்றாள். அவள் பார்வை அவர் முதுகுப் பின்னே தெருவில் அலைந்தது. யாரும் இல்லை.

"அண்ணா வரலையாப்பா?"

"இல்லே. கல்யாண ராம மாமாவாத்திலே ஒரு நா தங்கிட்டு வரேன்னான்."

"போப்பா நீ கையோட அழச்சுண்டு வருவேன்னு எவ்வளவு ஆசையா இருந்தேன் தெரியுமோ?"

"அதுக்கென்ன குழந்தே. ஒரு நா தானே?" என்று கூடத்தில் ஈஸி சேரில் சாய்ந்து கொண்டார். அவர் மனைவி மங்களம் "வாங்கோ என்னடா நேரமாறதே இவரக் காணமேன்னு நினச்சேன்" என்று சீரக வெந்நீரைக் கொடுத்தாள். குடித்தார். பிரசாதங்களைக் கொடுத்தார்.

"ஆத்துக்கு வராமே நேரா கோவிலுக்குப் போயிட்டேளாக்கும்?"

"என்னமோ தோணித்து - அவ சந்நதிக்குப் போய் நிக்கணும்னு!"

மூன்று பேரும் அவர் காலடியில் முகம் பார்த்து உட்கார்ந்தார்கள்.

"ரகுவப் பாத்தேளா?"

"ம்..."

"குழந்தை நன்னா இருக்கானோ?"

"இருக்கான்."

"என்ன ஒரு மாதிரியாச் சொல்றேள்?"

"அவனுக்கும் கவலை இருக்காதா?"

"பேசினேளா?"

"ம்..."

"தப்பா ஒண்ணும் பேசிடலையே?"

"தப்பென்ன இதிலே?"

"என்ன பேசினேள்?"

"என்னமோ தாங்கலை. கொட்டிட்டேன்."

"அண்ணா ஒண்ணும் சொல்லலையாப்பா?"

"பாவம்... குழந்தே அவன்."

"என்னப்பா..."

"உள்ள ரொம்ப வதையறான் குழந்தை. ஸ்வாமீ... கோமதி..."

"ஏம்பா?"

"உயிர வெச்சுட்டான் அந்தப் பொண் மேல. மறக்க முடியலே. அப்பா அம்மா கஷ்டப்படும்படியா ஆயிடுத்தேன்னு வதையறது குழந்தை."

“அடப்பாவமே...”

“பஸ் ஸ்டாண்ட்லே கையப் பிடிச்சுண்டு என்ன சொன்னான் தெரியுமோ? எனக்கு நீ வேணும்பா. என்ன விட்றாதப்பான்னு கண் கலங்கினான். அடி வயிறு கலங்கிடுத்து நேக்கு” என்று கண்களைத் துடைத்துக் கொண்டார்.

பாகீரதியும், மைதிலியும் விசும்பினார்கள்.

“நீங்க ஏண்டி கலங்கறேள்? ஒங்க அண்ணா நிர்கதியா விடலே...

“என்னப்பா சொல்றே?”

“பத்து வருஷமா படாத பாடுபட்டு காசு சேத்து வெச்சிருக்காண்டி குழந்தை. தங்கைகள் கல்யாணத்துக்குன்னு... பேங்க் பாஸ் புக்க எங் கண்ணால பாத்தேன். பாவம் குழந்த என்ன கஷ்டப்பட்டானோ... ”

“நிஜம்மாவா சொல்றேள்?”

“நான் ஏண்டி பொய் சொல்லப் போறேன்? குழந்தையோட காசோட, தேவைப்பட்டா நிலத்த அடமானம் வெச்சா நாலு காசு வரப்போறது... ரெண்டையும் வெச்சுண்டு குழந்தைகள் கல்யாணத்த ஜாம் ஜாம்னு பண்ணிப்பிடலாம். என்னடீ சொல்றே... ”

“ஈஸ்வர கிருபைலே நன்னாப் பண்ணலாம். ஆமாம் இந்தப் பையிலே மூணு ஜாக்கெட் துண்டு, பூ, பழம், திரட்டுப்பால் எல்லாம் இருக்கே. மாமாவாத்திலே குடுத்தாளா?”

“ஆமாம் கிளம்பறச்சே அவாத்துப் பொண் சியாமளா கொண்டு வந்து குடுத்தா. ஞாபகமா உங்கிட்ட குடுக்கச் சொன்னா... நான்தான் மறந்துட்டேன். பழம் ரகு வாங்கித் தந்தான். எல்லாரும் பூ வெச்சுக்கோங்கோ”

வைத்துக் கொண்டார்கள். கூடம் முழுவதும் மல்லிகையின் நறுமணம் சூழ்ந்தது.

“அதெல்லாம் இருக்கட்டும். ஏன்னா அவா என்ன சொன்னா?”

“ரொம்ப நல்ல பொண்ணாம். சல்லடை போட்டுச் சலிச்சாலும் இப்படியொரு பொண் கிடைக்க மாட்டாளாம். அந்தப் பொண் மருமாளா வரத்துக்குக் குடுத்து வெச்சிருக்கணுமாம்”

“அப்படியா சொன்னா?”

“ஆமாம்.”

“நீங்க என்ன சொன்னேள்?”

“நான் என்ன சொல்ல முடியும்? மொதல்ல இதுகளோட கல்யாணம் ஆகட்டும். அதுக்கப்பறம் இதப்பத்தி பேசிக்கலாம்னேன்.”

“அண்ணா ஒண்ணும் சொல்லலையா அப்பா?”

“அவன் என்ன சொல்வன்? எங்கள சேத்து வைப்பான்னு கெஞ்சறான்.”

“என்னப்பா செய்யப் போறே?”

“மொதல்ல ஒங்க கல்யாணம் நல்லபடியா ஆகட்டும். அப்பறம் ஈஸ்வர சித்தம்.”

“அண்ணா பாவம்பா...”

“நேக்கும் கஷ்டமாத்தான் இருக்கு. என்ன சேறது?” என்றவர் கொஞ்ச நேரம் கண்களை மூடிச் சாய்ந்து கொண்டார்.

“மங்களம், கொஞ்சம் காலப் பிடிச்சு விடறயா?” என்றார்.

❖❖❖

9

வேங்கட சுப்பைய்யர் அதிகம் சோர்வுற்றவராய் கண் மூடிக் கிடந்தார். அவர் பேசட்டும் மெதுவாக என்று அவர் காலடியில் மங்களம் உட்கார்ந்து காலைப் பிடித்துக் கொண்டிருந்தாள். பாகீரதியும் மைதிலியும் சமைக்கப் போயிருந்தார்கள். அரை மணி நேரம் பேச்சற்றுப் போயிற்று. திடீரென்று "மங்களம் என்னவோ வயத்தச் சங்கடம் பண்றதுடி" என்று கொல்லைப்புறம் போய் வந்தார். சூடாக வெந்நீர் குடித்தார்.

"அப்படி என்ன சாப்பிட்டேள்? வயத்தக் கலக்கறாப்பிலே?"

"ஒண்ணும் சாப்பிடலே. அலச்சல் ஒத்துக்கலையோ என்னமோ? ஆமாம் குழந்தேள் எங்கே?"

"உள்ள போயிருக்கா. சமையல் முடிஞ்சுதான் வருவா ஏன்னா... "

"செத்த கிட்ட வா!"

"சொல்லுங்கோ!"

"நான் பாவிடி மங்களம்."

"என்ன சொல்றேள்?"

"அந்தக் குழந்தையைப் போய் ஒரு தோப்பனார் பிள்ளை கிட்ட கேக்கக்கூடாத கேள்வியக் கேட்டேனே... எங்குழந்தை ஸ்ரீமன் இராமச்சந்திரன்டி... என்ன சொன்னான் தெரியுமோ? நீ என்ன அப்பிடி வளக்கலேப்பான்னான். நெருப்புல தபஸ் பண்ணிண்டிருக்குடி என் குழந்தை" என்று தேம்பினார்.

"ச்சு... அழாதேள்!"

“இல்லடி மூணு பெத்தாச்சு. இன்னம் அடங்கலே நேக்கு. இவ்வளவு ஆசையை மனசுலே வெச்சிண்டு அவ்வள அழகப் பக்கத்துல வெச்சுண்டு ஒரு பிள்ளை கட்டிக் காக்கறான்னா அது தபஸில்லாமே வேறென்ன? இந்தத் தண்டனை என்னாலதானே?”

“பாத்தேளா அந்தப் பொண்ண?”

“ம்...”

“எங்க... ”

“அண்ணாவாத்திலே”

“அண்ணாவாத்திலா? அவள வெச்சுண்டா பேசினேள்?”

“இவா கூட்டிண்டு வந்து சமையக் கட்டிலே ஒக்கார வெச்சிருப்பா போலிருக்கு. நேக்குத் தெரியாது. நாக்குத் தடிப்பா கேவலமா என்னவோ பேசினேன். அப்பல்லாம் ஒண்ணுமில்லே. ரகுவோட தங்கைகள் தெருவிலே போயிட்டு வரச்சே எப்படியெல்லாம் அவமானப்பட்டு வரான்னு சொன்னேன். அப்போ உள்ள யாரோ கேவினாப்ல இருந்தது. அண்ணாவோட பொண் சாமர்த்தியமா அந்தப் பொண்ண அடக்கிடுத்து. சுவரோரமா சாயராப்லே நான் நாக்காலிலே சாஞ்சேன். மதுரை மீனாட்சி இருக்காளோல்லியோ அவள் தலையக் குனிஞ்சுண்டு ஒக்காந்திருந்தா எப்பிடி இருக்கும்? அப்பிடி இருந்தா. பொய் சொல்லலே. அப்படியொரு தேஜஸ் அந்த முகத்திலே... பாக்காத மாதிரி இருந்துட்டேன்... ம்...”

ஒரு மிடறு தண்ணீர் குடித்தார்.

“அப்பறம்...”

“கௌம்பறச்சே... செருப்பப் போட்டுக்க மறந்துட்டேன்... எடுக்கப் போனா சுவரோரமா நாக்காலிலே எங்க கால வெச்சுண்டு இருந்தேனோ அந்த இடத்தைத் தொட்டு கண்ல ஒத்திண்டு போச்சு அந்தப் பொண். அப்போ கூடத்திலே யாரும் இல்லே. நான் பாத்ததை அவ பாக்கலை. என்ன விட கேவலமா யாரும் பேசி இருக்க முடியாது. அப்படிப்பட்டவன் கால் பட்ட இடத்த தொட்டு கண்ல ஒத்திக்கறான்னா அவள் நல்லவளாத்தானே இருக்கணும்? என்ன சேறது... யாராவது ஒரு ஏழை பிராமணன் வயத்திலே பொறந்திருக்கப்படாதோ?” என்று பெருமூச்சு விட்டார். சிறிது நேரம் மோட்டு வளையை வெறித்துக் கொண்டிருந்தார். கேட்டார்.

"ஏண்டி மங்களம் உனக்கு இஷ்டமோ?"

"என் இஷ்டம் என்ன இதிலே?"

"சரியாச் சொல்லு!"

"குழந்தைகள் நன்னா இருந்தாப் போரும் நேக்கு."

"அப்போ அவ கையாலே தூத்தம் குடிப்பியோ?"

"நீங்க குடிப்பேளா?"

"குடிச்சா தப்பாடி?"

"யார் சொன்னா?"

"புழுவாப் பாப்பாளேடி... வழிச்சிண்டு சிரிக்க மாட்டாளா?"

"யாரு?"

"உங்காத்து மனுஷா எங்காத்து மனுஷா எல்லாருந்தான்"

"நன்னாச் சிரிக்கட்டும். என்ன இப்போ?"

"அப்போ ஒண்ணா இருப்பியா?"

"நீங்க இருந்தேள்னா இருப்பேன். இல்லேன்னா நீங்க எங்க இருக்கேளோ அங்க இருப்பேன்."

"பாகிக்கும் மைதிலிக்கும் கல்யாணம் ஆனப்பறம் பேசாமே குழந்தை ஆசப்படறாப்பிலே கல்யாணத்தப் பண்ணி வெச்சுட்டு காசியில போய் கடைசி காலத்த கழிச்சா என்ன... "

"அத அப்பறம் பாத்துக்கலாம். மொதல்ல இதுகள் கரையேறட்டும்."

"நீ சொன்னாச் சரி. எல்லாத்துக்கும் அந்த கோமதிதான் துணை இருக்கணும்" என்றவர் சாப்பிட எழுந்து போனார்.

நார்த்தங்காய் ஊறுகாயைத் தொட்டுக்கொண்டு கொஞ்சமே கொஞ்சம் ரசம் சாதமும், அதை விடக் கொஞ்சமாய் மோர் சாதமும் சாப்பிட்டார். சாப்பிட்ட பின் ஒரு பத்து நிமிஷம் நடப்பார். சந்நதித் தெருவிலேயே வீடு. வெளியே வந்தால் கோபுரமும் நடையும் தெரியும். அங்கிருந்தே கை உயர்த்திக் கும்பிட்டார். மனது இலகுவானது மாதிரி இருந்தது. குழந்தை நாளை வரும்போது அவனிடம் நாலு வார்த்தை அன்பாய்ப் பேச வேண்டுமென்று நினைத்துக் கொண்டார். ஈஸி சேரில் சாய்ந்து கொண்டார். "பாகி எனக்கென்ன மனக்கலை இனி உனக்கன்றோ என் கவலை பாடேன். கேக்கணும் போல இருக்கு" என்றார்.

152 |குரு வம்சம்

பாகீரதி பாடினாள். மைதிலியும் சேர்ந்து பாடிற்று. அவர்கள் பாடிக்கொண்டே இருந்தார்கள். அவர்கள் நிறுத்தவும் இல்லை; அவர் நிறுத்தச் சொல்லவும் இல்லை. இரவு நீண்டு கொண்டே போயிற்று. கண்களை மூடி உள்ளே அமிழ்ந்தவர்தான். ஒரு அசைவில்லை. சலனம் இல்லை. மூடிய விழிகளுக்குள் சந்நதியில் தோன்றிய அதே ஒளி. அந்த சிலிர்ப்பு பரவசம். உள்ளே நிறைந்து தளும்பிற்று. எல்லாம் நெகிழ்ந்து குளிர்ந்த நிலை. அவ்வளவுதான். அப்புறம் அவர் எழுந்திருக்கவே இல்லை.

செய்தி கேட்டு, திருநெல்வேலியில் இருந்து கல்யாண ராமய்யரும், ரகுராமனும் இரவோடு இரவாக சங்கரன்கோவில் வந்துவிட்டார்கள். ரகு வந்த போது அம்மா அப்பாவின் காலடியில் சுருண்டு கிடந்தார். சற்றுப் பொருத்து தலை உயர்த்தி அவன் முகத்தை உற்றுப் பார்த்தாள். உதிர்ந்து விடத் தயாராக இருந்த ஒரு முத்து அம்மாவின் கண்களில் தத்தளிப்பதை ரகு பார்த்தான்.

"இனிமே என்ன இருக்கு?" ஈனஸ்வரத்தில் அம்மா அதைக் கேட்டாள். ரகுவுக்கு அடி வயிறு கலங்கிற்று. ஆனால் அம்மா அப்புறம் அழவே இல்லை.

10

எதுவுமற்று இருளாய்க் கிடந்தது வீடு. உறவுகள் வந்தன. போயின. ஆனால் வீட்டின் ஜீவன் போய் விட்டது. யார் வந்தால் என்ன? போனால் என்ன? அப்பா இல்லை. அப்பா என்ற அன்பான மனிதர் இல்லை. 'ரகு எந்தப் பொண்ணையாவது பாத்து ஹ... எவ்வளவு அழகா இருக்கா இந்தப் பொண்ணுனு தோணியிருக்கா நோக்கு?' தோள் மீது கை படர இதமாய்க் கேட்ட ஸ்நேகிதன் இல்லை. கை பிடித்து திசை காட்டி அழைத்துச் சென்ற குரு இல்லை.

இன்று போல் இந்தச் க்ஷணம் போல இருக்கிறது. எரியக் கொடுத்து தாமிரபரணியிலும் ராமேஸ்வரத்திலும் கரைக்கும் போது மனது மரத்துக் கிடந்தது. இவ்வளவுதானா... இவ்வளவுதானா என்று துடித்தது. அப்பா நீ இறந்தது என்னால்தானா, என் காதல்தான் உன்னை எரித்து விட்டதா என்று குமைந்தது. யாரோ தோளை அணைத்து அழைத்துப் போனார்கள். ஆறுதல் சொன்னார்கள். தைரியம் சொன்னார்கள். ரகுராமன் உள்ளே மரத்துக் கிடந்தான். எதற்கும் அர்த்தமில்லை. இந்த வாழ்க்கைக்கு இந்தக் காதலுக்கு இந்த சரீரத்துக்கு. எதுவும் நிஜமில்லை. இதுதான் நிஜம். பூக்களும் சாம்பலுமாய் நீரலையில் போயிற்றே... அப்போது அடி வயிறு பற்றி எரிந்ததே... ஆறவில்லை. ஆறத்தான் இல்லை. நீ இல்லாத இந்த வீடு. கொல்லும் தனிமை, வெறுமை, பயம் அடி வயிறைப் பிசைகிறது. இனி இனியென்று நடுங்குகிறது.

வாசல் பார்க்க இதோ இந்த ஈஸி சேரில் சாய்ந்து கொள்ளப் பிடிக்குமுனக்கு.

“பாகி... சின்னஞ்சிறு கிளியே கண்ணம்மா பாடறியா?” என்று கண்கள் செருகக் கேட்பாய். அப்படியே தியாகய்யரின் கீர்த்தனைகளில் மூழ்கி விடுவாய்.

“இப்பிடி உள்ள கரையறச்சே அப்பிடியே செத்துப் போயிடலாமான்னு இருக்குடி இவளே. சந்தோஷமா வலியா அவஸ்தையா? உசிரப் பிழியறாப்லே என்ன இது?”

“சாகறதுக்கு எதுக்கு சங்கீதம்?”

“போடி அசடு. ஒரு க்ஷணம் எல்லா அழுக்கும் கரைஞ்சு காலம்பறப் பனி மாதிரி தூய்மையா நிர்மலமா மனசு ஸ்வாமியோட பாதார விந்தங்கள்ல சரண் அடஞ்சு அப்பிடியே விழுந்து கிடக்கே. அந்தப் பரவசத்துக்காகவே உசுரக் குடுக்கலாம்டி குழந்தே!”

மூழ்குவாய். ஸ்மரணையற்றுப் போகும். நா குழறும். மூக்கு விடைக்கும். கண்கள் சொரியும். நிமிஷமா, யுகமா? கூப்பிட்டால் கேட்காது. எங்கோ போயிருப்பாய். கவலையாய் இருக்கும். கலைக்கத் தோன்றாது. விழிப்பாய். உன்னைப் பார்த்தால் வேறெங்கோ போய்விட்டு வந்தது போல இருக்கும். வாசல் பார்க்க ஈஸி சேர் அப்படியே கிடக்கிறது - நீ வருவாய் எனப் பார்த்துக்கொண்டு. ஆனால் வேறெங்கோ போய்விட்டாய்.

“ரகு...”

“சொல்லுப்பா.”

“பேங்க்ல வேலையெல்லாம் ரொம்பக் கஷ்டமோ?”

“கஷ்டம்னு இல்லே. கவனமாச் செய்யணும்.”

“ஒண்ணோட பொண்கள் வேல செய்யறாளோ?”

“செய்யறா... ஏம்பா?”

“அவா கிட்ட நீ எப்பிடி நடந்துப்பே?”

“பிரண்ட்லியா...”

“அப்பிடின்னா?”

“நட்பா... மரியாதையா... கண்ணியமா...”

“அப்பிடிச் சொல்லு!”

தன் உள்ளங்கைகளுக்குள் பிள்ளையின் கைகளைப் பொதிந்து கொண்டார். பார்வையில், குரலில் பெருமிதம். சொன்னார்.

"சிநேகம் ரொம்ப நல்ல விஷயம். அது எதையும் எதிர்பார்க்காது. குடுத்துண்டே இருக்கும். ஒரு பொண் ஸ்நேகிதியா வாய்க்கிறது பாக்கியம். பெரிய கொடுப்பினை. ஆனா ஒரு விஷயம் இதிலே இருக்கு."

"என்ன விஷயம்?"

"பெண் ஸ்நேகிதம்கிறது கைல பிடி இல்லாத கண்ணாடிப் பாத்திரத்த வெச்சுண்டு கத்தி முனைல நடக்கற மாதிரி. கொஞ்சம் தடுமாறினாப் போச்சு. தலைக்குப்புற விழ வேண்டியதுதான். அப்போ சிநேகம் வேண்டாமா? வேணும். ஒரு நல்ல சிநேகிதி ஆணுக்குப் பெரிய பலம். அந்த ஸ்நேகம் பெரிய உசரத்துக்குக் கொண்டு போகும். சறுக்கினா தாங்கிப் பிடிக்கும். தோள் குடுக்கும். புத்தி திடமா இருந்தா மனசு அலையாத இருந்தா பாத்திரமும் உடையாது. கத்தியும் குத்திக் கிழிக்காது. என்ன புரிஞ்சுதா?"

"புரிஞ்சுது."

"என்ன புரிஞ்சுது?"

"பொண்கள வெறும் ஒடம்பா பாக்காதேன்னு சொல்றே..."

"எப்பிடிடா?"

"நான் உம் பிள்ளைப்பா!"

"சந்தோஷம்!"

அப்போதுதான் தோளில் கையைப் படர விட்டபடி கேட்டார்.

"எந்தப் பொண்ணையாவது பாத்து ஹ... இந்தப் பொண் இவ்வளவு அழகா இருக்கான்னு எப்பவாவது தோணி இருக்கா..."

"ஏம்பா?"

"இல்ல சொல்லு!"

"போப்பா..."

"ஏண்டா?"

"இதெல்லாமா கேப்பா?"

"அப்போ நான் சிநேகிதன் இல்லையா?"

"என்னப்பா நீ?"

"சொல்லு..."

"தோணி இருக்கு."

"வெரி குட்!"

"ஏம்பா?"

"இல்லேன்னு சொல்லி இருந்தேன்னு வை. அது பொய். அப்பறம்?"

"அப்பறம்னா?"

"வேற ஒண்ணுமே தோணாதா?"

"கொஞ்ச நேரம் மனசு சந்தோஷமா இருக்கும். எதப் பாத்தாலும் அழகா இருக்கற மாதிரி தோணும். அப்பறம் ஓடற ஓட்டத்திலே மேகம் மாதிரி கலஞ்சு அந்த முகம் மறந்து போகும்."

"ஏங்காதா?"

"இது வரைக்கும் ஏங்கலே."

"பரவாயில்லையே. வேற ஒண்ணும் தோணாதா?"

"தோணாது."

"தோணணும்"

"என்ன தோணணும்"

"ஸ்வாமி... இது யார் பெத்த குழந்தையோ நன்னா இருக்கணும்னு தோணனும். வேண்டிக்கணும்"

"வேண்டிண்டா?"

"அது பிரார்த்தனை இல்லையா? அது சத்தமில்லாத ஒவ்வொரு மனசா தொட்டுத் திறந்தா பொம்மனாட்டின்னாலே எல்லார் மனசுலேயும் ஒரு இதம் வராதா... மரியாதை வராதா?"

"எப்பிடிப்பா இப்படியெல்லாம் யோஜிக்கத் தோணறது நோக்கு?"

"எப்பிடின்னா என்னோட சிநேகிதிதான் காரணம்."

"உன்னோட சிநேகிதியா?"

"ஆமாம்."

"யார் அது?"

"மங்களம்."

"அம்மாவா?"

"எம் பெண்டாட்டி."

கண் சிமிட்டினார். ஓங்கிச் சிரித்தார். ரகுராமன் அப்பாவைக் கட்டிக்கொண்டான். எத்தனை எத்தனை நினைவுகள்...

❖❖❖

11

அப்பா உனக்கு நினைவு இருக்கிறதா? நான்காவது படிக்கும் போது... ஒரு நாள்... பிற்பகல்...

வேங்கட சுப்பையர் அப்போதுதான் வயலில் இருந்து திரும்பி வந்து கொண்டிருந்தார். இன்னும் நாலடி நடந்தால் வீடு. அப்போதுதான் அந்த அலறல் கேட்டது. உயிர் நிலையில் அடிபட்ட கதறல். முதலில் ஒன்றும் புரியவில்லை அவருக்கு. உற்றுக் கேட்டதில் குழந்தை ரகுவின் கதறலைப் போலத்தான் அவருக்குத் தோன்றிற்று. அவர் புயலாய்ப் பாய்ந்தோடினார். வீட்டு வாசலில் அவர் கண்ட காட்சியில் ஒரு க்ஷணம் அவருக்கு சுவாசம் நின்று போயிற்று.

"இனிமே இப்பிடிச் செய்வியா? செய்வியா?" என்று கேட்டுக் கொண்டே அவருடைய அண்ணா ரத்னமய்யர் புளிய விளாறால் ரகுவை மூர்க்கமாக அடித்துக் கொண்டிருந்தார்.

"இல்ல பெரீப்பா தெரியாமச் செஞ்சுட்டேன். இனிமே செய்யலே பெரீப்பா" என்று குழந்தை ரகு கதறிக் கொண்டிருந்தான். பாய்ந்து குழந்தையை வாரித் தூக்கிய வேங்கட சுப்பையர் இடது கையால் ரத்னமய்யரைத் தள்ளி விட்டார்.

"எதுக்காக குழந்தையப் போட்டு இப்பிடி மிருகத்தனமா அடிக்கிறே?"

"ஓஹோ அவ்வளவுக்கு ஆயிடுத்தா? என்னையே எதுத்துக் கேள்வி கேக்கற அளவுக்கு துளுத்துடுத்தா. என்னப் பாத்தா மிருகம்னு சொல்றே?"

ரத்னமய்யர் சீறினார்.

“எட்டு வயசுக் குழந்தைய மாட்ட அடிக்கற மாதிரி இந்த அடி அடிச்சா மிருகம்னு சொல்லாத என்ன சொல்வா?”

“என்ன செஞ்சிருக்கான் தெரியுமோ ஒன்னோட சீமந்த புத்ரன். அதக் கேட்டையோ?”

“அப்பிடியென்ன பஞ்சமா பாதகமா பண்ணிட்டான் எம்பிள்ளை?”

“அப்பிடிப் பண்ணி இருந்தாக் கூட பரவாயில்லையே. அத விட மகாப் பாவம்னா பண்ணிருக்கான்.”

“மகாப் பாவமா?”

“ஆமாம். யாரோ கூடப் படிச்ச பையனாம். குளிக்கப் போய் கிணத்துல விழுந்து செத்துப் போய்ட்டானாம். இந்தப் பெரிய மனுஷன் துக்கம் கேக்க சேரிக்குப் போயிருக்கார். இத விட மகா பாவம் உண்டோ? போன கால ஒடைக்க வேண்டாமோ? எல்லாம் நீ குடுக்கற இடம். எப்பிடியாவது கெட்டு ஒழிங்கோ!” என்று ரத்னமய்யர் உறுமிவிட்டு உள்ளே போனார்.

இரவு முழுவதும் குழந்தை “நான் செஞ்சது தப்பாப்பா?” என்று கேட்டுக் கொண்டே இருந்தான். விடிந்து அப்பாவும் பிள்ளையும் ஒரு மாலையை வாங்கிக் கொண்டு மயானம் போனார்கள். தன் சிநேகிதனைப் புதைத்த இடத்தில் ரகு மாலையைச் சாத்தினான். திரும்பியதும் பெரியப்பாவுடன் பெரிய சண்டையாயிற்று. அண்ணனும் தம்பியும் பல நாட்கள் பேசிக் கொள்ளவில்லை. அப்பா அப்போதெல்லாம் பேதம் பார்க்கவில்லையே நீ...

இரவு. அசதி. மன உளைச்சல். வெட்டி வீசிய வாழையாய் அம்மா. மலர்ந்த முகம் அம்மாவுக்கு. எப்போதும் ஒரு பிரகாசம் ஒட்டிக் கொண்டிருக்கும் அதில். லேசாக உதடு பிரியாமல் சிரிப்பாள். குத்து விளக்கு ஏற்றியது போல வெளிச்சம் பரவும் அப்போது. அந்த ஒளி அணைந்துவிட்டது. ஒரு சாதாரண மனிதனாகத்தான் அப்பாவை யாருக்கும் நினைக்கத் தோன்றும். ஆனால் அவர்தான் வேராய், பலமாய், நிழலாய் இருந்திருக்கிறார். பெரிதாய்ச் சம்பாதிக்கவில்லை. சொத்து பத்து என்றில்லை. சாது. சாமர்த்தியம் போதாது. பொய் சொல்ல வராது. பிறர் நோகப் பேசத் தெரியாது. ஆனால் அன்பாய், ஆதரவாய், அனுசரணையாய்,

இதமாய் அணைத்துக் கொள்ளத் தெரிந்திருக்கிறது. 'இனி என்ன இருக்கு?' அம்மா கேட்டாளே... கடைசி வரை ஒற்றை மஞ்சள் சரட்டுடன் வளைய வந்த அம்மாவுக்கு வாழ்க்கை வேறென்ன சந்தோஷத்தைத் தந்திருக்க முடியும் அப்பாவைத் தவிர... புரண்டு புரண்டு படுத்தான். தூக்கம் வரவில்லை. எழுந்து கொல்லைப்புறம் போனான்.

எவ்வளவு நேரம் என்று தெரியவில்லை. பின்னிரவு வானம் மூளியாகக் கிடந்தது அம்மாவின் முகம் போல. இந்தக் கிணற்றங்கரை முற்றத்தில்தான் அப்பா ஈஸி சேரில் கண்ணை மூடிக்கொண்டு உட்கார்ந்திருப்பார். காலடியில் அமர்ந்து, அம்மா மெல்லிய குரலில் பாடிக்கொண்டிருப்பாள். இரவு முதிர்ந்து நீண்டு கொண்டே போகும். அப்படியே அயர்ந்து அப்பாவின் தொடையில் தலை சாய்த்து அம்மா தூங்கி விடுவதும் உண்டு. சமயங்களில் பாகி வந்து எழுப்புவாள். வெட்கத்தின் சாயை மின்ன ஒரு புன்னகையுடன் அம்மா உள்ளே போவாள். அப்போது அம்மாவின் முகம் அவ்வளவு அழகாக இருக்கும். அந்த முகம் இனி எப்போது திரும்பக் கிடைக்கும்? இனிமே என்ன இருக்கு? அம்மா கடைசி வரை அழவே இல்லை. 'அழுடி கொட்டிடுடி' என்றார்கள். அம்மா கல்லாய் இருந்தாள்.

அப்பா நீ இப்படி நடுவழியில் போயிருக்கக்கூடாது. சட்டென்று அணைந்து விட்டாய். அப்பா நீ எங்கிருக்கிறாய்? இந்தப் பரந்த வான்வெளியில் மேகப் புகை நடுவே உன் முகம் எங்கே... காசி, ராமேஸ்வரம் பார்க்கவில்லை. சஷ்டியப்த பூர்த்தி கூட கொண்டாடவில்லை. பாகியும், மைதிலியும் கரை ஏறவில்லை இன்னும். அதற்குள் என்ன அவசரம்? யார் அழைத்தார்கள் உன்னை? அப்பா தெரியுமோ உனக்கு? பீஷ்ம ஏகாதசி, சுக்ல பட்டத்தில், நல்ல உத்ராயணத்தில் உன் ஜீவன் பிரிந்திருக்கிறதாம். எல்லோருக்கும் வாய்க்காதாம் இது. இனி மறுபிறவி இல்லையாம் உனக்கு. பஞ்சு சாஸ்திரிகள் சொன்னார். ஆனால் அப்பா எனக்கும் மேகலாவுக்கும் நீ மகனாய்ப் பிறக்க வேண்டுமென்று நான் எவ்வளவு ஆசைப்பட்டேன் தெரியுமோ? நீ பிறக்க வேண்டாம். மறுபடி பிறந்து வர்ண அம்புகளால் துளைக்கப்பட்டு ரணப்பட வேண்டாம். ஆனால் அப்பா உன் மனசிலா இவ்வளவு துவேஷம் இருந்தது...

அன்று கல்யாண ராமய்யர் அகத்தில் நீயா அப்படிப் பேசினாய்? உன் முகமா அது? என்னால் நம்பவே முடியவில்லை. இதற்குமுன் இப்படியொரு அப்பாவை நான் பார்த்ததே இல்லை. ஒருவேளை எல்லோருக்குள்ளும் இப்படியொரு முகம் இருக்குமோ? எது எப்படியோ? இப்போது நீ அடைந்திருக்கும் இடத்திலாவது இது மேல், இது கீழ் என்ற பேதமில்லாமல் இருக்கட்டும். நீ அங்கேயே இருந்து வாழ்த்து. இது உன் குடும்பம். நீ அதிகம் நேசித்த வீடு. நான் உன் விதை. கரையேற வழிகாட்டு. பலமாய் இரு. ஆசீர்வதி.

நினைத்தால் குரல் நடுங்குகிறது. நீ சலனமற்றுக் கிடக்கிறாய். தூங்கிக் கொண்டிருப்பது போலத்தான் தோன்றுகிறது. சட்டென்று எழுந்து விடுவாய் என்றுதான் பட்டது. அப்படித்தான் வருவாய். அன்று வரவில்லை. மேகலாவும் வராமல் இருந்திருக்கலாம். வந்தாள். கடைசியாய் ஒருமுறை உன் முகம் பார்க்க ஆசைப்பட்டாள். எனக்குத் தடுக்கத் தோன்றவில்லை. எப்படித் தடுக்க முடியும்? பெற்ற தகப்பனையே இழந்துவிட்டது போல உன் காலடியில் விழுந்து மேகலா உடைந்து கதறினாளே அது உனக்குத் தெரியுமோ? அதுதானே தப்பாயிற்று. இந்தப் பெரியப்பாவுக்கு ஏன் இத்தனை துவேஷம். கோபம்? மரணத்தின் சந்நதியில் எல்லாம் ஒன்றுதானே. அன்றைக்கு நடந்தது... கல்யாண ராமய்யரும் சியாமளாவும், உன்னோட சிநேகிதர் மாசிலாமணி ஓதுவாரின் பிள்ளைகள் குமரேசனும் கதிரேசனும் இல்லாதிருந்தால் கௌரவர் சபையில் திரௌபதிக்கு நடந்ததை விடவும் மகா கேவலம், மேகலாவுக்கு நிகழ்ந்திருக்கும்... நல்லவேளை அதற்குள் அவளைக் காப்பாற்றி விட்டார்கள். இந்த உறவுகள் என்ன பேசிற்று தெரியுமோ? உனக்கெங்கே தெரியப்போகிறது...

‘மருமான்னு இன்னும் காலடி எடுத்து வைக்கலை. அதுக்குள்ள மாமனார வாயில போட்டுண்டாச்சு... மாமியார மூளியாக்கி மூலைல உக்கார வெச்சாச்சு. போயும் போயும் இந்த ரகுவுக்கு இப்பிடி புத்தி போகணுமோ... முதுகுக்குப் பின்னே முணுமுணுப்பாய்க் குரல்கள். நரகலை மிதித்து விட்டது போல ஒரு பார்வை. அலட்சியம். எங்கே ஒட்டிக்கொண்டு விடுமோவென்று மேலே படாமல் விலகி விலகிப் போகும் உறவுகள்... இவ்வளவு ஏன்? பாகியும், மைதிலியும் கூட சகஜமாய் இல்லையோ? மனது தவிக்கிறது.

அம்மா என்ன நினைக்கிறாள்? நான்தான் அப்பாவைக் கொன்று விட்டேன் என்று அவளும் நினைக்கிறாளா? ஒருவேளை அம்மாவும் அப்படியே நினைத்தால்... அய்யோ நினைக்கவே நடுங்குகிறது. என்ன செய்யப் போகிறேன்? பாகியையும் மைதிலியையும் தனியொருவனாய் எப்படி கரை சேர்க்கப் போகிறேன்? கடைசி வரை நீதான் எல்லாமாய் இருந்தாய். இனியும் இரு. உயிர்ப்பிச்சை இட்டவன் நீ. கடவுளை எனக்குத் தெரியாது. பேதமற்ற கடவுளாய் நீ இரு அப்பா... அப்பா...

சுபஸ்வீகாரம் நல்லபடியாய் ஆயிற்று. அன்றைக்கு இரவே ரகு மதராசுக்குக் கிளம்ப வேண்டி இருந்தது. இனிமேலும் விடுப்பெடுக்க முடியாது. சுபஸ்வீகாரத்துக்கு அம்மாவின் அப்பா வயதின் காரணமாக நடமாட்டம் இல்லாமல் படுத்த படுக்கையாய் இருந்ததால் வள்ளியூரிலிருந்து வர முடியவில்லை. பாட்டி மட்டும் வந்திருந்தாள். அம்மாவுக்குத் துணையாய் அவள் சங்கரன்கோவிலில் தங்கச் சம்மதித்தாள். அது கொஞ்சம் ஆறுதலாக இருந்தது ரகுவுக்கு. ஆனாலும் ஆண் துணை இல்லாத வீடாயிற்றே என்ற கவலை அரித்தது. அப்போதுதான் மாசிலாமணி ஓதுவாரின் ஞாபகம் வந்தது. அந்த நாட்களில் மாசிலாமணி ஓதுவார்தான் தவறாமல் வீட்டுக்கு வருவார். அப்பாவுக்கு அவர் ஆத்ம சிநேகிதர். முன் அறையில் உட்கார்ந்து இருவரும் பேசிக் கொண்டிருப்பார்கள். தியாகைய்யரின் கீர்த்தனைகளில் ஓதுவாருக்கு அலாதியான ஈடுபாடு. லயிப்பு. அப்பாவைப் பாடச் சொல்லிக் கேட்பார். பதிலாக தேவார திருவாசகப் பாடல்களை ஓதுவார் மனமுருகப் பாடி நெகிழ்விப்பார். சில நாட்களில் தத்துவ விசாரம் நடக்கும். கம்பனின் கற்பனைத் திறன், சொல்லாட்சி, நயம் என்று பேசிக் கொண்டிருப்பார்கள். ஓதுவாருக்கு இரண்டு பிள்ளைகள். மூத்தவன் குமரேசன். இளையவன் கதிரேசன். ஓதுவார் வரும்போது அவர் கைகளைப் பிடித்துக்கொண்டு இருவரில் ஒருவர் வருவார்கள். ரகு கிளம்பின அன்று குமரேசன்தான் வந்திருந்தான்.

“அப்ப வரட்டுமால?”

“சரி அண்ணாச்சி.”

“தினமும் ஒரு நடை போய் பாத்துக்கல!”

“சரி.”

"உன்னால முடியலன்னா கதிரயாவது போகச் சொல்லுல."

"சரிங்க அண்ணாச்சி."

"முடிஞ்சா வயல்ல போய் பயிரைப் பாரு."

"கவலப்படாதீய. பாக்கேன்."

"வரட்டுமால?"

"அண்ணிய கேட்டேன்னு சொல்றேளா?"

"யாரல சொல்லுத?"

"வேற ஆரு... மேகலா அண்ணிதேன்!"

"அட கள்ளப்பயலே. வரம்லே."

"சரி."

பஸ் மறையும் வரை குமரேசன் பார்த்துக்கொண்டே நின்றான்.

12

அன்புள்ள மேகலா, எப்போதும் உன் ரகு. எப்படி இருக்கிறாய்? என்ன கேள்வி இது அபத்தமாய்? எப்படி இருப்பாய்? உன் நினைவில் நான். என் நினைவில் நீ. அப்படித்தானே? வேறு எப்படி இருக்க முடியும் சொல்? நல்லபடியாக வந்து சேர்ந்தேன். கவலைப்படாதே. ஸ்டேஷனுக்கு குமரேசன்தான் வந்து அழைத்துப் போனான். அப்பாவைப் பறிகொடுத்து மூன்று மாதங்களாகி விட்டது. காலந்தான் என்ன வேகமாய்ப் பறக்கிறது இறக்கை கட்டிக்கொண்டு இரக்கமில்லாமல். என்ன செய்ய... இங்கே வந்து இன்னும் முழுதாய் ஒருநாள் முடியவில்லை. நேற்றுதான் எழும்பூரில் வழியனுப்பினாய். முன் எப்போதும் வழியனுப்ப நீ இரயில்வே ஸ்டேஷன் வந்ததே இல்லை. விடுதி அறையிலேயே விடைகொடுத்து விடுவாய். நேற்று வருவதாகச் சொல்லவும் இல்லை. வண்டி கிளம்புவதற்கான கடைசிச் சில நிமிஷங்கள் இருந்தபோது ஓடி வந்தாய். நீ வருவாய் என்று நான் நினைக்கவே இல்லை. தற்செயலாகத்தான் உன்னைக் கவனித்தேன். நீதான்.

“என்ன மேகலா கடைசி நிமிஷத்திலே இப்பிடி ஓடி வரே?”

“மனசு சரியில்லே. புறப்படறதுக்கு மின்ன கடைசியா பாக்கணும் போலத் தோணித்து” என்றாய். தளரப் பின்னி இருந்தாய். ஒற்றை ரோஜா சூடி இருந்தாய். மரிக்கொழுந்தும் வைத்துக்கொண்டிருந்தாய் போலும். அதன் வாசனை உன்னைச் சுற்றி வீசிற்று. நெற்றி முழுவதும் அரும்பு கட்டிய வியர்வை. அதில் ஒட்டிக்கொண்டு சுருளாய் முன் கேசம். எனக்குப் பிடித்த வெளிர் நீலப் புடவையில் இருந்தாய். பார்த்துக்கொண்டே நின்றாய். எனக்குப் பிடித்த தோற்றம். ஆனால் மினுங்கும் உன் கண்கள். மெலிதாகத் துடிக்கும்

உதடுகள். என்ன ஆயிற்று உனக்கு? துயருற்ற உன் பார்வைக்கு என்ன அர்த்தம்? பிரிதலின் சோகமா? வழியனுப்புதலின் நெகிழ்வா? இறங்கியிருப்பேன். அதற்குள் விசில் ஊதி விட்டது. அப்போதுதான் நீ அதைச் செய்தாய். ஜன்னலில் படிந்திருந்த என் வலது கை விரல்களோடு உன் விரல்களை இறுகப் பிணைத்துக் கொண்டாய். நம்மிடையே நெகிழ்வான தருணங்கள் இருந்ததுண்டு. அப்போதெல்லாம் நீ இப்படித்தான் செய்திருக்கிறாய். எல்லையற்ற அன்பின், மகிழ்ச்சியின் வெளிப்பாடாக. ஆனால் இந்தத் தொடுகை புதிது. விரல்களின் வழியே கேட்ட உன் ஆன்மாவின் கேவல். என்ன அர்த்தம் அதற்கு? ஏதோ சொன்னாய். என்ன சொன்னாய்... வண்டி ஜன்னல் ஜன்னலாய் நகர நகர நீயும் செருப்புகள் சப்திக்க ஒரு பக்கவாட்டு நடனம் போல கைகளை எடுக்காமலே ஒரு சில அடிகள் ஓடி வந்தாய். வேகம் பிரித்தது நம்மை. உன் முகம் மறையும் வரை பார்த்துக்கொண்டே இருந்தேன். ஏதோ பொங்கி அடைத்தது. என்னவோ சரி இல்லையென்று தோன்றிற்று. மனசுக்குள் ஊமையாய் ஒரு வலி. பேச்சற்ற அந்த மௌனத்திற்கும் அடிபட்ட அந்தப் பார்வைக்கும் என்ன அர்த்தம் மேகலா?

எல்லோரும் தூங்கப் போய்விட்டார்கள். எனக்குத் தூக்கம் வரவில்லை. சங்கரன்கோவிலில் எங்கள் வீட்டு மொட்டை மாடி. முன்னிரவு. குளிர் காற்று. தனிமை. மனம் முழுவதும் நீ. தென்னங்கீற்றுகளின் இடையே நிலவு பாலாய் வழிகிறது. காற்று அடங்காமல் கீற்றை அலைக்கிறது. கீற்று அலையும்போதெல்லாம் ஒளியும் நிழலுமாய் ஒரு ஆட்டம். சுற்றுச் சுவரின் காரைப் பூச்சில் நிழல் ஒரு பெண் முகம் போல் விழுந்திருக்கிறது. கீற்றின் நிழல் அந்த முகத்தின் நெற்றியில் படர்ந்து விலகும்போது உன் முன் நெற்றியில் சுருள் சுருளாய் கேசம் படர்ந்து காற்றில் அலைவது போல இருக்கிறது.

இப்படித்தான் மேகலா எல்லாவற்றிலும் உன் ஞாபகம். உன் தோற்றம். இன்னமும் உன் விரல்களின் ஸ்பரிசத்தை, குளிர்ச்சியை என்னால் உணர முடிகிறது. மனசுக்குள் மருதாணி வாசனை. நினைவுக்குக் கூட வாசனை உண்டோ மேகலா? வந்து ஒரு நாள் முடியவில்லை. அதற்குள் ஒரு யுகம் ஆகிவிட்டது போல இருக்கிறது. நீ மதராசில். நான் சங்கரன்கோவிலில். ஓர் இரவின்

தூரம்தான் உனக்கும் எனக்குமான தூரம். நான் நெருங்கித் தொட முடியாத உயரத்தில் இருப்பது போல இருக்கிறது. என்ன மனம் இது? என்ன பேசினாலும் தீரவில்லை. பார்த்தாலும் சலிக்கவில்லை.

சில நேரங்களில், பேசாமல் அலையை வெறித்துக்கொண்டு அருகருகே உட்கார்ந்திருப்போம். ஒரு விமானம் பறந்து செல்லும். தீராத தேடலுடன் திரும்பத் திரும்ப அலை வரும். கிடைக்காத சோகத்துடன் நுரைப்பூவாய் உடைந்து சிதறும். தொடுவான விளிம்பு வரை பறவையாய்ப் பறந்து பார்க்க ஆசை வரும். இருட்டு மெல்லிய சல்லாவாய் மூடிப் போர்த்தும். எழுந்திருக்கத் தோன்றாது. மனமில்லாமல் அறை நோக்கித் திரும்புவோம். யோசிக்கையில் எதுவுமே பேச வில்லையோ, இன்னும் இன்னுமென பேசி இருக்க வேண்டுமோ எனத் தோன்றும். விடியும். மறுபடியும் மனது கேட்கும். மாலை எப்போது வரும்? உனக்கும் இப்படித் தோன்றி இருக்கிறதா மேகலா? நீ என் தோளில் சாய்ந்து கொண்டு காலடியில் அலை வருட, மணல் வெளியில் கால் புதைய நடந்து போன அற்புதமான நாட்கள் ஞாபகமிருக்கிறதா மேகலா? எனக்கோர் தீராத ஆசை உண்டு மேகலா. அது என்ன தெரியுமோ? நமக்கான வாழ்க்கையில் நரைத்துத் தளர்ந்தாலும் வற்றாத அன்புடன், கண்ணுக்குத் தெரியாத ஒரு லயம் இழையோடும் வாழ்க்கை லபிக்க வேண்டும். லபிக்கும். அந்த நாள் வரும். அதுவரை காத்திருப்போம். நல்லதே நடக்கும். கவலையற்று இரு.

மிக்க அன்புடன்,

எப்போதும் உன்

ரகுராமன்.

என்ன ஆயிற்று மேகலா? ஏன் இந்தக் கொல்லும் மௌனம்? ஒவ்வொரு நாளும் உன்னிடம் இருந்து கடிதம் வருமென்று எதிர்பார்த்து ஏமாந்து... ஒவ்வொரு நொடியும் நிமிஷமும் நரகமாய்... என்ன ஆயிற்று மேகலா? உடம்புக்கு ஒன்றுமில்லையே? எழுத முடியவில்லையென்றால் டெலிபோனிலாவது ஒரு வார்த்தை பேசக்கூடாதா? நான் டெலிபோனில் பேச முயன்றாலும் மணி அடித்துக் கொண்டே இருக்கிறது. யாரும் எடுப்பது இல்லை. ஒருவேளை நீ விடுதியில் இல்லையா? உன் அத்தை

வீட்டுக்குப் போய் விட்டாயா ஒருவேளை? என்ன செய்வதென்றே தெரியவில்லை. கலக்கமாக இருக்கிறது.

ஒரு விஷயம் சொல்ல வேண்டும். பாகீரதியைப் பெண் பார்க்க வந்தார்கள். பையனுக்கு தபாலாபீசில் குமாஸ்தா உத்தியோகம். பையன் மோசமில்லை ரகம். பாகியை அவர்களுக்குப் பிடித்திருந்தது. பெண்ணுக்கு இருபத்தி அஞ்சு சவரன், மாப்பிள்ளைக்கு அஞ்சு சவரன் என்று முடிவாயிற்று. கல்யாணத்தை நன்றாகச் செய்து தரச் சொன்னார்கள். எல்லாம் சரியாகத்தான் போய்க் கொண்டிருந்தது. அவர்கள் கேட்டதை அவர்கள் வார்த்தையிலேயே தருகிறேன்.

"நாங்க ஆதடாக்ஸ் பேமிலி. எங்காத்திலே ஆசாரம் பாப்பா."

"சரி."

"எதா இருந்தாலும் மனச விட்டுப் பேசிண்டா பின்னாடி ஒரு பிரச்னை வராது இல்லையா?"

"சரி. அதுக்கு?"

"தப்பா எடுத்துக்கப்படாது."

"இல்லே, சொல்லுங்கோ."

"அரசல் புரசலா கேள்விப்பட்டோம். உங்களுக்கும் அவாளுக்கும் இன்னம் கல்யாணம் ஆகிடலையே?"

"இல்லை."

"அவாளத்தான் பண்ணிக்கப் போறேளா?"

"ஆமாம்"

"சரி அது உங்க இஷ்டம். ஆனா?"

"என்ன சொல்ல வரேள்?"

"தப்பா எடுத்துக்கப்படாது. நீங்க கல்யாணம் பண்ணிக்கறதுக்கு முந்தி ஒங்க தங்கையோட கல்யாணத்த நடத்திக் குடுத்துடுங்கோ. நீங்க அவாள கல்யாணம் பண்ணிண்ட அப்பறம், வந்து போறத எங்காத்திலே ரசிக்க மாட்டா. அதுக்குச் சம்மதம்னா நேரம் நன்னா இருக்கு. இப்பவே தட்ட மாத்திக்கலாம்."

பாகீரதிக்குப் பிடிக்கவில்லை. 'உன்ன ஒதுக்கி வெச்சுட்டு எனக்கு எதுக்கு ஒரு வாழ்க்கை. அவாளப் போச் சொல்லு.' என்று உறுதியாய்ச் சொல்லி விட்டாள். அப்புறம் ஒரு வரன் வந்தது. நம் காதல் பற்றிப் பேச்சு வந்தது. 'அதனால என்ன... உங்க இஷ்டம்!'

என்றார்கள். மேற்கொண்டு ஐம்பது சவரன் போடச் சொன்னார்கள். சவரன் கூடக் கூட எதுவும் பொருட்படுத்த வேண்டிய ஒன்றில்லை என்பது மாதிரி இருந்தது அவர்கள் பேச்சு. இதை எங்கள் வீட்டில் யாரும் ரசிக்கவில்லை. அதுவும் தட்டிப் போயிற்று. கல்யாண ராமய்யர் மாமா சொல்லி களக்காடு வக்கீல் விஜயராகவ மாமா மூலமாய் ஒரு வரன் வரும்போல இருக்கிறது. நல்ல மனிதர்களாம். கல்யாண ராமய்யர் மாமா சொன்னார். ஈஸ்வர சித்தம் இருந்தால் நடக்கும். பார்ப்போம்.

இப்பிடி வரன்கள் தட்டிப்போவதற்கு நான்தான் காரணம் என்பது போல இருக்கிறது அம்மாவின் பார்வை. ஆனால் வாய் திறந்து எதுவும் சொல்லவில்லை. என்ன செய்ய... அம்மாவின் இறுக்கமான மௌனம் கொல்லத்தான் செய்கிறது. சகித்துக் கொள்வதைத் தவிர வேறென்ன செய்ய முடியும்? என்னவாயினும் சரி, எனக்கான பெண் நீதான் என்பதில் எந்த மாற்றமும் இல்லை. ஒரு இரவு முழுவதும் நிலவின் ஒளியில் உன்னை நினைத்து எழுதிக்கொண்டிருக்கிறேன். இந்த நிலவு, எந்தையும் தாயும் மகிழ்ந்து குலாவிய நிலவு. இது நமக்காகவும் ஒரு நாள் வரும். கலந்து கரைந்து மயங்கித் தளரும்போது, நிலவு கண் பொத்தி தென்னைக்குப் பின்னே ஒளிந்து கொள்ளும். அப்பிடியொரு நாள் நிச்சயம் வரும். அந்த நம்பிக்கை எனக்கு இருக்கிறது. என்ன... மனதில் உறுதி வேண்டும். காத்திருப்போம். காலம் கனியும். இது என்னுடைய மூன்றாவது கடிதம். இதற்காவது பதில் போடு. இல்லை ஒரு வார்த்தை பேசு.

இப்படிக்கு,

உன் பதிலுக்காக ஏங்கிக் காத்திருக்கும்

எப்போதும் உன்

ரகுராமன்.

13

சட்டென்று எல்லாக் கதவுகளும் மூடிக்கொண்டு விட்டது போல சுற்றிலும் இருண்டு கிடந்தது வாழ்க்கை. இனி என்ன மீதமிருக்கிறது இந்த வாழ்க்கையில்? இந்தக் கேள்வியே திரும்பத் திரும்ப மனதில் எழுந்து ரகுராமனை வதைத்தது. ஒரேயொரு நம்பிக்கை இருந்தது. "ஆயிரம்தான் இருந்தாலும் என் பிள்ளை ஆசப் படறான். அவனோட சந்தோஷத்த விட வேறெதுவும் எனக்கு முக்கியமில்லே... கல்யாணத்துக்கு வரவா வாங்கோ!" என்று அப்பா நிற்பார் என்ற நம்பிக்கை இருந்தது. அப்பாவின் மரணம் அதைச் சிதறடித்துவிட்டது.

சந்தோஷம் என்று ஒன்றிருந்தது மேகலா. அதுவும் கனவாகி விட்டது. இனி இந்த வாழ்க்கை என்ன ஆகும்? எந்தக் கரையில் கொண்டு போய்ச் சேர்க்கும்? அது கரையா? ஆழ்கடலா? நடுக்காடா? பாலைவனமா? எரிமலை விளிம்பா? எதுவும் தெரியவில்லை. எந்தப் பக்கம் நகர்வது? எது திசை? எங்கிருந்து வெளிச்சம் வரும்? எதுவும் புரியவில்லை. மேகலா என்னை அரங்கனாக வரித்த நீயா அப்படியொரு கடிதம் எழுதினாய்? எப்படி மேகலா உன்னால் அப்படியொரு கடிதம் எழுத முடிந்தது.

அன்று காலைதான் மேகலாவிடமிருந்து அந்தக் கடிதம் வந்தது. ஆவலாய்ப் பிரித்தான். வாசிக்க வாசிக்க, எல்லாம் இருண்டு போயிற்று. நடு நெஞ்சில் ஆணி அறைந்தது போல ஒரு வலி. இப்படியொரு கடிதம் அவளிடமிருந்து வரும் என்று அவன் கனவிலும் எதிர்பார்த்திருக்கவில்லை. அந்தக் கடிதம்...

'அன்பான உங்களுக்கு, எப்படி இருக்கிறீர்கள்?' என்று மிகுந்த அன்போடு இந்தக் கடிதத்தை ஆரம்பிக்கத்தான் ஆசை. ஆனால் ஒரு

சின்ன அக்கறை கூட மீண்டும் உங்கள் மனதில் ஆசையைத் தூண்டி விடுமோ, காதலை விதைத்து விடுமோ என்ற அச்சத்தில் அதைத் தவிர்க்கிறேன். உண்மையில் கடிதம் எழுத எனக்கு விருப்பமில்லை. எழுதி என்ன ஆகப்போகிறது? போதும். என் வரையில் எல்லாம் முடிந்து விட்டது. இந்த உலகத்தில் நான் அதிகம் நேசித்த மனிதர் யாரென்றால் அது நீங்கள்தான். இப்போது மிக அதிகமாய் நான் வெறுக்கும் ஒருவர் யாரென்றால் அதுவும் நீங்கள்தான். உங்களை உயிராய் நேசித்த மேகலா இப்போது இல்லை. அவள் எப்போதோ செத்து விட்டாள். என் மனதில் இருந்து ஈரம் படிந்த அத்தனை இனிமையான நினைவுகளையும் அழித்து விட்டேன். நீங்களும் அழித்து விடுங்கள்.

எங்கள் கல்லூரி கலாச்சார விழாவிற்கு முன்னாள் மாணவர் என்ற முறையில் சிறப்பு அழைப்பாளராக நீங்கள் வந்திருக்கக்கூடாது. வந்தாலும் என் நாட்டியத்தைப் பார்த்திருக்கக்கூடாது. பாடலைக் கேட்டிருக்கக்கூடாது. ஒரு ரசிகனாய் என்னைப் பாராட்ட மேக்கப் அறைக்கு வந்திருக்கக்கூடாது. அத்தனையும் தாண்டி, பார்த்த கணத்தில் நாம் இருவரும் மனதைப் பறிகொடுத்திருக்கக்கூடாது. என்ன செய்வது... காலம் நம்மை அருகருகே கொண்டு வந்து நிறுத்தியது. காதல் வானில் சிறகடித்துப் பறக்க வைத்தது. அந்தக் காலம்தான் இப்போது நம்மைப் பிரித்திருக்கிறது. என்னவோ... நடந்ததெல்லாம் ஒரு கனவு. கற்பனை. பொய். நீங்கள் அரங்கனும் இல்லை. நான் ஆண்டாளும் இல்லை. எல்லாம் அபத்தம். முட்டாள்தனம். கற்பிதம். நான் விட்டு விட்டேன். விலகி வெகுதூரம் வந்து விட்டேன். மனதால்... உணர்வுகளால்... எண்ணங்களால்... நீங்களும் எல்லாவற்றிலிருந்தும் விலகி விடுங்கள். அதுதான் எல்லோருக்கும் நல்லது.

இனிமேலும் அவமானப்பட முடியாது. மிதிபட முடியாது. காயம் பட முடியாது. தாங்கும் வலுவில்லை - எனக்கு; என் குடும்பத்துக்கு. அன்று சியாமளா அகத்தில் உங்கள் தகப்பனார் அவ்வளவு இழிவாகப் பேசினார். குன்றிப் போயிற்று. சகித்துக் கொண்டேன் உங்களுக்காக. உங்கள் அப்பா இறந்த அன்று மனசு ஆறவில்லை. துயரம் தாங்காமல் கதறி அழுதது தவறா? சியாமளாவும் அவள் அப்பாவும் இன்னும் சிலரும் அன்று ஓடி வந்து

காப்பாற்றி இருக்காவிட்டால், நான் நடுத்தெருவில் துகிலுரியப் பட்டிருப்பேன். நல்லவேளை... காப்பாற்றப்பட்டேன். அப்படியும் பிடித்து இழுத்ததில் ஜாக்கெட் முதுகுப் பக்கம் முற்றாய் கிழிந்து கோடு கோடாய் நகக் கீறல்கள். அடிவயிற்றில் உங்கள் பெரியப்பா எட்டி உதைத்ததில் இரத்தம் கன்றிப்போய் நிமிர்ந்து உட்காரப் பத்து நாட்களாயிற்று. ஒரு முதியவரிடமே இவ்வளவு துவேஷமும் வெறியும் இருக்குமெனில் நாளை நாம் வாழ்வில் இணைந்தால்... நினைத்தாலே நடுங்குகிறது.

அது மட்டும் இல்லை. இந்தச் சில நாட்களாய் நடந்ததாய் அப்பா எழுதியிருப்பதைப் படிக்கும்போது அடி வயிறு கலங்குகிறது. நடந்தவைகளை நினைக்கும் போது நாங்கள் குறி வைத்துத் தாக்கப்பட்டிருக்கிறோம் என்றே நினைக்கத் தோன்றுகிறது. வெளியில் போகிற என் தந்தை உயிரோடு திரும்பி வருவாரா என்று ஒவ்வொரு நாளும் செத்து செத்துப் பிழைக்கிறாள் என் தாய். அரசாங்கத்தில் இருவது வருஷ சர்வீஸ் எங்கய்யாவுக்கு. பியூன்தான். கை நீட்டி ஒரு பைசா இலஞ்சம் வாங்கியதில்லை. அவர் மீது இலஞ்சக் குற்றச்சாட்டு. எத்தனை அவமானம்... நாங்கள் ஏழைகள்தான். சேரிதான். ஊருக்கு வெளியில் ஒதுக்கி வைக்கப்பட்டிருப்பவர்கள்தான். ஆனால் யார் குடியையும் கெடுத்ததில்லை. யார் சொத்துக்கும் ஆசைப்பட்டதில்லை.

திடீர் திடீரென்று உழவு மாடுகள் காணாமல் போகின்றன. நாளைக்கு வெட்டிப் போடுவார்கள். உங்கள் பிள்ளையைத் துள்ளத் துடிக்க வெட்டிப் போட்டால் உங்களுக்கு எப்படி இருக்கும்? ஒருநாள் வைக்கோல் போர் பற்றி எரிகிறது. யாரோ விளைந்த பயிறுக்கு தீ வைக்க முயன்றிருக்கிறார்கள். இப்படிப்பட்டவர்கள் நாளைக்கே சேரிக்குத் தீ வைக்க மாட்டார்கள் என்று என்ன நிச்சயம்? எதற்காக, ஏன், யார் செய்கிறார்கள் தெரியவில்லை. போலீஸ் ஸ்டேஷனிலும் புகார் வாங்க மறுக்கிறார்கள். இத்தனை காலம் இப்படியெல்லாம் நடந்ததில்லை. எப்படியோ? எனக்கு என் குடும்பம், என் மக்கள், என் ஊர் முக்கியம். அதைவிடப் பாழாய்ப் போன இந்தக் காதல் ஒன்றும் முக்கியமில்லை. நான் சாக்கடை. சந்தனத்தோடு கலக்க வேண்டுமென்று ஆசைப்படக்கூடாது. வந்தாலும் விட மாட்டார்கள். விட்டு விடுங்கள். விலகி விடுவோம்.

எம். சுப்பிரமணியன் | 171

கடிதம் எழுதாதீர்கள். நேரிலும் வர வேண்டாம். நீங்கள் காதல் ரசம் சொட்டச் சொட்ட எனக்கு எழுதிய எல்லாக் கடிதங்களையும் வெந்நீர் அடுப்பில் எரித்து விடலாம் என்றுதான் நினைத்தேன். மனது கேட்கவில்லை. அத்தனையையும் உங்களுக்கே அனுப்பி இருக்கிறேன். என்னைச் சந்திக்க முயலாதீர்கள். முயன்றால் அது என் மரணத்தில் முடியும். மறுபடியும் சொல்கிறேன். எல்லாவற்றையும், ஆம் எல்லாவற்றையும் என் மனதில் இருந்து அழித்து விட்டேன். நீங்களும் அழித்து விடுங்கள்.

இப்படிக்கு,

மேகலா.

சியாமளா அந்தக் கடிதத்தை திரும்பத் திரும்ப வாசித்தாள்.

"மனசார மேகலா இந்தக் கடிதாச எழுதி இருப்பான்னு எனக்குத் தோணல ரகு. ஏதோ ஒரு நிர்பந்தத்திலே அவ இத எழுதி இருக்கலாம். அதோட அவ உள்ளூர காயம் பட்டு இருப்பாளோன்னு தோணறது."

"காயமா?"

"ஆமாம்."

"புரியல சியாமளா!"

"இதுக்கு முன்னால நீங்க ஊருக்குப் போறச்சே மேகலா எப்பவாவது வழியனுப்ப ஸ்டேஷனுக்கு வந்திருக்காளா?"

"இல்லே."

"ஆனா இந்தத் தடவை வந்தா இல்லையா?"

"ஏன் வந்தா?"

வண்டி புறப்படுகிற கடைசி நிமிஷத்தில் மேகலா ஏன் ஓடி வந்தாள்?

❖❖❖

14

"இரயில் புறப்பட இருந்த கடைசிச் சில நிமிஷங்கள் இருந்தப்போ அவசர அவசரமா ஓடி வந்தா... 'கிளம்பறதுக்கு முன்ன கடைசியா ஒரு தடவை பாக்கணும் போல இருந்தது'ன்னு ஏதோ சொன்னா. இரைச்சல்லே சரியாக் கேக்கலே. வேற எதுவும் பேசலே. எங் கைய்யக் கோத்துண்டு கண் கலங்க நின்னா. என்ன அர்த்தம் அதுக்குன்னு அப்போ புரியல" என்றான் ரகு அடிபட்ட குரலில்.

"நீங்க அன்னிக்கு ஹாஸ்டலுக்கு வந்து சொல்லிட்டுப் போன அஞ்சாம் நிமிஷம் போன் வந்தது. போய் பேசிட்டு வந்தா. அப்பவே அவ முகம் சரியில்லே. ரொம்ப உடஞ்சு போனப்பல இருந்தா."

"யார் பேசினாளாம்?"

"அப்பான்னு சொன்னா. அவர் கிட்டேருந்து லெட்டர் வேற வந்திருக்கணும். உள்ள போய் படிச்சா. அவ அழுதிருக்கணும். கண்ணும் மூஞ்சியும் அப்பிடி 'செவசெவ'ன்னு இருந்தது"

"அப்பறம்?"

"என்னடி என்னாச்சு அழுதியான்னு கேட்டேன். 'ப்ச்'ன்னா. ஒரு மாதிரியா சிரிச்சா. 'ரகுவப் பாக்கணும் போல இருக்குடி. டிரெயின் போயிருக்காதில்லையோ?'ன்னு கேட்டா. பதிலுக்குக் கூட காத்திருக்காமே டாக்ஸி பிடிச்சுப் போயிட்டா. வந்து சொல்வான்னு பாத்தேன். சொல்லலே. அப்பறமாக் கேட்டேன். சிரிச்சு மழுப்பிட்டா. ஒருவேளை பயமா இருக்கலாம்."

"பயமா?"

"ஆமாம். உயிர் பயம். யாருக்குத்தான் உயிர் மேல ஆசை இருக்காது? அவா ஏதோ ஒரு மூலைலே அடங்கி ஒடுங்கி வாழறவா.

அவாளுக்காகக் குரல் கொடுக்க யார் இருக்கா... காதலுக்காக தான் வேணா அழியலாம். ஒரு ஊர் அழியலாமா? அப்பிடின்னு மேகலா நினச்சிருக்கலாம் இல்லையா? அப்போ தன்னோட காதலை உதறிடலாம்னு அவ முடிவு செஞ்சிருக்கலாம் இல்லையா?"

ரகுவுக்கு என்ன சொல்வதென்று தெரியவில்லை. தன் காதலை அழிக்கத் துடிக்கும் அந்த முகமற்ற எதிரி யார்? இந்தச் சமூகமா அதன் அபத்தமான நடைமுறைகளா... முட்டாள்தனமான நம்பிக்கைகளா... இல்லை மதிப்பீடுகளே இல்லாத மனிதர்களா? எங்களைக் குறி வைத்திருக்கிறார்கள் என்று மேகலா கூட எழுதியிருந்தாளே... இதற்காக என் காதலை என் இனிய மேகலாவை உதறி விட முடியுமா? ஒருபோதும் முடியாது.

"அந்த முகமற்ற எதிரி யாரா இருக்கும்னு உனக்குத் தோணறது சியாமளா?"

"சனாதனம் முழுக்க முகமூடி போட்டுண்டு தாக்கறதோ என்னமோ? எல்லாத்தையும் காபந்து பண்றதுக்குன்னு சில பேர் பொறந்திருக்காளோலியோ? அவா செய்யறாளோ என்னமோ?"

"நீ யாரைச் சொல்றே... எங்க பெரியப்பாவையா?"

"ஏன் இருக்கப்படாது? ஓங்கப்பா செத்தன்னிக்கு அப்பிடியொரு ருத்ர தாண்டவம் ஆடினாரே... ஒரு பொண்ணுனு கூடப் பாக்காமே மேகலாவோட ஜாக்கெட்ட கிழிச்சு அவ அடி வயத்திலே எட்டி உதைச்சு... ஒரு மனுஷன் செய்யற காரியமா அது? ஓனக்குத் தெரியுமோ? உதச்ச உதையிலே மேகலாவுக்கு இரத்தப் போக்கு நிக்க ஒரு வாரம் ஆச்சு. எதக் காப்பாத்த இந்த வெறி? சொல்லு ரகு?"

சியாமளாவின் கேள்வி முகத்தில் அறைந்த மாதிரி இருந்தது. இந்த மாதம் களக்காட்டில் இருந்து வட்டிக்குக் கொடுத்திருந்த பணத்துக்கு வட்டி வசூலிக்க பெரியப்பா சங்கரன்கோவில் வந்திருந்த போது அவனை மடக்கி உறுமியது ஞாபகம் வந்தது.

"நீ உம்மனசுல என்னதாண்டா நினச்சுண்டிருக்கே? கேக்க நாதியில்லேன்னு இஷ்டத்துக்கும் ஆடறயோ? பெரீய்ய சீர்திருத்தவாதின்னு நினைப்போ ஓனக்கு? நீ யாருன்னு நோக்குத் தெரியுமோ? நீ பண்ற காரியத்தாலே கண்ணுக்கெதிரே சிரேஷ்டமான

ஒரு வேத குலம் சீரழியப் போறதைப் பாத்துண்டு கையைக் கட்டிண்டு வேடிக்கை பார்க்க முடியுமோ? எதையோ கொண்டு போய் தலையில வெச்சுண்டு ஆடறயே அது என்ன ராமர் பாதுகையா? தலைமேல வெச்சுண்டு ஆனந்தக் கூத்தாடறத்துக்கு? ஏதோ பிடிச்சிருந்தது. பழகினயா சரி சந்தோஷமா இருந்தையா சரி. அப்பிடியும் அடங்கலையா கண்டும் காணாத நதில மூழ்கிக் குளிச்சோமா தலையைத் துவட்டிண்டு வந்தோமான்னு இருக்கணும். அத விட்டுட்டு கண்டதையும் ஆத்துக்குள்ளே கொண்டு வந்து வெச்சுப்பேன்னா அது திமிர் இல்லையோ? ஒரு குலத்த அழிச்ச பாவம் உனக்கு வேண்டாம். சொல்றதக் கேளு. இல்லேன்னா... லேசா கண்ண அசைச்சேன்னா போரும்... எல்லாம் பஸ்பமா போயிடும். புரிஞ்சுக்கோ"

வலித்தது. பெரியப்பா... நீதானா... என் ஆசை என் காதல் என் சந்தோஷம் எதுவும் முக்கியமில்லையா உனக்கு?

"திடீர்னு எல்லாப் பக்கமும் மூடிண்டாப்ல இருளோன்னு இருக்கு சியாமளா. என்ன செய்யறதுன்னே தெரியலை."

"டோன்ட் பீ ஸோ எமோஷனல் ரகு. ப்ளீஸ் பீ காம். நீங்க எமோஷனலா ரியாக்ட் பண்ணா மனசு உடையறதுதான் மிச்சமாகும். மேகலாவோட லெட்டர மனசுலேயிருந்து அழிச்சுடப் பாருங்கோ. பீ பாஸிட்டிவ். கொஞ்ச காலத்துக்கு பாகி, மைதிலி கல்யாண விஷயங்கள்லே தீவிரமா இறங்குங்கோ. எல்லாம் சரியாயிடும். இதுவும் கடந்து போகும். வெளிச்சம் வரும். எனக்கு நம்பிக்கை இருக்கு."

"உம் பேச்சக் கேட்டதிலே புதுசா ஒரு வெளிச்சம் கிடச்சாப்பிலே இருக்கு. தாங் யு ஸோ மச் சியாமளா!"

"ஒரு யோஜனை..."

"சொல்லு."

வாசிக்கும் போதெல்லாம் மனச ரணப்படுத்தற மேகலாவோட அந்தக் கடிதம் உங்க கிட்ட ஏன் இருக்கணும்? அது எங்கிட்ட இருக்கட்டுமே..."

சற்று யோசித்த ரகுவுக்கு அது சரியென்றே பட்டது.

"இந்தா... உங்கிட்டயே வெச்சுக்கோ. ஆனா கிழிச்சுடாதே!"

எம். சுப்பிரமணியன் | 175

“சரி அப்பறம் ஒரு விஷயம். களக்காடு வரன் பத்தி உங்க கிட்ட பேசணும்னு அப்பா சொல்லிண்டிருந்தா.”

“எது வக்கீல் விஜயராகவ மாமா மூலமா ஒரு வரன் வரதுன்னு சொன்னாளே அதுவா?”

“ஆமாம். தோ அப்பாவே வந்துட்டாளே” என்று சியாமளா எழுந்தாள்.

காபியை ரசித்துக் குடித்துவிட்டு கல்யாண ராமய்யர் மலர்ந்த முகத்தோடு பேச உட்கார்ந்தார்.

“ஒரு நல்ல விஷயம் ரகு. என்னோட சிநேகிதர் களக்காடு வக்கீல் விஜயராகவன் மூலமா ஒரு வரன் வந்ததோல்லியோ அவாளுக்கு நீ குடுத்த பாகீரதியோட போட்டோவையும் ஜாதகத்தையும் அனுப்பி இருந்தேன். அவாளுக்குப் பொண்ண ரொம்பப் பிடிச்சிருக்காம். ஜாதகப் பொருத்தமும் அமோகமா இருக்காம். அவாத்து ஜோசியர் சொன்னாராம். தற்செயலா எங்காத்து வாத்தியார் பஞ்சு சாஸ்திரிகள் வந்திருந்தார். ஜோதிட பூஷணம் அவர். அவர்கிட்டே ரெண்டு பேரோட ஜாதகத்தையும் காமிச்சேன். ரெண்டு பேரோட ஜாதகமும் நல்ல அம்சமான ஜாதகம். பத்துக்கு ஒம்பது பொருத்தம் பழுதில்லை. இவா விவாஹம் பண்ணிண்டா அமோகமா இருப்பான்னு சொன்னார். இனிமே பொண்ணும் பிள்ளையும் நேராப் பாக்க வேண்டியதுதான் பாக்கி. பிடிச்சதுன்னா லௌகீக விஷயங்களைப் பேச ஆரம்பிச்சுடலாம். அப்புறம் என்ன ஜாம்ஜாம்னு கல்யாணம்தான். நீ என்ன சொல்றே?”

“கேக்கவே ரொம்ப சந்தோஷமா இருக்கு மாமா. அவா ரொம்ப எதிர்பாப்பாளோ?”

“சேச்சே... அவா ரொம்ப நல்ல மனுஷா. நகை நட்டு சீர் செனத்தின்னு அலைய மாட்டா. அதுக்கு நான் உத்திரவாதம். ஆனா ஒரு விஷயம்...”

“சொல்லுங்கோ!”

“அவாத்து மாமி பேரு ராஜலட்சுமி. ரொம்ப நல்ல சுபாவம். ஆனா பாரு ஸ்வாமி சோதிச்சுட்டான். மாமிக்கு அவ அப்பாவும் அம்மாவும் தேடி ஒரு நல்ல இடத்திலே கல்யாணம் பண்ணி வெச்சா. அப்போ ராஜலட்சுமிக்குப் பதினாறு வயசு. மாப்பிள்ளைப்

பையனும் நல்லவனாத்தான் இருந்தான். ஆனா முத்தின காசம். அத மறச்சு கல்யாணம் பண்ணி வெச்சிட்டா. என்ன பண்றது? மொதக் கொழந்தை ஸ்ரீராம் பொறந்தான். குழந்தைக்கு மூணு வயசு இருக்கறச்சே ராஜலட்சுமிக்கு வைதவ்யம் வந்துடுத்து. எப்போ? பத்தொம்பது வயசிலே. கையில குழந்தையோட ராஜலட்சுமி பட்ட மரமா நின்னா. எத்தனை ஆசைகள், கனவுகள் இருந்திருக்கும் அவ மனசிலே. அவ்வளவும் கருகிப் போச்சு. அந்த வேதனையைப் பெத்தவாளாலே எத்தனை நாளைக்குப் பாத்துண்டு இருக்க முடியும்? பச்சுப் பச்சுனு பத்தொம்பது வயசிலே மூலைலே ஒக்கார வெச்சா பெத்தவா மனசு சுக்கு நூறா உடஞ்சு போகாதா? பாத்தா... மறுபடியும் ஒரு நல்ல மாப்பிள்ளையப் பாத்து ராஜலட்சுமிக்கு ரெண்டாவதா ஒரு கல்யாணம் பண்ணி வெச்சா. அவர் பேரு தியாகராஜன். போஸ்ட் மாஸ்டர். அவர் விரும்பி ராஜலட்சுமியக் கல்யாணம் பண்ணிண்டார். குழந்தை ஸ்ரீராமைத் தன் குழந்தையா ஏத்துண்டார். அவருக்குப் பொறந்த பையன்தான் ஜெயராமன். பெங்களூரிலே ஒரு மருந்து கம்பெனில சீஃப் கெமிஸ்டா இருக்கான். நல்ல பையன். கொஞ்சம் மாடர்னா திங்க் பண்ற பையன். பாத்தா ஒனக்கும் பிடிக்கும். அவனுக்குத்தான் பாகீரதியப் பாத்திருக்கு. அந்த மாமி ரெண்டாம் கல்யாணம் பண்ணிண்டத ரொம்ப பேர் ரசிக்கலே. அவாளுக்கு மனம் ஒப்பலே. நீ என்ன நினைக்கறே?"

"நேக்கு ஒண்ணும் தப்பா தெரியலே."

"ஒனக்குத் தோணாது. உன்னோட வார்ப்பு அப்பிடி. உங்காத்து மனுஷா என்ன நினைக்கறாங்கறது முக்கியம். குறிப்பா உங்கம்மை. உங்க பெரியம்மா. அவாளும் சரின்னா ஒரு நல்ல நாள் பாத்து பொண்ண பாக்க வர சொல்றேன். அன்னிக்கே தட்ட மாத்திக்கலாம். என்ன சொல்றே?"

"சரி இதுலே அவர் எதுக்கு?"

"யாரு?"

"பெரியப்பா..."

"நன்னாருக்கே... ஒங்கப்பா போனப்பறம் ஆத்துக்குப் பெரியவர் அவர்தானே... அவருக்கும் ஒங்கப்பாவுக்கும் ஆயிரத்தெட்டு மனக்கசப்பு இருந்திருக்கலாம். ஆனா உறவில்லேன்னு ஆயிடுமோ?

பிடிக்கறதோ இல்லியோ எல்லாத்தையும் அவர முன்ன வெச்சுதான் செஞ்சாகணும் இனிமே."

"அவர் வேண்டாம் மாமா?"

"ஏண்டா?"

பெரியப்பா, அப்பா செத்த அன்று, இரக்கமற்று மேகலாவை அடி வயிற்றில் ஓங்கி உதைத்து, துகிலுரிய முயன்றது, சங்கரன்கோவில் வந்த அன்று, 'பிடிச்சுதா நதில மூழ்கிக் குளிச்சோமா தலையைத் துவட்டிண்டு வெளில வந்தோமான்னு இருக்கணும்' என்று மேகலாவைக் கேவலமாய் ரசக்குறைவாய்ப் பேசியதைக் கண்கள் பனிக்க உடைந்த குரலில் ரகு சொன்னான். கல்யாண ராமய்யர் அவன் கைகளைப் பற்றி அழுத்தினார். தோளோடு சேர்த்து அணைத்துக் கொண்டார். முதுகைத் தடவினார்.

"சின்ன வயசிலேர்ந்தே என் சந்தோஷம் அவருக்கு முக்கியமா இல்லை மாமா. வேறெதுவோதான் முக்கியமா இருக்கு."

கல்யாண ராமய்யர் ஆறுதலாய்ப் புன்னகைத்தார்.

"மனுஷாள்னா அப்பிடித்தான் இருப்பா. எல்லா விரலும் ஒண்ணாவா இருக்கு? எல்லாராலயும் எல்லாத்தையும் விட்டுட்டு வர முடியாது ரகு. விடு."

"எதுக்கு எல்லாரையும் சொல்றேள்? நீங்க இல்லையா? நேத்திக்குக் குடுமி வெச்சிண்டிருந்தா. இப்போ கிராப் வெச்சுக் கலையா? பஞ்ச கச்சம் கட்டிண்டுதான் வெளில போவா. இப்போ வெள்ளைக்காரன் மாதிரி நீளமாக கால்சராய் போட்டுக்கறா... பொம்மனாட்டிகள் ஆத்துப் படி தாண்ட மாட்டா. இப்போ காலேஜ் வரை படிச்சு வேலைக்குப் போற அளவுக்கு முன்னேறியாச்சு. எல்லாம் மாறலையா?"

"மாறும். மாறணும். சில பேர் மாற மாட்டா."

"மாறினா கட்டு உடைஞ்சிடுமாம்."

"யார் சொன்னா?"

"பெரியப்பா."

"அப்பிடியா சொன்னார்?"

"ஆமாம். பல வருஷக் கட்டாம். பெரியவா அப்பிடி ஸ்தாபிச்சு வெச்சுருக்காளாம். அது உடையப்படாதாம்."

"சரியாத்தான் சொல்லி இருக்கார்."

"என்ன மாமா சொல்றேள்?"

"அவர் சொன்னதிலே கொஞ்சம் உண்மை இருக்குன்னு சொல்றேன். எல்லார் மனசுலேயும் தன் காலுக்குக் கீழ ஒரு கூட்டம் இருக்கணுங்கற எண்ணம் இருக்கு. அப்பத்தான் அடிமையா நடத்தலாம். பல்லக்கு தூக்கச் சொல்லலாம். அழுத்தி மிதிக்கலாம். அது ஒரு வகைத் திமிர். ஆண்டகைத் திமிர். அதுதான் கட்டு உடையாத காப்பாத்தணும்னு பேயாட்டம் போடறது."

"எதுக்கு அபத்தமா இப்படியொரு கட்டு? அக்கிரஹாரத்துக்குன்னு ஒரு வெயில், மத்தவாளுக்குன்னு ஒரு காத்துன்னா அடிக்கறது? அப்பறம் எதுக்கு? உடையட்டுமே"

"அது சரி... அப்பறம் சிம்மாசனம் பறி போயிடுமே. பல்லக்குல போனவன்னா பல்லக்கத் தூக்கும்படியா ஆயிடும்" என்று கல்யாண ராமய்யர் உரத்துச் சிரித்தார்.

ரகுவால் சிரிக்க முடியவில்லை.

"அப்போ வரட்டுமா?"

"சரி."

"முடிஞ்சா மேகலாட்ட பேசறயா சியாமளா?"

"இப்ப வேண்டாம். கொஞ்சம் ஆறட்டும். நீங்க எவ்வளவு நாள் இருப்பேள்?"

"எல்லாம் நல்லபடியா நடந்தா பாகீரதியோட நிச்சயதார்த்தம் வரைக்குமாவது இருக்கலாம்னு நினைக்கறேன்."

"அதுக்கு ஒரு மாசமாவது ஆகாதா? அவ்வளவு நாள் லீவ் பேங்கிலே தருவாளா?"

"என்ன செய்யறது. சம்பளம் கிடைக்காது. மத்தபடி பிரச்னையில்லே"

"சரி. நல்லபடியா போயிட்டு வாங்கோ. போய் ஃபோன் பண்ணுங்கோ. நல்லதே நடக்கும். கவலைப்படாதேள்"

"ரொம்ப சந்தோஷம் சியாமளா. தாங் யு. போயிட்டு வரேன்.

15

ரகு பஸ்ஸில் இருந்து இறங்கினான். செல்லச் சிணுங்கலாய் மழை தூறிக்கொண்டிருந்தது. களக்காடு வரும்போதெல்லாம் கூடவே வந்து விடுகிறது மழை. மனசிற்கு சிறகு முளைக்க வைக்க மழைக்குத்தான் தெரிந்திருக்கிறது. 'என்னடா வரும்போதே மழையக் கூட்டிண்டு வந்துட்டியா?' என்று பெரியம்மா சிரிப்பார். பாகீரதியைப் பெண் பார்க்க வருவதாக, வக்கீல் விஜயராகவன் மூலமாகத் தகவல் வந்தது. அடுத்த வெள்ளிக்கிழமை நாள் நன்றாக இருப்பதாகவும் எல்லோருக்கும் திருப்தியென்றால் அன்றைக்கே நிச்சயதார்த்தத்தை வைத்துக் கொள்ளலாம் என்றும் அவர் சொல்லி இருந்தார். "உங்க பெரியப்பா எப்பிடி வேணா இருந்துட்டுப் போட்டும். ஆயிரந்தான் இருந்தாலும் அவர் உன்னோட பெரியப்பா. ஆத்துக்குப் பெரிய மனுஷன். நாம போய்க் கூப்பிடலயேன்னு இருக்கப்படாது. நேர்ல போய் கூப்பிட்டுட்டு வா. அதுதான் மரியாதை. எல்லாரையும் நான் கேட்டதாச் சொல்லு" என்று சொல்லி இருந்தாள் அம்மா. தூறலில் நனையாமல் கைப்பையை இறுக்கிக் கொண்டு ரகு நடையை எட்டிப் போட்டான்.

திண்ணையில் பெரியப்பாவின் பதினாறு வயதுப் பெண் சங்கரி முட்டிக்கு மேல் பாவாடையை வழித்துக்கொண்டு பல்லாங்குழி ஆடிக்கொண்டிருந்தது. எதிரே ஒரு பதினான்கு வயதுப் பயல். அவன் பார்வை வேறு எங்கோ இருந்தது. ரகுவைப் பார்த்ததும் அந்தப் பெண் திண்ணையில் இருந்து துள்ளிக் குதித்து ஓடி வந்தது. ரகுவுடன் ஒட்டிக்கொண்டது. அவன் விரலைப் பின்னிக் கொண்டது. கண்களில் மின்னல். முகத்தில் மலர்ச்சி.

"அண்ணா சாக்லேட்..."

கை நீட்டிற்று.

"நோக்கு இல்லாததா... உள்ள வா தரேன்."

"நெஜம்மா..."

"நெஜம்மா."

"எத்தன தருவே?"

"எத்தனை வேணும் நோக்கு?"

"இவ்ளோ தருவியா?"

இறக்கை போல இரண்டு கைகளையும் விரித்துக் காட்டிற்று.

"தரேண்டா கண்ணு. வாயத் தொடச்சுக்கோ. எச்சில் வழியறது பார்"

கூச்சமின்றி பாவாடையை முகம் உயரத்துக்குத் தூக்கி துடைத்துக் கொண்டது.

"அம்மா யார் வந்திருக்கா பாரேன்."

துள்ளிக் கொண்டு உள்ளே ஓடிற்று.

"ரகு, வாடா குழந்தே. இப்பத்தான் நினச்சுண்டேன் - இன்னிக்கு வரதாச் சொல்லி இருந்தானே குழந்தை இன்னும் காணமேன்னு. உனக்கு ஆயுசு நூறு. அடியே கடங்காரி தூத்தம் எடுத்துண்டு வாடி!"

பெரியம்மா உள்ளே குரல் கொடுத்தார்.

"அம்மா இதுல தண்ணியே நிக்க மாட்டேங்கறதே. எப்படி தூத்தம் எடுத்துண்டு வரதாம்?"

பெரியம்மா கோபமாய் எழுந்து உள்ளே போனார்.

"ஏண்டி தூமர தண்டி, மூணு கழுத வயசாறது. ஒரு லோட்டா தூத்தம் கொண்டு வர துப்பில்லை. இப்படியா காபி போடற பில்டர்ல தண்ணி எடுத்துண்டு வருவா. யாராவது கேட்டா வழிச்சுண்டு சிரிப்பா" என்ற கத்தலும் தொடர்ச்சியாய் மொத்து மொத்தென்று அடி விழும் சத்தமும் பாத்திரங்கள் சிதறி விழும் ஓசையும் உச்சமாய் சங்கரியின் அலறலும் கேட்டது.

"சால்லே பில்டர நானா போட்டேன்? அடிக்காதே வலிக்கறது. அய்யோ இந்த முண்ட என்ன அடிச்சுக் கொல்றாளே" கதறலுடன் ஓடி வந்த சங்கரி ரகுவின் காலுக்கடியில் கோழிக் குஞ்சாய்ப் பதுங்கிக் கொண்டாள். புருவத்துக்கு சற்று மேல் ஒரு நெல்லிக்காயளவு வீங்கி இருந்தது. தர்மாம்பாள் ஆவேசமாய் அடிக்க வந்தாள்.

"வேண்டாம் பெரியம்மா அடிக்காதேள். அவ குழந்தை!"

எம். சுப்பிரமணியன்

“பதினாறு வயசாறது. இன்னும் என்ன குழந்தை? ஒரு லோட்டா தூத்தம் கொண்டு வர துப்பில்லை. யாரப் பாத்தாலும் வெக்கமில்லாமே சாக்லேட் கேட்டுண்டு நிக்கறது சனியன். ஒரு நல்லது கெட்டது தெரியலை. சொன்னாலும் ஏறலை. சனியன் செத்து ஒழிஞ்சாலும் தூக்கிப் போட்டுட்டு நிம்மதியா இருப்பேன். இப்பிடி ஒவ்வொரு நாளும் அடி வயத்திலே நெருப்பக் கட்டிண்டு ஈஸ்வரா இன்னம் ஏன் வெச்சிருக்கே அழச்சுக்கப்படாதா?” என்று விம்மினார்.

ரகுவுக்கு என்ன சொல்வதென்று தெரியவில்லை.

இந்த வீடு வேறு வகை. பெரியப்பா மனதில் ஈரம் இருக்குமா தெரியவில்லை. பெரியம்மாவை அப்படிச் சொல்லிவிட முடியாது. பெரியவன் சாமாவுக்கு எதுவுமே முக்கியமில்லை. யாரும் அவசியமில்லை. இந்தக் குழந்தைதான் அவனிடம் ஒட்டிக் கொள்ளும். உறவுகள் முறுக்கிக் கொண்டிருந்த காலத்தில் கூட சங்கரிக்காக அவன் களக்காடு வந்து போயிருக்கிறான். மஞ்சள் அரைத்துக் கொண்டு வரச் சொல்லி வீங்கிப் புடைத்த இடத்தில் பற்று போட்டான். பக்கத்தில் உட்கார வைத்துக் கொண்டான். கை நிறையச் சாக்லேட் கொடுத்தான்.

“சங்கரி...”

“ம்...”

“சாக்லேட்னா ஒனக்கு இஷ்டமா?”

“ரொம்ப இஷ்டம்.”

“அப்பா வாங்கித் தர மாட்டாளா?”

“தருவா... ஒண்ணே ஒண்ணு.”

“வேற யாரு தருவா?”

“எதிராளாத்து அம்பி இருக்கானோல்லியோ அவன்... தெருக்கோடில பொட்டிக் கடை வெச்சிருக்காளே பெரிசா மீசை வெச்சுண்டு முருகேசன்னு அவன் மாடியாத்திலே வெங்கிட்டு மாமா...”

“நீ கேப்பயா? அவாளா குடுப்பாளா”

“நானும் கேப்பேன். அவாளும் பாப்பா சாக்லேட் வேணுமான்னு கேட்டுக் குடுப்பா.”

“எப்பிடிக் குடுப்பா?”

“எப்பிடிக் குடுப்பான்னா... கையாலதான்”

“அது இல்லே. இப்போ நான் எப்பிடிக் குடுத்தேன். நான் குடுக்கறச்சே என் கை உம் மேலப் பட்டுதா?”

“இல்லையே...” “அவா குடுக்கும் போது?”

“அந்த முருகேசன் கடங்காரன் கையத் தடவித் தடவிக் குடுப்பன். ஒரு மாதிரியா பாப்பன். வெங்கிட்டு மாமா இருக்காரே அவர் கால ரொம்ப வலிக்கறது... கொஞ்சம் தொடையைப் பிடிச்சு விடறயாம்பார். சுத்த மோசம்... அப்பறம் அந்த மாடிக் கடங்காரன் இருக்கானே அவன்...”

“யாரு, எதிராளாத்து அம்பியா?”

“ஆமாம்.”

“அவன் என்ன செஞ்சான்?”

“எங்காத்திலே நாய் குட்டி போட்டுருக்கு வாடின்னான். போனேன். புசுபுசுன்னு அஞ்சாறு குட்டி. அய்யோ எவ்வளவு அழகு. ஒண்ணு தாடான்னேன். தரேன். பதிலுக்கு என்ன தருவேன்னான். எங்கிட்ட ஒண்ணுமில்லையேன்னேன். இருக்கு, நோக்குத் தெரியலே. நான் எடுத்துக்கறேன்னான். நேக்குப் புரியலை. சட்டுன்னு என்ன இறுக்கமா கட்டிண்டுட்டான். ‘சீ போடான்னு‘ அவன ஒரே தள்ளா தள்ளி விட்டுட்டு ஓடி வந்துட்டேன். அம்மா இலுப்பக்கரண்டிய பழுக்கக் காய்ச்சி தொடைலே சூடு வெச்சா. தோ பாரு எப்பிடிப் புண்ணா நொத நொதன்னு இருக்கு பாரு.”

அந்தக் குழந்தை துளியும் வெட்கமற்று பாவாடையை உயர்த்தி மேல் தொடையில் பழுத்துக் கிடந்த ரணத்தைக் காட்டிற்று.

ரகுவிற்குத் தொண்டை அடைத்தது.

“சங்கரி!”

“அண்ணா!”

“நான் சாக்லேட் தரச்சே கையத் தொடாத தந்தேன் இல்லையா? அவாளும் அப்பிடித் தந்திருக்கலாம் இல்லையா?”

“தந்திருக்கலாம்.”

“ஆனா ஏன் அப்பிடித் தரலே?”

"ஏன் தரலே?"

"என்னக் கேட்டா நீன்னா யோசிக்கணும்"

"ம்ம் அவாளுக்கு என்னத் தொடணும்"

"எதுக்குத் தொடணும்? அது தேவையே இல்லையே..."

"ஆமாம்

தேவையே இல்லையே..."

"அப்போ அது தப்புதானே?"

"தப்புதான்."

"உன்னோட பிரண்ட்ஸ் யாராவது போய் சாக்லேட் வாங்கித் தாங்கோன்னு கேப்பாளா?"

"கேக்க மாட்டா."

"அப்போ நீ மட்டும் கேக்கலாமோ?"

"கூடாது..."

"வெரி குட். எதையும் யாரு கிட்டயும் போய் கேக்கப்படாது. கேட்டேன்னு வை என்னடா இது இந்தப் பொண் இப்பிடி அசடா இருக்கேன்னு எல்லாரும் பின்னாடி சிரிப்பா. கேலியா பேசிப்பா. அப்பிடி உன்னப் பத்தி யாராவது பேசினா கஷ்டமா இருக்காதா?"

"இருக்கும்."

"அப்போ தெரியாத ஆட்கள் கிட்ட போய் எதையாவது கேக்கறது அசிங்கம் இல்லையா?"

"அசிங்கம்தான்."

"அப்போ சங்கரி இனிமே யார் கிட்டயாவது போய் கை நீட்டிண்டு நிப்பளோ?"

"மாட்டா."

"சத்தியமா?"

"சத்தியமா!"

"இந்தப் பைல பழம், சீடை, முறுக்கு, திரட்டுப்பால் எல்லாம் இருக்கு. கொண்டு போய் உள்ள வை. இந்தா மல்லிச்சரம், பாகீரதி மெனக்கெட்டு ஒக்கார்ந்து ஒனக்காகக் கட்டினா... சுவாமிக்குக் கொஞ்சம் போட்டுட்டு நீயும் வெச்சுக்கோ."

சங்கரி சந்தோஷமாய் உள்ளே ஓடிற்று.

❖❖❖

16

பெரியம்மா ஈரக் கையைத் துடைத்துக் கொண்டு வந்து எதிரே உட்கார்ந்தார்.

"பரவால்லையே. நான் தலதலயா அடிச்சுண்டாலும் கேக்க மாட்டா. நீ சொன்ன ஒடனே சரின்னுட்டாளே..."

"அவ குழந்தை பெரீம்மா. பச்சை மண். அவ இப்பிடி இருக்காளேன்னு ஆத்திரப் படாதேள். அணைச்சுக்கோங்க. அன்பா இதமாச் சொல்லுங்கோ. அவளுக்குப் புரியும். சரியா..."

"என்ன அழகாச் சொல்றே. நேக்கு இப்படியெல்லாம் யோசிக்கத் தெரியலையே. நீ வந்து எம் வயத்திலே பிள்ளையாப் பொறந்திருக்கப்படாதோ?" என்று பெருமூச்சு விட்டார்.

"பெரியப்பா இல்லையா?"

"அதான் கால்ல சக்கரத்தக் கட்டிண்டு அலையறாரே. கார்த்தாலே அவசர ஜோலின்னு நாகர்கோவிலுக்குக் கிளம்பினார். எப்ப வருவரோ. ஆத்துல எல்லாரும் விச்சா இருக்காளோ?"

"ம்..."

"அம்மைக்கு எப்பிடி இருக்கு இப்போ?"

"என்னமோ இருக்கா."

"என்ன ஒரு மாதிரியா சொல்றே?"

"ரொம்ப ஷீணமா இருக்கா. நடக்க முடியலே. நடந்தா மூச்சு வாங்கறது. அப்பா போனப்பறம் அம்மை ரொம்ப உடஞ்சு போயிட்டா"

அவன் கண் கலங்கிற்று. குரல் கம்மிற்று.

"பின்ன இருக்காதா... உங்கம்மாவ உள்ளங்கையில வெச்சுத் தாங்கினார் உங்கப்பா. புருஷன் போனப்பறம் பொம்மனாட்டிக்கு இங்க என்ன இருக்கு சொல்லு!"

பெரியம்மா சொல்வது ஒரு வகையில் நிஜம் என்றுதான் தோன்றியது. உள்ளேயிருந்த ஒரு ஒளி, ஜீவன் அணைந்து விட்டது போல அம்மா வெளிறிக் கிடக்கிறாள். ஒடுங்கிக் கொண்டு வருகிறாள். பாகீரதிக்கும், மைதிலிக்கும் கல்யாணம் ஆக வேண்டுமென்று உயிரைப் பிடித்து வைத்துக் கொண்டிருப்பது போலத்தான் தோன்றுகிறது.

ரகு விஷயத்தைச் சொன்னான்.

"நீங்க என்ன நினைக்கறேள் பெரியம்மா?"

"அது எதுக்கு?"

"இல்லே சொல்லுங்கோ."

"விகல்பமா எடுத்துக்காத இருக்கணும்."

"யாரு?"

"எல்லோரும்."

"என்ன சொல்றேள்?"

"கேக்க ஒரு மாதிரியா இல்லையோ?"

"எது?"

"அந்த மாமி ரெண்டாம் கல்யாணம் பண்ணிண்டது."

"பொண்டாட்டி செத்தா அவ சாம்பல் கரையறத்துக்குள்ளே ஆம்பிள்ளைகள் இன்னொரு கல்யாணம் பண்ணிக்கறதில்லையா?"

"ஆம் பிள்ளைகள் பண்ணிப்பா. லோகம் அதை ஏத்துண்டு இருக்கு. அப்பிடி கெட்டியாச் சட்டம் பண்ணி வெச்சுருக்கு. பொம்மனாட்டிக்கு அப்பிடியா?"

"அது தப்பில்லையா?"

"தப்பென்ன இதிலே? அப்பறம் சீதா மாதிரி பதிவிரதைகள் வாழ்ந்த வாழ்க்கைக்கு அர்த்தம் இல்லாத போயிடாதா?"

"அப்போ அகலிகை தப்பா பெரியம்மா? தப்பா இருந்தா ஸ்ரீமன் இராமச்சந்திர மூர்த்தியோட பாத தூள் பட்டு அகலிகைக்கு சாப விமோசனம் கிடைச்சிருக்குமா சொல்லுங்கோ?"

“என்னமோப்பா நீங்கள்லாம் பெரிய படிப்பு படிச்சவா. என்னென்னவோ சொல்றேள்... என்ன இருந்தாலும் ஒரு மாத்து கம்மிதானே?”

“அப்போ இந்த சம்பந்தம் வேண்டாங்கறேளா?”

“சேச்சே... நா அப்பிடிச் சொல்லலே. நசுங்காத தப்பிச்சுக்கணும்னு அந்த மாமி தலையிலே எழுதி இருக்கு. அந்த மாமி என்ன பாவம் செய்வள் பாவம்? மத்தபடி உங்காத்திலே எல்லாருக்கும் இஷ்டம்னா ஜாம்ஜாம்னு நடத்துங்கோ!”

“அவாதான் பெரியம்மா வர வெள்ளிக்கிழமை பெண் பாக்க வரா. நீங்கதான் வந்திருந்து நல்லபடியா விசேஷத்த நடத்தித் தரணும்”

“தப்பா எடுத்துக்காதே. அன்னிக்கு வர முடியாத ஒரு இக்கட்டான சூழ்நிலை.”

“என்ன சொல்றேள் பெரியம்மா?”

“பாகியப் பொண் பாக்க வர அன்னிக்கு எங்க மனுஷாளாத்திலே கல்யாணம். இவாதான் முன்ன நின்னு நடத்தணும்னு ஒத்தக் கால்ல நிக்கறா. போகலேன்னா நன்னாருக்காது. எல்லாரும் தஞ்சாவூர் போறோம்.”

“என்ன பெரியம்மா இப்பிடிச் சொல்றேள்? உங்களன்னா மல போல நம்பிண்டிருந்தேன்.”

“என்ன சேறது சொல்லு. நேக்கும் வருத்தமாத்தான் இருக்கு. நாங்க போனாலும் மனசு இங்கதான் இருக்கும். எங்க ஆசீர்வாதம் எப்பவும் உங்களுக்குத்தான். செத்த இரு தோ வந்துடறேன்” என்று பையை எடுத்துக்கொண்டு பெரியம்மா வெளியே கிளம்பினார்.

“அண்ணா...”

“என்ன சங்கரி?”

“கொஞ்சம் கிட்ட வாங்கோ!”

“சொல்லு!”

“அம்மா பொய் சொல்றா. நாங்க கல்யாணத்துக்குத் தஞ்சாவூர் போலை. ஊட்டி போறோம்.”

“ஊட்டிக்கா?”

“ஆமாம். அப்பாதான் சொன்னா. அன்னிக்கு இங்க இருக்க வேண்டாம்டி. பேசாம ஊட்டிக்குப் போயிடலாம்னு. நான் சொன்னேன்னு சொல்லிடாதேள்”

“சரி...”

“அண்ணா ஒங்க கிட்டே ஒண்ணு கேக்கணும். கேக்கவா?”

“கேளு!”

“பொய் சொல்லப்படாது.”

“சரி.”

“நீங்க லவ் பண்றேளாமே.”

“யார் சொன்னா?”

“யார் சொன்னா என்ன. உண்மையச் சொல்லுங்கோ!”

“ஆமாம்.”

“அந்த மாமி அவ்வளவு அழகா இருப்பாளாமே?”

“ஆமாம். யார் சொன்னா?”

“எங்கண்ணா சாமா”

“அவன் எப்போ பாத்தானாம்?”

“சித்தப்பா திடீர்னு செத்துப் போயிட்டார்லயோ அப்போ அந்த மாமி வந்து ‘ஓ’ன்னு அழுதாளாமே. அப்பப் பாத்தாளாம். என்னத்தான் வரப்படாதுன்னுட்டா.”

“அப்பிடியா?”

“ஆமாம் அண்ணா. அந்த மாமி ரொம்ப நல்லவரா?”

“ம்...”

“உம்மேல ரொம்பப் பிரியமா இருப்பரா?”

“ம்...”

“நீங்க?”

“நானுந்தான்.”

“அப்போ எதுக்கு இவாள்லாம் அந்த மாமியத் திட்றா?”

“யாரெல்லாம்?”

“எங்கப்பா... அவரோட ஜமா... எங்கம்மா... இந்தக் கணக்குப் பிள்ளை மாமா எல்லாரும்தான். எதுக்கண்ணா இவா அந்த மாமிய வேண்டாங்கிறா?”

“அவா நம்மள மாதிரி பிராமணாள் இல்லையாம்.”

“பிராமணாள் இல்லை, சரி. மனுஷிதானே பண்ணிண்டா என்ன? நீ அவாளையே கல்யாணம் பண்ணிக்கோ... என்ன சரியா?”

“சரி.”

“பிராமிஸ்?”

“பிராமிஸ்.”

“நான் சொன்னேன்னு சொல்லிடாதே. அப்பறம் அடிச்சே கொன்னுடுவா.”

“சரி.”

கடவுளே இந்தக் குழந்தைக்குப் போய் அப்பிடியொரு குறையை ஏன் வைத்தாய்?

“அண்ணா என்ன ஒங்காத்துக்குக் கூட்டிண்டு போறேளா? இங்க இருக்கவே பிடிக்கலே.”

ரகுவுக்கு நெகிழ்ந்து வந்தது. என்ன சொல்ல?

“அடுத்த வெச வரச்சே கூட்டிண்டு போறேன்.”

“நிச்சயமா?”

“நிச்சயமா.”

ரகு பஜ்ஜி சாப்பிட்டு விட்டுக் கிளம்பினான். பெரியம்மாவை நமஸ்கரித்தான்.

“போயிட்டு வரேன்.”

“சரி. வரலையேன்னு தப்பா எடுத்துக்காதே. எம் மனசெல்லாம் அங்கேதான் இருக்கும். அம்மாவ ரொம்பக் கேட்டேன்னு சொல்லு.”

“சரி பெரியப்பா, ஆயிரந்தரம் திருநவேலி போறா... ஹை கிரவுண்ட் ஆஸ்பத்திரிலே சங்கரியக் காமிக்கப்படாதா?”

“அவருக்கு எங்க ஒழியறது, சொல்லு.”

“நானாவது கூட்டிண்டு போய்க் காட்டறேனே...”

“வேற வினையே வேண்டாம்” என்று சொன்னவர் உதட்டைக் கடித்துக் கொண்டு “எதுக்குச் சிரமம்னு சொல்ல வந்தேன்” என்றார்.

ரகு தெருவில் இறங்கினான். மனம் இறுகி இருந்தது.

திரும்பும் போது மழை வானத்தையும் துடைத்துப் புதுசாக்கி இருந்தது. பின்னிறங்கும் குளிர்ந்த வெயில். காற்றில் மழையின்

மணம். தலையில் நீர் சுமந்த வேலியோரப் பூக்களின் தலையாட்டல். சங்கு போன்ற பெரிய கண்களுடன் கருப்பும் வெள்ளையுமாய் துள்ளிக்கொண்டு பசுவின் கன்று. மழை அழிக்காத யாரோ ஒரு பெண்ணின் ஒற்றைக் காலடித்தடம். மழை பெய்து ஓய்ந்த வானத்தில் கூட்டம் கூட்டமாய்ச் சிறகடிக்கும் பறவைகள். அந்த சாயங்கால நேரம் ரம்யமாகத்தான் இருந்தது. ஆனால் ரகுவின் மனம் அமைதியற்றுத் தவித்தது. களக்காடு வந்து போகும் ஒவ்வொரு முறையும் அப்படித்தான் ஆகிறது. இத்தனைக்கும் அப்பா செய்த பாவம் என்ன? ஏமாற்றியது பெரியப்பா. அதற்கான சின்ன உறுத்தல் கூட அவரிடம் இல்லை. என்னவோ இளக்காரம். அலட்சியம். ஒட்டாத விலகல். ஆட்டுவிக்கும் திமிர். உறவற்று இருப்பதன் வலி பெரியப்பாவுக்குத் தெரியுமா? எல்லாவற்றையும் உதறிவிட்டு, என் வாழ்க்கை, என் சந்தோஷம் என்று மேகலாவுடன் எங்கேனும் போயிருக்க முடியும். அப்பாவின் மரணம், நடு ஆற்றில் துடுப்பு கை நழுவிப்போன படகு போல தத்தளிக்க வைத்துவிட்டது. அம்மாவையும் தங்கைகளையும் தாத்தாவையும் பாட்டியையும் உதறிவிட்டு என் வாழ்க்கை, என் சுகம் என்று எப்படிப் போக முடியும்? அப்படிப் போனால், நான் என்ன மனிதன்? உறவற்றிருப்பதை விட நரகம் உண்டா? பெரியப்பாவுக்கு இது ஏன் புரியவில்லை? வீட்டில் நடக்கப் போகிற முதல் நல்ல காரியம், அதற்குக் கூட வர மனசில்லையென்றால் அப்புறமென்ன பெரியப்பா வேண்டிக் கிடக்கிறது? ரகுவுக்கு ஆறவில்லை. பஸ்சைப் பிடித்து விடும் வேகத்துடன் நடையை எட்டிப் போட்டான் ரகு.

❖❖❖

17

பாகீரதியை எல்லோருக்கும் பிடித்திருப்பதாகத்தான் ரகுவுக்குத் தோன்றிற்று. அதில் ஒன்றும் ஆச்சர்யம் இல்லை. அவள் அழகியில்லை, ஆனால் அவள் முகத்தைப் பார்த்த க்ஷணத்தில் மனதில் ஒரு குளுமையும் அலாதியான ஒரு சாந்தமும் மலர்வதை உணர முடியும். பாகீரதியை நினைக்கும்போது அடுக்குச் செம்பரத்தம் பூவும் கொல்லைத் துளசியும்தான் ஞாபகம் வரும். இப்போதும் வந்தது. சியாமளாவும் பக்கத்து வீட்டுக் கமலியும் பாகீரதியை அழைத்து வந்தார்கள். பாகீரதி பூமி அதிராமல் மெல்ல தலை குனிந்து நடந்து வந்தாள். பாகீரதி நெற்றி நிலம் பட சபையை நமஸ்கரித்தாள். எழுந்து கை குவித்து கும்பிட்டாள்.

“மாப்பிள்ளையாண்டனுக்கு ஸ்பெஷலா ஒரு நமஸ்காரம் பண்ணப் படாதோடி குழந்தே” ஒரு சுமங்கலி குரல் எழுப்பினார்.

பாகீரதி எழுந்தாள்.

“அதெல்லாம் வேண்டாம்டி கொழந்தே. அதான் சபைக்குப் பண்ணியாச்சே” என்றார் மாப்பிள்ளையின் அம்மா ராஜலட்சுமி அம்மாள்.

மாப்பிள்ளை ஜெய்க்கு அவன் காலடியில் விழுந்து நமஸ்கரிப்பதில் இஷ்டமில்லையாம்.

பாகீரதியின் பாட்டி ”அதெல்லாம் மரியாதை இல்லை. அப்பறம் எங்காத்துப் பொண்ணப் பத்தி எல்லாரும் என்ன நினைப்பா. வாடி குழந்தே. இங்க வந்து மாப்பிள்ளைய நமஸ்காரம் பண்ணிக்கோ!” என்றார்.

பாகீரதி மறுபடியும், ஜெயராமனின் காலில் விழுந்து நமஸ்கரித்தாள். அவன் கால்களை இழுத்துக் கொண்டான்.

அவளுக்கு மட்டும் கேட்கிற ரகசியக் குரலில் "சாரி!" என்றான். அந்தக் குரலில் ஒரு மாய வசீகரம் இருப்பது போல அவளுக்குத் தோன்றிற்று. அழகான, அகலமான பெரிய பாதங்கள் அவனுக்கு. தாமரையின் உள் இதழ்களின் நிறம். செதுக்கிய முத்துக்கள் மாதிரி அழுக்கில்லாத நகங்கள். இதற்கு முன்னும் நான்கைந்து கால்களுக்கு முன் அவள் விழுந்து கும்பிட்டிருக்கிறாள். இத்தனை தூய்மையாய், அழகாய் அவற்றில் ஒன்று கூட இல்லையென்பது இப்போது அவளுக்கு ஞாபகம் வந்தது. அவளுக்கு அவனுடைய முகத்தைப் பார்க்க வேண்டுமென்று கூடத் தோன்றவில்லை. அந்தக் காலடியிலேயே விழுந்து கிடக்க வேண்டும் போலிருந்தது. இப்படி இதற்கு முன் தோன்றியது இல்லை. ஒருவேளை மேகலாவிற்கும் அண்ணாவிடத்தில் இப்படியொரு உணர்வுதான் தோன்றி இருக்க வேண்டும். அண்ணாவின் காதலை இவர் ஏற்றுக் கொள்வாரா? அப்படி ஏற்றுக் கொள்ளும் மனசு இவருக்கு இருந்தால், அதை விட வேறு என்ன சந்தோஷம் வேண்டும்? அந்த ஒன்றிற்காகவே இவர் காலடியில் விழுந்து கிடக்கலாம் என்று அவளுக்குத் தோன்றிற்று. சியாமளா அவள் முதுகைத் தொட்டாள்.

"எல்லாருக்கும் சந்தோஷம்தானே. நல்ல நேரம் முடியற துக்குள்ளே அப்பிடியே லௌகீக விஷயமும் பேசிப்பிட்டேள்னா நிச்சயம் பண்றதப் பத்தி முடிவு செய்ய வசதியா இருக்கும். என்ன சொல்றேள்?" என்று கல்யாண ராமய்யர் ஆரம்பித்து வைத்தார்.

ராஜலட்சுமி அம்மாள் தன் கணவர் தியாகராஜன் முகம் பார்த்தார்.

"எங்க எல்லாருக்கும் பரிபூரண திருப்தி. எங்களுக்குப் பொண்ண ரொம்பப் பிடிச்சிருக்கு. பாகீரதி எங்காத்து மருமாளா வரதுக்கு நாங்கதான் குடுத்து வெச்சிருக்கணும்" என்றார் தியாகராஜன்.

"அப்பறம் என்ன... வழக்கமா பிள்ளையாத்துக்காராதான் மூடி மூடிப் பேசுவா. மாமா போட்டு ஒடைச்சுட்டார் தேங்காய் ஒடைக்கறாப்பிலே. ரகு நீ போய் உங்கம்மைட்டே கலந்து பேசிட்டு வா..." என்றார் கல்யாண ராமய்யர்.

ரகு அறைக்குப் போனான்.

"அம்மா நீ என்ன சொல்றே?"

“பையன் பாக்க நன்னாத்தான் இருக்கான். நன்னாப் படிச் சிருக்கான். கை நிறைய சம்பாதிக்கறான். மரியாதையான பையனாத்தான் தெரியறது. அவா என்ன எதிர்பாப்பாளோ?” என்று அம்மா கவலைப்பட்டாள்.

“எல்லோரும் மாதிரி இல்லே இவா. அதப் பத்தியெல்லாம் கவலைப்பட வேணாம். பாகீ, நீ என்ன சொல்றே?”

“அவா உன் விஷயத்தை ஏத்துப்பான்னா எனக்குச் சம்மதம்.”

“அதெல்லாம் பின்னாடி பேசிக்கலாம். உனக்குப் பிடிச்சிருக்கா இல்லையா அத மட்டும் சொல்லு!”

“பிடிச்சிருக்கு.”

“தாத்தா நோக்குப் பிடிச்சிருக்கா... ”

“பேஷா... நான் பொழச்சு எழுந்ததே பாகியோட கல்யாணத்த பாக்கத்தான். கூட இரண்டு சவரன் கேட்டாலும் தயங்காதே. ஒத்துக்கோ!”

ரகு கல்யாண ராமய்யரிடம் சொன்னான். கல்யாண ராமய்யர் சம்மதத்தை வக்கீல் விஜயராகவனிடம் சொன்னார்.

“பெண்ணுக்கும் பிள்ளைக்கும் பிடிச்சிருக்கு. ரெண்டு பேரோட ஜாதகமும் அம்சமா இருக்கு. பத்துக்கு ஒம்பது பொருத்தங்கறது அநேகமா அபூர்வம். அப்பறம் எதுக்கு வளச்சு வளச்சுப் பேசிண்டு? என்ன நினைக்கறயோ அத வெளிப்படையா பேசிடு” என்றார் விஜூ மாமா ஜெய்யின் அம்மா ராஜலட்சுமி அம்மாளிடம்.

“எங்காத்துக்காரர் சொன்னாப்பிலே பாகி எங்காத்து மாட்டுப் பொண்ணா வரத்துக்கு நாங்கதான் குடுத்து வெச்சிருக்கணும். எங்காத்துக்கு மருமாளா வர பொண் நகையும் நட்டும் போட்டுண்டு வராளோ இல்லையோ நல்ல மனசோட குடும்பத்தைக் கலைக்காதவளா இருந்தாப் போரும். பாகி கிட்டே நேக்கு அந்த நம்பிக்கை இருக்கு” என்றார் ராஜலட்சுமி அம்மாள்.

“நன்னா இருக்குடி நீ பேசறது... என்னிக்கும் மனசு ஒண்ணு போல இருக்குமா? நாளைக்கு அந்தப் பொண்ணப் பாத்து ஒரு சொல் சொல்லாம இருப்பேங்கறதுக்கு என்ன உத்திரவாதம்? புக்காத்துலே அவளுக்கும் மரியாதை இருக்கணுமோல்லியோ? அதனால வெளிப்படையா சொல்லிடு ராஜி” என்றார் ஒரு மாமி.

“என்னோட பெரிய பையன் ஸ்ரீராமுக்குக் கல்யாணம் பண்றச்சே பொண்ணாத்திலே எவ்வளவு நகை போடுவேள், சீர் செய்வேள்னு நாங்க கேக்கலை. அதேதான் இப்பவும். எது செஞ்சாலும் உங்க பொண்ணுக்கு செய்யப் போறேள். அப்பறம் வரதட்சணைன்னு ஒரு சல்லிக்காசு வைக்கப்படாது. கல்யாணத்த மட்டும் நல்லபடியா ஒரு சொல்லுக்கு இடம் இல்லாமே செஞ்சு குடுத்தாப் போரும்” என்றார் ராஜலட்சுமி அம்மாள்.

“அப்பறம் என்ன? நாள் நன்னா இருக்கு, நேரம் நன்னாருக்கு… பொண்ண நிச்சயதார்த்தப் புடவையக் கட்டிண்டு வரச் சொல்லுங்கோ” என்றார் பஞ்சு சாஸ்திரிகள். பிள்ளையின் தகப்பனார் தியாகராஜனும் பாகீரதியின் தாத்தாவும் தட்டை மாற்றிக் கொண்டார்கள்.

நிச்சயதார்த்தப் புடவையைக் கட்டிக் கொண்டு கழுத்தில் மாலையுடன் இருந்த பாகீரதியை சியாமளா அழைத்து வந்தாள். ஜெய்யை, அவனுடைய அண்ணா ஸ்ரீராம் அழைத்து வந்தான். இருவரும் சபையை நமஸ்கரித்தார்கள். மேளம் கொட்ட மங்கல இசை முழங்க மலர்களும் அட்சதையும் தூவப்பட்டன. வைகாசியில் கல்யாணம் என்று முடிவாயிற்று.

ஒரு கூட்டம் சாப்பிடப் போயிற்று. சியாமளாவும் மைதிலியும் ஓதுவாரின் பிள்ளைகள் குமரேசனும் கதிரேசனும் பந்தியைக் கவனித்துக் கொண்டார்கள். மிகுந்த அக்கறையுடன் உபசரித்தார்கள். ஜெயராமன் பாகீரதியுடன் பேச விரும்பினான். அம்மா ஒன்றும் சொல்லவில்லை. தாத்தா கூட ‘பேசட்டுமே பேசி புரிஞ்சுக்கட்டுமே, அதனாலென்ன?’ என்றுதான் சொன்னார்.

பாகீரதியும், ஜெயராமனும் உள் அறையில் கொஞ்ச நேரம் மனம் விட்டுப் பேசினார்கள். ஜெய் தன் குடும்பம் பற்றிதான் அதிகம் பேசினான். அவன் பேசியதில் இருந்து அவன் தன் குடும்பத்தை குறிப்பாகத் தன் தாயை எந்த அளவுக்கு நேசிக்கிறான் என்பது பாகீரதிக்குப் புரிந்தது. அம்மாவை ஆழமாய் நேசிக்கிற பிள்ளைகள் மனைவியை மிகுந்த அன்புடன் நடத்துவார்கள் என்று அம்மா எப்போதோ சொல்லி இருந்தது அவளுக்கு ஞாபகம் வந்தது. அதுவும் அவன் அம்மா சின்ன வயதில் வைதவ்யம் அடைந்தது, மறு கல்யாணம் பண்ணிக் கொண்ட பின் அவள் எப்படியெல்லாம் உறவுகளால் கேவலப்படுத்தப்பட்டாள்,

அவமானப்படுத்தப்பட்டாள் என்பதை ஜெய் உடைந்த குரலில் விவரித்த போது பாகீரதியைப் பெருந்துக்கமொன்று பெருகி அடைத்தது. நம் எதிர்கால வாழ்வில் இது ஒரு நெருடலாக இருக்கக்கூடாது என்று அவன் கேட்டுக் கொண்ட போது ஆறுதலாக அவன் விரல்களைப் பற்றிக் கொள்ள வேண்டுமென்று அவளுக்குத் தோன்றியது. ஏதோ ஒன்று தடுத்து விட்டது. அவன் தன் அண்ணா ஸ்ரீராம் தனக்காக வாழ்ந்ததை விட எனக்காக வாழ்ந்ததுதான் அதிகம் என்று உயர்வாகச் சொன்னான். நம் திருமணத்திற்குப் பின் அந்த அன்பின் இழை அறுந்துவிடக்கூடாது என்றான். அவளுடைய ஆசைகள் கனவுகள் பற்றிக் கேட்டான்.

“எல்லாப் பெண்களுக்கும் கல்யாணம் ஆகறதுக்கு முன்ன ஆசைகளும் கனவுகளும் இருக்கு. ஆனா குடும்ப வாழ்க்கை அவா அடையாளத்தை அழிச்சிடறது. கல்யாணம் ஆனப்பறம் தன்னோட ஆசைகளையும் கனவுகளையும் தொலைச்ச பெண்கள்தான் இங்க நிறைய. அப்பிடியொரு வாழ்க்கைக்கு என்ன அர்த்தம் இருக்கு. நம்ம வாழ்க்கையிலே அப்பிடி நடக்கப்படாது. நீங்க எதுவா ஆகணும்னு ஆசைப்படறேளோ அதுக்கு நான் துணை இருப்பேன். இட்ஸ் எ பிராமிஸ்” என்று அவன் பேசிய போது அவளால் நம்பத்தான் முடியவில்லை. இவன் மற்ற ஆண்களைப் போல இல்லை. இவன் வேறு ரகம். பெண்ணை மனதில் வைத்துக் கொண்டாடுகிற ரகம். இவனுடன் வாழ்க்கை சந்தோஷமாக இருக்குமென்று அவளுக்குத் தோன்றியது. அதைப் பிரதிபலிப்பது போல அவன் சொன்னான்.

“புக்காம் எப்பிடி இருக்குமோன்னு நீங்க கொஞ்சம் கூட கவலைப்பட வேண்டாம். எங்காம் அன்பான வீடு. மலர்ச்சியான இடம். இத்தனை வருஷ வாழ்க்கையிலே எங்கப்பா எங்கம்மையை கை நீட்டி அடிச்சதில்லை. சீ தள்ளி நில்லுன்னு ஒரு வார்த்தை சொன்னது இல்லை. அன்பா, அனுசரணையா சாஞ்சிக்கற தோளாதான் அப்பா இருந்தா, இருக்கா. அம்மைக்கு ரொம்ப இளகின மனசு. யார் கலங்கினாலும் தாங்காது. அதிர்ந்து ஒரு வார்த்தை பேச மாட்டா. எல்லாரும் நன்னா இருக்கணும் அவளுக்கு. போற இடத்தையெல்லாம் குளிரப் பண்ணிண்டு, பச்சைப் பசேல்னு ஆக்கிண்டு ஓடறாளே காவேரி அது மாதிரி புத்தி, மனசு. இது நிழலான குளிர்ச்சியான இடம். எங்கம்மை உங்களுக்கு ஒரு நல்ல சிநேகிதியா இருப்போ. அகெய்ன் இட்ஸ் எ பிராமிஸ்.

நீங்களும் எங்களோட சேந்துண்டேள்னா நம்ம குடும்பம் இன்னம் மலர்ச்சிக்குப் போகும். அந்த நம்பிக்கை எனக்கு இருக்கு. என்ன சொல்றேள்?" என்று அவன் கேட்டான்.

பாகீரதிக்கு மனசு சந்தோஷத்தில் நிறைந்து தளும்பிற்று.

பாகீரதிக்கு அவனிடம் ஒன்றே ஒன்று கேட்க வேண்டி இருந்தது.

"நம்ம கல்யாணத்துக்கப்பறம் எங்கண்ணாவாத்துக்கு என்ன அனுப்புவேளா? நீங்க வருவேளா?"

"ஏன் அப்பிடிக் கேக்கறேள்?"

"எங்கண்ணா ஒரு பொண்ண லவ் பண்றான்."

"அதனால என்ன?"

"அந்தப் பொண் நம்மவா இல்லே."

"ஸோ வாட்?"

"அதப்பத்தி என்ன நினைக்கறேள்?"

"ஒரு ஹரிஜனப் பொண்ண லவ் பண்றது மகா பாவமா என்ன?"

"அப்போ எங்க மன்னி சமைச்சதை சாப்பிடுவேளா?"

"அவாளுக்குக் கல்யாணம் ஆயிடுத்தா?"

"இல்லை."

"அதுக்குள்ள மன்னிங்கறேள்?"

"அப்படி மனசுலே விழுந்துடுத்து. நான் கேட்டதுக்குப் பதில் சொல்லலையே..."

"அவாளும் மனுஷாதானே... சாப்பிட்டா என்ன... சாப்பிடுவேன்."

"நெஜம்மாவா?"

"சத்தியமா."

"நம்மாத்துக்கு எங்கண்ணாவும் மன்னியும் வரலாமா?"

"தாராளமா"

"மனசாரவா சொல்றேள்?"

"ஆமாம்."

பாகீரதிக்குத் தளும்பிற்று. அவனைக் கையெடுத்துக் கும்பிட்டாள்.

❖❖❖

196 | குரு வம்சம்

18

அவர்கள் நிறைவாய்ச் சாப்பிட்டார்கள். குமரேசன் துளிர் வெற்றிலையையும் வாசனைச் சுண்ணாம்பையும் நெய்ச் சீவலையும் ஒரு தட்டில் கொண்டு வந்து வைத்தான். கல்யாண ராமய்யர், வக்கீல் விஜயராகவன், மாப்பிள்ளையின் தகப்பனார் தியாகராஜன் இன்னும் இரண்டு பேர் என்று ஒரு ஜமா கூடிற்று. சந்தோஷமாய் தாம்பூலம் தரித்துக் கொண்டார்கள். காற்றோட்டமான இடத்தில் பேச உட்கார்ந்தார்கள்.

"ரொம்பச் சந்தோஷமா இருக்கு தியாகராஜன். ஒரு வழியா எல்லாம் நல்லபடியா ஆச்சு. உங்களுக்கு ரொம்பப் பெரிய மனசு. இல்லேன்னா இந்த சம்பந்தம் தகைஞ்சிருக்காது" என்றார் கல்யாண ராமய்யர்.

"என்ன இப்பிடிச் சொல்றேள்? என்னோட பங்கென்ன இதிலே?" என்று கேட்டார் தியாகராஜன்.

"பின்ன இல்லையா? பொண்ணோட அண்ணா ஒரு ஹரிஜனப் பொண்ணை விரும்பறான்னு தெரிஞ்சோடனே அத எப்பிடி எடுத்துப்பேள்னு ஒரு சின்ன தயக்கம் இருந்தது நேக்கு. அத உடைச்சிட்டேள். சாதாரண விஷயமா அது சொல்லுங்கோ!"

"அதெல்லாம் ஒண்ணுமே இல்லை. கல்யாணம் பண்ணிக்கப் போறவா நல்ல மனசா, நல்ல புத்தியா இருந்தாப் போறாதா? என்ன மேல், கீழ் வேண்டியிருக்கு? ரெண்டு பேருக்கும் பிடிச்சிருந்தா ஜாம்ஜாம்னு கல்யாணம் பண்ணி வைக்கறதை விட்டுட்டு என்ன ஜாதி கீதீன்னு பேசிண்டு? அதென்ன மகா பாவமா?"

"அப்பிடித்தான் எல்லாரும் நினைக்கறா" என்றார் வக்கீல் விஜயராகவன்.

“வாஸ்தவம். பொதுப்புத்தி அப்படித்தான் நினைக்கும். ஏன்? காலங்காலமா நாம விதைச்சது ஜாதி துவேஷங்கிற ஆலகால விஷத்தை. இது மனசுல ஊறிப் போயிடுத்து. பல வருஷமா அணையாம ஊதி ஊதிக் காப்பாத்தின தீ. அப்பறம் இந்த மனக்கறை எப்படிப் போகும்?” என்று கேட்டார் தியாகராஜன்.

“வர்ணமோ, வர்க்கமோ என்ன இழவோ காலங்காலமா ஒரு சமுதாயத்தை மீட்சியே இல்லாம காலுக்கும் கீழே வெச்சு நசுக்கும்னா அது எப்பிடி சரியானதா இருக்க முடியும்? அப்பிடியொரு ஸிஸ்டம் எதுக்கு நமக்கு? ஐ ஃபீல் கில்டி.. ஆனா வைதீக மனமும், ஆதிக்க புத்தியும் இதையெல்லாம் ஏத்துக்காது. அதனாலதான் ‘காலங்காலமா தீண்டாதோரை கவனிக்காம ஒதுக்கிய தவறுக்காக உயர் வகுப்பு இந்துக்கள் சமுதாயச் சீர்திருத்தம் செய்வதன் மூலம் தங்கள் பாவங்களைக் கழுவிக் கொள்ள வேண்டும்’னு மகாத்மா காந்தி சொல்லலையா... ஆனா யார் காதிலே அது ஏறித்து?” என்ற விஜயராகவன் “கல்யாண ராமா நீ என்ன நினைக்கறே?” என்று கேட்டார்.

“இத நான் வேறவிதமா பாக்கறேன். என்னக் கேட்டா ஸ்வாமியோட திருவடிங்கறது மற்ற எல்லாவற்றையும் விட சிரேஷ்டமான, புனிதமான, தூய்மையான இடம். அந்தப் பாதார விந்தங்களைச் சரணடையறதுதான் மோட்சம். மோட்சத்தத் தர பகவானின் திருவடித் தாமரையில் இருந்து உதித்தவன் எப்பிடி கீழானவனா இருக்க முடியும்? அவனை விடவும் உயர்வான பிறவி இருக்க முடியுமோ? குரு ஷேத்திர யுத்தத்துக்கு முன்னாலே அர்ஜூனனும், துரியோதனனும் கிருஷ்ண பரமாத்மாவப் பாக்கப் போனா. கிருஷ்ணர் அப்போ அரிதுயில்லே இருந்தார். மொதல்ல வந்த துரியோதனன் சுவாமியோட திருமுடி பக்கத்திலே உட்கார்ந்துண்டான். அர்ஜூனன், கிருஷ்ணரோட திருவடி பக்கத்திலே உட்கார்ந்து கொண்டான். பகவான் கிருஷ்ணர் கண்ணத் தொறந்து பார்த்தார், அவரோட அருட்பார்வை மொதல்ல அர்ஜூனன் மேலதான் விழுந்தது. சுவாமியோட திருவடிலே உட்கார்ந்த அர்ஜூனனுக்கே யுத்த ஜெயம் கிடைச்சுது. அப்படி இருக்கச்சே பரமாத்மாவோட திருவடியிலேர்ந்து உதிச்சவன் எப்பிடி பாவாத்மாவா இருக்க முடியும்? நிர்குண

பிரும்மமான பரம்பொருளுக்கு மேலேன்னும் கீழேன்னும் வித்தியாசம் ஏது? உயிர்களிடத்து பாகுபாடு ஏது? அப்படி இருந்தால் அவன் பரம்பொருளாய் எப்படி இருக்க முடியும்? அப்பிடி இருக்கச்சே இவன், கீழானவன், சூ... ... .ன்னா அது அயோக்கியத்தனமில்லையா? பிரித்தாளும் அடிமையாக்கும் சூழ்ச்சி இல்லையா? அப்பிடியே யோசிச்சாலும் சூத்திரம்னா என்ன கயிறு. எல்லோரையும் இணைக்கிற கயிறு. அவன் எப்பிடி இழிவானவனா ஆவான்?" என்று கேட்டு கல்யாண ராமய்யர் நிறுத்தினார்.

"லாஜிக்கலி யு ஆர் ரைட். உங்களோட கேள்வி அடிப்படையையே அசச்சுப் பாக்கிறாப்பிலே இருக்கு. நீங்க சொல்றாப்பிலே பாத்தா இதெல்லாம் சில பேர் மேல இருக்கறதுக்காக சொல்லி வெச்ச கற்பிதங்கள்னுதான் தோணறது" என்றார் தியாகராஜன்.

"இது மட்டுமில்லே. நாமெல்லாம் ஒரு கவளம் சாதம் சாப்பிடறதுக்கு ஒருத்தன் வயக்காட்டிலே மழைன்னும் வெயில்னும் பாக்காம உழைக்க வேண்டி இருக்கு. வெள்ளையும் சொள்ளையும் போட்டுண்டு நடக்கறோமே அதுக்கு ஒத்தன் வெள்ளாவிலே வேக வேண்டி இருக்கு. மாசமானா சிகை மழிக்க, உன்னோட செருப்ப தைக்க, இத விடக் கொடுமை நீ கழிச்சதையெல்லாம் முகஞ் சுளிக்காம ஒத்தன் தினம் தினம் அள்ளணும்... இப்பிடி எத்தனையோ வேண்டி இருக்கு. இத்தனை பேர் இல்லைன்னா எவன் வாழ்க்கையும் இல்லை. ஆனா அவன் மட்டும் வேண்டாம். அவன் யோஜிக்கக் கூடாது. யோஜிக்க ஆரம்பிச்சா ஏன்னு கேள்வி கேக்க ஆரம்பிச்சுடுவன். அது ஆபத்து. அதனால் உன் வம்சமே படிக்கக்கூடாது. அடிமையாய் குற்றேவல் செய். அதுதான் உனக்கான தர்மம். இப்பிடிச் சொல்லிச் சொல்லி மீட்சியே இல்லாம அழுத்தி வெச்சது யார்? ஸ்வாமியா இல்லே மேலே இருக்கணுங்கறதுக்காகப் பண்ணின சூழ்ச்சியா? எதுவா இருந்தாலும் ஒரு மனிதன் இன்னொரு மனிதனை அடிமை செய்வதும் இழிவாய் நடத்துவதும் கேவலம் இல்லையா? நாகரீகம் அடைந்து விட்டதாகச் சொல்லிக் கொள்ளும் ஒரு மனித சமூகம் அப்படி நடந்து கொள்ளலாமா? அதனாலதான் மகாத்மா தேச விடுதலைக்காகப் போராடினாலும் அக விடுதலை இல்லாத ஒரு விடுதலை முழுமையான விடுதலையாகுமான்னு கேக்கத் தோணறது. ஆனா மகாத்மா அந்த அக விடுதலைக்காகவும்

சேத்துதான் போராடறார். மகாத்மாவால் இந்த தேசத்திற்குக் கிடைக்கப் போகிற சுதந்திரம், உண்மையிலேயே மனித மனங்களிலே மண்டிக் கிடக்கிற இருளை அகற்றுகிற சூரியனாய் இருக்கும்கிறது என்னோட நம்பிக்கை. இருக்கணுங்கறது பிரார்த்தனை" என்றார் கல்யாண ராமய்யர்.

"நல்ல கனவு நிச்சயம் பலிக்கும்" என்றார் தியாகராஜன்.

"ஆமென்" என்றார் விஜயராகவன்.

வெகுநேரமாகப் பேசிக்கொண்டிருக்கிறார்களே என்று சூடாக பில்டர் காபியைக் கொண்டு வந்து வைத்தான் ரகு. ரசித்து ருசித்துக் குடித்தார்கள்.

"ரகு ஒரு காரியம் செஞ்சாத் தேவலையே" என்றார் தியாகராஜன்.

"சொல்லுங்கோ!"

"எங்காத்து மனுஷா நிறையப் பேர் இருக்கா. சாப்பிட்டாச்சுன்னா கிளம்பிடுவா. அவாள பஸ் ஸ்டான்ட்லயும் ரயில்வே ஸ்டேஷன்லயும் விட்டுட்டு வந்தா சௌகரியமா இருக்கும். ஏற்பாடு பண்ண முடியுமோ?"

"அதுக்கென்ன. என் சிநேகிதன் குமரேசன் கிட்டே கார் இருக்கு. ஒரு அஞ்சு நடை போனா போச்சு... நான் பாத்துக்கறேன். வேற ஏதாவது வேணுமா?"

"வேண்டாம்."

ரகு நகர, அவர்கள் மறுபடியும் ஒருமுறை தாம்பூலம் தரித்துக் கொண்டு பேச ஆரம்பித்தார்கள்.

"ரகுவப் பத்தி என்ன நினைக்கிறே?" விஜயராகவன், தியாகராஜனிடம் கேட்டார்.

"நல்ல மரியாதையான பையனாத்தான் தெரியறது. தன் ஆசை, தன் சந்தோஷம்னு போயிடாம, தங்கைகளைக் கரையேத்திட்டு அப்புறமா தன்னோட வாழ்க்கைன்னு இருக்கற அவனோட ஸ்டான்ட் எனக்கு ரொம்ப பிடிச்சிருக்கு. அவனோட ஆசை ஜெயிக்கணும். ஜெயிக்கணும் என்ன நிச்சயம் ஜெயிக்கும். ஐ பிளஸ் ஹிம். கல்யாண ராமய்யர் நீங்க என்ன நினைக்கறேள்?"

“எனக்குத் தெரிஞ்சு ரொம்ப நல்ல பையன். எம்.காம். கோல்ட் மெடலிஸ்ட். பாங்கிலே வேலை. நல்ல சம்பளம். ஆனா துளி அலட்டல் கிடையாது. பொம்மனாட்டிய வெறும் உடம்பாப் பாக்காத புத்தி. பெரியவாகிட்டே அலாதியான மரியாதை. என்ன நினச்சுண்டு ரகு தன்னோட காதல எங்கிட்ட சொன்னான்னு தெரியலே. ‘உங்களோட குழந்தைய எப்பிடி வளக்கணும்னு தீர்மானிச்சிருக்கேள்?’னு அவங்கிட்ட ஒரேயொரு கேள்விதான் கேட்டேன். ‘நல்ல மனுஷனா’ அப்பிடின்னு பதில் சொன்னான். மனித வாழ்க்கைக்கு அமைதியும், சந்தோஷமும், நிறைவும் எது தருமோ அதெல்லாம் வேணும். மத்ததையெல்லாம் போட்டு மனசக் குப்பையாக்கிக்க மாட்டேன்னு சொன்னான். அந்த பதில் எனக்குப் பிடிச்சிருந்தது. சரி இது வேற வார்ப்பு. இது சந்தோஷமா இருக்கும். கூட இருக்கறவாளையும் சந்தோஷப்படுத்தும். புத்தம் புதுசா ஒரு ஆரோக்கியமான தலைமுறை உருவாகும். இந்த விருட்ஷத்திலே பல வண்ணப் பறவைகள் வந்து உட்காரும். இங்கே வேறு ஒரு உலகம் உருவாகும்னு தோணித்து. அதனால ரகுவுக்கு அரணா நிக்கணும்னு தோணித்து” என்று புன்னகைத்தார் கல்யாண ராமய்யர்.

தியாகராஜன் அவர் கையைப் பற்றிக் கொண்டார். மென்மையாக அழுத்தினார். நான் உங்களோடு இருப்பேன் என்று சொல்வது போல இருந்தது அந்தச் செய்கை. அவர்கள் சொல்லிக் கொண்டு கிளம்பினார்கள். எல்லோரையும் ரகு வழி அனுப்பிவிட்டு வந்தான்.

❖❖❖

19

ரகு களக்காடு போன போது விடிய ஆரம்பித்திருந்தது. அந்த விடியற்காலையிலேயே தலைக்குக் குளித்து தலையில் ஈரத் துணியைச் சுற்றிக் கொண்டு சங்கரி வாசலில் கோலம் போட்டுக் கொண்டிருந்தாள். ரகுவைப் பார்த்ததும் மலர்ந்தாள். முகம் நிறைந்த புன்னகையோடு "வா அண்ணா!" என்றாள். அவன் வருகைக்காக அந்த வீட்டில் உண்மையிலேயே சந்தோஷப்படுகிறவள் அவள் ஒருத்திதான் என்று ரகுவுக்கு மறுபடியும் தோன்றிற்று. அந்த முகத்தில் ஒரு புதிய பொலிவு வந்து ஒட்டிக் கொண்டிருப்பது போல இருந்தது.

"எப்பிடி இருக்கே சங்கரி?"

"நன்னா இருக்கேன் அண்ணா. ஆத்திலே எல்லாம் நன்னா இருக்காளா?"

"இருக்கா."

"பாகி அக்காவுக்கு நல்லபடியா கல்யாணம் நிச்சயமாயிடுத்தோ?"

"ஆமாம், வைகாசிலே கல்யாணம்."

"ரொம்ப சந்தோஷம் அண்ணா. இப்பத்தான் மனசு நிம்மதியாச்சு. வேண்டிண்டாப்பிலே பிள்ளையாருக்கு விடலை விடணும்."

"என்ன வேண்டிண்டே?"

"எங்கக்காவுக்கு ஒரு விக்னமும் இல்லாம நல்லபடியா கல்யாணம் ஆகணும்னு..."

"ஏன் அப்பிடி வேண்டிண்டே?"

"ஏன்னா நீங்க லவ் பண்ற மாமி பிராமணாள் இல்லேன்னு நீங்கதானே சொன்னேள். அதனாலே மாப்பிள்ளை ஆத்துக்காரா

வேண்டாம்னு சொல்லிட்டா? அப்பிடி ஏதும் நடக்கப்படாதுன்னுதான் பிள்ளையாரை வேண்டிண்டேன்."

ரகுவுக்கு என்ன சொல்வதென்று தெரியவில்லை. நெகிழ்ந்து வந்தது. என்னமாய் யோசிக்கிறது இந்தப் பெண்? மேலாக்கு விலகுவது தெரியாமல், நடுத்தெருவில் சாக்லேட்டுக்குக் கை நீட்டிக் கொண்டிருந்த பெண்ணா இது?

"கிளாரா நர்ஸ்ஸோட ஆஸ்பத்திரிக்குத் தவறாமப் போறயா?"

"போறேன்."

"மாத்திரை மருந்தெல்லாம் வேளா வேளைக்கு ஒழுங்கா சாப்பிடறையா?"

"ஓ... நேக்கு ஒண்ணும் இல்லையாம். பயப்பட வேண்டாம்னா."

"வெரி குட்... இந்து டீச்சர்ட்டே டியூஷன் போறயோ?"

"போறேன். ரெண்டு வேளை. எல்லாத்துக்கும் நீங்கதானே ஏற்பாடு பண்ணேள்?"

"நான் நேரடியா பண்ணலை கொழந்தே... நேக்கு இந்தக் களக்காட்டிலே யாரத் தெரியும் சொல்லு?"

"அப்பறம்?"

"எதிராளாத்து அம்பி மாது இருக்கான்னோல்லியோ அவங்கிட்டே பேச்சு வாக்கிலே சொன்னேன். அவனோட ஏற்பாடுதான் இதெல்லாம்."

"எதுக்கு அவங்கிட்டெல்லாம் பேசறேள். ஐ ஹேட் ஹிம்."

"சேச்சே தப்பு. அவன் பழைய மாது இல்லே. உங்கிட்ட நடந்துண்ட விதத்துக்காக அவன் ரொம்ப வருத்தப்பட்டான். மன்னிப்புக் கேட்டான்"

"நெஜம்மாவா?"

"நெஜம்மா. பெரியப்பா இருக்காளோ?"

"இருக்கா. வாங்கோ!"

முறையான மருத்துவ சிகிச்சை அந்தப் பெண்ணுக்குள் ஒரு மலர்ச்சியை, தெளிவை உண்டாக்கி இருப்பது வெளிப்படையாகத் தெரிந்தது. ரகு செருப்பை குறட்டில் விட்டான்.

வீட்டிற்கு இதற்கு முன் இல்லாத களை வந்திருப்பது போல இருந்தது. ஜன்னல் கம்பிகளுக்குப் பச்சை அடித்திருந்தது. எல்லா

ஜன்னல்களிலும் உறுத்தாத வர்ணங்களில் திரைகள் தொங்கின. கதவுகள் வார்னிஷ் பூச்சில் மினுங்கின. எல்லாம் சங்கரியின் கைவண்ணமாகத்தான் இருக்க வேண்டும். வீடு மாறி விட்டது. ஆனால் மனிதர்கள்? ரகு நிலைவாசலில் குனிந்து உள்ளே போனான்.

முன் அறையில் பெரியப்பா ஈஸி சேரில் சாய்ந்திருந்தார். மோனத் தவத்தில் இருப்பது போல கண்கள் இரண்டும் மேலேறிச் செருகி இருந்தன. இரண்டு கைகளையும் தலைக்குப் பின்னே பின்னிக் கொண்டிருந்தார். வலது மூட்டின் மேல் இடது கால் படிந்து பாதம் மட்டும் நாய் வால் போல் ஆடிக்கொண்டிருந்தது.

"ரகு வந்திருக்கேன், பெரியப்பா!"

கண் பிரிந்த மாதிரித்தான் இருந்தது. பார்த்தாரா? தலை ஆடிய மாதிரியும் இருந்தது. ஆடிற்றா? வா என்கிறாரா? ஏன் வந்தாய் என்று அர்த்தமா இல்லை அலுப்பா... அரிதுயிலா?

"அடடே ரகுவா? வா வா... எப்போ வந்தே?" பெரியம்மா கேட்டுக் கொண்டே வந்தார்.

"வந்து கொஞ்ச நேரமாச்சு பெரியம்மா...

"அவர் நிஷ்டை கலையறதுக்கு இன்னம் ஒரு மணி தேசாலம் ஆகும். நீ வா."

ரகு தயக்கமாய் உள்ளே போனான்.

"அவர் சாப்பிட நேரமாகும். நீ வா. ரெண்டு இட்லியப் பிட்டுப் போட்டுக்கோ" என்றார் பெரியம்மா.

சங்கரி வாழை இலையில் இட்லியும் சட்டினியும் வைத்தது.

"அண்ணா எழுந்துடாதேள். முருகலா ரெண்டு தோசை வாக்கறேன். சாப்பிடுங்கோ" என்று எழுந்து போயிற்று.

ரகுவால் மறுக்க முடியவில்லை.

"விசேஷம் எல்லா நல்லபடியா ஆச்சோ?"

"ஆச்சு நீங்க இல்லாததுதான் பெரிய குறை"

"என்ன சேறது வர முடியாத இக்கட்டு. தஞ்சாவூர் போனோமே தவிர அங்கே இருப்பா இருக்கலே. தட்ட யார் மாத்திண்டா?"

'ஏன் பொய் சொல்றேள் பெரியம்மா' என்று கேட்கத் தோன்றிற்று. அடக்கிக் கொண்டான்.

"எங்க தாத்தா."

"அப்பறம் என்ன... கவலையை விடு... எல்லாம் நல்லபடியா நடக்கும்."

"எல்லாம் உங்களோட ஆசீர்வாதம்!"

அதற்குள் பெரியப்பாவின் குரல் கேட்டது.

"என்ன அங்கே பேச்சு சத்தம்? யார் வந்திருக்கா?"

"ரகு வந்திருக்கான்."

"ரகுதானே... என்னமோ வைசிராயே வந்துட்ட மாதிரி பதர்றே.. அவன் எப்ப வந்தான்?"

"வந்து ஒரு மணி தேசாலம் ஆகறது. குழந்தை வந்து காலடில நின்னுண்டு பெரியப்பா ரகு வந்திருக்கேன் ரகு வந்திருக்கேன்னு ரெண்டு மூணு தடவை சொன்னான். நீங்க எங்க காதிலே வாங்கினேள்?"

ரகு வந்து "நமஸ்காரம் பெரியப்பா" என்றான்.

"ம்ம்" ஒரு முனகல் கேட்ட மாதிரி இருந்தது. நிதானமாய் ஒரு தரம் வெற்றிலை போட்டுக் கொண்டார். பன்னீர்ப் புகையிலையை எடுத்து சின்ன லேகிய உருண்டையைப் போலாக்கி அதக்கிக் கொண்டார். ரசம் ஊறித் ததும்பி இருக்க வேண்டும். ஜிர்ஜிர் என்று உறிஞ்சினார். அப்படியே ஈஸி சேரில் சாய்ந்து கொண்டார்.

"ஏன்னா?"

"ம்..."

"செத்த நிஷ்டை கலையட்டுமே..."

"எதுக்குடி இப்பிடி எழுவு கொட்டறேள். செத்த நேரம் கண்ண மூடிண்டு இருக்க முடியறதா ஓங்க கிட்ட... என்ன வேணும் நோக்கு இப்போ?"

"காலங்கார்த்தாலே எதுக்கு இப்பிடி அச்சானியமா பேசியாறது? குழந்தை வந்திருக்கானே என்ன ஏதுன்னு ஒரு வார்த்தை கேக்கப்படாதா?"

"என்னவாம்?"

"பாகிக்குக் கல்யாணம் நிச்சயமாயிடுத்தாம். வர வைகாசிலே கல்யாணமாம். லக்னப் பத்திரிகை எழுதறத்துக்கு முன்னே உங்க கிட்ட கலந்து பேசி ஆசீர்வாதம் வாங்கிண்டு போணும்னு

வந்திருக்கான் குழந்தை. நாலு நல்ல வார்த்தை சொல்லி அனுப்பப்படாதா?"

"பேஷா சொல்லலாமே... ஏண்டாப்பா இப்பிடி வா! சொல்லு"

ரகு அவர் காலடியில் உட்கார்ந்தான். எல்லாம் விவரமாய்ச் சொன்னான்.

"என்னடா பெரிசா மாப்பிள்ளை பாத்திருக்கேள்? மீசையும் கிருதாவுமா மாப்பிள்ளையான்டனப் பாத்தா பிராமணன் மாதிரி தெரியலையாமே? பிராமணன்னா ஆச்சாரம் அனுஷ்டானம் வேண்டாமோ?"

"யார் சொன்னா?"

"யார் சொன்னா என்ன? பூணூல் போட்டுண்டு இருக்கானோ கேட்டையோ?"

"கேக்கலை."

"ஏங் கேக்கலை?"

"என்ன பெரியப்பா இதெல்லாமா கேப்பா?"

"சரி அத விடு. மாப்பிள்ளையாத்திலே நகை நட்டு சீர் செனத்திக்கெல்லாம் என்ன சொன்னா?"

"நீங்க போடறதைப் போடுங்கோ. நாங்க எதையும் கேக்க மாட்டோம், உங்க இஷ்டம்னுட்டா"

"அப்பிடியா? அப்பிடியா சொன்னா?"

"ஆமாம்!"

"எப்பிடிக் கேப்பா? கேக்க மூஞ்சி ஏது?"

"ஏன் அப்பிடிச் சொல்றேள்?"

"ஒரு ஏர் பூட்டி உழுத நிலமா இருந்தா பரவால்லே... ரெண்டு ஏர் பூட்டி உழுத நிலமாச்சே..." என்று நக்கலாய் உரத்துச் சிரித்தார்.

ரகுவுக்குக் கேட்கவே அருவருப்பாக இருந்தது. எழுந்து போய் விடலாமா என்று கூடத் தோன்றியது. "சிவசிவ!" என்று பெரியம்மா காதைப் பொத்திக் கொண்டார். ஆனால் பெரியப்பா அதே த்வனியில்தான் பேசிக் கொண்டு போனார்.

"அடுத்தாப்பிலே மைதிலிக்குக் கல்யாணம் பண்ண வேண்டாமா? இப்பிடியொரு 'க்க' வெச்சுண்டு எப்பிடிப் பண்ணுவே? அடுத்த சம்மந்தி மேலயும் கீழயும் பாக்க மாட்டானா?"

"அத அப்போ பாத்துக்கலாம் பெரியப்பா."

"அதுவும் சரிதான்."

"லக்னப் பத்திரிகை எழுதணும் பெரியப்பா!"

"அதுக்கென்ன எழுதிட்டாப் போச்சு."

"இப்பிடிச் சொன்னா எப்பிடி பெரியப்பா?"

"எம் பேர் போடணும் அவ்வளவு தானே. தாராளமா போட்டுக்கோ"

"ரொம்ப சந்தோஷம் பெரியப்பா"

"இரு. அதுக்குள்ளே சந்தோஷப்படாதே. பேர் மட்டும் போரும் இல்லையோ?"

"என்ன பெரியப்பா அப்பா ஸ்தானத்திலே முன்ன நின்னு நடத்தித் தர வேண்டாமா?"

"அப்போ நான் வரணும்கிறே..."

"ஆமாம்"

"என்ன விட முக்கியமானவா எல்லாம் வரப் போறா கல்யாணத்துக்கு. நான் வரலேன்னா கல்யாணம் நின்னுடவா போறது?"

"ஆயிரம் பேர் வந்தாலும் நீங்க வரலேன்னா சபை நிரக்குமா?"

"பரவால்லையே... நெஜம்மாவா சொல்றே?"

"நெஜம்மா."

"அப்போ அவா வரப்படாது."

"யாரு?"

"இன்னம் கல்யாணம் ஆகலை. கழுத்தில தாலி ஏறலை. அதுக்குள்ளே உன் தங்கைகள் யார நினச்சு மன்னி மன்னின்னு உருகறாளோ அவா."

ரகுவுக்கு மேகலாவைத்தான் அவர் சொல்கிறார் எனப் புரிந்தது. உடனே பாகீரதி சந்தோஷமாய் அவனிடம் சொன்னது அவனுக்கு ஞாபகம் வந்தது. சியாமளா ஜெய் முயற்சியால் பாகீரதியின் கல்யாணத்துக்கு மேகலா வருவாள், தன் காதல் மீண்டும் துளிர்க்கும் என்று, இந்தச் சில நாட்களாய் ரகு நம்பிக்கை கொண்டிருந்தான். பெரியப்பாவின் பேச்சு அந்த நம்பிக்கையைப் பொய்யாக்கி விடும் போலிருந்தது.

❖ ❖ ❖

20

"அண்ணா, எங்க கல்யாணத்துக்கு மேகலா மன்னியக் கூப்பிடப் போறாளாம். அவரே எங்கிட்ட சொன்னார்."

பாகீரதிதான் முதன் முதலில் புழக்கடையில் ரகஸ்யக் குரலில் அதைச் சொன்னாள். ரகுவால் நம்ப முடியவில்லை.

"பத்திரிகை வைக்கிறதுக்கு என்னக் கூப்பிட்டிருக்கா" என்று சியாமளாவும் சொன்னாள். ஒரு பேச்சில் கல்யாண ராமய்யரும் சொன்ன போது நம்பாமல் இருக்க முடியவில்லை. அப்படியும் அது ஒரு நம்ப முடியாத ஆச்சர்யமாகத்தான் இருந்தது அவனுக்கு. தியாகராஜன் வீட்டாருக்கு மேகலா யார்? ஒட்டா உறவா? முகம் தெரியாத ஒரு பெண். அவன் நேசிக்கும் பெண். இது போதுமா உறவென்று சொல்லிக்கொள்ள? தேடிப் போய் பத்திரிகை வைத்து அழைக்க? இது அதிசயம் இல்லாத வேறென்ன? இப்படியும் மனசு வாய்க்குமா? ரகுவிற்கு நினைக்க நினைக்க ஆச்சர்யம் மிகுதியாயிற்று.

எத்தனை மாதங்களாயிற்று மேகலாவின் முகம் பார்த்து... ஒரு வார்த்தை பேசி... ஏதோ ஒரு கோபம். விரக்தி. கசப்பு. இல்லை காயம். ஒரு இடைவெளி விழுந்துவிட்டது. இடைவெளிதான்; பிரிவல்ல. தூர நின்று பார்த்தால் கூடப் போதும். திரை விலகி விடும். அப்படித்தான் அவன் ஆசைப்பட்டான். அந்த நாளுக்காகக் காத்திருந்தான். ஆனால் பெரியப்பா?

"மேகலா வரப்போறான்னு யார் சொன்னா பெரியப்பா... "

ஈனஸ்வரத்தில் கேட்டான்.

"யாரு சொன்னா என்ன அதுவா முக்கியம் இப்போ? மேகலாவா கீகலாவா அவ்வளவு பெரியவாள்ளாம் வர எடத்துக்கு வர அளவுக்கு

நேக்கு இன்னம் மனசு பக்குவப்படலை. அதனாலே நீயே முடிவு பண்ணு...”

“எதுக்கு இந்த மாதிரிப் பேசறேள்? கல்யாணம்னா நாலு பேருந்தான் வருவா... நமக்குப் பிடிச்சவாதான் வரணும்னு கட்டளையா? அந்தப் பொண் பாட்டுக்குத் தள்ளி நின்னு கல்யாணத்தப் பாத்துட்டுப் போட்டுமே. ஒங்களோட கிரீடமா இறங்கிடப் போறது?” என்று பெரியம்மா குரல் கொடுத்தாள்.

“நீ செத்த சும்மா இருடி அசடு. யார் வேணா வரட்டும். அவா வரப்படாது. அவாதான் முக்கியம்னா கல்யாணத்த வேற யாரையாவது வெச்சு நடத்திக்கோ!”

பெரியப்பா உறுதியாகச் சொன்னார்.

ரகு சொல்லற்றுப் போனான். இனி என்ன செய்வது? மேகலா வந்தால் தான் சந்தோஷப்படலாம். தங்கைகள் சந்தோஷப் படலாம். சியாமளா கூட சந்தோஷப்படுவாள். அவள் வர வில்லையென்றால் ஒரு நாலைந்து பேரைத் தவிர வேறு யாரும் கவலைப்படப்போவதில்லை. ஆனால் பெரியப்பா வரவில்லையென்றால் சொந்தம் கேட்கும். பதில் சொல்லி முடியாது. அம்மா, தாத்தா, பாட்டியை சமாதானப்படுத்த முடியாது. எல்லாவற்றையும் விட பாகீரதியின் கல்யாணம் நடப்பதுதான் முக்கியம். தன் சந்தோஷம் பறிபோனால் கூட....

“நேக்கு பாகியோட கல்யாணம் நல்லபடியா நடக்கணும் பெரியப்பா.”

“ரொம்ப சந்தோஷம். லக்னப் பத்திரிகையிலே கொட்டை எழுத்திலே எம் பேர் போடு. ஜமாய்ச்சுடறேன்” என்றார் மகிழ்ந்தவராய்.

“டிபன் ஆச்சோ?”

“ஆச்சு பெரியப்பா.”

“செத்த நேரம் சுதேசமித்திரன் படிச்சிண்டிரு. தோ வந்துடறேன். உங்கிட்ட கொஞ்சம் பேச வேண்டிருக்கு. அப்பத்தான் நீ என்னவா இருக்கேன்னு நோக்கே புரியும்” சொல்லிவிட்டு கொல்லைப் பக்கம் போனார்.

"என்ன பெரியம்மா இப்பிடிச் சொல்லிட்டுப் போறார்? இப்பவே வயத்த கலக்கறது நேக்கு"

"எதுக்கு பயப்படறே... எல்லாம் உன்னோட நல்லதுக்குத்தான் சொல்வர்" என்று சிரித்துக் கொண்டே பெரியம்மா எழுந்து போனாள். கொஞ்ச நேரம் சுதேசமித்திரன் வாசித்துக் கொண்டிருந்தான். எல்லாம் சுதந்திரப் போராட்ட செய்திகளாகவே இருந்தது. அரை மணியில் பெரியப்பா அவனை அழைத்தார்.

"என்னவோ ஒங்கிட்டே பேசணும்னு தோணித்து. நான் சொல்றத நல்ல காதாலே கேளு. இந்த பூமியிலே மனுஷனாப் பொறந்த ஒவ்வொருத்தனுக்கும் ஆத்ம விசாரம் வேணும். கட்டகடேசியா இந்த மனுஷப் பிறவிக்கு என்ன இலட்சியம் இருக்க முடியும் சொல்லு? இந்த ஜென்மம் கடைத்தேறணும். பிறவி சாபல்யமடையணும். அதுக்கு என்ன வழி? பகவான சரணாகதி பண்ணணும். ஆனா முடியலை. ஏதோ ஒண்ணு கீழ பிடிச்சு இழுக்கறது. பேயாட்டம் போடறது. எது அது? மனசு. அதை எப்படி அடக்கறது? எப்பிடி தொலைச்சுத் தலை முழுகறது? அதுக்குத்தான் ஆச்சாரம், அனுஷ்டானம், ஜபம், தவம்னு பெரியவா வெச்சா. இதப் பிடிச்சுண்டு மேல வான்னா. முடியறதோ. ஒரு அடி மேல போனா பத்தடிக்குக் கீழே இழுக்கறது. மறுபடியும் மனசெல்லாம் கரி ஒட்டடை. அழுக்கு. அப்பிடி இருந்தா அப்பறம் உள்ளே எப்பிடி அந்தப் பூ மலரும்? ஜோதி தெரியும்? அதுக்குத்தான் தபஸ் மாதிரி ஒரு வாழ்க்கையை சட்டம் பண்ணி வெச்சுருக்கா. நீயும் கடைத்தேறி மத்தவாளையும் கையப் பிடிச்சு மேல கொண்டு வான்னு... அதுக்குத்தான் சத்சங்கம். பகவத் ஸ்மரணை. அப்பிடியொரு ஆத்ம விசாரம் உங்கிட்டே இருந்திருந்தா என் தம்பியோட பிள்ளைன்னு ரொம்ப சந்தோஷப்பட்டிருப்பேன். ஆனா உன்னோட தேடல் எதுல இருக்கு யோஜித்துப் பாத்தையோ?"

"கஷ்டப்படறவாளுக்கு உதவி செய்யணும். அதான் மனுஷ தர்மம். அதுக்கு ஜாதி மதம் பாக்க வேண்டாம். அப்பிடி மஹா பெரியவாளே பண்ணி இருக்கா. வருஷம் 1923ஆ, 1924ஆ சரியா ஞாபகம் இல்லை. அப்போ மஹா பெரியவா திருவையாத்திலே இருந்தா. நானும் போயிருந்தேன். சாதுர்மாஸ்ய சங்கல்பம் முடியற வரை சுவாமிகள் அங்கதான் இருந்தா. அந்த வருஷம் ஆடிப்

பெருக்கும் போது காவேரில வெள்ளம் வந்துடுத்து. நிறைய இடத்திலே கரைய உடச்சுண்டு காவேரி ஓடறது. கரையோரமா குடிசை போட்டுண்டு இருந்த ஹரிஜனங்களோட குடிசையெல்லாம் வெள்ளத்திலே மூழ்கிடுத்து. அவா வெச்சிண்டிருந்த ஆடு மாடு கோழி குடிசையில் இருந்த சாமான்கள் எல்லாத்தையும் இரக்கமில்லாமே வெள்ளம் அடிச்சிண்டு போயிடுத்து. பசிச்ச வயத்துக்கு ஒரு வாய் கஞ்சிக்கு வழியில்லை. யாராவது வந்து அவாளுக்கு உதவட்டும்னு சுவாமிகள் இருக்கலே. மடத்திலே உணவு தயாரிச்சு அதைப் பெரிய பெரிய அண்டாக்கள்லே நிரப்பி வண்டிகள்லே ஏத்தி உள்ளூர் காங்கிரஸ்காராளக் கொண்டு விநியோகம் பண்ணா. இப்பிடிப் பதினஞ்சு நாள் விடாமே அன்னதானம் நடந்தது. எதுக்குச் சொல்றேன்னா அவாளுக்கு சேவை பண்ணணும்னு ஆசைப்பட்டையா தாராளமா பண்ணு. பசின்னு யார் வந்தாலும் வயிறார சாப்பாடு போடு. தோட்டிச்சிக்கு எல்லாரும் ஒரு அணா குடுத்தா நீ ரெண்டணா குடு. மாசத்துக்கு ஒரு லைபாய் சோப் குடு. ஹரிஜனா, உண்மையா வயல்லே உழைக்கிறானா கூட ஒரு மூட்டை நெல் குடு. தப்பில்லே. அத விட்டுட்டு கல்யாணம் பண்ணிக்கணும்னு ஆசப்படாதே. மேல தூக்கறேன்னுட்டு அதல பாதாளத்திலே விழுந்துடுவே. நீ நீயாவே இரு! புரிஞ்சுதா?" என்று நிறுத்தினார் பெரியப்பா. உள்ளே குரல் கொடுத்தார். காபி வந்தது. உறிஞ்சிக் குடித்தார். மறுபடியும் வெற்றிலையைப் போட்டுக் கொண்டார்.

"ஆத்ம விசாரம்தான் இல்லே. தேச விசாரமாவது இருக்கோ? இப்போ தேசமே தீப்பத்தி எரிஞ்சுண்டு இருக்கு. எங்க பாத்தாலும் இரத்தக்களரி ரண களறியா இருக்கு. தலையிலே கதர்க் குல்லாய் வெச்சுண்டு தெருவோரமா தேமேன்னு போனாலும் வெள்ளைக்காரன் துரத்தி துரத்தி அடிச்சு நொறுக்கறான். எங்க பாத்தாலும் 'பாரத் மாதா கி ஜே' 'மகாத்மா காந்திக்கு ஜே'ன்னு கோஷமா இருக்கு. ஆரஞ்சு நிறப் புடவையைக் கட்டிண்டு பொம்மனாட்டிகள் கூட கொடி பிடிச்சுண்டு கோஷம் போட்டுண்டு போறா. சத்தியாகிரகம் பண்றவாளை அடிச்சு நொறுக்கறத்துக்காகவே லட்சக்கணக்கான குண்டாந்தடிகளை வெள்ளைக்காரன் வாங்கி இருக்கானாம். வாஞ்சிநாதன், வ.உ.சி., சுப்பிரமணிய சிவா,

பாரதியார் இப்பிடி ஒவ்வொரு காலத்திலே ரொம்பப் பேர் இந்த தேச விடுதலைக்காக இந்தப் புனிதமான வேள்வித்தீயிலே தன்னையே அர்ப்பணிச்சிண்டிருக்கா. சர்வபரித் தியாகம் பண்ணத் தயாரா இருக்கா. இவ்வளவு ஏன் இந்த களக்காட்டிலே உன்ன மாதிரி பசங்கள் குண்டாந்தடிலே அடிபட்டு இரத்தம் வழிய ‘வந்தே மாதரம்’னு கதர் கிருஷ்ணய்யர் தலைமையிலே கோஷம் போட்டுண்டு ஊர்வலம் போறதுகள். அப்பிடி இந்த தேசத்துக்காக உன்ன அர்ப்பணிச்சுண்டு இருந்தேன்னா அதுக்காகப் பெருமைப்படலாம். கர்வப்படலாம். வாரி அணைச்சுக்கலாம். ஆனா உன்னோட விசாரம் எங்க இருக்கு?”

“சொல்லாம இருக்க முடியலை. சுயஜாதிப் புலம்பல்னு நீ கேவலமா நினச்சுண்டாலும் பரவாயில்லை. இன்னிக்கு பிராமணனோட நிலை என்னன்னு நோக்கு தெரியுமா? அதப்பத்தி என்னிக்காவது கவலைப்பட்டிருக்கியா? இந்தப் பாரத தேசத்தோட பெருமையும் இந்து தர்மத்தோட மேன்மையும் தன் குலத்தோட அருமையும் தெரியாதவன் எப்பிடி ஒரு நல்ல இந்துவா இருக்க முடியும்? ஹிந்து சமய தத்துவங்களையும் சித்தாந்தங்களையும் கலாச்சாரத்தையும் பரிபூரணமா யாராலே அறிய முடியும்? என்னவோ வருணம் வருணம் என்கிறாளே... அந்த தர்மக் கட்டுப்பாட்டால் ஏற்பட்ட ஸ்திரத்தன்மைதானே பாரத நாகரீகத்தை மட்டும் பல்லாயிரம் காலமாய் பாறாங்கல் மாதிரி உறுதியா வாழ வெச்சிருக்கு. இத யாராவது மறுக்க முடியுமோ? இப்போ பிராமணா எல்லாம் தனி. மத்தவா எல்லாம் ஒரு கட்சி. அவா கையிலே ஆட்சி இருக்கு. அதிகாரம் இருக்கு. எல்லாருமாச் சேந்து பிராமணனை அடியோட நசுக்கிப்பிடறதுன்னு வரிஞ்சு கட்டிண்டு வேலை பாத்துண்டிருக்கா. இப்பிடியொரு யுத்தம் மதராசப் பட்டிணத்திலேதான் நடந்திண்டிருக்கு. இது பத்தி நோக்கு தெரியுமோ? இவாளுக்காக யார் வந்து குரல் கொடுப்பா சொல்லு? இத நினச்சு கவலைப்பட்டிருக்கையோ? ஆத்ம விசாரம் இருந்திருந்தா, சத்சங்கத்திலே சேர்ந்திருப்பே... போற வழிக்குப் புண்ணியமாவது கிடைச்சிருக்கும். தேச விசாரம் இருந்திருந்தா, காந்தி பின்னாலே போகத் தோணி இருக்கும். குல விசாரமாவது இருந்திருந்தா, யாராவது மஹானைத் தேடிண்டு போயிருப்பே. மூணுமே இல்லை. அப்பறம் இந்த வாழ்க்கைக்கு என்ன அர்த்தம்?

மாயைலதான் விழுந்து கிடக்கப் போறயா? நீயும் கடைத்தேறி, அடுத்தவனையும் கடைத்தேற உதவத்தானே இந்த பிராமணப் பிறவி. எல்லாரும் கீழ இருந்து மேல போவா. நீ மேல இருந்து அதல பாதாளத்திலே விழப் போறயா? யோசி. பாகியோட கல்யாணத்துக்கு மட்டும் இல்லே. உன்னோட வாழ்க்கைலே அந்தப் பொண் வர வேண்டாம். நீ முன் ஏர். நீ நடக்கற வழிலதான் நாளைக்கு என் குழந்தைகளும் வருவா. வேண்டாம். சிரேஷ்டமான ஒரு தலைமுறையை அழிச்ச பாவத்தைத் தேடிக்காதே. தீர்க்காயுசா இரு. போயிட்டு வா!"

ரகு சொல்லிக்கொண்டான். கனத்த மனதுடன் தெருவில் இறங்கினான்.

❖❖❖

21

வானம் வெளுத்துக் கிடந்தது. ஒரு மரம் அசையவில்லை. ஒரு பறவை பறக்கவில்லை. காற்றுக்கு என்ன ஆயிற்று? ரகு நடையை எட்டிப் போட்டான். கூடவே சங்கரி வந்தாள். இந்து டீச்சர் வீட்டில் அவளை விட்டுவிடும்படி பெரியம்மாதான் சொன்னார். வழியெல்லாம் சங்கரி பேசிக் கொண்டே வந்தாள்.

"நீ வருத்தப்படாதே அண்ணா!"

"எதுக்கு?"

"கொஞ்சம் கூட இரக்கமில்லாமே பாகி அக்கா கல்யாணத்துக்கு அவாள வரப்படாதுன்னுட்டாளே எங்கப்பா... அத நினச்சா ஆற மாட்டேங்கறது நேக்கு."

"ப்ச்... விடு இதையெல்லாம் நீ மனசிலே போட்டுக்காதே... என்ன?"

"சரி."

"கல்யாணத்துக்கு நோக்கு என்ன கலர்லே பட்டுப் புடவை வேணும்?"

"பட்டுப் புடவை எதுக்கு? சாதாரண புடவையே போரும்."

"ஏன் அப்பிடிச் சொல்றே?"

"நல்லவேளையா பாகி அக்காவுக்குப் பாத்திருக்க மாப்பிள்ளை யாத்திலே நகை நட்டுனு கெடுபிடி பண்ணலே. நாளைக்கு மைதிலி அக்காவுக்கு வர மாப்பிள்ளையாத்துக்காரா எப்பிடி இருப்பாளோ? நீ பாட்டுக்கு காசக் காசுன்னு பாக்காத வாரி எறைச்சேன்னா நாளைக்கு மைதிலி அக்காவுக்குக் கல்யாணம் பண்றச்சே பணத்துக்கு எங்கே போவே சொல்லு?"

அவள் சொல்வது சரிதான். சின்னதாய் ஒரு வீடு. அதை விற்க முடியாது. விற்றால் நிழலற்றுப் போகும். மேலும் அம்மாவின்

ஜீவன் அந்த வீட்டில்தான் இருக்கிறது. பெரிதாய் நிலம் ஒன்றும் இல்லை. அதில் இருந்து வரும் நெல் வயிற்றுப்பாட்டிற்கே சரியாக இருக்கிறது. பத்து வருஷப் போராட்டத்தில் ஏதோ கொஞ்சம் சேமிப்பு இருக்கிறது. பொன் வைக்கிற இடத்தில் பூ வைக்கலாம் அவ்வளவுதான்.

"என்ன அண்ணா ஒரு மாதிரியா ஆயிட்டேள்? நான் ஏதாவது தப்பாச் சொல்லிட்டேனா?"

"சேச்சே... அப்படியெல்லாம் ஒண்ணுமில்லே!"

"நீங்க ஒண்ணும் கவலைப்படாதேள். உங்களுக்கு ஒரு கஷ்டம்னா பாத்துண்டு சும்மா இருப்பேனா? என்னோட நகையெல்லாம் தர மாட்டேனா?"

ரகுவுக்கு நெகிழ்ந்து வந்தது.

"நீ சொன்னதே போரும் குழந்தே. மனசு நிறஞ்சுடுத்து... ஏண்டா எம்மேல நோக்கு அவ்வளவு பாசமா?"

"என்னண்ணா இப்பிடிக் கேக்கறே? சங்கரன்கோவில்லே நாம எல்லாம் ஒண்ணா இருக்கச்சே சந்தோஷமா இருந்தோம்? பாகி, மைதிலி வேற நான் வேறன்னா நினச்சே... என்ன வாங்கிண்டு வந்தாலும் நேக்குத்தானே ஒசத்தியா நல்லதா ஒண்ணுக்கு ரெண்டா வாங்கிண்டு வந்து குடுப்பே, எங்கடி மங்களம் என் செல்லத்தக் காணம்னு சித்தப்பா வரும்போதே தேடிண்டு வருவா... எத்தன நாளைக்கு சித்தப்பா மார்லே தாச்சிண்டு தூங்கி இருக்கேன் தெரியுமோ? இனிமே அப்பிடியெல்லாம் வரவே வராதா அண்ணா?" என்று குரல் அடைக்க கேட்டாள். பெரியப்பா இனிமேல் சங்கரன்கோவிலில் இருக்கப் போவது இல்லையென்று முடிவாகி, வீட்டை யாருக்கோ விற்று விட்டு ஒரு வார்த்தை சொல்லிக் கொள்ளாமல் குடும்பத்தோடு களக்காட்டுக்குக் கிளம்பிய போது இந்தச் சங்கரி தெரு மண்ணில் விழுந்து புரண்டு அழுதாள். மூர்க்கமாக அடிக்கப்பட்டாள். கலைந்த தலையும் கசங்கிய கண்களும் கன்றிச் சிவந்து வீங்கிய முகமாய் விசித்துக் கொண்டே போனது இப்போது நடந்தது போலிருந்தது.

"சொல்லப்போனா... இந்த உயிரே நீ போட்ட பிச்சைதானே? மறந்துட்டியா?" என்று கேட்டாள் சங்கரி.

"எதச் சொல்றே?"

"நான் மூணாப்பு படிக்கறச்சே தலைலே அடிபட்டு சாகப் பொழைக்கக் கிடந்தேனே..."

"ஓ ஞாபகம் வரது."

சங்கரி மூன்றாவது படித்துக் கொண்டிருந்தாள் அப்போது. ஒரு நாள் திண்ணையில் இருந்து குதித்து விளையாடும் போது இசகு பிசகாக விழுந்து பின்னந்தலையில் அடிபட்டு நினைவு தப்பிவிட்டது. ரகுதான் ஹைகிரவுண்ட் ஆஸ்பத்திரிக்குத் தூக்கிக் கொண்டு ஓடினான். ஒரு மாதம். சங்கரி சாகப் பிழைக்கக் கிடந்தாள். ஆபரேஷன் ஆயிற்று. அந்த ஒரு மாதமும் ரகுதான் உடன் இருந்து பார்த்துக் கொண்டான். 'எதையாவது இழுத்து விட்டுக்கறதே இதுக்கு வேலையாப் போச்சு. சனியன் இருந்தா இருக்கட்டும். செத்தாச் சாகட்டும்' என்று ரத்னமய்யர் விலகிக் கொண்டு விட்டார்.

"காசக் காசுன்னு பாக்காமே சித்தப்பா செலவு பண்ணா. ராக்கண்ணும் பகல் கண்ணும் முழுச்சு நீ காப்பாத்தினே. நீ அதையெல்லாம் மறந்துட்டையோ என்னவோ நா மறக்கலே. என்னவோ போறாத வேளை நீங்க ஒரு மூலை, நாங்க ஒரு மூலைன்னு ஆயிடுத்து" என்று கண்ணைத் துடைத்துக் கொண்டாள். ரகுவுக்கும் தளும்பிக் கொண்டு வந்தது.

"த்சு... நீ அழாதே. உன்னோட நல்ல மனசுக்கு ஒரு குறையும் வராது. எல்லாம் சரியாகும். கண்டதையும் நினச்சு மனசக் குழப்பிக்காதே. உன்னோட கவனமெல்லாம் இப்போ ஸ்டடீஸ்லதான் இருக்கணும். சரியா?"

"ம்..."

"எங்கே சிரி!"

கண்கள் மினுங்கச் சிரித்தாள்.

"தட்ஸ் குட். அப்பறம் பட்டுப் புடவை என்ன கலர்லே வேணும்னு சொல்லலையே..."

"அதான் சொன்னேனே?"

"இந்தப் பாரு கொழந்தே... நம்மாத்திலே நடக்கப் போற மொதக் கல்யாணம். நல்ல புடவையா எடுக்க வேண்டாமா?"

"சரி உங்க இஷ்டம். மாம்பழக் கலர்லே எடுங்கோ!" என்று சிரித்தாள்.

அதற்குள் இந்து டீச்சர் வீடு வந்து விட்டது. உள்ளே கொண்டு விட்டு விட்டு, இந்து டீச்சரிடமும் மரியாதைக்கு ரெண்டு வார்த்தை பேசிவிட்டு வெளியே வந்தான். பதினோரு மணி வெயில் தகித்தது. சற்று வேகமாக நடக்க ஆரம்பித்தவனை, அந்தக் குரல் அழைத்தது.

"குட்மார்னிங் சார்!"

குரல் கேட்டு ரகு நின்றான். எதிரே மாதவன். சங்கரியின் எதிர் வீட்டுப் பையன். சங்கரி முன்பு சொன்னது மனதில் நிழலாடிற்று.

"நான் நாய்க்குட்டி தந்தா நீ என்ன தருவே?"
"எங்கிட்ட ஒண்ணுமில்லையே..."
"இருக்கு. நோக்குத் தெரியலே. நான் எடுத்துக்கட்டுமா... கிட்ட வா. இன்னம் கொஞ்சம் கிட்ட வாடி...
அணைத்துக் கொண்டான்.
'சீ போடா' தள்ளி விட்டு விலகி ஓடினாள்.

சைக்கிளை ஓரமாய் நிறுத்தி விட்டு வேஷ்டியைத் தழைத்துக் கொண்டு பணிவாய் வந்து நின்றான். மூன்று மாதத்திற்கு முன்பு அவன் வீட்டுக்குப் போய், அவனிடம் பேசிக் கொண்டிருந்தது நினைவில் அலையோடிற்று.

"மாதுவா வா... எப்பிடி இருக்கே?"

"ரொம்ப நன்னா இருக்கேன் சார். எல்லாம் உங்க ஆசீர்வாதம்" என்று நடுத்தெரு என்றும் பாராமல், குனிந்து கால் தொட்டுக் கும்பிட்டான்.

"அடடே எழுந்திரு... என்ன இது கால்ல எல்லாம் விழுந்துண்டு..." உருகிய மெழுகுத்துளி பட்டது போலப் பதறி ரகு கால்களைப் பின்னுக்கு இழுத்துக் கொண்டான்.

"கால்ல்ல விழறதென்ன சார். உங்க காலுக்குச் செருப்பாவே இருக்கலாம்"

"தப்பு தப்பு... டோன்ட் பீ எமோஷனல். மாதா பிதா குரு தெய்வம். இவா கால்லே விழலாம். பெரியவா கால்லே விழலாம். தப்பில்லே. மத்தவா யார் கால்லயும் விழப்படாது."

எம். சுப்பிரமணியன்

“குருன்னா என்ன சார் அர்த்தம்?”

“மனசிலுள்ள இருட்டை அகற்றுபவர்னு அர்த்தம்.”

“என் மனசில இருந்த இருட்டை அகற்றினது நீங்கதான். அப்போ நீங்கதானே என்னோட குரு?”

“குருவா இருக்கறதுக்கான தகுதி எனக்கு இருக்கான்னு தெரியலே.”

“அன்னிக்கி நாய்க்குட்டிக்காக எங்காத்துக்கு வந்த சங்கரி கிட்ட தப்பா நடந்துக்க இருந்தேன். நல்லவேளை அப்படி நடக்கலை. நான் பண்ண இருந்த கேவலத்துக்கு வேற யாராவதா இருந்தா செருப்பால அடிச்சுக் காறித் துப்பி இருப்பா. நீங்க கோபமா ஒரு வார்த்தை பேசலை; அசிங்கப்படுத்தலை. ஒருவேளை நீங்க அப்பிடிப் பேசி இருந்தேள்னா என் மனசுலே கோபமும் வன்மமும்தான் பெருகி இருக்கும். அன்பா ப்ரண்ட்லியா அணைச்சுக்கறாப்பிலே இதமாப் பேசி மனசுக்குள்ளே எதையோ தொட்டுத் திறந்து வெச்சுட்டுப் போயிட்டேள். பெண்ண வெறும் உடம்பாப் பாக்காம சக மனுஷியா நல்ல சிநேகிதியா பாக்கக் கத்துக் குடுத்தது உங்க பேச்சுதான். நீங்க மட்டும் என் மனசத் தொட்டுத் திறக்கலேன்னா ஒருவேளை தறுதலையா தத்தாரியா ஆயிருப்பேனோ என்னவோ. நல்லவேளை தப்பிச்சுட்டேன்.”

“நீ இந்த அளவுக்கு பீல் பண்ண வேண்டியதில்லை. பத்தொம்பது உணர்ச்சி கொந்தளிக்கற வயசு. மனசும் உடம்பும் சேந்து ஆடற ஆட்டம் அது. பட் இட்ஸ் நாட் எ ஸின். ஆனா அதத் தாண்டி வரணும். வந்துட்டே. கீப் இட் அப்!”

“தாங் யு சார். சங்கரி மேடம் எப்பிடி இருக்காங்க சார்?”

“ஷி இஸ் ஃபைன். பை தி பை கிளாரா நர்ஸையும், இந்து டீச்சரையும் ஏற்பாடு செஞ்சு குடுத்ததுக்கு தாங்ஸ்!”

“நான் ரொம்ப பீல் பண்ணேன், வருத்தப்பட்டேன்னு சங்கரி மேடத்துக்கிட்டே சொன்னீங்களா சார்?”

“சொன்னேன். டோன்ட் ஃபீல் கில்டி!”

“போய்ட்டு வரேன் சார்.”

“சரி. ஆல் த பெஸ்ட்!”

பஸ் வருவதற்கு இன்னும் நேரமிருந்தது. வெயில் முற்றி ஏறிக் கொண்டிருந்தது. ஒரு நாலைந்து பேர் மூட்டை முடிச்சுடன் பஸ்சுக்காகக் காத்திருந்தார்கள். மற்றபடி பஸ் ஸ்டான்ட் வெறிச்சோடிக் கிடந்தது. எத்தனை நேரம்தான் இதையே பார்த்துக் கொண்டிருப்பது? எழுந்து போய் காலணா கொடுத்துச் சுதந்திரச் சங்கு பத்திரிகையை வாங்கிக் கொண்டு வந்து உட்கார்ந்தான். சபர்மதியில் காங்கிரஸ் காரியக் கமிட்டி கூடியது பற்றியும், அக்கூட்டத்தில் காந்திஜி உப்பு வரியை எதிர்த்துப் போர் தொடங்கலாமென்று யோசனை கூறியதைப் பற்றியும் முக்கியம் கொடுத்துச் செய்திகள் பிரசுரிக்கப்பட்டிருந்தன.

"அண்ணாச்சி!"

செய்தித்தாளில் ஆழ்ந்திருந்த ரகு, குரல் கேட்டு நிமிர்ந்தான். எதிரே முகம் முழுவதும் புன்னகையுடன் குமரேசன் நின்று கொண்டிருந்தான். கைகளில் சுதேசமித்திரனையும், சுதந்திரச் சங்கையும் வைத்திருந்தான். ரகு எழுந்து சந்தோஷமாய் அவன் கைகளை இறுகப் பற்றிக்கொண்டான். அவன் முகத்திலும் சந்தோஷத்தின் சாயல் தெரிந்தது.

"என்னலே குமரேசா சும்மா இருக்கியா?"

"நான் நல்லா இருக்கேன் அண்ணாச்சி. நீங்க எப்பிடி இருக்கீய?"

"எனக்கென்ன நன்னா இருக்கேன்."

"ஊருக்குத்தானே அண்ணாச்சி? வாங்க நம்ம கார்லயே போயிடலாம்."

ரகு ஏறிக் கொண்டான். கார் வேகம் எடுத்தது. ரகுவின் மனதில், குமரேசன் பற்றிய நினைவுகள் அலை மோதின.

22

சாலையில் கார் சீராகப் போய்க் கொண்டிருந்தது. ஜன்னலுக்கு வெளியே பசுமையான வயல்வெளிகள் சதுரம் சதுரமாய் கூடவே ஓடி வந்தன. குளிர்ந்த காற்று தழுவிக்கொண்டு வழி நெடுக வந்தது.

“குமரேசா...”

“அண்ணாச்சி”

“தாங்ஸ் ல”

“எதுக்கு... ”

“பாகி நிச்சயதார்த்தத்தன்னிக்கு கொஞ்சம் கூட சலிச்சுக்காமே ஓடி ஓடி நீயும், உன் தம்பியும் உழைச்சதுக்கு.”

“என்ன அண்ணாச்சி... நம்ம வீட்டு பங்ஷன்லா? நமக்கென்னான்னு ஒதுங்கி நிக்க முடியுமாங்கேன்?”

“அது சரி, அப்பறம் ஆளையே காங்கலே?”

“சும்மா காசிக்குப் போய் அகோரி சாமியாருங்க பின்னால சுத்திக்கிட்டிருந்தேன்...” என்று சிரித்தான்.

“என்னதாம்ல ஒனக்கு வேணும்? இன்னம் ஒன்னோட தேடல் ஓயலையால?” என்று கேட்டதற்கு அவன் பதில் சொல்லவில்லை. குமரேசனைப் பற்றிய சிறு வயது நினைவுகளில் ரகுவின் மனது ஆழ்ந்தது.

குமரேசனுக்குப் பதினைந்து வயதில் சேக்காளிகள் நிறையப் பேர் இருந்தார்கள். ஆனாலும் அவர்களிடம் அவன் அதிகம் ஒட்டாமல் இருந்தான். தனிமை விரும்பியாக தனக்குள் ஒடுங்குபவனாக இருந்தான். அவனுடைய நடவடிக்கைகள், மற்ற பிள்ளைகளோடு ஒப்பிடும்போது, வித்யாசமாய் விசித்திரமாய் இருந்தன.

ஊரில் எந்தக் கட்சி கூட்டம் போட்டாலும் முதல் வரிசையில் அவனைப் பார்க்கலாம். மார்கழி மாத பஜனை கோஷ்டியோடு ஆடிக்கொண்டும் பாடிக்கொண்டும் போவான். ஒரு நாள் மோடி மஸ்தான் கூட்டத்தில் வெள்ளை வேஷ்டியைப் போர்த்துக் கொண்டு தைரியமாய்ப் படுத்து விட்டான். ஊருக்கு வெளியே நரிக்குறவர்கள் முகாமிட்டிருப்பார்கள். அங்கே போய் பேசிக் கொண்டிருப்பான். குட்டையில் மீன் பிடித்துக் கொண்டிருக்கும் செம்படவனோடு மீன் பிடிப்பான். என்ன பேசுவானோ?

அவன் எஸ்.எஸ்.எல்.சி. முடித்ததும் சென்னையில் இருந்த ரகுவின் அறைக்குத் தேடிக்கொண்டு வந்தான். நாடகக் கம்பெனியில் சேர்த்து விடக் கேட்டான். அறை நண்பர்கள் சுடலையும், இசக்கியும் ஆளுக்கு ஆறு அணா குடுத்து, டிராமில் சென்னையைச் சுற்றிக் காட்டினார்கள். நாடக மோகம் தவிர்க்கச் சொன்னார்கள். விருப்பம் இல்லாமல் ஊர் திரும்பியவன் கொஞ்ச நாட்கள் கூத்துக் கலைஞர்களோடு ஊர் ஊராய்த் திரிந்திருக்கிறான். அப்பறம் நாதஸ்வரம் கற்றுக் கொள்ளப் போகிறேன் என்று குருகுலம் போல் சேவை செய்தான். பறை கற்றுக்கொள்ள ஆசைப்பட்டு, அவர்கள் பறையடிக்க பிணத்துக்கு முன்னே ஆடிக் கொண்டு போனான். உள்ளூர் சாமியார்களோடு, கஞ்சா புகைத்துவிட்டு விழுந்து கிடந்தான். கடைசியாக கருப்புச் சட்டைக்காரர்களுடன் சுற்றிக் கொண்டிருப்பதாகக் காதில் விழுந்தது. இது என்ன நிலைகொள்ளாமல்? உள்ளே அலைகிறானா? ஏதாவது தேடலா? தேடலென்றால் என்ன தேடல்? தேடியது கிடைத்து விட்டதா? இல்லை தொடர்ந்து தேடிக் கொண்டிருக்கிறானா? இதைத்தான் சித்தம் போக்கு சிவம் போக்கு என்கிறார்களா?

“ஏம்லே இப்பிடி அலையுதே?”
“தெரியல அண்ணாச்சி.”
“எதுக்கு இந்தத் தேடல்?”
“தேடலா? இது பெரிய்ய விஷயம்லா...”
“அப்பறம்?”
“என்னவோ புத்தி அப்பிடிப் போச்சு.”
“என்ன கிடச்சது... ”

“சொல்லத் தெரியல அண்ணாச்சி. சத்புருஷர்கள், சன்னியாசிகள், தத்துவ ஞானிகள், மகான்கள், பாம்பாட்டி, நரிக்குறவன், வெட்டியான், பிச்சைக்காரன், நாயனக்காரன், அவிசாரி இப்பிடி ரொம்பப் பேர் பின்னாடியும் போயிருக்கேன். நான் அவங்க பின்னாடி போனதுக்கெல்லாம் என்ன காரணம்? அவங்களைத் தெரிஞ்சுக்கவா? அவங்க வாழ்க்கையைப் புரிஞ்சுக்கவா? இல்லே அவங்க மூலமா என்னையே நான் தெரிஞ்சிக்கவா தெரியலே. அப்பிடி யோசிச்சுப் போனதில்லே. ஆனா அங்கெல்லாம் ஏதோ ஒண்ணு எனக்குக் கிடச்சிருக்கு. விதைக்குள்ளே தூங்கிக்கிட்டிருக்கிற மரம் மாதிரி, வெளில தெரியாத வேர் மாதிரி நிறைய விஷயம் பொதிஞ்சு கெடக்கு. நமக்குத்தான் பாக்கத் தெரியலே. உப்புக்கல்லுன்னு நாம அலட்சியமா தூக்கிப் போடறது வைரமா இருக்கு. பாவப்பட்ட பெண் ஜென்மம் ஒத்திகிட்ட பேசிக்கிட்டிருந்தப்போ அவளுக்குள் இருந்த சன்யாசினிய என்னால பாக்க முடிஞ்சுதுன்னா நீங்க நம்புவீங்களா? கால் கடுக்க மலை ஏறிப் போய் கேட்ட இடத்திலே கிடைக்காத ஒரு பதில் ஒரு குரங்காட்டி கிட்டே கிடைச்சதுன்னா ஆச்சர்யமா இல்லையா? எதிர்பாராத இடத்துல எதிர்பாராத மனுஷாள் கிட்டேயிருந்து கிடைச்ச தரிசனங்கள்... அதெல்லாமே அற்புதமான அனுபவங்கள். அதெல்லாம் என்னைச் செதுக்கி இருக்கு. எத்தனை விதமான மனுஷங்க... எத்தனை விதமான வாழ்க்கை... சில நேரம் இந்த வாழ்க்கைக்கு என்னடா அர்த்தம்னு தோணும். சில நேரம் இந்த வாழ்க்கையை விட அற்புதமான விஷயம் ஒண்ணுமில்லேன்னு தோணும். பொதுவா, வாழ்க்கை துயரமும் அழுகையுமாத்தான் இருக்கு. மீட்சிக்கு என்னடா வழின்னா ஒத்தர் ஆசையை அறுத்தெறிங்காரு. இன்னொருத்தர் பற்றற்று இருங்காரு. அப்பறம் ஒத்தர் சும்மா இருங்காரு... அவங்கவங்க சொல்றதிலே உண்மை இல்லாம இல்லே. ஆனா பரிபூரணமான உண்மை எது? ஒருவேளை அதைத் தேடி அலையுதேனோ என்னமோ?” என்று தோளை உயர்த்திக் குலுக்கினான்.

“அண்ணாச்சி ஒரு காபி குடிச்சுட்டுப் போலாமா?”

“சரி.”

கார் கிளம்பிற்று.

“அதிசயமா களக்காட்டுக்கு வந்திருக்கே. என்னல விஷயம்?”

“இங்கிட்டு கதர் கிருஷ்ணய்யர்னு சுதந்திரப் போராட்ட வீரர் இருக்கார். அவரப் பாக்க வந்தேன்.”

“அவர எதுக்கு... ”

“சொல்லுதேன். அதுக்கு முன்ன ஒரு கேள்வி... கேக்கவா?”

“கேளு!”

“காந்திதாசனத் தெரியுமா அண்ணாச்சி. இல்லே அப்பிடியொரு பேரயாவது கேள்விப்பட்டிருக்கியளா?”

“இல்லே. யாருல அது?”

“அடியேன்தான்...”

“எதுக்குல இப்பிடியொரு புது அவதாரம்?”

“நம்ம ஊர்ல ஒரு பத்து பயலுவளாச் சேந்து காந்தி சேவா சங்கம்னு ஆரம்பிச்சு நடத்திட்டு வரோம். அதோட தலைவர் நான்.”

“என்ன லட்சியம்?”

“முதல் இலட்சியம் தேச விடுதலை. காந்தி மகானோட கொள்கைகளை ஊர் ஊராப் பரப்பறது. அன்னியத் துணி பகிஷ்கரிப்பு. கள்ளுக்கடை மறியல் எல்லாத்திலேயும் கதர் கிருஷ்ணய்யர் தலைமையில கலந்துப்போம். சேரி ஜனங்களுக்கு சின்னச் சின்ன உதவிகள் செய்யறோம். முக்கியமா தீண்டாமையை மனித மனங்களில் இருந்து விரட்டறதை முக்கியமான பணியா வெச்சு கிட்டிருக்கோம். பதவிகள் சேவை செய்வதற்கு மட்டும்தான் என்கிற விஷயத்திலே உறுதியா இருக்கோம்.”

“உன்ன நினச்சு ரொம்பப் பெருமையா சந்தோஷமா இருக்குல. உன் இலட்சியத்திலே நீ நிச்சயம் ஜெயிப்பே. வாழ்த்துகள்!” என்றான் ரகு.

அவன் தலை தாழ்த்திச் சிரித்தான்.

அப்புறம் உப்பு வரியை எதிர்த்து காந்தி அறிவித்திருக்கிற போராட்டத்தை எப்படிச் செயல்படுத்துவது என்பதற்கான ஆலோசனையைப் பெற கிருஷ்ணய்யரைச் சந்தித்ததாகச் சொன்னான். காந்தி சேவா சங்கப் பணிகளுக்காகப் பிராமண இளைஞர்களைத் திரட்டப் போகும்போது “என்னல காந்திதாசா பிராமணாள அழிச்சிப்பிடறதுன்னு கங்கணம் கட்டிண்டு ஆடறாளே

இதெல்லாத்தையும் உங்க காந்தி கேக்க மாட்டாராலே" என்று கேக்காங்க என்றான். அதைப் பற்றி ரகு என்ன நினைக்கிறான் என்று குமரேசன் கேட்டான்.

"சட்டசபைப் பதவிகள்லேயும், அரசாங்க வேலைகள்லயும் பிராமணர்கள் நிறையப் பேர் இருக்கா. இது அவங்களோட பிரதிநிதித்துவ சதவிகிதத்தவிட அதிகமா இருக்கு. பொதுவா எல்லா சமுதாய மக்களோட உரிமைகளும் பாதுகாக்கப்படணும். அதுக்கு சட்டசபைகளிலும் அரசாங்க வேலைகளிலும் அந்தந்த வகுப்புக்கு உரிய பிரதிநிதித்துவம் வேணும்ங்கிறது வகுப்புவாரிப் பிரதிநிதித்துவக் கோரிக்கை. அதைத் தப்புன்னு எப்படிச் சொல்ல முடியும்? அது மிக நியாயமான கோரிக்கை. ஆனா துவேஷம் தப்பு" என்று ரகு உறுதியாகச் சொன்னான்.

"சரியாச் சொன்னிய அண்ணாச்சி" என்றான் குமரேசன்.

பெரியப்பாவிடமும் இதையே சொல்லி இருக்க முடியும். எல்லாவற்றிற்கும் அவனிடம் பதில் இல்லாமல் இல்லை. பேசி ரணமாகும். உறவில் விரிசல் விழும். எதற்கு...

"அண்ணாச்சி காந்திதாசனோட அவதார ரகசியம் தெரியுமா? நான் இந்த அவதாரம் எடுக்க யார் காரணம் தெரியுமா? சொன்னா ஆச்சரியப்படுவிய."

"யாருல அது?"

"உங்கப்பா..."

"அப்பாவா... என்னல சொல்லுத?"

"ஒரு நா ஒங்க அப்பா கடத் தெருவில வெச்சுப் பாத்தாரு. தோள்ல கை போட்டுக்கிட்டுப் பேசிக்கிட்டே வந்தாரு. 'உங்கப்பா உன்ன நினச்சு எவ்வளவு கவலைப்படறார் தெரியுமா? நீ இப்பிடி நிலைகொள்ளாம அலஞ்சிண்டிருந்தேன்னா நீ வெட்டியா ஊர் சுத்தற பயல்னுதான் நினைப்பா. நீ எதையோ தேடறே. நேக்குப் புரியறது. எல்லாருக்கும் புரியாது. நீ யார்? எதுக்கு இந்த பூமிக்கு வந்திருக்கே? உன்னோட வேலை என்ன? யோசி. உன்னால யாராவது ஒத்தன் முகத்திலே சந்தோஷத்தைக் கொண்டு வர முடிஞ்சாக் கூட போரும். அப்பறம் இந்த வாழ்க்கைக்கு ஒரு அர்த்தம் கிடச்சுடும். ஒரு இலட்சியத்தைக் கெட்டியாப் பிடிச்சுக்கோ. அதை நம்பு. உண்மையா

இரு. அந்தப் பாதை சத்தியமும் அன்பும் நிறைஞ்சதா இருக்கட்டும். நீ நடக்க நடக்கப் பாதை வரும். நீ தேடினது அதிலே கிடைக்கும். கிடைக்கலேன்னாலும் பரவாயில்லே. ஒரு நல்ல விஷயத்துக்கு அர்ப்பணிச்சுண்டோம்ங்கிற ஆத்ம திருப்தியாவது கிடைக்கும்'ன்னு சொன்னாரு. அப்பறந்தான் குமரேசன் காந்திதாசனானது" என்றான்.

ரகுவுக்கு அப்பாவை நினைத்துப் பெருமையாக இருந்தது.

23

அவர்கள் சங்கரன்கோவில் வந்த போது பிற்பகல் இரண்டு மணி ஆகியிருந்தது.

"யாரு குமரேசனா... வா வா எப்பிடி இருக்கே?" அம்மா அன்புடன் விசாரித்தாள்.

"நல்லா இருக்கேம்மா" என்று குமரேசன் அம்மாவின் கால்களில் விழுந்து நமஸ்கரித்தான்.

"தீர்க்காயுசா இரு... வா உக்காரு ஒரு வாய் சாப்பிட்டுப் போ. ரகு நீயும் வா. எங் கையால சாதம் போடறேன்..."

"இருக்கட்டும்மா. உள்ளூர்ல வீட்ட வெச்சுகிட்டு எதுக்கு?"

"அதனால என்னவா?"

"அம்மா எதுக்கு அவாளக் கெஞ்சறே? தலைவாள்ளாம் நம்மாத்திலே சாப்பிட மாட்டா" என்றாள் மைதிலி.

"அம்மா வாயாடி, நான் உங்கிட்ட வம்புக்கு வரலைம்மா... எலையைப் போடு" என்று சிரித்த குமரேசன், அந்த அன்புக்குக் கட்டுப்பட்டு ரகுவுடன் சாப்பிட்டான்.

அப்போது கதிரேசன் வந்தான்.

"நீ எப்பம்ல வந்தே?" குமரேசன் கேட்டான்.

அவன் பதில் சொல்லும்முன், அம்மா முந்திக்கொண்டு "வயல்லே மோட்டார் ரிப்பேராயிடுத்து. தண்ணி பாய்ச்சலேன்னா பயிர் வாடிப் போகும். ரகு வேற ஆத்துல இல்ல. அதான் மைதிலியை அனுப்பி நான்தான் கூட்டிண்டு வரச் சொன்னேன். காலம்பற பதினோரு மணிக்கு வந்த பிள்ளை. தோ இப்பத்தான் வரான். கதிர் வா உக்காரு... ஒரு வாய் சாப்பிடு" என்றாள்.

கதிரேசனும் சாப்பிட்ட பிறகு இருவரும் சொல்லிக் கொண்டு கிளம்பினார்கள்.

"பெரியப்பாவாத்திலே எல்லாரும் விச்சா இருக்காளோ?"

"இருக்கா."

"சங்கரிக்கு இப்போ எப்பிடி இருக்கு?"

"தேவலாம்; நன்னாயிண்டு வரா."

"பெரியப்பா ஒத்துண்டாரோ?"

"ஒத்துண்டார்."

"நீ ஒண்ணும் தப்பா பேசிடலையே?"

"இல்லை."

"ஊருக்குப் போறதுக்குள்ளே சேர்மாதேவி போய் நம்மாத்து வாத்தியார் பஞ்சு சாஸ்திரிகள் கிட்டே சுபமுகூர்த்தப் பத்திரிகை எழுதிண்டு வந்துடறயா?"

"சரி."

அம்மா நகர்ந்து கட்டிலில், ஒருக்களித்துப் படுத்துக்கொண்டாள். விஷயம் மட்டுமே பேசுகிற அம்மா. முன்பெல்லாம் வார்த்தைக்கு வார்த்தை குழந்தே, குழந்தே என்று பேசுவார். அதில் ஒரு பிரியம் இருக்கும். வார்த்தைகள் நெருங்கி மனசைத் தொடும். இப்போதோ... விலகின மாதிரி வெறும் காரியப் பேச்சாய்... அம்மா நீ ஏன் இப்பிடி மாறிப் போனாய்? ஒரு வார்த்தை ஒரேயொரு வார்த்தை அன்பாகப் பேசக் கூடாதா? ஒரே வீட்டிற்குள் இப்படி பெற்ற தாயே விலகிப் போனால் அதைவிட நரகம் உண்டோ?

மாலை. வெயில் தழைந்து கிணற்றங்கரை முற்றம் குளிர்ந்து கிடந்தது. உடம்பா, மனசா தெரியவில்லை. இறுகி இருப்பது போல இருந்தது. கிணற்றில் இருந்து வாளி வாளியாய் நீர் இறைத்து கண்கள் சிவக்கக் குளித்தான். பூஜை அறையில் விளக்கேற்றி வைத்தான். காயத்ரி ஜபத்தை, விஷ்ணு ரூபிணியாகப் பாவித்து, தியானத்தில் ஆழ்ந்தான். ஒருநிலைப்படாமல் மனம் அலைந்தது. வெளி ஓசைகளும், சப்தங்களும் கேட்டுக் கொண்டே இருந்தன. சுவாசம் நேர் செய்தான். கயிற்றை விட்டுக் கொண்டே இருந்தால் நிறைந்த குடம் சத்தமின்றி நீருக்குள் ஆழ்ந்து அமைதியாவது போல

மனசு கொஞ்சம் கொஞ்சமாய் அமைதியில் ஆழ்ந்தது. அப்படியே ஆழ்ந்து கிடந்தான். விழித்த போது மனதும், உடம்பும் இறகானது போல இருந்தது. எழுந்து வந்து முற்றத்தில் ஈஸி சேரில் சாய்ந்தான். பாகீரதியும், மைதிலியும் அவன் காலடியில் வந்து உட்கார்ந்தார்கள்.

"அண்ணா, இந்தா... இதக் குடி"

"என்னது பாகி?"

"கஷாயம்."

"கஷாயமா? என்னத்துக்கு. நன்னாத்தானே இருக்கேன்?"

"கண்ணெல்லாம் எப்பிடிச் சிவந்திருக்கு பாரு கோவைப் பழமாட்டமா... இப்பிடியா குளிப்பா? என்னவோ லோகத்திலே இருக்கற அழுக்கெல்லாம் இன்னியோட அடிச்சுண்டு போயிடணும்னு வேண்டிண்டாப்ல என்ன குளியல் இது... "

உடைத்தாற் போல் பளீரென்று சிரித்தான் ரகு.

"அப்பா... இப்பத்தான் பாக்கறாப்ல இருக்கு மொகம்."

"அலச்சல் பாகி; வேற ஒண்ணும் இல்லே"

"அலஞ்சா சோர்வாத்தான் இருக்கும். வாடி இருக்குமா பூ சுருங்கினாப்பிலே?"

"அதெல்லாம் ஒண்ணுமில்லே பாகி."

"பெரியப்பா வெஞ்சாரா?"

"இல்லையே..."

"மன்னி கல்யாணத்துக்கு வரப்படாதுன்னு சொல்லி இருப்பரே..."

"எப்பிடிச் சொல்றே?"

"என்னவோ தோணித்து. சொன்னாரா இல்லையா? அதச் சொல்லு!"

"ஏன் மன்னி வந்தா பெரியப்பாவோட கிரீடம் இறங்கிடுமாமா?" மைதிலி கேட்டாள்.

"ச்சூ... மெதுவாப் பேசுடி. அம்மா காதிலே விழுந்துடப் போறது..."

“நன்னா விழட்டும். நேக்கென்ன பயமா?”

“செத்த சும்மா இருடி. நீ என்ன அண்ணா சொன்னே?”

“எனக்கு என் தங்கைகளோட கல்யாணம் நல்லபடியா நடக்கணும். அதான் முக்கியம்னு சொன்னேன்.”

“என்ன அண்ணா கடசீலே இப்பிடி ஆயிடுத்தே... மன்னி என் கல்யாணத்துக்கு வருவள். நாலு வார்த்தை பிரியமா பேசி மன்னி மனசுக்குள்ள என்ன இருக்குன்னு தெரிஞ்சுக்கலாம்னு நினச்சேனே. அதுக்கு வழி இல்லாத இப்பிடிப் பண்ணிடுத்தே இந்தப் பெரியப்பா கிழம். இப்ப என்னண்ணா பண்றது?”

“நீ எதுக்குக் கவலைப்படறே... இது இல்லேன்னா, இன்னொரு சந்தர்ப்பம் வராமலா போயிடும்?”

“வரும். இருந்தாலும், மனசு கேக்கலண்ணா. திடீர்னு மன்னிக்கு என்ன ஆச்சு?”

“அதான் நேக்கும் தெரியலே. அவ இப்பிடி இருக்கறவளே இல்லை.”

“உம்மேல கோபமா?”

“தெரியலையே...”

“ஒன்ன அறியாம எப்பவாவது மன்னியத் திட்டிட்டயா?”

“அவளையா? நானா? வாய்ப்பே இல்லை.”

“அப்பறம்? ஒரு காரணமும் இல்லை. எதுக்கு இப்படியொரு விலகல்? மௌனம்? அப்பிடியே ஒருவேளை உம்மேல வருத்தம் இருந்தாலும், எங்களுக்காவது ஃபோன் பண்ணிப் பேசலாம் இல்லையா? எங்க கிட்டப் பேசப் பிடிக்கலன்னா அட்லீஸ்ட் சியாமளா கிட்டவாவது ஒரு வார்த்தை விசாரிக்கலாம் இல்லையா?”

“விசாரிச்சிருக்கலாம். விசாரிக்கலையே...”

“அப்போ மன்னி உன்ன வெறுக்கறாளா?”

“அண்ணாவ மன்னியால நிச்சயமா வெறுக்க முடியாது” என்றாள் மைதிலி.

ரகு தங்கையைக் கண்கள் விரியப் பார்த்தான். என்ன சொல்கிறது இது?

“எப்பிடி அவ்வளவு நிச்சயமாச் சொல்றே?” பாகீரதி கேட்டாள்.

“என்னக்கா நீயுமா இப்பிடிக் கேக்கறே? உனக்குக் கூடவா மன்னியப் புரிஞ்சுக்க முடியலே? நீ, நான், நம்ம சியாமளா எல்லாரும் ஒரு ஆடித் தபசன்னிக்கு தனியா எவ்ளோ பேசி இருப்போம் மன்னிகிட்ட... மறந்துட்டையா? நானும் உங்கண்ணாவும் எத்தனையோ நாள் பாக்காம பேசாம இருந்திருப்போம். அப்பக் கூட அவரப் பத்தின ஞாபகம் பொட்டாத்துக்குள்ள ஒளிச்சு வெச்ச மயிலிறகு மாதிரி இருந்துண்டே இருக்கும். இந்த ஜென்மா முழுக்க தொடர்ந்து வர ஞாபகம் அது. அவருக்கும் அப்பிடித்தான். இந்த ஜென்மாலே அவர்தான் என்னோட ஆத்துக்காரர்னு பச்சை குத்திண்டாச்சு மனசுல. அது இனிமே அழியாது. மாறாது. என்னிக்கு இருந்தாலும் என் தலை உங்கண்ணா காலடிலதான் சாயும்னு மன்னி சொல்லலை? கற்பூரம் அடிச்சு சத்தியம் பண்ணலை? அப்பிடிப்பட்ட மன்னி எப்பிடி மாறிடுவள் சொல்லு?”

“சொன்னா; இல்லேங்கலே. அப்பிடி இருக்கச்சே அண்ணா மனசு காயப்படறாப்பிலே மன்னி ஏன் இப்பிடி நடந்துக்கணும்?”

“என்னவோ விஷக்கடி வேளை ரெண்டு பேரையும் கொஞ்சம் தள்ளி வெச்சு வேடிக்கை பாக்கறது காலம். அதுக்கு ஏதோ ஒரு ஆழமான காரணம் இருக்கு. அது நமக்குத் தெரியலே. ஒருவேளை ஏதோ ஒரு நல்லதுக்காகக் கூட அது இருக்கலாம்.”

“எப்பிடிச் சொல்றே?”

“ஆத்ம நிவேதனம்னு கேள்விப்பட்டிருக்கையோ? பகவானுக்கு மிஞ்சி யாருமே இல்லைன்னு முழுசா தன்னை அர்ப்பணிச்சிண்டு சரணாகதி பண்றத அப்பிடிச் சொல்லுவா... அப்படி அண்ணாவே சர்வமும்ன சரணாகதி பண்ணி ஆத்ம நிவேதனம் பண்ணினவள் மன்னி. எத்தனை ஜென்மா எடுத்தாலும் எந்தச் சிறையிலே வெச்சாலும் மன்னியோட உடம்பு வேணா அங்க இருக்கலாம். ஆத்மா அண்ணாவைத்தான் சுத்திச் சுத்தி வரும். மத்தபடி என்னிக்கிருந்தாலும், என்ன ஆனாலும் மன்னி அண்ணா காலடியில்தான் விழுந்து கிடப்பா. இது சத்தியம். இது நடக்கப் போறது. நீ வேணா பாரு” என்று ஆவேசம் வந்தது போல முழக்கிற்று மைதிலி.

ரகுவுக்கு உடம்பெல்லாம் சிலிர்த்துக் கொட்டிற்று.

"என்னடி அரட்டை அடிச்சிண்டிருக்கேள் அங்கே... சமையலைப் பாருங்கோ... வாங்கோ!"

பாட்டியின் குரல் கேட்டு, பாகியும் மைதிலியும் எழுந்து போனார்கள்.

என்ன தவம் செய்தேன் இவர்களைச் சகோதரிகளாகப் பெற? திருமணம் ஆகுமுன்பே, அண்ணன் விரும்பும் பெண்ணை மன்னியாக வரித்துக் கொள்ள எத்தனை பேரால் முடியும்? இத்தனை இயல்பாக மேகலாவை பாகியும், மைதிலியும் ஏற்றுக் கொண்டிருக்காவிட்டால், அப்பாவின் மரணமும் அம்மாவின் விலகலும் தன்னை நடைப்பிணமாக்கி இருக்கலாம். நல்லவேளை, வீடு என்பது இன்னமும் கொஞ்சம் அன்பாலான இடமாகத்தான் இருக்கிறது. கடவுளுக்குத்தான் நன்றி சொல்ல வேண்டும்.

மறுநாள் வியாழக்கிழமை. நல்ல நாள். சேர்மாதேவி போய் விவாஹ சுபமுகூர்த்தப் பத்திரிகையை பஞ்சு சாஸ்திரிகளிடம் எழுதிக்கொண்டு வந்துவிட வேண்டும் என்று நினைத்துக் கொண்டு ரகு படுக்கப் போனான்.

24

ரகு சேர்மாதேவி போன போது, பஞ்சு சாஸ்திரிகள் கோயிலுக்குப் போயிருந்தார். சாஸ்திரிகளுக்கு எழுபது இருக்கலாம். ஒட்டி உலர்ந்த உடல். பொல்லென்று நரைத்த தலை. முகத்தில் கண்களில் ஒளி விடும் தேஜஸ். இடையறாத வேத பாராயணமும் காயத்ரி ஜெபமும் தியானமும் அதற்குக் காரணமாக இருக்கலாம். தன் வாழ்க்கை முழுவதையும் வேதத்தைக் காப்பதற்கும் வேத தர்மப்படி வாழ்வதற்கும் அர்ப்பணித்துக் கொண்டவர். குடும்பம் உண்டு. மனைவி, இரண்டு பெண்கள். பூர்வீகமாய் ஒரு சின்ன வீடு. பூர்வீக நிலத்தை விற்று இரண்டு பெண்களுக்கும் கல்யாணம் பண்ணி விட்டார். ஆனாலும் லௌகீக வாழ்க்கை தன்னைக் கீழே பிடித்து இழுத்து விடாமல் வாழும் ஞானி. அந்தக் காலத்தில், அந்தணர்கள் அறம் வளர்த்தால் போதும் என்று அரசர்கள் தானம் கொடுத்தார்கள். மான்யம் எழுதி வைத்தார்கள். இந்தக் காலத்தில் யார் அப்படிச் செய்கிறார்கள்? அதனால் வறுமைதான். ஆனால் சந்தோஷமாக வரித்துக் கொண்ட வறுமைதான். கேட்டால் பிராமணன் காயக் காயக் கிடந்தால்தான் உள்ளே அந்தப் பூ மலரும் என்று புன்னகைப்பார்.

விடியற்காலை நான்கு மணிக்கே எழுந்து விடுவார். பச்சைத் தண்ணீரில் காலைக் குளியல். பின் பிராதகாலச் சந்தியா வந்தனம். ஜபம். ஹோமம். வேத அத்யயனம். சில தர்ப்பணங்கள். சாளக்கிராம பூஜை. மறுபடியும் மத்யான ஸ்நானம். மாத்யானிகம் என்கிற சந்தியா வந்தனம். அக்னியில் ஹோமம். ஈஸ்வரார்ப்பண பூஜை. பல தேவதைகளை மனதில் தியானித்து வீட்டின் பல்வேறு பகுதிகளில் அன்னத்தை வைத்துப் பலி போடல். இதற்குள் பனிரெண்டு மணிக்கு மேல் ஆகி இருக்கும். ஒரு மணிக்கு மேல்

பசியடங்க கொஞ்சம் சாதம். அப்புறம் வெயில் தழைந்ததும் சாயங்கால ஸ்நானம், சந்தியா வந்தனம். ஜபம். இதுதான் பஞ்சு சாஸ்திரிகளின் ஒரு நாள். நித்ய கர்மாக்களுக்குக் காசு வேண்டுமே... அதனால் வைதீகக் காரியங்களுக்குப் போவார். அவர்கள் கொடுப்பதை வாங்கிக் கொள்வார். அதில் பெரும்பகுதியை உடன் வரும் வேத வித்துக்களுக்குக் கொடுத்து விடுவார். எஞ்சியதுதான் நித்ய கர்மாவுக்கும் வயிற்றுப்பாட்டிற்கும். இது எப்படிப் போதும் வறுமையைத் தவமாக வரித்துக் கொள்ளாவிட்டால்? அதனால் அழைத்தால் ஹரி கதையோ, தேவி பாகவதமோ, இராமாயணமோ, மகாபாரதமோ சொல்லப் போவார். மற்றபடி அபூர்வமாய் ஜாதகம் எழுதுவதுண்டு. ராசி காரணமாக அவர் கையால் விவாஹ சுபமுகூர்த்தப் பத்திரிகை எழுதி வாங்கிக் கொண்டு போகிறவர்களும் உண்டு. என்ன சொன்னாலும் சாஸ்திரிகளின் வாழ்க்கை முள் மேல் தவம்தான். ஈஸ்வரனுக்குத் தன்னை அர்ப்பணம் பண்ணிக் கொண்டு விட்ட சாஸ்திரிகள் அதைப் பற்றியெல்லாம் கவலைப்படுவதில்லை.

குமரேசனின் காரை ஒரு ஓரமாக நிறுத்தி விட்டு ரகு இறங்கினான். எதற்கோ வாசலுக்கு வந்த சாஸ்திரிகளின் மனைவி விசாலம் ரகுவைப் பார்த்ததும் சந்தோஷமாய் வரவேற்றார்.

“வா... வா... இப்பத்தான் வரயா? நீ வருவேன்னு சொல்லிண்டே இருந்தார். கோவிலுக்குப் போயிருக்கார். தோ வந்துடுவர்”

ரகு உள்ளே போனான். சற்று பெரிய கூடம். கிழக்குப் பார்த்த பூஜை அறை. மேடையில் குழந்தை ஸ்வாமியான மகா கணபதிக்கு அருகம்புல் அர்ச்சனை செய்து, நிவேதனமாய் வாழைப்பழம் வைக்கப்பட்டிருந்தது. நீளப் பலகையில் சின்னதும் பெரிதுமாய் வெண்கலத்தால் ஆன சுவாமி விக்கிரகங்கள். அர்ச்சனைப் பூக்கள், காற்றில் ஹோமப்புகை, விபூதி, பன்னீர், சந்தனம், புஷ்பங்கள், கற்பூரம் கலந்த நறுமணம். அதை ஒரு வீட்டின் கூடம் என்று சொல்ல முடியாது. ஏதோ தெய்வ சாந்நித்யம் குடிகொண்டிருக்கும் இடம் போலத்தான் தோன்றிற்று. தடுக்கில் உட்கார்ந்தான். நல்ல நிறமும் மணமுமாய் காபி வந்தது. ரசித்துக் குடித்தான். மாமி அம்மாவைப் பற்றி அக்கறையாய் விசாரித்தாள். அப்போது மீனாட்சி உள்ளே வந்தாள். ஒக்கலில் ஒரு வயதுக் குழந்தை.

“அம்மா பங்கஜம் இன்னிக்கு ஊருக்குப் போறாளாம். சொல்லச் சொன்னா. திருச்சானூர்லே எனக்காக வேண்டிண்டு அர்ச்சனை பண்ணாளாம். பிரசாதம் குடுத்தா” சொல்லிக்கொண்டே வந்தவள் கூடத்தில் ரகுவைப் பார்த்து சற்றே அதிர்ந்து ஏதோ தெரியக்கூடாத ரகசியம் அவனுக்குத் தெரிந்து விட்டது போல உதட்டைக் கடித்து ஷணத்தில் சகஜமாகி, “வாங்கோ மாமா... எப்போ வந்தேள்? ஆத்துல எல்லாரும் சௌக்கியமா? பாகிக்குக் கல்யாணமாமே, கேள்விப்பட்டேன்” என்று உள்ளே போனாள்.

சாஸ்திரிகளின் இரண்டாவது பெண் மீனாட்சி. அவளுக்கு இரண்டாவதும் பெண்தான் பிறந்தது. குழந்தையைப் பார்க்கப் போயிருந்தான். புக்ககத்தில் இருக்க வேண்டியவள் இங்கே என்ன செய்கிறாள்? மீனாட்சி மறுபடியும் குழந்தையை இடுக்கிக் கொண்டு வெளியே போனாள். மாமி சமையலறை நிலைப்படியருகே உள்ளடங்கி நின்றாள்.

“மீனாட்சி எப்போ வந்தா?”

“போனாத்தானே வரத்துக்கு.”

“என்ன சொல்றேள்?”

“ப்ச்... அவளுக்கு இன்னம் வேளை வரலை. இம்புட்டு பூஜை புனஸ்காரம் பண்ணி என்ன. பகவான் கண்ணத் தொறக்கலையே...”

“என்ன ஆச்சு?”

“பிரசவத்துக்குன்னு கொண்டு வந்து விட்டா. குழந்தை பொறந்தோடனே வந்து பாத்தா... பெண் குழந்தைன்னு தெரிஞ்சோடனே சம்மந்தி மாமியோட மொகம் செத்துப் போச்சு. அப்பறம் பதினோராம் நாள் நாமகரணத்தன்னிக்கி மாப்பிள்ளை மட்டும் வந்தார். ஆச்சு ஒரு வருஷம். அதுக்கப்றம் ஒரு ஈ காக்கை எட்டிப் பாக்கலை. இருக்காளா, செத்தாளான்னு கேக்க நாதியில்லை. நானும் வேண்டாத தெய்வம் இல்லை. இவரும் வெளில சொல்லாத மருகறார். அந்த அம்பாள் என்னிக்குத்தான் கண்ணத் திறப்பளோ? என்னிக்குத்தான் இவளுக்கு விடியுமோ தெரியலை” என்று மாமி பெருமூச்சு விட்டார்.

“மாப்பிள்ளை கிட்ட பேசினேளோ?”

“பாவம். வாயில்லாப் பூச்சி அவர். சம்மந்தி மாமின்னா பெரிய குண்டாத் தூக்கி தலைலே போட்டுட்டா.”

“அப்பிடி என்ன சொன்னா?”

“அந்த அக்கிரமத்த ஏன் கேக்கறேள்? மீனாட்சியோட கல்யாணத்துக்கே நகை நட்டு சீர் செனத்தி வரதட்சணைன்னு கசக்கிப் பிழிஞ்சுட்டா. எங்க உயிரை மட்டுந்தான் உரியலே. இவரும் குழந்தை நன்னாயிருக்கட்டும்னு நிலத்த வித்த காச வெச்சு கல்யாணத்த நன்னாத்தான் பண்ணினார். அப்போ போட்ட நகையிலே ஒரு அஞ்சு பவுன் காக்கா பொன்னாம். புதுசா அஞ்சு பவுனப் போட்டுண்டு மீனாட்சி வரதா இருந்தா வரட்டும். இல்லேன்னா அங்கேயே இருக்கட்டும்னு தீத்துச் சொல்லிட்டா சம்மந்தி மாமி.”

ரகுவுக்கு வாயடைத்துப் போயிற்று. இப்படியும் மனிதர்கள் இருப்பார்களா? இத்தனைக்கும் பஞ்சு சாஸ்திரிகள் அவ்வப்போது சங்கரன்கோவில் வருகிறவர்தான். ஒரு வார்த்தை சொன்னதில்லை.

“இப்பிடியே இருந்தா எப்படி மாமி? ஏதாவது பண்ண வேண்டாமா?”

“என்ன பண்ணச் சொல்றேள்? காலணாவும் அரையணாவுமா என்னிக்கு சேத்து இவர் அஞ்சு பவுன் போடறது? அப்பிடியே சேத்தாலும் இவர் போடுவரோ? மாட்டார். நான் போட்டது சொக்கத் தங்கம். இவா சொல்றான்னு போட்டேன்னா அவா சொல்றது உண்மைன்னு ஆயிடாதாங்கறார்”

“அப்பறம்...”

“அம்பாள் கண்ணத் திறந்தாத்தான் உண்டு.”

“அப்பிடின்னா?”

“அவாளா மனசு திருந்தி அழச்சுண்டு போனாத்தான் உண்டு.”

எப்போது விடியும் மீனாட்சிக்கு?

“அடடே... ரகுராமனா... வா வா... ரொம்ப நேரமா காக்க வெச்சுட்டேனா?” கேட்டுக் கொண்டே சாஸ்திரிகள் வந்தார்.

“அப்பிடியெல்லாம் ஒண்ணுமில்லே மாமா. நீங்க எப்பிடி இருக்கேள்?”

“நேக்கென்னடா பகவத் கிருபைல பரம சௌக்கியமா இருக்கேன்” என்று நிறைவாய்ச் சிரித்தார்.

இப்படிப் பெண்ணை வீட்டில் வைத்துக் கொண்டு சாஸ்திரிகளால் எப்படி இப்படி நிறைந்து சிரிக்க முடிகிறது என்று ரகுவுக்கு ஆச்சரியமாக இருந்தது.

"இந்தா லக்னப் பத்திரிகை. ஸ்வாமி மேடைல வை. வைகாசிலே விவாஹம் ரொம்பவும் எடுத்தது. ரெண்டு பேரோட நட்சத்திரத்துக்கும் பொருத்தமா நல்ல அம்சமான முகூர்த்த நாள். குழந்தை பாகீரதி நல்ல பாக்கியவதி. புருஷனும் பொண்டாட்டியும் பார்வதி பரமேஸ்வராள் மாதிரி அமோக இருப்பா..." என்று பத்திரிகையை ரகுவிடம் கொடுத்தார்.

ரகு கண்களில் ஒற்றிக்கொண்டு, சுவாமி மேடையில் வைத்தான். பழத்தட்டில் தட்சணையை வைத்து சாஸ்திரிகளை நமஸ்கரித்தான்.

25

ரகு கிளம்பத் தயாரானான். அப்போது, "மீனாட்சி... மீனாட்சி... ஏன் மாமி மீனா இல்லையா?" என்று கேட்டுக் கொண்டே அந்தப் பெண் உள்ளே வந்தாள். வசீகரமாக இருந்தாள். அவளுக்குப் பின்னே பட்டு வேஷ்டியும், பட்டு ஜிப்பாவும், தாம்பூலம் தரித்த வாயும் சற்றே அலட்சியம் மின்னும் பார்வையுமாய் வந்தவன் அவளுடைய கணவனாக இருக்க வேண்டும்.

"யாரு பங்கஜமா... வா வா. நீ வருவேன்னு மீனாட்சி சொன்னா... பரிமளாவாத்துக்குப் போயிட்டு வரேன்னு போனா. தோ வந்துடுவள்... நீங்க வாங்கோ. இப்பிடி ஜமக்காளத்திலே ஒக்காருங்கோ... ஏன்னா யார் வந்திருக்கா பாருங்கோ..." சொல்லிக்கொண்டே மாமி உள்ளே போனாள். கள்ளிச்சொட்டாய் காபி வந்தது.

"ரொம்ப நன்னாருக்கு மாமி... இப்பிடியொரு நல்ல காபி சாப்பிட்டு ரொம்ப நாளாச்சு" என்று சிலாகித்தாள்.

"இன்னிக்கா ஊருக்குக் கிளம்பப் போறேள்?"

"ஆமாம். அதான் சொல்லிண்டு நமஸ்காரம் பண்ணிட்டு போலாம்னு வந்தோம்" என்றாள். "ஏன்னா வாங்கோ" என்றாள் புருஷனைப் பார்த்து. முனகிக்கொண்டே வந்தான்.

"மாமா, நமஸ்காரம் பண்றோம்."

இருவரும் சாஸ்திரிகளையும் விசாலம் மாமியையும் நமஸ்கரித்தார்கள்.

"பகவான் கிருபையிலே தீர்க்க சுமங்கலியா தொங்கத் தொங்க தாலியக் கட்டிண்டு அமோகமா இருக்கணும்டி குழந்தே!"

மாமி பங்கஜத்தின் தலை தொட்டு ஆசீர்வதித்தார். குங்குமம் இட்டார். சாஸ்திரிகள் அந்தப் பையன் நெற்றில் விபூதி இட்டார். தட்டில் இருந்து வெற்றிலை பாக்கு பழம் பூ மஞ்சள் கிழங்கு ஜாக்கெட் துணி எல்லாவற்றையும் எடுத்துக்கொண்ட பங்கஜம் அதைக் கண்களில் ஒற்றிக்கொண்டாள்.

"அக்கா எப்ப வந்தேள்?" உள்ளே வந்த மீனாட்சி ஆசையாய் பங்கஜத்தின் கைகளைப் பற்றிக் கொண்டாள். "எங்க வந்துட்டுப் போயிட்டேளோன்னு பதறிண்டே ஓடி வந்தேன்."

"உன்னப் பாக்காம எப்பிடிடி போவேன்? ஆ ஊன்னா கிட்டவா இருக்கு பம்பாய். நினச்ச ஒடனே ஓடி வரத்துக்கு? இனிமே எப்பவோ?"

"நீங்களாவது இருந்தேள். ஆறுதலா நாலு வார்த்தை பேசிண்டு... இனிமே போது எப்படி போப்போறதோ? நமஸ்காரம் பண்றேன். ஆசீர்வாதம் பண்ணுங்கோ!"

"இனிமே நோக்கு ஒரு குறையுமில்லேடி. கூடிய சீக்கிரம் உங்காத்துக்காரர் வந்து கூட்டிண்டு போறாரா இல்லையா பாரு. திருச்சானூர்லயே நல்ல சகுனம் கிடச்சுத்துடி நேக்கு... நீ அமோகமா இருப்பே!"

பங்கஜம் மீனாட்சியின் கண்களைத் துடைத்து விட்டாள். அவள் நெற்றியிலும் வகிட்டிலும் குங்குமம் வைத்து விட்டாள்.

"இந்தா..."

பங்கஜம் கொடுத்தாள். சின்ன நகை டப்பா. உள்ளே ஒரு பவுன் தங்க நாணயம்.

"என்னக்கா இது... ஒரு பவுன் இருக்கும் போல இருக்கே... "

"ஒண்ணுமில்லேடி... சின்னதா ஒரு பரிசு. உன்னோட கல்யாணத்துக்கே செய்ய நினச்சோம். பம்பாய்லேர்ந்து வர முடியாமப் போயிடுத்து... இப்பவாவது செய்வோமோன்னு தோணித்து."

"என்னக்கா... எதுக்கு இதெல்லாம்? உங்களோட அன்பு போறாதா?"

"இருக்கட்டும்டி."

"தப்பா எடுத்துக்காதேங்கோ அக்கா. இத வாங்கிக்குங்கோ" என்று நகை டப்பியை அவள் உள்ளங்கையில் வைத்து மூடினாள் மீனாட்சி.

“என்னடி தப்பா எடுத்துண்டிட்டையா?”

“சேச்சே...”

“அப்பறம்?”

“என்னக்கா... திருச்சானூர்க்குப் போன இடத்திலே என்னையும் ஞாபகம் வெச்சுண்டு நேக்கு விடிமோட்சம் வரணும்னு தாயார்ட்டே பிரார்த்தன பண்ணி இருக்கேளே. இப்ப வாயார மனசார வாழ்த்தினேளே... அந்த அன்பை விட வேறென்ன வேணும் நேக்கு? அதைவிட எது ஒசத்தி சொல்லுங்கோ? நான் நன்னா இருக்கணும்னு நினைக்கிறேள் பாருங்கோ அதுதான் ஆசீர்வாதம் நேக்கு!”

“பரவால்லே இருக்கட்டும்டி.”

“எனக்காகப் பிரார்த்தனை பண்ணுங்கோ. அது கோடி பெறும்.”

“சரி உன் இஷ்டம். வரோம்”

அவர்கள் தெருவில் இறங்கினார்கள்.

“தாசில்தாராத்துப் பொண்ணாச்சேன்னு அலட்டலா ஒன்னோட பணக்காரத் திமிரக் காட்டலாம்னு நீ போனே. என்னதான் வாழாவெட்டியா இருந்தாலும் தரித்திரம் பிச்சுப்பிடுங்கினாலும், தன்மானத்த விடமாட்டேன்னு ஒம் மூஞ்சிலே கரியப் பூசி அனுப்பிட்டா அந்த மீனாட்சி. வேண்டாம்டின்னு சொன்னேன். கேட்டையோ?” என்றான் பங்கஜத்தின் கணவன். “பெரிசா கண்டுபிடிச்சுட்டேள். பேசாம வாங்கோ” என்று பங்கஜம் சிடுசிடுத்தாள். அவன் வாயைத் திறக்கவில்லை.

அவர்கள் போனதும், “என்னடி இப்பிடிப் பண்ணிட்டே?” மாமி கேட்டாள்.

“தப்பா ஒண்ணும் பண்ணலையே?”

“என்னடி தப்பா பண்ணலை? ஏதோ நோக்கு விடியாதாங்கற ஆதங்கத்திலே பங்கஜம் உன்னோட கஷ்டத்தைத் துடைக்கலாம்னு வந்தா. இப்பிடித் தடுக்குனு தூக்கி குடுத்துட்டையே?”

“என்னம்மா நீ மனுஷா குடுத்தா நிறையும், பகவான்னா குடுக்கணும். என்னமோ போறாத வேளை ஆட்டிப்படைக்கறது. அதுக்காக எங்கப்பா யாருகிட்டயோ போய் கையேந்தி நிக்கறத என்னால சகிச்சுக்க முடியாது. வேத அக்னி இருக்கற கை மா அவரோட கை. அது. சுவாமிக்கு முன்னே தழையணுமே தவிர,

மனுஷாளுக்கு முன்னே தழையப்படாது. அப்பிடி அவர் எனக்காக ஒத்தர் முன்னே குனிஞ்சு நின்னா வேதமே குனிஞ்சு நின்னா மாதிரி. அந்தப் பாவத்த நான் செய்ய மாட்டேன். எங்காத்துக்காரர் கூட நல்லவர்தான். அவர் அம்மா பேச்சக் கேட்டுண்டு இப்போ இப்பிடி இருக்கலாம். ஆனா வருவர். நீ கவலப்படாதே" என்றவள் உள்ளறைக்குப் போய்க் கதவைச் சாத்திக் கொண்டாள். இரண்டு பெண் குழந்தைகளையும் நெஞ்சோடு இறுக்கிக் கொண்டாள். துக்கம் பெருகி அடைத்தது. சத்தமின்றி அழுதாள்.

சாப்பாடு ஆயிற்று. அம்பை வர போகணும். உடன் வருவதாக சாஸ்திரிகள் சொன்னார். மீனாட்சியிடம் ரகு சொல்லிக்கொண்டான்.

"அப்போ வரட்டுமா?"

"சரி. ஆத்திலே எல்லாரையும் கேட்டதாச் சொல்லுங்கோ!"

"சரி."

"வேற ஒண்ணும் சொல்ல வேண்டாம்!"

வார்த்தையற்று ரகு அவள் முகம் பார்த்தான். அந்த முகத்தில் இருந்து ஒன்றையும் புரிந்துகொள்ள முடியவில்லை.

ஆனாலும் மீட்சியற்ற பெண் ஒருத்தியின் துயரம் அந்த முகத்தில் நிழலாடுவது போலத் தோன்றிற்று. யாரையும் புண்படுத்தாமல் உயர்த்திப் பேசும் பக்குவம். இத்தனை வலியிலும் புருஷனை விட்டுக் கொடுக்காத மனசு. பெற்றவர்கள் மீது வெறுப்பை உமிழாமல், தனக்குள் மருகி... இப்படியொரு பெண்ணை விடவா ஐந்து சவரன் பெரிதாகப் போய்விட்டது? எப்படி ஒருவனால் பிரிந்திருக்க முடிகிறது - மீனாட்சி மாதிரி ஒருத்தியை... அதுவும் இவ்வளவு இளமையில்? என்ன பாவம் செய்தது இந்தப் பெண் இப்படி நசுங்கிச் சாவதற்கு?

"எல்லாம் சரியாகும் மீனாட்சி. கவலப்படாதே!" என்றான் ரகு.

தலையாட்டினாள். கண்கள் மினுங்க வெளிரச் சிரித்தாள்.

"கவலப்பட்டு என்ன ஆகப்போறது சொல்லுங்கோ! எல்லாரும் நல்லவாதான். என்னவோ நேரம், தலையெழுத்து... பொண்ணாப் பொறந்துட்டேன் இல்லையோ... அதுவும் பிராமணப் பொண்ணா..." என்று உணர்ச்சியற்ற குரலில் அவள் சொன்னாள்.

மீனாட்சி ஏன் அப்படிச் சொன்னாள்?

❖❖❖

26

மீனாட்சி ஏன் அப்படிச் சொன்னாள்? இந்தக் கேள்வியே திரும்பத் திரும்ப எழுந்து மனதை அறுத்தது. வழியெங்கும் அவள் முகம் துரத்திக் கொண்டே வருவது போலத் தோன்றிற்று. எத்தனை துயரம் அந்தப் பார்வையில்? வேத தர்மத்தை இரட்சிப்பதற்கே தன் வாழ்க்கையை முழுமையாய் உண்மையாய் அர்ப்பணித்துக் கொண்ட ஒரு நல்ல பிராமணத் தகப்பனுக்குப் பிறந்த பெண் அவள். அவள் இப்படிச் சொல்கிறாள் எனில் எத்தனை கேலியை, வலியை, எள்ளலை, பரிதாபத்தை, முகச்சுளிப்பை அவள் சுமந்திருக்க வேண்டும்? இந்த மீளாத் துயரத்துக்கு யார் காரணம்? இனி என்ன ஆகும் மீனாட்சியின் வாழ்க்கை? என்றைக்கு உணர்ந்து மனம் திருந்தி அவளை அழைத்துப் போக வருவான் அவள் கணவன்? இல்லை, ஒரு நாள் விடியும் என்று அவள் காத்திருக்க வேண்டியதுதானா? பாவம் மீனாட்சி... அவள் செய்த பாவம்தான் என்ன? இரண்டாவதும் பெண்ணாய்ப் பிறந்து விட்டதாம்! இதில் அவள் தப்பு என்ன? எல்லாவற்றையும் சகித்துக் கொண்டு பதிவிரதையாய் சிலுவை சுமக்க வேண்டியதுதான் விதிக்கப்பட்ட தர்மமோ? ரகுவுக்கு ஆறவில்லை

கார் போய்க்கொண்டே இருந்து. ரகு, அடக்க முடியாமல் சாஸ்திரிகளிடம் கேட்டான்.

“மீனாவ இப்பிடியே வெச்சுண்டிருந்தா எப்பிடி? மாப்பிள்ளை ஆத்திலே பேசினேளோ?”

“பின்னே? பொண்ணப் பெத்தவனாச்சே சும்மா இருக்க முடியுமா? மாசம் ஒரு கடிதாசு போடறது. நாலஞ்சு தரம் நேர்லேயும் போயி சம்மந்தி மாமி கிட்டயும் பேசியாச்சு. முகமே குடுக்கலை. வான்னு ஒரு வார்த்தை பேசலே. நிக்க வெச்சே

பேசி அனுப்பினா. 'சரி... போட்ட நகையிலே அஞ்சு சவரன் காக்கா பொன்னுன்னு சொல்றேளே, அதக் குடுங்கோ நான் நகை வாங்கின கடையிலே மாத்தித் தரேன்னு எத்தனையோ தடவை சொல்லியாச்சு. இதோ அதோங்கறா. நகை கைக்கு வந்தபாடில்லை. அப்போ என்ன அர்த்தம்? நான் போட்டது காக்கா பொன் இல்லேன்னுதானே? போட்டம். மாப்பிள்ளையாண்டான் வேலை செய்யற பள்ளிக்கூடத்துக்கே போய் பேசினேன். வெறுமனே கண் கலங்கறான். என்னதான் அப்பா இல்லாத, அம்மை வளத்த புள்ளையா இருந்தாலும் இப்பிடியா நடுங்கிச் சாவா? அந்த அசத்து என்ன சொல்லிடுத்து தெரியுமோ? ரெண்டு பவுன் சேத்துட்டேன். இன்ன மூணு பவுன் அதையும் கூடிய சீக்கிரம் சேத்துடுவேன். நீங்க போட்டேள்னு சொல்லி மீனாட்சிய ஜாம்ஜாம்னு கூட்டிண்டு போயிடுவேன் கவலப்படாதேங்கோன்னான். எப்பிடி இருக்கு பாரு கதை? இப்பிடிக் குடுத்து நிறையுமோ? இந்த வழி தப்பில்லையோ? அப்பறம் நான் பொய்யன்னுதானே ஆகும்? அப்பறம் என் பொண்ணுக்கு என்ன மரியாதை இருக்கும் புக்காத்திலே? அதனாலே புருஷனா லட்சணமா என்னோட ஆத்துக்காரி மேல எந்தத் தப்பும் இல்லேன்னு ஒங்கம்மை கிட்ட சொல்லிட்டு ராஜாவாட்டமா வந்து மீனாட்சிய அழச்சிண்டு போங்கோன்னு சொன்னேன். சரின்னான். இன்னம் வல்லை. என்ன கிரகச்சாரமோ இப்பிடி பணம் பணம்னு அலையறா. நகையப் போடு நட்டப் போடுங்கறா. சிருஷ்டியோட ரகசியத்த தெரிஞ்சவா இப்பிடியெல்லாம் அல்பமா நடந்துப்பாளா?" என்று சாஸ்திரிகள் பெருமூச்சு விட்டார்.

"சிருஷ்டி ரகசியம்னு ஏதோ சொன்னேளே?" ரகு கேட்டான்.

"ப்ச்... யார் கவலப்படறா இப்போ அதப் பத்தி... இப்போ சொன்னா அப்படியொரு ஆதர்ச வாழ்க்கை இருந்ததுன்னு யாருமே நம்ப மாட்டா... பேசி என்ன ஆகப் போறது விடு..."

"நேக்கு தெரிஞ்சுக்கணும் போல ஆசையா இருக்கு. தயவு செஞ்சு சொல்லுங்கோ மாமா!"

"சரி சொல்றேன். ஆதிகாலத்திலே... ஆதி காலத்திலேன்னா ரொம்ப பழைய காலத்திலே நம்ம முன்னோர்கள்லாம் தூய அந்தணர்களா இருந்தா. உலகத்தையே – உயிர்கள் அனைத்தையும் நேசிக்கற பரிபக்குவம் அவாளுக்கு இருந்தது. மறுநாளுக்குத்

தேவையானதைக் கூட சேத்து வெச்சிக்காம உலகப் பொருட்களின் மேல பற்றே இல்லாம வாழ்ந்தா. லோக க்ஷேமார்த்தம் அதுதான் நிஜமான ஒரு பிராமணனோட வாழ்க்கை தர்மம். லோகத்திலுள்ள சகல ஜீவராசிகளுக்காகவும் ஒரு குலம் வாழறதுங்கறதைவிட மேன்மையான வாழ்க்கை உண்டோ? அதான் சிருஷ்டியின் நோக்கம்னு வாழ்ந்தா...”

“எப்பிடி வாழ்ந்தா?”

“சொல்றேன். மந்திர சக்தியை ரட்சித்து, வேதங்களைக் கொண்டு தேவ சக்திகளை லோக க்ஷேமார்த்தமா அனுக்கிரகம் பண்ண வைப்பதுதான் ஒரு பிராமணனோட தலையாய கடமைன்னு நினைச்சா. இது ரொம்ப சூட்சுமமான விஷயம். உள்ள நடக்கற காரியம். சகல காரியங்களுக்கும் ஆதாரமா இருக்கற தர்மங்களை எடுத்துச் சொல்ல வேண்டிய குருவம்சம் இவன். ஆத்ம அபிவிருத்திக்கும் கலாச்சார உயர்வுக்கும் தன்னை அர்ப்பணிச்சுக்க வேண்டியவன் இவன். அப்போதான் அது ஒரு நிறைவான வாழ்க்கையாகும்.”

“அப்பிடின்னா அவனுக்குன்னு ஒரு வாழ்க்கை இல்லையா?”

“ஒரு வகையிலே நீ சொல்றது சரி. இவன் இவனுக்காக இல்லே. பிராமணனுடைய தேகம் சந்தோஷம் அனுபவிப்பதற்காக ஏற்பட்டதல்ல. லோக உபகாரமா வேதத்தை ரட்சிக்க வேண்டிய தேகம் அது. மஹா கஷ்டப்படவே அது ஏற்பட்டது. லௌகீக சந்தோஷங்களுக்காக இவா ஆசைப் படக்கூடாது. அப்போ எப்பேர்ப்பட்ட எளிய தியாக வாழ்க்கையை அவன் வாழணும்னு சொல்லு. தானும் கடைத்தேறி மற்றவர்களுக்கும் உயர்ந்த இலட்சிங்களை அடையச் செய்து அவர்களையும் உய்விக்க வேணும். இதுதான் சிருஷ்டியின் ரகசியம். அதுக்குத்தான் இவனை எதுவும் கீழ பிடிச்சு இழுத்துடப்படாதுன்னுதான் இத்தனை கர்மானுஷ்டானங்களும், நியதிகளும், கட்டுப்பாடுகளும், விரதங்களும், ஸ்நானங்களும், யாக யக்ஞங்களும் வெச்சிருக்கா. மத்தவாளுக்கு இவ்வளவு நியம நிஷ்டைகள் இல்லை. இவன் சரியா இருந்தா அதோட பலன் மத்தவாளுக்கும் போய்ச் சேரும். இப்பிடியொரு தூய வாழ்க்கை இருந்திருந்தா காசு, பணம்னு அலையத் தோணுமா? கூசாம அஞ்சு பவுன் கேக்கத் தோணுமோ?” என்றார் சாஸ்திரிகள்.

சாஸ்திரிகளின் கேள்வியில் நியாயம் இருப்பதாவே பட்டது ரகுவுக்கு. அப்படியொரு வாழ்க்கை இருந்திருக்கிறது என்பதே கூட இப்போது நம்ப முடியாத ஆச்சர்யமாக இருந்தது. சொல்லப்போனால் அதை விடவும் ஒரு உன்னதமான வாழ்க்கை இருந்திருக்க முடியாது. ஆனால் எது சிதைத்தது அந்த வாழ்க்கையை? காலமா? மனமா? ஆசையா? இத்தனை யுத்தங்கள், கலாச்சார தாக்குதல்கள், புரட்சிகள், மத மோதல்கள், சித்தாந்தப் போக்குகள், மதிப்பீடுகள் அத்தனையும் தாண்டி, உலகப் பொருட்களில் பற்று இல்லா அந்த நதி தீரத்து எளிய வாழ்க்கை ஜீவநதியாய் தொடர்ந்து இருக்குமானால், ஒருவேளை இந்த உலகம் கைகூப்பித் தொழுகிற ஒரு இடத்தில் வேத குலம் இருந்திருக்கக்கூடும். அது கடவுளின் இடமாகக் கூட இருந்திருக்கலாம் ஒருவேளை. ஏன் சாத்தியமற்றுப் போயிற்று அப்படியொரு வாழ்க்கை? இருத்தலுக்கான போராட்டமா? எல்லோரையும் போல எல்லாவற்றையும் அடையத் தவித்த மனசா? தேடலை விட மானுட சுகம் பெரிதென்ற போக்கா? அதுதான் சறுக்கி விட்டதா? அதுதான் இப்படி மன விகாரமாகி ஐந்து பவுன் கேட்கத் தூண்டுகிறதா... என்னதான் காலம் வாழும் முறையை முற்றிலும் கலைத்துப் புரட்டிப் போட்டாலும் மிக உயரத்தில் இருந்து, தலைகுப்புற அதல பாதாளத்தில் விழுந்து விட்டதாகவே ரகுவுக்குத் தோன்றிற்று. வெளி அடையாளங்கள் இருக்கின்றன. ஆனால் உள் ஒளி? அடுத்தவனுக்காக வாழும் அந்த மனப்பாங்கு? எங்கும் வாழ்க்கை சாரமற்ற சக்கையாகத்தானே இருக்கிறது? நினைக்க நினைக்க ஆயாசமாக இருந்தது ரகுவுக்கு.

"இத்தனை சண்டையும் சச்சரவும், துவேஷமும் தீட்டும், மேடும் பள்ளமும், அழுகையும் துயரமுமாய் கொஞ்சம் கூடச் சந்தோஷமே இல்லாமல் இந்த வாழ்க்கையும் மனிதர்களும் இருப்பானேன்?" ரகு பஞ்சு சாஸ்திரிகளிடம் கேட்டான்.

"நாம எதுக்குத் தகுதியா இருக்கோமோ அதுதானே நமக்குக் கிடைக்கும்." என்றார் சாஸ்திரிகள்.

"புரியலே?"

"நதின்னா வத்தாமே கங்கை மாதிரி பிரவாகமா ஓடிண்டே இருக்கணும். அப்பத்தான் பூமி குளிர்ந்து வறண்டு போகாமே இருக்கும். அதே மாதிரி மந்திர சக்தியான அக்னி அணையாம இருந்தாத்தான் மனுஷ மனசு சீலமா இருக்கும். அதுக்கு அந்த

தர்மதாரை யுகம்யுகமா தொடர்ந்து வரணும். அதக் காப்பாத்தற பொறுப்பு மூணு பேருக்கும் இருக்கு. குறிப்பா பிராமணனுக்கு. யக்ஞம் இப்போ யார் பண்றா? காயத்ரி ஜபம் பண்ண யாருக்கு இப்போ நேரமிருக்கு? மூணு தலைமுறைக்கு யக்ஞம் இல்லாவிட்டால் அவன் கெட்டுப் போன பிராமணன். ஆனா காயத்ரியை மூணு தலைமுறையா விட்டுட்டா அவ்வளவுதான். அதோட பிராமணத்துவமே போயிடும். பிராமணன் கதியே இப்பிடின்னா மத்த ரெண்டு பேரைப்பத்தி என்ன சொல்ல? விளக்கு எரிஞ்சுண்டே இருக்கணும்னா என்ன பண்ணணும்? திரியத் தூண்டி விட்டுண்டே இருக்கணும். எண்ணெய் வத்தவே படாது. அப்பத்தான் வெளிச்சம் இருந்திண்டே இருக்கும். அத விட்டுட்டு இருட்டாவே இருக்குன்னா? மறுபடியும் சொல்றென். உலக நன்மைக்குத்தான் பிராமணப் பிறவி. அதுக்குத்தான் வேதம் அவன உச்சத்திலே வெச்சுது. அந்த உச்சம்தான் கடவுளோட ஸ்தானம். இவாளுக்கு ஸ்வாமியா இருக்கக் குடுத்து வைக்கலே. ஆசை கீழ பிடிச்சு இழுத்துடுத்து. ஆதார தர்மதாரை நின்னு போச்சு. பலன்... அழுகை மீள முடியாத துக்கம். மனசு முழுக்க கரியும் ஒட்டடையுமா இருந்தா வாழ்க்கை எப்பிடி சந்தோஷமா இருக்கும்?" என்ற போது அந்தக் குரலின் துயரம், மானுட குலத்தின் மீட்சிக்கு முதலாய் இருக்க வேண்டிய ஒரு குலம் அதை விட்டு அல்ப சந்தோஷங்களுக்காக வீழ்ந்து விட்டதே என்ற வலி தெரிந்தது.

அப்புறம் கொஞ்ச நேரம் இருவரும் பேசிக் கொள்ளவில்லை. கார் அம்பையை நோக்கிப் போய்க் கொண்டிருந்தது. அப்பாவைப் பற்றியும் தன் காதல் பற்றியும் சாஸ்திரிகளிடம் பேச வேண்டும் என்று தோன்றிக் கொண்டே இருந்தது. ஏதோ ஒரு தயக்கம்... முடியவில்லை.

திடீரென்று நினைத்துக் கொண்டவர் போல சாஸ்திரிகள், "உங்கப்பா வேங்கடம் இப்பிடி திடீர்னு செத்துப் போவார்னு யார் நினைச்சா... உம் மேல எவ்வளவு உயிரா இருந்தான் தெரியுமோ? சாகறதுக்கு முந்தி என்ன வந்து பாத்தான். சொன்னானா?" என்று கேட்டார்.

ரகுவுக்கு ஆச்சர்யமாக இருந்தது.

❖❖❖

27

“உன்னைப் பத்தி என்னவெல்லாம் கோட்டை கட்டி வெச்சிருந்தான் தெரியுமோ உங்கப்பா? ஒனக்காக அழகா அம்சமா சகல சம்பத்தோட ஒரு பொண்ண பாத்து வெச்சிருந்தான், தெரியுமோ?” என்று கேட்டார் சாஸ்திரிகள்.

உண்மையில் அந்தச் செய்தி ஆச்சர்யமாகத்தான் இருந்தது. அப்பா அப்படி எதுவும் சொல்லி இருக்கவில்லை.

“என்ன சொல்றேள் மாமா? நிஜம்மாவா?”

“நான் ஏண்டா பொய் சொல்லப் போறேன்? மொதல்லே வேங்கடம் இஷ்டப்படலே. பெரிய இடமாச்சேன்னு தயங்கினான். அவா விடலே. சும்மா அரிச்சுண்டே இருந்தா. எவ்வளவு பவுன் போடறேன்னு சொன்னா தெரியுமோ? பொண்ணுக்கு நூறு பவுன் போட்டு மாப்பிள்ளைக்கு இருவத்தஞ்சு போடறேன்னா... என்னடா கேக்கறையா?”

“கேக்கறேன்... சொல்லுங்கோ!”

“மாப்பிள்ளைக்கு ஸ்கூட்டர், சாப்பிடறதுக்கு வெள்ளித் தட்டு, ஜான வாசத்துக்கு செவர்லட் கார், வேண வெள்ளிப்பாத்திரம்னு அடுக்கினா... உங்க பிள்ளையாண்டன்தான் மாப்பிள்ளையா வரணும்னு எங்காத்திலே எல்லாரும் ஆசப்படறா. ஜாதகப் பொருத்தம் அமோகமா இருக்கு. நீங்க மாட்டேன்னு சொல்லப்படாதுன்னு பொண் ஆத்துக்காரா கெஞ்சினா.”

“எங்கப்பா என்ன சொன்னா?”

“தெய்வ சங்கல்பம் இருந்தா நடக்கட்டும். ஆனா ஒரு விஷயம். எம் பிள்ளை ஆத்து மாப்பிள்ளையா இருக்க மாட்டான். யோசிச்சுக்குங்கோ அப்படின்னான். அவா அதுக்கும் சரின்னா. ஆனா பிராப்தம் இல்லாத போயிடுத்து” என்றார் சாஸ்திரிகள்.

மறுபடியும், "நீ கூட அவளப் பாத்திருக்கே" என்றார் சாஸ்திரிகள்.

"நானா? எப்போ?"

"ஆத்துல வெச்சு"

"சேர்மாதேவியிலயா?"

"ஆமாம். புருஷனும் பொண்டாட்டியுமா ஆத்துக்கு வந்தாளே. மீனாட்சிக்குக் கூட நகை கொடுத்தாளே. தாசில்தாராத்துப் பொண் பங்கஜம் அவதான்!"

சட்டென்று களையான அந்த முகமும், அசாத்திய உயரமும் வாளிப்பும் நினைவில் வந்து போயிற்று. ஏதோ ஒரு மோகனம் இல்லை மகுடி அந்தக் கண்களில் பார்வையில் நடையின் ஒசிவில் இருந்த மாதிரித் தோன்றியது ஞாபகம் வந்தது. அழகுதான். திரும்பிப் பார்க்க வைக்கிற அழகு. ஆனால் அந்த அலட்சியம்? தான் மகா அழகு என்கிற மிதப்பு? இரட்சிக்க வந்தவள் போல மீனாட்சியிடம் அவள் காட்டிய தோரணை? அப்பாடா தப்பித்தோம் என்று ஒரு நிம்மதி அவனுள் படர்ந்தது.

"வேங்கட சுப்பு இவ்வளவு சீக்கிரம் கைலாசப் பதவி அடைவன்னு யார் நினைச்சா? சாகற வயசா அவனுக்கு? நல்ல உயிர் பட்டுனு போயிடுத்து..." என்றார் சாஸ்திரிகள்.

அவன்தான் காரணம் என்பது போல இருந்தது அவர் சொன்ன விதம். வலிக்கத்தான் செய்தது. என்ன செய்ய?

"அப்பா வந்தான்னு சொன்னேளே..."

"நீ அப்பா கிட்ட உன்னோட காதலச் சொன்ன மறுநாளே வந்தான்."

ரகுவுக்கு அப்பாவிடம் தன் காதலைச் சொன்ன அந்த நாள் இப்போது ஞாபகம் வந்தது.

அவன் சொன்ன பிறகு வேங்கட சுப்பைய்யர் எகிறிக் குதிக்கவில்லை. கொஞ்ச நேரம், மௌனமாய் ஆகாயத்தையே வெறித்துக்கொண்டு உட்கார்ந்திருந்தார். முகம் மட்டும் கருத்து இருண்ட மாதிரித் தோன்றிற்று.

"ரகுராமா..."

"அப்பா..."

"அவதான்னு மனசுல விழுந்துடுத்தா?"

"ஆமாம்பா."

"கடைசி வரைக்கும் கையக் கோத்துண்டு வருவளோ?"

"வருவாள்."

"நல்ல குணவதியா? சாத்வீகமா?"

"ம்..."

"அவா வேற, நாம வேற, ஒத்து வருமோ?"

"வரும். மனசு வேணும்."

"நன்னா யோசிச்சிண்டையோ?"

"ஆச்சு."

"நோக்கு ரெண்டு தங்கைகள் இருக்கா"

"அவா கல்யாணம் ஆனப்பறம்தான் என்னோட கல்யாணம்."

"அப்பா சம்மதிக்கலேன்னா?"

"காத்திண்டிருப்பேன்."

"எத்தனை வருஷமானாலுமா?"

"எத்தனை யுகமானாலும்."

"ஒருவேளை பிரஷ்டம் பண்ணா?"

"யாரு?"

"ஊர் உறவு... நான்..."

"நீயெனக்கு வேணும்பா. உன் ஆசீர்வாதம் வேணும்..."

"குழந்தே நான் மூடன். சாதாரண அசட்டுப் பிராமணன். எது எதல்லாமோ என்ன கட்டி வெச்சிருக்கு. அதையெல்லாம் சட்டுனு அறுத்துண்டு வெளில வர முடியாது. கொஞ்சம் அவகாசம் வேணும். அது வரைக்கும் காத்திண்டிருக்க முடியுமோ?"

"என்னப்பா நீ..."

"சந்தோஷம்."

அவ்வளவுதான். உள்ளே போய் விட்டார். அவர் சாதாரணமாக இருப்பது போலத்தான் இருந்தது. உள்ளூர மருகுகிறாரோவென்று தோன்றிற்று. சட்டென்று ஒரு இடைவெளி விழுந்து விட்டது போல ஆகி விட்டது. ஒரு இறுக்கமான ஆழ்ந்த மௌனம் இடையில் வந்து உட்கார்ந்து விட்டது.

"அப்பறம்?"

"அப்புறமென்ன... உம் மனசிலே ஒரு பொண் இருக்கான்னு தெரிஞ்சாச்சு. பொண்ணாத்துக்காரா எதிர்பார்த்துக் காத்திண்டிருக்கா. அவாளுக்குப் பதில் சொல்ல வேண்டாமா? அதுக்காக வந்தான், ஒங்காத்துப் பொண் நேக்கு மருமாளா வரத்துக்கு நா குடுத்து

வைக்கலை. தயவு செஞ்சு எல்லாரும் பெரிய மனசு பண்ணி என்னை மன்னிக்கணும்னு தலை குனிஞ்சு நின்னான்” என்றார் சாஸ்திரிகள்.

அப்பா தன் பொருட்டு அவமானப்பட்டார் என்று கேள்விப்பட்டவுடன் மனம் கனத்தது. எப்பேர்ப்பட்ட தகப்பன்? அவரை இழந்து விட்டதை நினைத்த போது, துக்கம் பெருகி அடைத்தது.

“உம் மனசில ஒத்தி இருக்கான்னு சொன்ன உடனே இங்க வந்து பங்கஜத்தோட அப்பா கிட்ட மன்னிப்பு கேட்டான்னா எந்த அளவுக்கு அவன் உன் மேல உயிரா இருந்திருக்கணும்? ஒரு தகப்பனா, பெத்த பாசத்துக்கும், வைதீக மனசுக்கும் இடையில மாட்டிண்டு அவன் துடிச்ச துடிப்பு இருக்கே… எங்கெல்லாம் போனான் தெரியுமோ?” என்று சாஸ்திரிகள் நிறுத்தினார்.

அப்பாவை அதிகம் வதைத்து விட்டோமோ என்று கவலையாய் இருந்தது ரகுவுக்கு.

❖❖❖

28

ரகு தன் காதலைச் சொன்ன மறுநாளே தன் ஆத்ம ஸ்நேகிதர் பஞ்சு சாஸ்திரிகளைத் தேடிக் கொண்டு வேங்கட சுப்பையர் சேர்மாதேவி வந்து விட்டார். நல்லவேளை சாஸ்திரிகள் வீட்டில் இருந்தார். அவ்வளவு அதிகாலையில் தன் ஸ்நேகிதரை சாஸ்திரிகள் எதிர்பார்க்கவில்லை. படலைத் திறந்து கொண்டு வேங்கட சுப்பையர் உள்ளே போனார்.

சத்தம் கேட்டு எழுந்து வந்த சாஸ்திரிகள் "அடடே... வேங்கடமா வா... வா..." என்று முகம் மலர வரவேற்றார். அரிசி புடைத்துக் கொண்டிருந்த விசாலம் மாமி, "வாங்கோ!" என்று புன்னகைத்துவிட்டு காபி போட உள்ளே போனார்.

முதல் பார்வையிலேயே எதுவோ சரியில்லையென்று சாஸ்திரி களுக்குப் பட்டு விட்டது. இது பழைய வேங்கடம் இல்லை. என்ன ஆயிற்று இவனுக்கு?

"வா உக்காரு!"

"ம்..."

"இந்தா நோக்குப் பிடிச்ச பில்டர் காபி!"

"சரி."

"என்ன சரி?"

"... ... ..."

"என்னடா?"

"ஒண்ணுமில்லை."

"ஒண்ணுமில்லை சரி. அதுக்கு முகம் இப்பிடி இருண்டு கிடப்பானேன்?"

"... ... ..."

சாஸ்திரிகள் நண்பனின் கைகளைத் தன் கைகளுக்குள் மிருதுவாகப் பொதிந்து கொண்டார். ஆறுதலாக, மிக மிக மென்மையாக நான் இருக்கிறேன் உனக்கு என்கிற த்வனியில் அழுத்தினார். சொன்னார்.

"வேங்கடம் எதுக்கு உள்ள வெச்சுண்டு மக்கறாய்? தப்போ சரியோ கொட்டிடு!"

"பஞ்சு..."

"சொல்லு!"

"நா ஏண்டா பொறந்தேன். அதுவும் பிராமணனா?"

"ஏன் என்னாச்சு?"

"பாவம் பண்ணிடுவேனோன்னு பயமா இருக்கு."

"பாவமா? யாருக்கு?"

"சனாதன தர்மத்துக்கு."

"புரியறாப்பிலே சொல்லு."

"பஞ்சு..."

"ம்..."

"நான் மஹாப் பெரியவாளப் பாக்கணும். கூட்டிண்டு போறையா?"

"எதுக்கு?"

"கடைசிக் கடைசியா அவா கால்ல விழுந்து கதறணும். என் குழந்தைய ஆசீர்வாதம் பண்ணுங்கோ சபிச்சுடாதேள்னு மன்றாடணும்."

"மஹா பெரியவாளே சபிக்கும்படி அப்பிடி என்ன பாவம்? யார் செஞ்சா?"

"இன்னம் செய்யலே. புத்திர பாசத்திலே செஞ்சிடுவேனோன்னு பயமா இருக்கு."

"யாரைப் பத்தி சொல்றே?"

"ரகுவைப் பத்தி..."

"ஸத்குழந்தையாச்சே அவன். அவனுக்கு என்ன?"

"அவனுக்கு ஒண்ணுமில்லை. குழந்தை சத்ய சந்தன். அப்பா அம்மா போட்ட கோட்டை இது வரை தாண்டினதில்லை. இந்தக் குடும்பத்துக்காக ஓடாத் தேஞ்சவன். இது வரைக்கும் அவனுக்குன்னு ஆசைப்பட்டு அவன் எதுவுமே கேட்டதில்லை. இப்போ கேக்கறான். அவன் வாழ்க்கை. அவன் ஆசைப்படறதிலே நியாயம் இருக்கலாம். ஒரு தகப்பனா அவன் ஆசையை நிறைவேத்தணும்னு மனசு தவிக்கிறது. ஆனா பஞ்சு நான் ஏன் பிராமணனா அதுவும் வைதீகம் தெரிஞ்ச பிராமணனா பொறந்தேன்?"

"ரகு ஆசைப்படற பொண் பிராமணப் பொண் இல்லை... அப்பிடித்தானே?"

"ஆமாம்."

"என்ன வேணும் நோக்கு இப்போ?"

"பெரியவாளைப் பாக்கணும்."

"எதுக்கு?"

"கால்ல விழ."

"விழுந்து?"

"கதறணும். வழிகாட்டுங்கோன்னு கெஞ்சணும்."

"பெரியவா காஞ்சீபுரத்திலே இல்லை."

"அப்பறம்?"

"நோக்கு இப்போ என்ன வேணும்?"

"சாந்தி. தெளிவு."

"வா... பேசிண்டே போவோம்."

"வேண்டாம்."

"ஏன்?"

"நீ சிநேகிதன். நான் சங்கடப்படக்கூடாதுன்னு பாத்துப் பாத்துப் பேசுவே..."

"அப்போ அம்பைக்குப் போலாமா?"

"அம்பைல யாரைப் பாக்கப் போறோம்?"

"ஈஸ்வர கனபாடிகள்."

"சரி."

சாப்பிட்டு விட்டு உடனே கிளம்பினார்கள்.

அம்பை. ஈஸ்வர கனபாடிகள் வீடு. வேங்கட சுப்பைய்யர் தலையைக் குனிந்து கொண்டு உட்கார்ந்திருந்தார். சனாதனிகளுக்கு

இடையே தான் ஒரு கேலிப் பொருளாகி விட்ட வேதனையில் அவர் துடித்துக் கொண்டிருந்தார். தான் வாய் திறப்பது கூடப் பாவம் என்ற குற்ற உணர்ச்சி வேறு அவரை வதைத்துக் கொண்டிருந்தது. அவரால் பேச முடியும் என்று தோன்றவில்லை. பேச வாயெடுத்தால் முட்டிக்கொண்டு வந்தது.

“வந்து அரை மணி தேசாலம் ஆறது. இப்பிடி ஒண்ணுமே சொல்லாம தலையைக் குனிஞ்சுண்டு உக்காந்திருந்தா என்ன அர்த்தம் வேங்கட சுப்பைய்யர் சொல்லுங்கோ?”

“மாமா தன்னோட பிள்ளை ஒரு ஹரிஜனப் பொண்ண விரும்பறானேன்னு துடிச்சுப் போய் வந்திருக்கான் வேங்கடம். அவம் மனசுக்குச் சாந்தி கிடைக்கிறாப்பிலே நாலு வார்த்தை ஆறுதலா சொல்வேள்னு...” இழுத்தார் பஞ்சு சாஸ்திரிகள்.

“இதிலே நான் என்ன நினைக்கிறேன் கேளுங்கோ, சொல்லலாம். வேதமும் ஸ்மிரிதிகளும் என்ன சொல்றதுன்னு கேளுங்கோ சொல்லலாம். அத விட்டுட்டு ஆறுதலா நாலு வார்த்தை சொல்லுன்னா... அபத்தமா இல்லையோ?”

“சரி. நீர் வேத வித்து. சாஸ்திரக் கடல். அவா கல்யாணம் பண்ணிக்கலாமோ?”

“நிச்சயமா படாது.”

“... ... ..”

“ஏன்னு கேக்க மாட்டேளா?”

“சொல்லுங்கோ!”

“ஒரு பிராமணனோட வாழ்க்கையின் ஒவ்வொரு ஷணமும் மந்திரத்தாலே கட்டி வெச்சிருக்கு. சொல்லப்போனா மந்திர மயமான வாழ்க்கை. காலங்காலமா முனிவர்களும், மகரிஷிகளும், அவரவர் முன்னோர்களும் தபஸ் இருந்து, ஜபம் செய்து, ஹோமம், யாகம்னு செஞ்சு அந்த தர்மதாரையின் சாரம் இரத்தத்திலே ஊறிப் போயிருக்கு. மந்திர மயமான தேகம் பிராமணனுடையது. அதிலேர்ந்து வம்ச விருத்திக்காக சொரியற ஆகுதி எந்தக் குண்டத்திலே போய் விழணும்? அதே மாதிரி மந்திர ஆராதனையில் ஜனிச்ச ஒருத்தியிடம் போய்த்தானே சேரணும். அப்பத்தான் வேத குலம் விருத்தியாகும். கருவிலேயே சாத்வீக சத்குணம் நிரம்பிய

குழந்தை உருவாகும். நல்ல தேஜசோட சீலத்தோட குழந்தை பிறக்கும். அதனாலதான் அவா கல்யாணம் பண்ணிக்கப்படாதுன்னு சொல்றேன். என்ன வேங்கட சுப்பையர் புரிஞ்சுதா?"

"ம். வேதமும் ஸ்மிரிதிகளும் என்ன சொல்றதுன்னு சொன்னேள்னா..."

"பேஷா... என்றவர் உள்ளே போய் பழுப்பேறிய புத்தகம் ஒன்றைக் கொண்டு வந்தார். "பராசரஸ்மிரிதி" என்று சொன்னார். தொட்டுக் கண்களில் ஒற்றிக் கொண்டார்.

"ஸ்மிரிதிகளைப் பத்தி சொல்றச்சே அதப் பத்திக் கொஞ்சம் சொல்லணும். ஸ்மிரிதிகள் மொத்தம் பதினெட்டு. உப ஸ்மிரிதிகள் பதினெட்டு. எல்லாத்துக்கும் அடிப்படை வேதம். மனு, பராசரர், யாக்ஞவல்கியர்னு பதினெட்டு மகரிஷிகள் தங்களுடைய அதி மானுஷ்ய சக்தியால் வேதங்களை முழுக்கத் தெரிஞ்சுண்டு அதிலிருந்து தொகுத்து தர்ம சாஸ்திரங்களைத் தந்திருக்கா. இதெல்லாம் மனு ஸ்மிருதி, பராசர ஸ்மிருதி, யாக்ஞவல்கிய ஸ்மிருதின்னு அவா அவா பேரோட இருக்கு. ஒரு ஜீவன் மாதாவோட கர்பத்திலே கர்பாதானம் ஆகற அந்தச் ஷணத்திலேர்ந்து, கடைசீலே சிதையிலே வெச்சு தகனம் செய்யப்படும் வரை, என்ன செய்யணும், அதை எப்படி செய்யணும், என்ன செய்யக்கூடாதுன்னு மனுஷனுக்குச் சகலவிதமான நடத்தை முறைகளையும் விரிவா, விவரமாச் சொல்றது ஸ்மிரிதிகள். அதனாலே எந்தத் தயக்கமும், குழப்பமும் இல்லாமே ஸ்மிரிதிகளை நாம கடைபிடிக்கலாம். தப்பில்லே. புரிஞ்சுதோ?"

"புரிஞ்சுது. பராசர ஸ்மிரிதி என்ன சொல்றது... "

"பிராமணன் சண்டாள ஸ்திரியையாவது, சக்கிலி ஸ்திரியையாவது புணர்ந்தால் பிராமணாளுடைய அனுமதி பேர்ல மூணு நாள் உபவாசம் இருக்கணுமாம். அப்பறம் சிகையோட மொட்டை அடிச்சுண்டு, இரண்டு பிரஜாபத்ய கிருச்சரத்தைச் செய்யணுமாம். அதோட இரண்டு பசுக்களை பிராமணாளுக்குத் தானமா குடுக்கணுமாம். அப்பிடிக் குடுத்தா சுத்தி அடைவனாம். அறிஞ்சோ அறியாமலே செய்யறதுக்கே இவ்வளவு பெரிய தண்டனை. இதிலே கல்யாணம் பண்ணிக்கறதப் பத்தி யோஜிக்க முடியுமா? வேற வழியே இல்லைன்னா ஒண்ணு பண்ணலாம்."

"என்ன சொல்றேள்?"

"கோச்சுக்கப்படாது."

"இல்லை, சொல்லுங்கோ!"

"குல நாசம் ஆகாமத் தடுக்கணும்னா வேற வழி இல்லை."

"சொல்லுங்கோ."

"பிள்ளையாண்டானை ஒரு தரம் பிராயச்சித்தம் பண்ணச் சொல்லுங்கோ. அதோட தலை முழுகிடணும்."

"சீச்சீ... அத விட அவன் சாகலாம்."

"கோச்சுக்கமாட்டேன்னேளே..."

"அதுக்காக இப்பிடியா?"

அதற்கு மேல் இருக்கப் பிடிக்கவில்லை வேங்கட சுப்பையருக்கு...

"ரொம்ப சந்தோஷம்... வரேன்."

வாசலை நோக்கி விறுவிறுவென்று நடந்தார். பஞ்சு சாஸ்திரிகள் அவரோடு சேர்ந்து கொள்ள ஓட வேண்டி இருந்தது.

"என்னடா இப்பிடிப் பண்ணிட்டே மூஞ்சாலடிச்சாப்பிலே..."

"அடிக்கலையே..."

"அடப்பாவி..."

"பின்ன இவரோட பொண்ண ஒரு ஹரிஜன் விரும்பினா, இவர் இப்பிடிச் சொல்வரா?"

"அப்பறம் என்ன செய்யப் போற?"

"ஸ்மிரிதிகள் தப்புன்னு நான் சொல்ல மாட்டேன். ஒரு விதின்னா ஒரு விலக்கும் இருக்கும். அதுக்குன்னு சம்ஸ்காரங்கள் இருக்கும். சுந்தரர் பரவை நாச்சியாரைக் கல்யாணம் பண்ணிக்கலையா?"

"சுந்தரரும் ரகுவும் ஒண்ணா?"

"இல்லை."

"அப்பறம்?"

"பகவான் விட்ட வழி!"

ரகுவுக்கு அப்பாவை நினைத்துப் பெருமையாய் இருந்தது.

❖❖❖

29

வெள்ளைக் கதராடையும், கதர்க் குல்லாயுமாய் நாலைந்து பேர் காரைக் கடந்து போனார்கள். ரகு காரின் வேகத்தைச் சற்று குறைக்க வேண்டியதாயிற்று. மூவர்ணக் கொடியை உயர்த்திப் பிடித்தபடி ஒரு இளைஞன் கம்பீரமாக நடந்து போனான்.

"என்ன ஒரே கூட்டமா இருக்கு?"

"ஊர்வலம் போல இருக்கு. அம்பைல கூட்டமாம். ஊர்காடு சாது கிருஷ்ணசாமி அய்யரும் அம்பை கீழப் புதுத்தெரு சுப்பையா முதலியாரும் பேசறாளாம். போட்டிருக்கு" என்றான் ரகு.

சாஸ்திரிகள் அந்த முகங்களைப் பார்த்துக் கொண்டே வந்தார்.

"அம்பை இன்னுமா வல்லை?"

"கிட்ட வந்துட்டோம்."

"அம்பி..."

"சொல்லுங்கோ!"

"சொல்றேன்னு தப்பா எடுத்துக்காதே. யார் தப்போ ஒரு ஆலமரம் சாஞ்சுடுத்து. வேங்கடம் இப்பிடிப் போவான்னு நினைக்கலை. நினச்சா ஆற மாட்டேங்கறது. அதனாலே சொல்றேன். ஒரு பாதை இருக்கு. நல்ல பாதை. அதுல நடந்து போனவா இருக்கா. குழந்தையும் குட்டியும் பெத்துண்டு பரம சௌக்கியமா வாழ்ந்திருக்கா. ஒரு பயம் இல்லை. சிக்கல் இல்லை. குழப்பம் இல்லை. ஒரே நேர்க்கோட்டு வாழ்க்கை. விட்டுட்டு எதுக்கு இது? திசை தெரியாது. போற பாதை முள்ளா கல்லா தெரியாது. யார் துணைக்கு வருவா, யார் விலகிப் போவா தெரியாது. நாம பிடிச்சுண்டது மரக்கட்டையா முதலையா தெரியாது. எதிர தெரியறது கரையா முடிவில்லாத இருட்டா எதுக்கு

இந்த விஷப்பரிட்ஷை? நீ இன்னமும் யோசிச்சிருக்கலாமோன்னு தோணறது குழந்தே. எங்க அடிபட்டு விழுந்துடுவியோன்னு பயமா இருக்குடா குழந்தே" என்று சற்றே நெகிழ்ந்த குரலில் சாஸ்திரிகள் சொன்னார்.

அப்பாவின் ஆத்ம சிநேகிதர் என்பதால் அவருடைய கவலையைச் சந்தேகப்பட முடியவில்லை. ஆனால் பெரியப்பா இரக்கமற்று கன்னத்தில் ஓங்கி அறைவது போலச் சொல்கிறார். சாஸ்திரிகள் கனிவாய்ச் சொல்கிறார். அவ்வளவுதான் வித்தியாசம். 'அப்பா இல்லைன்னா என்னடா குழந்தே நான் இருக்கேன். நான் கல்யாணம் பண்ணி வைக்கிறேன்' என்று சாஸ்திரிகளால் சொல்ல முடியவில்லை. அப்பாவை எது தடுத்ததோ அதுதான் சாஸ்திரிகளையும் தடுத்திருக்க வேண்டும். ஆனால் விதிவிலக்காய், வேறு பார்வையாய் கல்யாண ராமய்யர், களக்காடு வக்கீல் விஜயராகவன், பாகீரதியின் மாமனார் தியாகராஜன் என்று சிலர் இருக்கத்தான் செய்கிறார்கள். அதுதான் ஒரே ஆறுதல். சாஸ்திரிகளுக்கு எரிச்சல் அடையாமல் ரகு பதில் சொன்னான்.

"புதுசா ஒரு பாதை போடணும்னோ பெரிசா ஒரு புரட்சி பண்ணி எல்லாத்தையும் புரட்டிப் போட்டுடணும்னோ நான் அவளை விரும்பலை. இது நேர்ந்தது. பிடிச்சிருந்தது. கடைசி வரைக்கும் துணைக்கு வருவள்னு தோணித்து. விசாலமான மனசா, பிரகாசமான புத்தியா, எல்லாரையும் மதிக்கறவளா, விட்டுக்குடுக்கறவளா ரொம்ப ஹோம்லியா இருந்தா; இது போதும்னு தோணித்து. அதுக்காக என்னோட கடமைகள்ல இருந்து தப்பிச்சுண்டு என்னோட சந்தோஷம்தான் முக்கியம்னு நான் ஓட விரும்பலை. இப்பிடியொரு எண்ணத்த எம் மனசிலே விதைச்சதே அவள்தான். இதுக்கு மேல என்ன வேணும் மாமா?"

"ஆனா..."

"சொல்லுங்கோ!"

"வேண்டாம். காயம்படும்."

"எம்புட்டோ பட்டாச்சு. இனிமே புதுசா என்ன... சொல்லுங்கோ"

"எல்லாருமாச் சேந்து அவா கைய்யப் பிடிச்சு மேல தூக்கி விடுங்கோ. அவா நன்னா மேல வரட்டும். தப்பில்லே. ஆனா இந்த விவாஹங்கிறது மட்டும் வேண்டாம்."

மிகத் தெளிவாக, உறுதியான குரலில் சாஸ்திரிகள் சொன்னார்.

"எல்லா வகையிலும் உயர்ந்தவாளா இருந்தாலுமா?"

"அப்பிடியொரு பொண் நம்மடவாள்லே இல்லைன்னு எப்பிடிச் சொல்லுவே நீ?"

"இது பச்சை ஜாதி விஸ்வாசம் மாமா!"

"ஆமாம். யார் கிட்ட இல்லேங்கறே? ஏன் உங்கிட்ட கூட இருக்கலாம். புத்துக்குள்ள ஒளிஞ்சிண்டு இருக்கற பாம்பு மாதிரி... யார் கண்டா சந்தர்ப்பம் வந்தா அப்போ புஸ்ஸுன்னு சீறிண்டு கிளம்புமா இருக்கும்" என்று அசந்தர்ப்பமாய் சிரித்தார்.

"என்ன ஆபத்திலே இருக்கேன்னு உனக்குப் புரியலை."

"என்ன ஆபத்து?"

"ஆபத்துன்னு சொல்வானேன். சிக்கல்!"

"பரவால்லை சொல்லுங்கோ!"

"உங்க குழந்தை எந்த ஜாதி?"

"எந்த ஜாதியும் இல்லை."

"அப்பிடியொரு புது ஜாதியா?"

"இல்லை. ஜாதி, மதம் இல்லாத ஒரு மனுஷன். இல்லே மனுஷி. அடையாளத்துக்கு ஒரு பேர். மத்தபடி இந்தியன்."

"பேஷ் பேஷ். பள்ளிக்கூடத்திலேயும் இப்பிடித்தான் குடுப்பேளா?"

"ஆமாம்."

"சடங்கு சம்பிரதாயமெல்லாம் யாரோட முறைப்படி செய்வே?"

"பொதுவா... எது அவசியமோ அது மட்டும்."

"அப்பிடின்னா பூணூல் போட மாட்டையா?"

"போட்டாத்தானா?"

"அப்பிடின்னா?"

"கண்ணப்பர் எந்தப் பூணூலைப் போட்டுண்டார்? ஆற்றிலேர்ந்து வாயில கொண்டு வந்த நீரை ஸ்வாமிக்கு அபிஷேகம் பண்ணார். பன்னியோட இறைச்சியை ஸ்வாமிக்கு அமுதாப் படைச்சார். பரமேஸ்வரன் கோச்சுக்கலையே. அப்படியொரு மனசு ஒரு வேடனுக்கு ஸித்திக்கும்னா எங் குழந்தைக்கு ஸித்திக்காதோ?"

“பரவால்லை. அந்த வரைக்கும் குழந்தைய ஆஸ்தீகனா வளப்பேன்னியே...”

“நான் அப்பிடிச் சொல்லலை.”

“அப்பிடின்னா?”

“எது தேவைங்கறதும், தேடறதும், கண்டடையறதும் அவா அவா விருப்பம்.”

“பேஷ். கல்யாணம்?”

“யார் கண்டா... வெள்ளக்காரியப் பண்ணிப்பனோ என்னமோ?”

“அப்பிடிப் போடு. முக்கியமான விஷயம். சாப்பாடு?”

“அவா அவாளுக்குப் பிடிச்சது”

“மாமிசம் கேட்டாள்னா?”

“வாங்கிண்டு வந்து குடுப்பேன்.”

“பேஷ்... பேஷ்... ஆபஸ்தம்பஸூத்ரம் நைத்திரப காசியப கோத்ரம் மாமிஸம் வாங்கிண்டு வந்தா அடடா அடடா அமோகமா இருக்கும்.”

“ஏன் ஆறாம் நூற்றாண்டு வரை பிராமணா மாமிசம் சாப்பிட்டுண்டுதான் இருந்திருக்கா... அவா அவிஸ் சாப்பிடலையா?”

“அதுவும் இதுவும் ஒண்ணா?”

“ஆனா அவள் விரும்பினா அதை மதிக்க வேண்டாமா?”

“அது சரி. மாமிசம் கலந்த இரத்தத்திலேர்ந்து ஸத்குழந்தை எப்பிடி பிறக்கும்?”

“அவியலும், எரிசேரியும், புளிசேரியுமா சாப்பிடற எங்க பெரியப்பா வயத்திலேதானே சாமா பிறந்தான்? தத்தாரியா தறுதலையா அலையறது அவனா இல்லே நானா?”

“உங்களப் பிரஷ்டம் பண்ணினா?”

“உலகம் பெரிசு...”

“எல்லா விஷயத்திலேயும் நீ வேற, அவன் வேற. நீ தயிர் சாதம். அவன் மாமிசம் சாப்பிடறவன். நீ ஸத்வ குணம். அவன் ரஜோ குணம். நீ செத்தா அடுத்த ஷணம் தூக்கிண்டு ஓடுவா. அவன் பறையடிச்சு ஊரக் கூட்டுவன். இப்பிடி எல்லாத்திலேயும்

நீ கிழக்குன்னா அவன் மேற்கு. ஒரு பேச்சுக்கு சொல்றேன். கல்யாணம்னு ஆனா சம்மந்திமார் சகஜமா வந்து போகணும். முடியுமா?"

"அது அவா மனசப் பொருத்தது"

"அது சரி. அப்போ கல்யாணத்துக்கு அப்பறம் ரகுராமய்யர் இருப்பரோ?"

"ரகுராமன் இருப்பன்."

"அப்போ உங்கப்பா, தாத்தா, கொள்ளுத்தாத்தா காலத்துக்கும் முன்னே ஆதிகாலத்திலேர்ந்து வற்றாத ஜீவ நதியா வந்திண்டிருந்த பரம்பரை உன்னோட அஸ்தமிச்சா பரவால்லையா?"

"நான் அப்படி நினைக்கலை மாமா. இந்தக் காதலுக்காக நான் என்னத் தொலைச்சிட மாட்டேன். அந்த நம்பிக்கை நேக்கு இருக்கு" என்றான் ரகு உறுதியான குரலில்.

30

அம்பை அடைந்து விடும் தூரத்தில் இருந்த போது திடீரென மழை அறைந்து சாத்திற்று. ரகு, கார் ஜன்னல் கண்ணாடியை உயர்த்தினான். முன் விளக்குகளைப் போட்டான். மழை சரம் சரமாய் உதிர்ந்து, சாலையில் மோதி நட்சத்திரப் பூக்களாய் சிதறிக் கொண்டிருந்தது. அவர்கள் பத்துப் பேர் இருந்தார்கள். வெள்ளைக் கதராடையும், கதர்க் குல்லாயும் அணிந்திருந்தார்கள். மழை வெறித்த சில நிமிஷங்களில் 'வந்தே மாதரம்' 'மகாத்மா காந்திக்கி ஜே' என்று கோஷமிட்டபடியே அணி வகுத்து கள்ளுக் கடை வாசலில் நின்றார்கள். அவர்களின் தலைவரைப் போல் தோன்றிய ஒரு பெரியவர் முதலில் கோஷமிட, மற்றவர்கள் கை உயர்த்தி முழக்கமிட்டார்கள். கள் குடிக்கச் செல்பவர்களைக் கை குவித்துக் கெஞ்சினார்கள். மறித்தார்கள். அவர்களின் கால்களில் விழுந்து கெஞ்சக்கூட அந்த இளைஞர்கள் தயங்கவில்லை. இவர்களுடைய மறியலால் கள் குடிக்க வந்தவர்கள் விலகிப் போனார்கள். வியாபாரம் பாதித்தால் கடைக்காரன் சும்மா இருப்பானா? சண்டியர் போல இருந்த ஒருவன் கேவலமாய்த் திட்டிக்கொண்டே வேகமாக ஓடி வந்தான். பிடறியில் கை வைத்துத் தள்ளினான். இரண்டு இளைஞர்கள் சற்றுத் தள்ளிப்போய் விழுந்தார்கள். முட்டி தேய்ந்து, இரத்தத் துளிகள் எட்டிப் பார்த்தன. இன்னொருவன் பெரியவரின் முகத்தில் ஓங்கிக் குத்தினான். மூக்கு சில் உடைந்து பெரியவர் முகத்தில் இரத்தம் கோடாய் இறங்கி சட்டையைச் சிவப்பாக்கிற்று. அவர்கள் யாரும் எதிர்க்கவில்லை; திருப்பித் தாக்கவில்லை; கோபமாய் ஒரு வார்த்தை சொல்லவில்லை. அடி வாங்கவே பிறந்தவர்கள் போல, அடி வாங்கிக் கொண்டார்கள். மறுபடியும் மறித்தார்கள். உரத்து முழக்கமிட்டார்கள். அடிக்கப்பட்டார்கள்.

இமைக்கும் பொழுதில் இவ்வளவும் நிகழ்ந்து விட்டது. காரில் இருந்து பார்த்துக் கொண்டே வந்த பஞ்சு சாஸ்திரிகள் பதறினார்.

"நிறுத்துடா. அங்க அடிபடறது என்னோட பால்ய சிநேகிதன் களக்காடு கிருஷ்ணய்யர் மாதிரின்னா இருக்கு" என்றவர் இறங்கி மறியல் நடந்த இடம் நோக்கி ஓடினார். இரண்டாவது அடியில் நிலைகுலைந்து விழப்போன களக்காடு கிருஷ்ணய்யரை சாஸ்திரிகள் தாங்கிக் கொண்டார்.

"கிருஷ்ணா... நோக்கு என்னடா தலையெழுத்து இப்பிடிக் கண்ட காவாலி கிட்டே அடிபடணும்னு?" கேள்வியுடன் அங்க வஸ்திரத்தால் இரத்தத்தைத் துடைத்தார்.

"யாரு பஞ்சுவா... செத்த இரு. இன்னம் கொஞ்ச நேரத்திலே மறியல் முடிஞ்சுடும். பேசலாம். இருப்பியோன்னோ?" கேட்டுக்கொண்டே, அவருடைய பதிலுக்குக்கூட காத்திருக்காமல், அவர் மறியலுக்குப் போய் விட்டார்.

ரகுவும் சாஸ்திரிகளும் சற்றுத் தள்ளி நின்றார்கள். அவர் வருகைக்காகக் காத்திருந்தார்கள்.

"என்னடா பயந்துட்டையா?" என்று சிரித்துக்கொண்டே கிருஷ்ணய்யர் வந்தார். மற்ற இளைஞர்கள் அவருக்கு அரண் போல சூழ்ந்து கொண்டார்கள்.

"பின்னே?" என்று சாஸ்திரிகள் அவர் கைகளைப் பற்றிக் கொண்டார்.

அந்த இளைஞர்களிடம் பஞ்சு சாஸ்திரிகளை அறிமுகப் படுத்தினார்.

"என்னோட பால்ய சிநேகிதன். ரொம்ப நல்ல சுபாவம். எல்லாரும் நன்னா இருக்கணும்னு நினைக்கிற மனசு. வேத வித்து. இப்பிடிக் குடுமியும் கடுக்கனுமா இருக்கானேன்னு பாக்கறேளா? சொன்னா ஆச்சர்யப்படுவேள்... சுதந்திரப் போராட்டத்திலே தீவிரவாதப் போக்கிலே நானும் இவனும் முனைப்பா இருந்தோம். இப்போ 1930 ஆ, 1911லிலே மணியாச்சி ரயில்வே ஸ்டேஷன்லே ஆஷ் துரையைச் சுட்டுட்டு வாஞ்சிநாதன் வாய்க்குள்ளே சுட்டுண்டு தலை சிதற வீர சொர்க்கம் போனான். அப்போ

வாஞ்சிநாதனுக்கு 25 வயசு. கல்யாணம் ஆகி அஞ்சு வருஷம்தான் ஆகி இருந்தது. அவ்வளவு சின்ன வயசிலே தலை சிதறி சாகணும்னு வாஞ்சிநாதனுக்கு என்ன தலையெழுத்து. அந்த மரணத்த எங்களால தாங்கிக்க முடியலே. மிதவாதப் போக்குக்கு மாறிட்டோம். நான் இன்னமும் போராடிண்டு இருக்கேன். சாஸ்திரிகள் ஆன்ம விடுதலைக்காகப் போராடிண்டு இருக்கார்" என்றார் நீளமாக.

அந்த இளைஞர்கள் இப்போது சாஸ்திரிகளைப் பெருமை பொங்கப் பார்த்தார்கள். ரகுவைக் காட்டி விசாரித்தார். சாஸ்திரிகள் அறிமுகப்படுத்தினார். ரகு அவர் கால் தொட்டுக் கும்பிட்டான். வாழ்த்தினார்.

"ஆத்திலே எல்லாரும் விச்சா இருக்காளோ?"

"இருக்கா."

"எங்க இப்பிடி?"

"ராமச்சந்திரய்யர் ஆத்திலே ஹரிகதை."

"இன்னிக்கா?"

"ஆமாம்."

"அப்போ கூட்டத்துக்கு வர முடியாதுன்னு சொல்லு"

"கஷ்டம்."

"பரவால்லை. அப்பறம் தேச விவகாரம் தெரிஞ்சுக்கவாவது செய்யறையோ?"

"ம்..."

"என்ன தோணறது?"

"தன்னையே வருத்திக்கிற இந்த சாத்வீக யுத்தத்துக்கு பயந்து வெள்ளைக்காரன் போயிடுவான்னு நினைக்கறயா?"

"போவனா இருக்கும்."

"அப்பிடின்னா?"

"1918லே தூத்துக்குடிலே ஒரு பெரிய எழுச்சி இருந்துதே அப்பிடி இப்போ இருக்கா? வெள்ளக்காரனோட அகந்தைய அசைச்சுப் பாத்த வேலை நிறுத்தப் போராட்டம் தீவிரமா நடந்துதே அப்படியொரு அர்ப்பணிப்பு உணர்வு இப்போ இருக்கா? கொஞ்சம்

பேர் எதுக்கு சுதந்திரம்கிற மாதிரி அலட்சியமா இருக்கா... உண்டா இல்லையா?"

"வாஸ்தவம். காந்தி சாத்வீகி. 1920க்கு அப்பறம் இப்பதான் உப்பு சத்தியாகிரகத்தக் கையில எடுத்திருக்கார். உப்புங்கறது சாதாரணமான விஷயம் இல்லை. ஒரு மனுஷனோட உணவோடயும் உணர்வோடயும் கலந்த விஷயம். பத்திண்டா அதவிடப் பெரிய எழுச்சியா பேரிடியா இருக்கும்."

"இருக்கணும். அதுதான் என்னோட ஆசையும். நான் கண்ண மூடறத்துக்குள்ள தேசியக் கொடி பட்டொளி வீசி பறக்கறதப் பாத்துடணும்."

"அது நிச்சயம் நடக்கும். காந்தி மகானோட அஹிம்சைப் போராட்டம் ஜெயிக்கும். நீ வேணாப் பாரு" என்றார் களக்காடு கிருஷ்ணய்யர்.

எதிர்ச் சரகில் இருந்த வீட்டில் இவர்களுக்காகவே நாற்காலிகள் போடப்பட்டிருந்தன. உள்ளே இருந்து குமரேசன் வந்தான். ரகுவைப் பார்த்து, 'நீங்க எங்கே இவங்களோட...' என்பது போலப் பார்த்தான். எல்லோருக்கும் பிஸ்கோத்தும், தேநீரும் வந்தது. குமரேசன் எல்லோரையும் அக்கறையாய் கவனித்துக் கொண்டான்.

"குமரேசா..."

"அய்யா..."

"கூட்டத்திலே பேசப் போறவாள்ளாம் வந்தாச்சா?"

"ஆச்சுங்க."

"எங்க தங்க வச்சிருக்கே?"

"நம்ப செண்பக ராம அண்ணாச்சி வீட்லே"

"மேடை பாதுகாப்பா இருக்கா பாத்துட்டையா?"

"ஒரு பிரச்னையும் இல்லீங்க தலைவரே!"

"கூட்டம் முடிஞ்சு, அய்யர்வாளும், மொதலியார்வாளும் வீடு போய் சேர்ற வரைக்கும் கவனமா பாத்துக்க வேண்டியது உன்னோட பொறுப்பு!"

"சரிங்க தலைவரே" பேசிக்கொண்டே ரகு அருகில் சென்று "வாங்க அண்ணாச்சி!" என்றான்.

"இந்த அம்பிய ஏற்கனவே தெரியுமா நோக்கு?" கிருஷ்ணய்யர் குமரேசனிடம் கேட்டார்.

"நல்லாத் தெரியும் தலைவரே. சொல்லப்போனா என்னோட ரோல் மாடலே இவியதான். எம்.காம். கோல்டு மெடலிஸ்ட். அய்யா தேச விடுதலைக்காகப் போராடறீய. இவுக அக விடுதலைக்காகப் போராடுதாக" என்றான்.

"என்ன சொல்றே?"

ரகுவின் காதலை, கிருஷ்ணய்யரிடம் கிசுகிசுப்பான குரலில் குமரேசன் சொன்னான். அவர் முகம் ஆச்சர்யத்திலும், சந்தோஷத்திலும் மலர்ந்ததை ரகு கவனித்தான்.

"அடடே அப்பிடியா. ரொம்ப நல்ல விஷயமாச்சே. சொல்லப்போனா தேச விடுதலையை விட இந்த விடுதலைதான் இப்போ ரொம்பத் தேவை. இப்படியொரு மன விடுதலையோட தேச விடுதலை ஸித்திக்கணுங்கறதுதான் மகாத்மாவோட கனவு. அப்போதான் அது உண்மையான சுதந்திரமா இருக்கும். சந்தோஷம். வாழ்த்துக்கள் அம்பி. அப்பிடியே ஹரிஜனங்களோட விடுதலைக்காகவும் நீங்க பாடுபடணும். அது இந்தக் கிழவனோட வேண்டுதல்" என்று ரகுவின் கைகளைப் பற்றிக் குலுக்கினார். ரகுவுக்குக் கூச்சமாக இருந்தது.

"எல்லாம் பெரியவா ஆசீர்வாதம்!" என்று அவர் கால்களைத் தொட்டான்.

"அடடே அடடே" என்று பதறியவர், "நன்னா அமோகமா இரு! மகாத்மாவுக்குத் தெரிஞ்சா ரொம்ப சந்தோஷப்படுவர். காந்தியப் பாத்திருக்கையோ நீ?"

"பாத்திருக்கேன். தள்ளி நின்னு..."

"எப்போ? எங்கே?"

"பத்தொம்பதாம் வருஷம்னு நினைக்கறேன். ரௌலட் சட்ட எதிர்ப்பு சத்தியாக்கிரகத்துக்கு ஆதரவு திரட்ட வந்தா. தூத்துக்குடி பொதுக்கூட்டத்திலே வெச்சுப் பாத்தேன். கூட்டமான கூட்டம். முண்டியடிச்சுண்டு முன்னால போய்ப் பாத்தேன். ஒல்லியா, கண்ணாடி போட்டுண்டு எங்க தாத்தா மாதிரியே இருந்தா. மார்ல பூணூல்தான் போட்டுக்கலை."

கிருஷ்ணய்யர், தொடையில் தட்டி அதிரச் சிரித்தார்.

“காந்தி பூணூல் போட்டுக்கலைன்னு கவலைப்பட்ட மொத ஆள் நீதாண்டா” என்று ரகுவின் முதுகில் தட்டினார். ரகுவுக்கு வெட்கமாக இருந்தது.

“உன்ன மாதிரி யங்ஸ்டர்ஸ் நமக்கென்னான்னு இருக்கப்படாது. தேச விடுதலைப் போராட்டங்கறது எல்லோருக்குமானது. அதிலே நம்மோட பங்கும் இருக்கணும் இல்லையா?” என்று சிரித்துக்கொண்டே கேட்டார். ரகுவுக்கு மறுக்கத் தோன்றவில்லை. ஆனால் வாய் வரவில்லை.

“என்ன தயங்கறே? ஒண்ணும் அவசரமில்லே. நிதானமா யோசிச்சு செய்யலாம். உன்னோட கல்யாணத்துக்கு இந்தக் கிழவன கூப்பிடுவே இல்லையோ?” என்று ஆதுரமாகக் கைகளைப் பற்றிக் கொண்டார்.

“நிச்சயமா!” என்றான் ரகு.

“அப்போ நான் வரட்டுமா? கூட்டத்துக்கு நேரமாச்சு. பஞ்சு வரேன்...”

களக்காடு கிருஷ்ணய்யர் கிளம்பினார். குமரேசன் ரகுவிடம் தனியாகச் சொல்லிக் கொண்டு அய்யருக்குப் பின்னே ஓடினான்.

கொஞ்ச நேரத்தில் சாஸ்திரிகள் இறங்கிக் கொண்டார்.

“வரேன். ஆத்திலே எல்லாரையும் கேட்டதாச் சொல்லு!”

“சரி மாமா!”

சற்று நேரம் ஒதுங்கி நின்று மேடைப் பேச்சைக் கேட்டான்.

வெள்ளைக்காரனின் கொடுங்கோன்மை ஆட்சியிலே மக்களின் இரத்தம் எப்படியெல்லாம் உறிஞ்சப்படுகிறதென்று உணர்ச்சி கொப்பளிக்க கீழப் புதுத்தெரு அ.சுப்பையா முதலியார் பேசிக்கொண்டிருந்தார். விடுதலைப் போராயினும் அல்லது காந்தி அறிவிக்கின்ற வேறு போராட்டங்களாயினும் சரி, எல்லோரும் ஜாதி மத பேதமற்று, அலைகடலென அணி திரள வேண்டும் என்று அவர் கேட்டுக் கொண்டார். அவருடைய பேச்சு இரத்த நாளங்களிலே அனல் பறக்கச் செய்தது. சுதந்திர தாகத்தை விதைத்தது. எத்தனையோ பேருக்கு காந்தி மகான் ஆதர்சம். அவர் சொல்

வேதம். இல்லையென்றால், இந்த வயதில் களக்காடு கிருஷ்ணய்யர் இரத்தம் சிந்த ஏதோ ஒரு கள்ளுக்கடைக்காரனிடம் ஏன் அடி வாங்க வேண்டும்? எவன் குடித்தால் என்ன? எவன் குடும்பம் நடுத்தெருவிற்கு வந்தால் என்ன? ஒரே காரணம் மகாத்மா காந்தி. அவர் சொன்ன ஒரு சொல். இவ்வளவு ஏன் நிலைகொள்ளாமல் அலைந்து கொண்டிருந்த குமரேசன் கூட ஒரு இலட்சிய நீரோட்டத்தில் கலந்து விட்டான். ஆனால் தான்? தன் ஆசை, தன் காதல் என்று சுருங்கி... அவனை நினைத்து அவனுக்கே வெட்கமாக இருந்தது. எப்போதோ, தூத்துக்குடியில் பார்த்த பொக்கை வாய்க் கிழவனின் முகம் மனதில் நிழலாடிற்று. அதில் ஏதோ ஒரு மாய வசீகரம் இருப்பது போல இருந்தது. அந்த முகம் அழைப்பது போல இருந்தது. மனமெங்கும் வெள்ளையர் ஆட்சியின் அராஜகம் குறித்த பேச்சே அலையடித்துக் கொண்டிருந்தது ரகுவுக்குள். தொடர்ந்து காந்தியைப் பற்றிய பெருமிதமான எண்ணங்கள் அவனுக்குள் அலைமோதின.

31

போராட்டக் களம் இன்னும் தீவிரமடையும் என்ற எண்ணம்தான் பெரும்பான்மையான காங்கிரஸ்காரர்களுக்கும் இருந்தது. அதற்குக் காரணமும் இருந்தது.

1928 டிஸம்பரில், கல்கத்தாவில் காங்கிரஸ் மாநாடு கூடிற்று. பிரிட்டனில் இருந்து விலகாமல், சுயாட்சி அதிகாரம் பெற்ற அரசாங்கத்தை இந்தியாவில் அமைக்க வேண்டுமென்று இம்மாநாட்டில் தீர்மானம் நிறைவேற்றப்பட்டது. இந்தக் கோரிக்கையை நிறைவேற்ற 1929 டிஸம்பர் 31 வரை ஓர் ஆண்டு காலம் பிரிட்டிஷ் அரசுக்கு அவகாசம் கொடுக்கப்பட்டது. இந்தக் குறிப்பிட்ட காலக் கெடுவுக்குள் பிரிட்டிஷ் அரசு தகுந்த நடவடிக்கை எடுக்க வேண்டும்.

அவ்வாறின்றி கோரிக்கை நிராகரிக்கப்பட்டால் பூரண சுய ராஜ்ஜியம் நோக்கிப் பேராடப் போவதாகக் காங்கிரஸ் கட்சி அறிவித்தது. அந்தப் போராட்டம் சத்தியாக்கிரக வழியில், வன்முறை இன்றி ஒத்துழையாமை மற்றும் சட்ட மறுப்பு இயக்கமாக நடைபெறும் என்று அறிவித்தது. பிரிட்டன் இதை சட்டையே செய்யவில்லை. 1929 டிஸம்பர் 23இல் லண்டனில் வைஸ்ராய்க்கும் காங்கிரஸ் தலைவர்களுக்கும் இடையே நடந்த பேச்சு வார்த்தை தோல்வியடைந்தது. 1929 டிஸம்பர் கடைசி மூன்று நாட்களில் லாகூரில் காங்கிரஸ் மாநாடு கூடிற்று. நேருவின் தலைமையில் நடந்த இம் மாநாடு பரிபூரண சுதந்திரம் நோக்கிப் போராட அழைத்தது.

சட்ட மறுப்புப் போராட்டம் என்று முடிவாயிற்று. சட்ட மறுப்புப் போராட்டம் துவங்குமுன் காந்தி பதினொரு திட்டங்களை

முன்வைத்தார். இதில் உப்பு வரியை முழுவதுமாக நீக்குதல் என்பதும் ஒன்று. காந்தியின் பதினொரு திட்டங்களை பிரிட்டன் ஏற்குமெனில், அது இந்தியா சுயாட்சி அதிகாரம் பெற்றதற்கு நிகராகத்தான் இருந்திருக்கும். இத்திட்டம் ஏற்கப்பட்டால் சட்ட மறுப்புப் போராட்டம் கைவிடப்படுமென்று அரசுக்கு காந்தி தெரிவித்திருந்தார். காந்தியின் கோரிக்கையை ஏற்க பிரிட்டிஷ் பேரரசுக்கு இதயமும் இல்லை, மனமும் இல்லை. இப்போது காங்கிரசுக்கும் காந்திக்கும் வேறு வழி இருக்கவில்லை. இந்தச் சூழலில்தான் 1930 பிப்ரவரி 14, 15, 16 தேதிகளில் சபர்மதி ஆசிரமத்தில் காங்கிரஸ் காரியக் கமிட்டி கூட்டம் கூடிற்று.

சபர்மதி ஆசிரமத்தில் அமைதி நிலவிற்று. எல்லோருடைய பார்வையும் காந்தியின் முகத்தில் நிலைத்திருந்தன. போராட்டம் காந்திக்கு புதிய விஷயம் அல்ல. அஹிம்சை வழியில் அவர் போராடத் தயங்கியதே இல்லை. இந்தியா வந்து, இந்திய சுதந்திரத்தை முன்வைத்து 1920களில் அவர் நிகழ்த்திக் காட்டிய ஒத்துழையாமை இயக்கம் மிகப்பெரிய அதிர்வலைகளை ஏற்படுத்தியது. பாயத் தயாரான அம்பு போல, ஒரு சொல்லுக்குக் காத்திருப்பவர் போன்ற தோற்றத்தில் ஜவஹர்லால் நேரு காணப்பட்டார். காந்தியின் உதடுகள் உச்சரிக்கப் போகிற அடுத்த வார்த்தைகளுக்காகத் தவிப்புடன் எல்லோரும் காத்திருந்தார்கள்.

காந்தி எல்லோருடைய முகங்களையும் ஒருமுறை பார்த்தார்.

"உப்புக்கு வெள்ளைக்காரன் விதித்திருக்கிற வரியை எதிர்த்து சத்தியாகிரகப் போர் தொடங்கலாம்" என்றார் காந்தி.

தலைவர்களின் முகங்களில் வியப்பு. சில முகங்களில் குழப்பம். பெருமரத்தை குண்டூசியால் துளைத்து வீழ்த்தி விட முடியுமா?

"பாபு ஜி ஒரு சந்தேகம்!"

"கேளுங்கள்!"

"உப்பு வரியால் பிரிட்டிஷ் அரசாங்கத்துக்கு ஆண்டுக்கு ஆறு கோடி ரூபாய் வருவாய் வருகிறது. இந்த ஆறு கோடி ரூபாயை நஷ்டப்படுத்துவதால் பிரிட்டிஷ் அரசு பயந்து ஓடி விடுமா?"

"நல்ல கேள்வி. இதனால் இந்த அரசு பயந்து ஓடி விடுமா என்பதற்கான பதில் இப்போது என்னிடம் இல்லை. ஆனால் உப்பை

முன்வைத்து ஆரம்பிக்கும் இந்தப் போராட்டம் நமது எதிர்ப்பை மிக வலிமையாக அவர்களுக்குத் தெரியப்படுத்துவதற்கான முயற்சி. இதில் வெற்றியா தோல்வியா என்பது இப்போது கவலைப்பட வேண்டிய ஒன்றல்ல. தேசம் முழுவதும் சத்தியாகிரக நெறியில் ஜாதி மத பேதமற்ற ஒற்றுமையுடன் ஒரே அணியில் பரிபூரண விடுதலைக்குப் போராட முன் வருவார்கள் எனில் பிரிட்டிஷ் செவி திறந்துதான் ஆக வேண்டும். அது நிகழும். அந்த நம்பிக்கை எனக்கு இருக்கிறது.

தேச விடுதலையைவிட வேறொன்றும் பெரிதல்ல. உப்புப் பெறாத விஷயம் இதுவென்று தோன்றக்கூடும். ஆனால் உப்பு அல்பப் பொருள் அல்ல. தனி மனிதனுக்கு மட்டுமல்ல அது தேசத்தின் பௌருஷம்.

இந்தியாவில் வாழும் கோடிக்கணக்கான மக்கள் ஒரு வேளை உணவை மட்டுமே உண்டு வாழும் நிலையில் உள்ளனர். இவர்களின் உணவே உப்பு தடவிய பழைய ரொட்டித் துண்டுகள்தான். அந்த உப்பின் மீது கூட பிரிட்டிஷ் அரசாங்கம் வரி விதித்திருக்கிறது. மேலும் இயற்கை தரும் உப்புக்கு வரி விதிக்க இவர்கள் யார்? இந்தியாவில் நாம் உப்பு தயாரிக்க ஆயிரம் ரூபாய் ஆகிறதென்றால் பிரிட்டிஷ் அரசு அதன் மீது இருபதாயிரம் ரூபாய் வரி விதித்து மக்களை நசுக்குகிறது. ஆறு இலட்சம் டன் உப்பை இங்கிலாந்தில் இருந்து இறக்குமதி செய்து மக்களை அதிக விலை கொடுத்து அதை வாங்க வைக்கிறார்கள். இது கொடுமை இல்லையா?

இயற்கை எல்லோருக்குமாகத் தந்ததை, மக்களிடம் இருந்து உப்பைத் திருட யார் இவர்களுக்கு உரிமை கொடுத்தது? திருடிய உப்பை அதே மக்களிடம் அதிக விலைக்கு விற்பது அயோக்கியத்தனமல்லவா? நம்மிடமே திருடி, நம்மிடமே அதிக விலைக்கு விற்று... இது மக்களைக் கடனாளியாகவும் மாற்றும் காரியமல்லவா? இதை மக்களிடம் எடுத்துச் செல்ல வேண்டாமா? பிரிட்டிஷ் அரசாங்கத்தின் இந்த வஞ்சகத்தை இந்தியர்கள் உணர்ந்து போராடும் வேளை நெருங்கிவிட்டதென்று நான் நினைக்கிறேன். தங்களிடமிருந்து திருடப்பெற்ற பொருளைக் கைப்பற்ற அவர்களுக்கு முழு உரிமை உண்டு. அந்த உரிமையை நிலைநாட்டவே இந்தப் போராட்டம். உப்பு வரியை எதிர்த்து

நாம் துவங்கி இருக்கும் இந்தப் போராட்டமானது இந்தியாவின் பூரண சுதந்திரத்தை நோக்கி நாம் எடுத்து வைக்கும் முதல் அடியாக இருக்கும். பூரண சுதந்திரமே நமது குறிக்கோள்!"

காந்தியின் குரல் சத்தியத்தின் குரலாக ஒலித்தது.

காந்தி உடனடியாகப் போராட்டத்தில் இறங்கிவிடவில்லை. நடத்த இருக்கும் போராட்டம் குறித்து மிக நீண்ட கடிதம் ஒன்றை பிரிட்டிஷ் வைஸ்ராய் இர்வின் பிரபுவுக்கு 1930 மார்ச் 2 அன்று காந்தி எழுதினார்.

'அன்புள்ள நண்பருக்கு' என்று அந்தக் கடிதம் துவங்கிற்று. தனிப்பட்ட ஆங்கிலேயர் எவர் மீதும் எனக்கு வெறுப்பு இல்லை. என் கோபம், என் வெறுப்பு எல்லாம் பிரிட்டிஷ் ஆட்சி மீதுதான். என்னுடைய மிகச் சிறந்த நண்பர்களுள் ஆங்கிலேயரும் உண்டு. இந்த விஷயத்தில் என் மனசாட்சி மிகத் தெளிவாக உள்ளது. இதைப் புரிந்து கொள்ளுங்கள்.

பிரிட்டிஷ் ஆட்சி மீது எனக்கு வெறுப்பு வர என்ன காரணம்? இந்தியாவில் கோடிக்கணக்கான மக்களைச் சுரண்டும் விதத்தில் நடத்தப்படும் ஆட்சியே அதற்குக் காரணம். இந்த தேசத்தின் கலாச்சாரத்தை, பண்பாட்டை, அடிப்படைப் பொருளாதாரத்தை பிரிட்டிஷ் ஆட்சி முறை சிதைத்துள்ளது. இந்தியனின் ஆன்ம பலத்தை நசுக்கி, அவனை நடைப்பிணமாக மாற்றியதில் பெரும் பங்கு பிரிட்டிஷ் அரசையே சாரும்' என்று அந்தக் கடிதம் பேசிற்று. புள்ளி விவரங்களுடன் நிர்வாகச் சீர்கேடுகள் சுட்டிக்காட்டப்பட்டிருந்தன.

இறுதியில் இப்படி எழுதினார் காந்தி. 'உப்பின் மீதான வரியை நீக்க நீங்கள் சட்டம் இயற்றினால் எங்களுடைய நியாயமான கோரிக்கையை ஏற்றுக்கொண்டதாக நம்புவோம். இல்லையெனில், சட்டத்தை மீறி நாங்கள் உப்புக் காய்ச்சி எங்கள் உரிமையை நிலைநாட்டுவோம். அப்படியொரு நிலையில் மார்ச் 11 முதல் என் போராட்ட யாத்திரை தொடங்கும். அதற்கு அவசியம் இல்லையென்று செய்வீர்கள் என்றும், அப்படியொரு முடிவிற்கு வர என்னுடைய நீண்ட இந்தக் கடிதம் தங்களுடைய மனசாட்சியைத் தட்டியெழுப்பும் என்றும் நம்புகிறேன்.'

அந்தக் கடிதம் அலட்சியத்துக்குள்ளாயிற்று. 'ஒரு வேளை உணவு வேண்டுமென்று யாசித்தேன். ஆனால் நீங்கள் கொடுத்ததோ கல்லடி' என்று மனம் கசந்து காந்தி எழுதினார்.

தண்டி யாத்திரை துவங்குவதற்கான அந்த நாளும் வந்தது. 1930 மார்ச் 11 இரவு. சபர்மதி ஆசிரமத்திற்கு வெளியே எங்கும் மக்கள் வெள்ளம். எங்கும் எழுச்சி. பஜனைப் பாடல்கள் கேட்டுக் கொண்டே இருந்தன. விடிந்தால் ஒரு புனிதப் போருக்கான யாத்திரை காந்தியின் தலைமையில் துவங்க இருந்தது. மகத்தான ஒரு விடியலுக்காக அவர்கள் காத்திருந்தார்கள். ஆசிரமத்துக்கு வெளியே இரவு முழுவதும் 'மகாத்மா காந்திக்கி ஜே' 'வந்தே மாதரம்' கோஷங்கள் ஒலித்துக்கொண்டே இருந்தன.

32

1930 மார்ச் 12

1

மிகச் சரியாகக் காலை 6.30 மணிக்கு காந்தியின் தலைமையில் ஒரு மகத்தான விடியலுக்கான அந்த நடைப்பயணம் சபர்மதி ஆசிரமத்திலிருந்து கிளம்பியது. அவர்கள் எழுபத்தொன்பது பேர் இருந்தார்கள். எல்லோரும் வெள்ளை நிறக் கதராடை அணிந்திருந்தார்கள். தொண்டர்கள் நேருவின் ஆலோசனைப்படி பாட்ச் அணிந்திருந்தார்கள். ராணுவ ஒழுங்குடன் அவர்கள் இருவர் இருவராக அணி வகுத்தனர். தலைமைப் பொறுப்பில் காந்தி. இடுப்பில் அரையாடை. இரு தோள்களிலும் தொங்கும் பைகள். போர்த்திய வெள்ளை நிறக் கதர்ச் சால்வையுடன் முதலில் காந்தி கம்பீரமாக நடந்து வந்தார். நடையில் உறுதியும் வேகமும் இருந்தன. இரண்டாவது இடத்தில் பியாரிலாலும், மூன்றாம் இடத்தில் சகன்லால் ஜோஷியும் அணிவகுத்து வந்தனர். பிரார்த்தனைகளின் போது பஜனைப் பாடல்களைப் பாடும் பண்டிட் காரே தம்புராவை ஏந்திக்கொண்டு வந்தார்.

2

காந்தி ஆசிரமத்துக்கு வெளியே வந்தார். 'மகாத்மா காந்திக்கு ஜே' 'வந்தே மாதரம்' என்ற முழக்கம் விண்ணைப் பிளந்தது. வழியெங்கும் கூடியிருந்த மக்கள் மலர்களைத் தூவி வரவேற்றார்கள். திலகமிட்டார்கள். 'வைஷ்ணவ ஜனதோ' பாடலை இசைத்துக்கொண்டே ஊர்வலம் சென்றது. முதல் நாள்

பன்னிரெண்டு மைல்கள் நடந்த காந்தியின் பாதங்கள் வெடித்து இரத்தம் கசிந்தது. காந்தியின் முகத்தில் களைப்பு தெரிந்ததே தவிர, உற்சாகமாகத்தான் இருந்தார்.

3

சற்றேறக்குறைய இருநூற்று இருபத்தெட்டு மைல்களுக்கு மேல் அவர்கள் கடந்தாக வேண்டி இருந்தது. ஊர்வலம் ஒரு ஊரை அடையும் முன்பே அருண்துக்கடி தொண்டர்கள் முன்பே போய் தங்குவதற்கும் உணவுக்கும் ஏற்பாடு செய்து கொண்டிருந்தார்கள். வேதாச், காந்தாரியா, சஜோத் போன்ற சில கிராமங்களைத் தவிர பெருவாரியான ஊர்களில் ஊர்வலத்திற்கு நல்ல வரவேற்பு இருந்தது. மக்கள் முகத்தில் குதூகலத்தைப் பார்க்க முடிந்தது. சில ஊர்களில் பாதையெங்கும் நீர் தெளித்து கோலமிடப்பட்டிருந்தது. தோரணங்கள் கட்டப்பட்டிருந்தன. ஜனங்கள் காந்திக்கு மலர்கள் தூவியும், பன்னீர் தெளித்தும், ஆரத்தி எடுத்தும், திலகமிட்டும் வரவேற்றார்கள். அவருடைய பேச்சை மிகுந்த கவனத்துடன் கேட்டார்கள். இரவானாலும் காந்தியை தரிசிக்கக் காந்திருந்தார்கள். கூட்டங்களில் பேசும்போது மதுப் பழக்கத்தை முழுமையாக விட்டுவிட வேண்டுமென்று அவர் ஜனங்களைக் கேட்டுக்கொண்டார். தீண்டாமை ஒழிப்பு என்பது பூரண சுதந்திரத்தின் முக்கிய அம்சம் என்று வற்புறுத்தினார். கதர்த் துணியை உடுத்த வேண்டும் என்பது அவரது அடுத்த கோரிக்கையாக இருந்தது. பிரிட்டிஷ் அரசாங்கம் செயல்படாமல் இருக்க வேண்டுமெனில் கிராம அதிகாரிகள், காவல் அதிகாரிகள், மணியக்காரர்கள் தானே முன் வந்து ராஜினாமா செய்ய வேண்டுமென்று அறிவுறுத்தினார். உப்பு வரியைக் குறித்தும், ஏழைகளை நசுக்கும் பிரிட்டிஷ் அரசாட்சியின் கொடுங்கோன்மை குறித்தும் அவர் உண்மையாகவும், உணர்ச்சி பூர்வமாகவும் பேசினார்.

4

ராஸ் கிராமத்தில் காந்தியின் முக்கிய சீடர்களான ரவிசங்கர் மகராஜ், ஆஷாபாய் பட்டேல், தர்பார் கோபால்தாஸ் ஆகியோர் காந்திக்கு சிறப்பான வரவேற்பளித்தனர். காந்தி கைது செய்யப்படலாம் என்ற நிலையே நீடித்தது. அப்பாஸ் தியாப்ஜியும் அதற்குத் தயாராகவே வந்திருந்தார். நடைப்பயணம் துவங்கி ஏழு

நாட்கள் ஆன பின்பும், காந்தியைக் கைது செய்யாமல், பிரிட்டிஷ் அரசு கள்ள மௌனம் சாதித்தது.

5

அன்றைக்கு கஜேராவில் கூட்டம் ஏற்பாடாகி இருந்தது. ஆலமரத்தடியில் காந்தியின் பேச்சைக் கேட்க கிட்டத்தட்ட ஐந்தாயிரம் பேருக்கு மேல் கூடி இருந்தார்கள். ஆனால் ஹரிஜனங்கள் தனியாக அமர வைக்கப்பட்டிருப்பதைக் கண்ட காந்தியின் மனம் கொந்தளித்தது. "இந்தக் கூட்டம் தொடங்க வேண்டுமென்றால் தனியாக அமர்ந்திருக்கும் ஹரிஜனங்களை அழைத்து உங்கள் அனைவருடன் சமமாக அமர வையுங்கள். இல்லையென்றால், நான் அவர்களுடன் சென்று அமர்ந்து கொள்கிறேன்" என்று கூட்டத்தினரிடம் காந்தி உறுதியான குரலில் சொன்னார். கூட்டம் இசைந்த பின் காந்தி பேசினார்.

"ஹரிஜனங்களை உங்களுடன் சேர்த்துக் கொண்டதன் மூலம் உன்னதமான காரியத்தைச் செய்தவர்களாகிறீர்கள். பண்டிட் காரே மற்றும் இங்கு வந்துள்ள சத்தியாகிரகிகள் சிலர் பிராமண வகுப்பைச் சேர்ந்தவர்களாக இருந்தாலும் தீண்டாமையை எதிர்த்து முழு மூச்சுடன் போராடுகின்றனர். ஹரிஜனங்களுடன் கலந்து வாழ்வது பாவம் என்ற எண்ணத்தை முற்றிலும் ஒழியுங்கள். அதுவே பூரண சுதந்திரத்தை நோக்கி அழைத்துச் செல்லும்".

6

பன்னிரண்டு நாள் பயணத்திற்குப் பிறகு சத்தியாகிரகிகள் புவா கிராமத்தை அடைந்தனர். ராஜாஜி, திருச்சியில் இருந்து வேதாரண்யம் வரை உப்பு யாத்திரை நடத்துவது குறித்து காந்தியுடன் விரிவான ஆலோசனை நடத்தி விட்டுச் சென்றார். காந்தியின் பாதங்கள் வெடித்துப் புண்ணாகி இருந்தன. உடல் நிலையிலும் சிறிது மாற்றம் இருந்தது.

7

சத்தியாகிரகிகள் ராய்மா கிராமத்தில் நாதுபாய் இல்லத்தில் ஓய்வெடுத்தார்கள். பதினேழாம் நாள் பயணத்தில் கிம் நதியைக் கடக்க வேண்டி இருந்தது. அருண்துக்கடி தொண்டர்களும் உம்ராச்சி கிராம மக்களும் சேர்ந்து மூங்கில் குழாய்களைக் கொண்டு

சிறு பாலம் ஒன்றை அமைத்திருந்தனர். அவர்களின் அன்பில் நெகிழ்ந்து அந்தப் பாலம் வழியே காந்தியும் தொண்டர்களும் கடந்தனர். காந்தியின் கோரிக்கையை ஏற்று சூரத் மாவட்டத்தில் பல கிராமங்களில் கிராம அதிகாரிகள் ராஜிநாமா செய்திருந்தார்கள்.

பத்தொன்பது நாட்கள் கடந்து போயிருந்தன. பிரிட்டிஷ் அரசு மௌனமாகவே இருந்தது. சூரத் நகர் சுப்ரபாதாவில் நடந்த கூட்டத்தில் இலட்சம் பேர் வரை கலந்து கொண்டார்கள். அதில் பத்தாயிரம் பேர் பெண்கள். “சாத்தானின் அரசு நீங்க வேண்டும். அந்த நாள் வெகுதூரத்தில் இல்லை. வெகு சீக்கிரத்திலேயே நான் கைது செய்யப்படுவேன். இந்த தேசமே கிளர்ந்தெழப் போவது நிச்சயம். பிரிட்டிஷ் அரசு என்னைக் கைது செய்வதா வேண்டாமா என்ற குழப்பத்தில் உள்ளது. எத்தனை நாட்களுக்கு அப்படி இருக்க முடியும்? எது எப்படி இருந்தாலும் நீங்கள் அனைவரும் முழு மனதுடன் இந்தப் போராட்டத்தில் கலந்து கொள்ள வேண்டும்” என்றார். கூட்டம் ஆரவாரித்தது.

8

இருபத்தி மூன்றாம் நாள் நடைப்பயணத்தில் மிந்தாவோ நதியைக் கடக்க வேண்டி இருந்தது. நீர் மட்டம் உயர்ந்து காணப்பட்டது. நடந்து கடப்பதற்கான சாத்தியம் இல்லை. பாலமும் இல்லை. கிராமத்தில் இருந்த மாட்டு வண்டிகள் எல்லாம் நதியில் இறக்கப்பட்டன. ஒன்றுடன் ஒன்று இணைத்துக் கட்டப்பட்டன. காந்தியும் தொண்டர்களும் வியந்தவாறே அதன் மீது நடந்து சென்று ஆற்றைக் கடந்தனர்.

9

துதியாதலாவ் குளக்கரையில் நடந்த 30,000 பார்சிகள் கூடியிருந்த கூட்டத்தில், “நான் வெற்றியுடன் திரும்புவேன். இல்லையென்றால் அரபிக்கடலில் என் பிணம் மிதக்கும்” என்று காந்தி முழங்கினார். யாத்திரையின் இறுதி நாளுக்கு முந்தைய இரவு கராடி மற்றும் மட்வாட் கிராமத்தில் கழிந்தது.

❖❖❖

33

1930 ஏப்ரல் 5

1

இறுதி நாள். இன்னும் கடப்பதற்கு நான்கு மைல்களே எஞ்சி இருந்தன. பாதையில் ஆங்காங்கே நீர்நிலைகள் இருந்தன. சிறு பாலங்கள் குறுக்கிட்டன. சதுப்பு நிலப்பகுதியாக இருந்ததால் தண்டி கிராமத்தை அடைவது சற்று சிரமமானதாக இருந்தது. தண்டியை நெருங்க நெருங்க எல்லோருடைய இதயத் துடிப்பும் அதிகரித்தது. கடலின் சீற்றம் தொண்டர்களை உற்சாகப்படுத்திற்று. ஒன்றரை மணி நேரத்துக்குள் அவர்கள் தண்டியை அடைந்து விட்டார்கள். தண்டி சிறு கிராமம். நூறு குடிசைகள் தெரிந்தன. நல்ல நிலையில் பத்துப் பன்னிரெண்டு வீடுகளே இருந்தன. ஜனத்தொகை 750க்குள் இருந்தது. காங்கிரஸ் தொண்டர்களும், மக்களும் கராடியிலிருந்து ஊர்வலத்துடன் வந்ததால் தண்டியெனும் அச்சிறு கிராமம் மனிதர்களால் நிரம்பித் தளும்பிற்று. தொண்டர்கள் மகிழ்ச்சியில் துள்ளினார்கள். சந்தோஷம் தாங்காமல் அரபிக் கடலில் குளித்தார்கள்.

2

காந்தி காங்கிரஸ் தலைவர்களுடன் ஆலோசனை செய்தார். பத்திரிகையாளர்களைச் சந்தித்து பேட்டி அளித்தார். வலிமைக்கு எதிராகப் போராடும் உண்மைக்கு உலக மக்களின் ஆதரவும் அனுதாபமும் தேவை என்று செய்தி அனுப்பினார். மாலை 6.30 மணிக்கு ஊரில் இருந்த ஆலமரத்தடியில் கூடியிருந்த கூட்டத்தில் காந்தி பேசினார். "சபர்மதியிலிருந்து கிளம்பிய போது தண்டிக்கு நான் வந்து சேருவேன் என்ற நம்பிக்கை இல்லை" என்று துவங்கிய அந்தப் பேச்சு உணர்ச்சிப் பிரவாகமாக இருந்தது.

"ஒவ்வொரு மனிதனும் கோட்டையைப் போன்றவன். கோட்டைக்குள் பாதுகாப்பாக வைக்கப்படும் பொருளைக் கைப்பற்றுவது எவ்வளவு கடினமோ அதே போல் நாளை நம் கையில் இருக்கும் உப்பை யாரும் கவர்ந்து செல்ல அனுமதிக்கக்கூடாது. பொக்கிஷத்தை எப்படி உயிரைக் கொடுத்துப் பாதுகாப்பீர்களோ அதே போல் உப்பையும் பாதுகாக்க வேண்டும். இது தனி மனிதப் போராட்டம் அல்ல. கோடானுகோடி மக்களின் வாழ்வாதாரப் பிரச்னை. படேல் போன்ற தலைவர்களை இந்த அரசு கைது செய்து விட்டது. இனி கைதுகள் தொடரும். ஆனாலும் நாம் ஓயக் கூடாது. லட்சக்கணக்கான தொண்டர்கள் சிறைக்குச் சென்றாலும் நம்முடைய இறுதி இலக்கான முழு சுதந்திரத்தை அடையாமல் நாம் ஓயக் கூடாது".

அன்றைக்கு இரவு தண்டி கிராமம் மட்டுமல்ல, உலகமே மறுநாள் விடிவதற்காகக் காத்திருந்தது.

3

1930 ஏப்ரல் 6

தண்டி கிராமம். அதிகாலை நான்கு மணிக்கே எல்லோரும் தயாராகி விட்டார்கள். வழக்கம்போல நான்கேகாலுக்குப் பிரார்த்தனைக் கூட்டம் முடிந்தது. இன்னும் இருள் விலகவில்லை. காந்தியைப் பின்தொடர்ந்து எல்லோரும் கடலை நோக்கி நடந்தனர். அந்த விடியற்காலையிலேயே, பெருந்திரளாக ஜனங்கள் கூடி இருந்தார்கள். காந்தி தங்கி இருந்த மாளிகைக்கு அருகில்தான் போலீசார் முகாம் இட்டிருந்தார்கள். 150 போலீசார் தண்டியில் முகாமிட்டிருந்தனர். ஜலால்பூரில் 400 போலீசார் தயார் நிலையில் இருந்தனர். கடலை அடைந்ததும் காந்தி இது புனித நீராடல் என்று சொல்லிக்கொண்டே முங்கி எழுந்தார். சத்தியாகிரகிகளும் நீராடினர். அலைகள் சீறியபடி இருந்தன. மெல்ல வெளிச்சம் பரவ ஆரம்பித்தது. காந்தி எங்கே உப்பை எடுக்க வேண்டுமென்று முன்பே தீர்மானிக்கப்பட்டு இருந்தது. காந்தி ஆலோசனை நடத்த இருக்கும் மாளிகைக்கு நூறடி முன்னால் உப்பு படிந்திருந்த சேற்று நீர்க்குட்டை இருந்தது.

4

அப்போது காலை 6 மணி 30 நிமிடம். காந்தி அந்தக் குட்டையில் வெறுங்காலுடன் மெல்ல இறங்கினார். கணுக்கால் அளவு ஆழமிருந்த சேற்று நீரில் கைகளால் துழாவினார். உப்பு படிந்திருந்த சேற்று மணலை அள்ளினார். தன் கைப்பிடிக்குள் இருந்த உப்பை இறுக மூடியபடி கைகளை உயர்த்தி "உப்புப் போராட்டம் துவங்கி விட்டது. இந்தப் பிடி உப்பினால் பிரிட்டிஷ் சாம்ராஜ்யத்தின் அடிப்படையையே நான் அசைத்திருக்கிறேன்" என்று காந்தி உரத்துப் பிரகடனம் செய்தார். வெள்ளைக் கதராடையும் கதர்க் குல்லாவும் அணிந்திருந்த சத்தியாகிரகிகள் அனைவரும் உப்பு ஏந்திய கையை வான் நோக்கி உயர்த்தியவாறு, "மகாத்மா காந்திக்கு ஜே", "பாரத் மாதாகி ஜே", "வந்தே மாதரம்" கோஷங்களை அந்தப் பகுதியே அதிருமாறு உரத்து முழங்கினர்.

5

இத்தனைக்குப் பின்னும் காந்தி கைது செய்யப்படவில்லை. காந்தியைக் கைது செய்து, சிறையில் அடைக்காதது பிரிட்டிஷ் அரசின் கையாலாகத்தனத்தைச் சுட்டுகிறதென்று லிபரல் கட்சித் தலைவரான லாயிட் ஜார்ஜ் குற்றம் சாட்டினார். லண்டன் டைம்ஸ் காந்தியைக் கைது செய்ய வற்புறுத்திற்று. ஆளுங்கட்சியும் அரசுக்கு நெருக்கடி கொடுத்தது.

6

"உப்பு வரி சுத்தமாக நீக்கப்படும் வரை இந்தப் போராட்டம் ஓயக்கூடாது. அடுத்து வரும் ஒரு வாரத்துக்கு இந்தப் போராட்டம் மேலும் தீவிரமாக நடக்க வேண்டும். முக்கியமாகப் பெண்கள் சத்தியாகிரகப் போராட்டத்தில் கலந்துகொள்ளுமாறு நான் அழைக்கிறேன். கடந்த 25 நாட்களாக நாங்கள் நடந்து வந்த பாதையெங்கும் ஆயிரக்கணக்கான பெண்கள் கொடுத்த ஆதரவை நான் கண்கூடாகப் பார்த்தேன். அகிம்சைப் போராட்டத்தை நடத்துவதற்கு பெண்களுக்குத்தான் முழுத் தகுதியும் இருக்கிறதென்று நான் நம்புகிறேன். அவர்கள் பலஹீனமானவர்கள் என்ற காரணத்திற்காக நான் கூறவில்லை. ஆண்களை விட

மனதளவில் தைரியம் மிக்கவர்கள் பெண்கள் என்பதால் இதை வலியுறுத்துகிறேன். வாருங்கள். தேச விடுதலைக்காக உங்களை அர்ப்பணித்துக்கொள்ளுங்கள்" என்று காந்தி அழைப்பு விடுத்தார். அது நிறையப் பெண்களை சத்தியாகிரகப் போராட்டத்தில் கலந்து கொள்ளத் தூண்டிற்று.

7

"சத்தியாகிரகிகளின் கையில் இருக்கும் உப்பில்தான் இந்த தேசத்தின் மரியாதை இருக்கிறது. அதை யாராவது பலவந்தமாகப் பறிமுதல் செய்ய வந்தால் அனுமதிக்கக்கூடாது. அதற்காக அவர்களைத் திரும்பத் தாக்கும் முயற்சியில் இறங்கக்கூடாது. கைகளை உடைத்து நொறுக்கி அவர்கள் உப்பை எடுத்துச் செல்லும் வரை இறுக மூடி வைத்திருக்க வேண்டும். உங்களிடமிருந்து கோபமாய் ஒரு சொல்லோ, செயலோ வெளிப்படக்கூடாது" என்ற காந்தியின் அறிக்கை சத்தியாகிரகிகளின் தாரக மந்திரமாயிற்று. சட்ட மீறல் தொடர்ந்தது. தலைவர்கள் கைது செய்யப்பட்டார்கள். உப்புப் போராட்டம் பல்முனைப் போராட்டமாயிற்று. எல்லா இடங்களிலும் போராட்டம் தீவிரமானது. 1930 மே 5ஆம் தேதி காந்தி கைது செய்யப்பட்டார். தராசனாவில் போராட்டம் வெடித்தது. போராட்டத்தில் ஈடுபட்ட தொண்டர்களை போலீசார் இரக்கமின்றி மிருக வெறியுடன் அடித்துத் துவைத்ததில் இரத்த ஆறு பெருக்கெடுத்தோடியது. வன்முறையின் உச்சத்தை, உலகம் வேதனையோடு கவனித்தது.

இந்தச் சூழலில்தான், மாயக்கிருஷ்ணன் என்கிற வீரன் சாம்பான், சென்னையில் வந்து இறங்கினான். இந்த வீரன் சாம்பான் என்பவன் வேறு யாருமில்லை. மேகலாவின் தாய்மாமன்தான் அவன். அவனைப் பற்றிக் கொஞ்சம் சொல்ல வேண்டி இருக்கிறது.

இதெல்லாம் நடந்து பத்து வருடங்கள் ஆகப் போகிறது. சிறையில் விடுதலையானதும் வீரன் சாம்பானுக்கு எங்கே செல்வது என்று புரியவில்லை. ஊரில் அக்கா மாடத்தி இருக்கிறாள். போகலாம்தான். யாரும் தடுக்கப்போவது இல்லை. தம்பியைப் பார்த்து ஒருவேளை அக்கா உள்ளூரச் சந்தோஷப்படலாம். ஆனால் அக்காவின் கணவன் மாயன் சாம்பானோ அவள் மாமனார் கிஷ்ட சாம்பானோ நிச்சயமாகச் சந்தோஷப்படப் போவதில்லை.

ஊருக்குப் போக வேண்டாம் என்றுதான் அவனுக்கு உறுதியாய்த் தோன்றிற்று. அதற்குக் காரணமிருந்தது.

மயிலா என்ற பெண்ணை வீரன் விரும்பினான். ஒருவகையில் மயிலா அவனுக்கு முறைப்பெண். மயிலாவை வீரனுக்கு மணம் முடிக்க பெரியவர்கள் நிச்சயம் செய்தார்கள். ஆனால் மயிலாவின் விருப்பத்தை யாருமே கேட்கவில்லை. அவளுடைய விருப்பம் முக்கியம் என்று யாருக்குமே தோன்றவில்லை. வீரனுக்கு நிச்சயிக்கப்பட்ட மயிலாவை பக்கத்து ஊரைச் சேர்ந்த, வேறு ஜாதிப் பிரிவைச் சேர்ந்த சின்னான் ஒரு நாள் நள்ளிரவு வந்து கவர்ந்து சென்றான். பஞ்சாயத்து கூடிற்று. பஞ்சாயத்தில் மயிலா சின்னானைத் தான் விரும்புவதாகச் சொன்னாள். பஞ்சாயத்தில் வாக்குவாதங்கள் தடித்தன. பெரும் சண்டை ஆயிற்று. எதிர்த்த அனைவரையும் அடித்து நொறுக்கிவிட்டு சின்னான் மயிலாவைக் கூட்டிக்கொண்டு தன் ஊருக்குப் போய்விட்டான். அந்தப் பஞ்சாயத்தில் தன் அக்காவின் கணவரும், மாமனாரும் சரியாக வாதிடவில்லையென்ற பெருங்கோபம் வீரனுக்குள் அணையா நெருப்பாய் கனன்று கொண்டே இருந்தது. இது ஒரு காரணம்.

இன்னொரு முக்கியமான காரணம் இருந்தது. அதுதான் வீரனை சிறையில் தள்ளிற்று. வீரனின் குடும்பத்திற்கு இரண்டு செண்ட் நிலமிருந்தது. அதை விற்றுத்தான் வீரனின் அக்கா மாடத்திக்குக் கல்யாணம் பண்ண வேண்டியதாயிற்று. சீரெல்லாம் சரியாகச் செய்யவில்லை என்று மாடத்தியின் மாமனார் கிஷ்டன் சாம்பானுக்கு பெரும் மனக்குறை. அது குத்திக்காட்டலாய், வசவாய் அவர் வாயிலிருந்து அவ்வப்போது வந்து விழும். அதுவும் அவர் மருந்து சாப்பிட்டு விட்டால், வந்து விழும் கேவலமான வார்த்தைகளைக் காதுகொண்டு கேட்க முடியாது. அதைக் கேட்டு வீரன் குன்றிப்போயிருக்கிறான். துடித்திருக்கிறான். அப்படித்தான் ஒரு நாள் அவர் குடித்து விட்டு வீரனின் தாயையும் தகப்பனையும் மிக இழிவாகப் பேச வீரனால் தாங்க முடியவில்லை. விறகு பிளக்க வைக்கப்பட்டிருந்த கோடாலியை எடுத்து வீசினான். அது கிஷ்டன் சாம்பானின் இடது கையை தோளுக்குக் கீழே தனியாய் வெட்டிச் சாய்த்து விட்டு கீழே விழுந்தது. இந்த வழக்கில்தான் வீரன் ஜெயிலுக்குப் போனான். ஏழு வருஷ சிறை தண்டனை

முடித்து வெளியே வந்தவன் ஊருக்குப் போக விருப்பமின்றி எப்படியோ மலேயா போனான். அங்கே நகைக் கடை அதிபர் ஒருவருக்கு காரோட்டியாக மூன்று வருஷம் வேலை செய்தான். அவருடைய மரணத்திற்குப் பின் வாரிசுகளுக்கும் அவனுக்கும் ஒத்து வரவில்லை. சம்பாதித்த பணத்துடன் வீரன் மதராச பட்டணம் வந்து சேர்ந்தான்.

34

கடைசி விசில் ஊதிற்று. கார்டு வேனில் இருந்து பச்சைக் கொடி அசைந்தது. எறும்பு நடையாய் வண்டி அசங்கி ஊர்ந்தது. ஜன்னலில் இருந்து கல்யாண ராமய்யர் கைகளை எடுத்துக் கொண்டார்.

"சியாமளா போய்ச் சேந்தோடனே மறக்காம ஃபோன் பண்ணு. நா உங்க கூடவே வல்லேன்னு ஒங்க பெரியப்பா கோச்சுக்கப் போறார். சதாபிஷேகத்துக்கு மொதல் நாள் வந்துடறேன்னு சொல்லு. பத்ரம். பத்ரம்!"

கல்யாண ராமய்யர் கை அசைக்க ஜன்னல் ஜன்னலாய் வண்டி நகர்ந்தது. அப்பாவின் முகம் தேய்ந்து மறையும் வரை ஜன்னலுக்கு வெளியே பார்த்துக் கொண்டு வந்த சியாமளா தற்செயலாய் ஓடி வரும் ரகுராமனைப் பார்த்து ஆச்சரியப்பட்டாள். இரண்டு நாட்களுக்கு முன்பே சென்னை போகப் போவதாகச் சொல்லவில்லையோ? "ரகு சார் இப்பிடி வாங்கோ... இங்க இங்க..." என்று குரல் கொடுத்தாள். ஒரு கையில் சிறிய சிவப்பு நிற தோல் பை. மார்போட அணைத்துக் கொண்ட கை ராட்டை. வண்டி அப்போதுதான் வேகம் எடுக்க ஆரம்பித்திருந்தது. சியாமளா கை ராட்டையை வாங்கிக் கொண்டாள். ரகு வண்டியில் தாவி ஏறினான். எதிர் இருக்கையில் உட்கார்ந்தான். சியாமளாவின் அம்மா அன்னலட்சுமியும் இருப்பதைப் பார்த்து "நமஸ்காரம் மாமி!" என்று கும்பிட்டான்.

"ரகுவா... வா... வா... நன்னா அமோகமா இரு!" என்று சிரித்தவர் "ஏண்டா அம்பி இப்பிடி தலைதெறிக்க ஓடி வரே?" சற்றே பதற்றம் தெரியக் கேட்டார்.

“இங்க திருநவேலில கொஞ்சம் பேருக்குப் பாகீரதியோட கல்யாணப் பத்திரிகை குடுக்க வேண்டி இருந்தது மாமி. எல்லாரும் அப்பாவோட பால்ய சிநேகிதா. நேர்ல குடுத்தாத்தான் மரியாதையா இருக்கும்னு தோணித்து. ஒவ்வொருத்தரா தேடிண்டு போய்க் குடுத்தேன். வர வழிலே நல்லது செய்யப் போய் இப்பிடி ஓடி வரும்படி ஆயிடுத்து”

“என்ன சொல்றேள்?”

“ஒரு வயசான பெரியவர் அறுவது எழுவது வயசு இருக்கும். தலையிலே காந்தி குல்லாய், கதர் வேஷ்டி, கதர் சட்டை போட்டுண்டு ‘மகாத்மா காந்திக்கு ஜே’ ‘வந்தே மாதரம்’னு கோஷம் போட்டுண்டே அவர் பாட்டுக்கு தெரு ஓரமாப் போயிண்டிருந்தார். எங்கதான் பதுங்கி இருந்தானோ பாவி திடீர்னு ஒரு மலபார் போலீஸ்காரன் புலி மாதிரி அவர் மேல பாஞ்சு அடிச்சு நொறுக்கிட்டான். இரத்தம் சொட்டச் சொட்ட பெரியவர் மயங்கி விழுந்துட்டார். நேக்கு மனசு கேக்கலே. ஜட்காலே பெரியவர தூக்கிப் போட்டுண்டு ஆஸ்பத்திரிக்கி ஓடினேன். பெரியவருக்குத் தலையில நாலஞ்சு தையல் போட்டா. பயமில்லைன்னு தெரிஞ்சப்பறம் அவர் சொல்ற இடத்துல இறக்கி விடச் சொல்லி ஜட்காகாரன்ட்டே ஏற்பாடு பண்ணி கொஞ்சம் காசையும் குடுத்துட்டு அரக்கப்பறக்க ஓடி வரச்சே வண்டி கிளம்பிடுத்து” என்றான்.

“இன்னிக்கி அந்தப் பெரியவராத்திலே உங்களப் பத்தித்தான் பேசிண்டிருப்பா” என்று புன்னகைத்தாள் சியாமளா.

“பேசறாளோ இல்லையோ... பாத்துட்டு நமக்கென்னன்னு வர முடியறதா? அப்பிடி வந்திருந்தா குற்ற உணர்ச்சி கொன்னுருக்கும்.”

அது சரிதான் என்று சியாமளாவுக்குத் தோன்றிற்று.

“பத்திரிகை குடுக்க எங்காத்துக்கு வந்திருந்தையே அப்போ ரெண்டு நாளைக்கு முன்னயே மதராசுக்குப் போப் போறதாச் சொல்லலையோ நீ?” என்று அன்னலட்சுமி அம்மாள் கேட்டார்.

“ஆமாம் மாமி. திடீர்னு அம்மைக்கு உடம்பு முடியாமப் போயிடுத்து.”

“என்னாச்சு?”

“மூச்சுத் திணறல் ஜாஸ்தியாய் பிழைப்பளான்னு ஆயிடுத்து. அம்மை இப்பிடி இருக்கச்சே, எப்பிடி ஊருக்குப் போக மனசு வரும் சொல்லுங்கோ!”

“வாஸ்தவம். இத்தனை வருஷமா இல்லாத வியாதியா... அப்போல்லாம் தாங்கலையா? இப்போ மட்டும் படுத்துவானேன்? உள்ள இருந்த ஸ்வாமி போனப்பறம் பொம்மனாட்டிக்கி ஏது பெலம்? அதுதான் முறுக்கிப் பிழியறது” என்று மாமி பெருமூச்சு விட்டார்.

மாமி சொல்வது நிஜம்தான் என்று தோன்றிற்று.

“என்ன சேறது. கவலை அவளை அரிக்கறது. அதுவும் உன்னப் பத்தின கவலை...”

“என்ன மாமி சொல்றேள்?”

“என்னடா அம்பி தெரியாத மாதிரி கேக்கறாய்? உன் கல்யாணம் பத்தி அம்மைக்குக் கவலை இல்லாத இருக்கும்னு நினைக்கறயா? சொல்லப் போனா அவள அரிச்சிண்டிருக்கற பெரிய கவலையே அதுவாத்தான் இருக்கும்னு நேக்குத் தோணறது.”

“ஏன் அப்பிடிச் சொல்றேள்?”

“ஒங்கம்மை இதை எப்பிடி எடுத்திண்டிருப்பள்னு என்னிக்காவது யோசிச்சிருக்கையோ? சாதாரண விஷயமா இது? எல்லாராலயும் சட்டுனு ஏத்துண்டுட முடியாது ரகு. அப்பிடி ஏத்துக்கணும்னு கட்டாயம் ஒண்ணுமில்லை. எங்கள மாதிரி அக்ரஹாரத்திலயே அடைஞ்சு கிடக்கிற பொண்கள் லேசுல உடச்சிண்டு வெளில வர முடியாது. அப்பிடிக் கட்டி வெச்சிருக்கு. காலம்காலமா உருவேத்தி பாசி பிடிச்சுப் போயிருக்கு. இதுல ஒங்கம்மையைக் குத்தம் சொல்லி என்ன பிரயோஜனம் சொல்லு?” என்று அவன் முகம் பார்த்துக் கேட்டார். மாமியின் பேச்சு அம்மாவின் மனசைத் திறந்து காட்டுவது போல ரகுவுக்குத் தோன்றிற்று.

“அதுக்காக?”

“ஒண்ணும் பண்ணச் சொல்லலை. எல்லாரும் நன்னா இருக்கணும். சந்தோஷமா வாழணும். அதுக்காக ஒங்கம்மை நிர்கதியா நிக்கணும்னு ஒண்ணுமில்லையே...”

“அப்போ மேகலாவைக் கல்யாணம் பண்ணிக்க வேண்டாங்கிறேளா?”

“நான் அப்பிடிச் சொல்லலை.”

“அப்பறம்?”

“உன்னோட கல்யாணத்துக்கப்பறம் அம்மை எங்க இருப்பள்?”

“ஏன் எங்களோடதான்.”

“இருப்பளோ?”

“ஏன் அப்பிடிக் கேக்கறேள்?”

“வார்ப்பு அப்பிடி. தப்பா சரியாங்கறது வேற. ஒட்டாது. அதான் நிஜம்!”

“அதுக்கு?”

“அவளப் புரிஞ்சுக்கோ. அவள் எப்பிடி இருக்காளோ அப்பிடியே ஏத்துக்கோ!”

“புரியலை.”

“கண்ணப்பர் தான் சாப்பிட்டுப் பாத்த மாமிஸத்த பகவானுக்கு ஆத்மார்த்தமா நைவேத்யம் பண்ணார். ஸ்வாமி கோச்சுக்கலை; ஏத்துண்டார். ஆனா நாம மனுஷா... மனசெல்லாம் அஞ்ஞானம் ரொம்பிக் கெடக்கு. அப்பிடி இருக்கச்சே, அந்தப் பொண் சமைச்சதை சாப்பிட்டுண்டு உங்களோடவே இருப்பளா உங்கம்மை? அப்பிடி இருந்தாள்னா அதவிட சந்தோஷம் இருக்க முடியாது. அப்பிடி இல்லேன்னா கோச்சுக்க முடியுமோ? வலிஞ்சு கட்டி இழுக்க முடியுமோ? முடியாது. சரி. அதுக்காக எக்கேடும் கெட்டு ஒழியட்டும்னு விட்டுட முடியுமா? அவ வயத்திலே இருந்த ரணம் இருக்கே. அதைத் தீக்க வேண்டாமா? இல்லேன்னா அம்மாவ நாம வெச்சுக் காப்பாத்தறத்துக்கு இல்லையேங்கற வேதனை ஆறாத ரணமா உனக்குள்ளே இருந்துண்டே இருக்கும். வயசான காலத்திலே பெத்த தாய நிர்க்கதியா தவிக்க விடறது மகா பாவம். அதனாலே...”

“சொல்லுங்கோ!”

“ஒரே ஆத்துல கீழயும் மேலயுமா தனித்தனியா சமச்சுச் சாப்டுண்டு இருக்கலாம். அதுவும் பிடிக்கலையா எங்கையாவது

உன் பார்வையிலே இருக்கறாப்பிலே தனியா சமைச்ச சாப்டுண்டு இருக்கட்டும். ஆனா சங்கரன்கோவில்லே இதெல்லாம் சாத்தியமோ? நீயும் ஒம் பொண்டாட்டியும் கையக் கோத்துண்டு சகஜமா தெருவில நடக்க முடியுமோ?"

ரகுவிற்கு வாயடைத்துப் போயிற்று. நிஜம் முகத்தில் அறைந்தது. கொஞ்ச நேரம் யாரும் பேசவில்லை. ஜன்னலுக்கு வெளியே வயல்வெளிகள் அருகே வருவது போலத் தோன்றி வேகமாய் விலகிப் போயின. ஜன்னலின் சதுரம் நிழலாய் வழியெங்கும் விழுந்துகொண்டே வந்தது. சங்கரன்கோவில் உலகம் இல்லை. உலகம் பெரிது. ஆனால் எல்லா அக்ரஹாரங்களும் ஒன்று போலத்தான் இருக்கும். இதுதான் நிஜம். என்ன செய்ய முடியும் அதற்கு?

"உன்னோட கல்யாணம் பத்திப் பேசறதுக்கு உங்கப்பா எங்காத்துக்கு வந்திருந்தாரே ஞாபகம் இருக்கோ?" என்று, நினைத்துக் கொண்டவர் போல மாமி கேட்டார்.

ரகுவுக்கு அந்த நாள் ஞாபகம் வந்தது. மறக்கக் கூடிய நாளா அது…

"சொல்லுங்கோ!"

"அன்னிக்கித் தற்செயலா சியாமளாவத் தேடிண்டு மேகலா வந்திருந்தா. எங்காத்து சமையல் உள்ளேதான் உக்காந்துண்டு இருந்தா. அவள் போனப்பறம் அண்டை அயல்லே யாரு யாருன்னு தொளச்சு எடுத்துட்டா. சியாமளாவோட சிநேகிதி பட்டணத்திலே படிக்கறான்னு சொல்லி சமாளிச்சேன். பின்னே மாயன் பொண்ணுன்னா சொல்ல முடியும்?" என்று யதார்த்தமாகத்தான் மாமி சொன்னார். ஆனாலும் ரகுவுக்குக் கஷ்டமாகத்தான் இருந்தது.

"மேகலா போனப்பறம் அவள் ஒக்காந்த இடத்த நல்லவேளையா அலம்பித் தள்ளாமப் போனேளே…" என்றான் ரகு குரலில் உஷ்ணம் தொனிக்க.

"வாஸ்தவம். நிஜம்மா சொல்லணும்னா நான் பழைய அன்னமா அதாவது சியாமளாவோட அப்பாவக் கல்யாணம் பண்ணிக்காத பழைய அன்னமா இருந்திருந்தா அந்தப் பொண்ணு ஒக்காந்துண்டு இருந்த இடத்தை அலம்பித்தான் தள்ளி இருப்பேன்.

நல்லவேளை அப்படிச் செய்யலை. காரணம் இவ அப்பா. அவா இதிலேர்ந்தெல்லாம் எப்பவோ வெளீல வந்துட்டா. மனசு விசாலமா வெச்சுண்டு பேதம் பாக்காமே எல்லார் மனசையும் குளிரப் பண்ணிண்டு. அது எல்லாருக்கும் வராது. அதுக்கு ஒரு மனசு வேணும். பக்குவம் வேணும். நேக்கு அந்தப் பக்குவம் வந்துடுத்தா தெரியலை. ஆனா பூவோட சேந்த நாரும் கொஞ்சம் மணக்குமோல்லியோ?" என்று மாமி சிரித்தார்.

"மேகலாவோட ஜாதி அதுதான் அவளோட தகுதிக் குறைவுக்குக் காரணம்னு நினைக்கறேளா?"

மாமி அவனை உற்றுப் பார்த்தார். சொன்னார்.

"அது அவளோட தகுதிக் குறைவு இல்லே. நம்மோட தகுதிக் குறைவு."

"மாமீ..."

ரகு சற்றேறக்குறைய அலறியே விட்டான். சியாமளா கூட இப்படியொரு பதிலை அம்மாவிடம் இருந்து எதிர்பார்க்கவில்லை. அவளும் திகைத்துப் போயிருந்தாள். மாமி சாதாரணமாகச் சொல்ல ஆரம்பித்தாள்.

"அதிர்ச்சியா இருக்கா? ஆனா அதுதானே நிஜம்? உச்சாணிக் கொம்பிலே உக்காந்துண்டு இருக்கோம்கிற அகம்பாவம் யாருக்கு இருக்கு? நமக்கா அவாளுக்கா? அதுதானே ஆடச் சொல்றது. இல்லேங்க முடியுமோ? இது நம்மோட தகுதிக் குறைவில்லாமே வேறென்ன?" என்று மாமி தெளிவாகக் கேட்டார். அம்மையை நினைத்து சியாமளாவுக்குப் பெருமையாக இருந்தது.

மணியாச்சியில் வண்டி சிறிது நேரம் நின்றது. குமரேசன் வந்தான். பழங்களைக் கொடுத்தான். கை ராட்டையை வாங்கிக் கொண்டான். அன்னலட்சுமி அம்மாளையும் அன்பாக விசாரித்தான்.

"கல்யாணத்துக்குப் பதினஞ்சு நாள் முன்னதான் வராப்பிலே இருக்கும். அதனாலே நாம அட்வான்ஸ் குடுத்திருக்கிற எல்லார் கிட்டேயும் போய் ஞாபகப்படுத்திடு என்ன."

"சரி."

"நீதான் அப்பப்போ ஒரு நடை போய் அம்மையைப் பாத்துக்கணும். நீ ஊர்ல இல்லேன்னா உன் தம்பி கதிரையாவது

போய் விசாரிக்கச் சொல்லு... எதா இருந்தாலும் எனக்கு ஃபோன் பண்ணு. அப்பறம் ஒரு முக்கியமான விஷயம் குமரேசா..."

"சொல்லுங்க அண்ணாச்சி!"

"பேசாம இந்த மைதிலிய ராட்டைய நூத்துண்டு ஆத்தோட இருக்கச் சொல்லு. அடுத்தாப்பிலே கல்யாணம் ஆக வேண்டிய பொண்ணு. கள்ளுக்கடை மறியல், அன்னியத்துணி பகிஷ்கரிப்புன்னு இது பாட்டுக்குப் போறது... ஆத்துல இருந்துண்டே ராட்டைய நூத்துண்டிருந்தா காந்தியென்ன கோச்சுக்கவா போறார்?"

"என்ன அண்ணாச்சி எதுக்குப் பயப்படுதிய? நாங்கள்லாம் இல்லையா பாத்துக்கிட மாட்டமா?"

"நீ சொன்னாச் சரி. அப்போ வரட்டுமா?"

"சரி. அண்ணியப் பாத்தா நான் கேட்டேன்னு சொல்லுதியளா?"

ரகு ஊமையாய்த் தலையாட்டினான். வண்டி ஊதிக் கொண்டு நகர்ந்தது.

சாப்பிட்ட பிறகு சியாமளாவும் அவனும் கொஞ்ச நேரம் பேசிக்கொண்டிருந்தார்கள்.

"எல்லாருக்கும் பத்திரிகை குடுத்தாச்சா?"

"மதராசிலே என்னோட சிநேகிதா கொஞ்சம் பேர் இருக்கா. அவாளுக்குக் குடுக்கணும். அப்பறம் ஆபீஸ் ஸ்டாஃப், அப்பறம் சௌகார்பேட் சேட் குடும்பத்துக்கு அவசியம் குடுக்கணும்."

"அவ்வளவுதானா?"

"ஆமாம்."

"அப்போ மேகலாவுக்கு?"

"... ... ..."

"அவ வர வேண்டாமா கல்யாணத்துக்கு?"

"அப்பிடி நான் நினைப்பேனா சியாமளா? இந்தக் கல்யாணத்திலயாவது மேகலாவப் பாக்க மாட்டோமான்னு என் மனசு எவ்வளவு துடிக்கறது தெரியுமா? அவ வரதை விட சந்தோஷம் உண்டா நேக்கு?"

"அப்பறம்?"

“அவ வரக் கூடாதாம். வந்தா அவர் வந்து கல்யாணத்த நடத்தித் தர மாட்டாராம். எங்காத்துப் பெரிய மனுஷன் சொல்றார்.”

“யாரு ஓங்க பெரியப்பாதானே? அவர் அப்பிடிச் சொல்லலைன்னாதான் ஆச்சர்யம். அதுக்காகப் பத்திரிகை குடுக்காம இருப்பேளா?”

“குடுத்துட்டு வராதேன்னா நன்னா இருக்குமா?”

“மொதல்ல பத்திரிகை குடுங்கோ. நான் பேசிக்கறேன் அவ கிட்ட.”

“பாக்கப் போறயா அவளை?”

“நிச்சயமா.”

“பேசுவளா?”

“எங்கிட்ட பேசறதுக்கென்ன?”

“விலகினாப்பலே இருக்காளே...”

“அதான் ஏன்னு தெரிஞ்சிக்க வேண்டாமா?”

“தெரிஞ்சுக்கணும். ஆனா நான் அனுப்பினேன்னு நினச்சுண்டாள்னா... கோபப்பட்டாள்னா?”

“பயப்படாதேள். அவ மனசறிஞ்சு பேச என்னால முடியும்.”

“சந்தோஷம். அப்பிடி அவ முகம் கொடுத்துப் பேசினாள்னா நான் காத்திண்டிருக்கேன்னு மட்டும் ஒரு வார்த்தை சொல்லு” என்றான் ரகு.

அவன் குரல் தழதழப்பது போல சியாமளாவுக்குத் தோன்றிற்று. சியாமளா ஒருக்களித்துப் படுத்துக்கொண்டாள். ரகு கண்களை மூடிக் கொண்டான். மேகலாவின் பிம்பம் மனதில் நிழலாடிற்று.

❖❖❖

35

சியாமளா டிராமில் இருந்து இறங்கினாள். வெயில் முள்ளாய்க் குத்திற்று. கழுத்திலும், நெற்றியிலும் 'கசகச'வென்று வியர்வை பொங்கிற்று. ஆனாலும் மேகலாவைப் பார்க்கப் போகிறோம் என்ற சந்தோஷத்தில் வெயிலையோ பொங்கிய வியர்வையையோ பொருட்படுத்தத் தோன்றவில்லை. எத்தனை மாதமாயிற்று அவளைப் பார்த்து? மதராசுக்கு வந்த மறுநாளே சியாமளாவுக்கு இருப்புக் கொள்ளவில்லை. மேகலாவைப் பார்க்க வேண்டுமென்ற தவிப்பு அதிகரித்துக் கொண்டே போயிற்று. அதற்குக் காரணமும் இருந்தது. படிப்பு முடிந்ததும் மேகலா ஊருக்கு வரவில்லை. அத்தை வீட்டிலேயே தங்கி விட்டாள். ரகுவிடம் இருந்து விலகி இருப்பதற்காகவே அவள் அப்படிச் செய்திருக்க வேண்டுமென்று சியாமளாவுக்குத் தோன்றிற்று. அதில் உள்ள அபத்தம் அவளுக்குப் புரியாமல் இல்லை. விலகி இருப்பது என்று முடிவு செய்துவிட்டால் ஒரே அறையில் இருந்து கொண்டும் விலகி இருக்கலாமே. அதற்கு ஏன் அத்தை வீட்டில் போய் ஒளிந்து கொள்ள வேண்டும்? அப்படி என்னதான் நடந்து விட்டது? ரகுவையும் மேகலாவையும் அவளுக்குத் தெரியும். அவர்கள் இப்படி இருக்கக்கூடியவர்கள் இல்லை. எப்படியோ ஒரு திரை விழுந்து விட்டது. விலகல் வந்து விட்டது. இதில் ரகுவின் தவறு எதுவுமிருப்பதாகத் தெரியவில்லை. இவள் ஏன் ஓடி ஒளிய வேண்டும்? ஏன் ரகுவிற்கு அப்படியொரு கடிதம் எழுத வேண்டும்? மேகலாவின் மௌனம் கலைந்தால் போதும். திரை விலகி விடும். ஒரு நல்ல சிநேகிதியாக அது தன் கடமை என்று சியாமளா நினைத்தாள்.

மேகலா வீட்டில் இல்லை. ஜமீலாவைப் பார்க்க விடுதி அறைக்குப் போயிருப்பதாக மேகலாவின் அத்தை சொன்னார். சியாமளா சொல்லிக்கொண்டு கிளம்பினாள்.

தக்களியில் நூல் நூற்றுக் கொண்டிருந்த மேகலா சியாமளாவைப் பார்த்ததும் எழுந்து ஓடி வந்தாள்.

"வா சியாமளா... என்னடி ஆச்சரியமா இருக்கு... வா வா..." என்று முகமும் கண்களும் மலர கைகளைப் பற்றிக் கொண்டாள். குரல் கேட்டு ஜமீலா வந்தாள்.

"வாங்கக்கா! எப்ப வந்தீங்க?" என்றாள்.

"இப்பத்தான் வந்தேன். கல்யாணமாமே... கேள்விப்பட்டேன். மை அட்வான்ஸ்டு கங்கிராஜூலேஷன்ஸ்!"

"தாங்யுக்கா!"

"கேட்டையோ நிக்கா பண்ணிண்டு துபாய் போப் போறாளாம்!"

"அப்போ படிப்பு?"

"இனிமே அவ படிக்கப் போறது காமர்ஸ் இல்லே. வேற!" என்றாள் மேகலா.

"போங்கக்கா" ஜமீலா துள்ளலுடன் டீ போடப் போனாள்.

"மெட்ராசுக்கு எப்போ வந்தே சியாமளா?"

"ரெண்டு நாளாச்சு."

"எப்பிடிடி இருக்கே?"

"ஐ யம் ஃபைன். நீ எப்பிடி டி இருக்கே? அதச் சொல்லு?"

"நேக்கென்னடி நான் நன்னாத்தான் இருக்கேன்" என்று மலரச் சிரித்தாள். ஆனால் நிலவையும் நட்சத்திரங்களையும் தொலைத்துவிட்ட வானம் போல ஒரு வெறுமை மேகலாவின் முகத்தில் ஒட்டிக் கொண்டிருப்பது போல சியாமளாவுக்குத் தோன்றிற்று.

"ஏண்டி மொட்டை மாடிக்குப் போயிடலாமா?"

"நேக்கும் அப்பிடித்தான் தோணித்து" என்ற மேகலா "அப்பா எப்பிடி இருக்கார்?" என்று கேட்டாள்.

"பரவால்லையே எங்கப்பாவக் கூட ஞாபகம் வெச்சுண்டிருக் கையே..." என்ற சியாமளாவிடம்,

“அப்பிடி யாரடி மறந்துட்டேன்?” என்றாள் மேகலா.

“ஏன் நோக்குத் தெரியாதா?” படிகளில் ஏறிக்கொண்டே சியாமளா கேட்டாள்.

மேகலா அதற்குப் பதில் சொல்லவில்லை.

மாடி முழுவதும் தண்ணீர் தெளித்து குளிர்ந்து கிடந்தது. மேற்கு வானத்துக்கு அப்பால் யாரோ அழைத்தது போல ஆரஞ்சு நிறச் சூரியன் அவசரமாகச் சரிந்து கொண்டிருந்தது. மார்புக்குக் குறுக்கே கைகளைக் கட்டிக் கொண்டு சுவரில் சாய்ந்தபடி, சியாமளா சாயங்கால வானத்தின் மாயாஜாலத்தையும் மேகலாவையும் பார்த்துக் கொண்டிருந்தாள். மேகலா தரையில் உட்கார்ந்து நூற்றுக் கொண்டிருந்தாள். எப்போது இப்படி ஆனாள் இவள்? எதற்காக இந்தத் தவம்? பொக்கை வாய்க் கிழவன் சொன்ன ஒரு வார்த்தைக் காகவா? இல்லை, தன்னைத் தொலைத்துக் கொள்ளவா?

“இப்போதைக்கு தவம் கலையாது போலிருக்கேடி?” சிரித்துக் கொண்டே சியாமளா கேட்டாள். பக்கத்தில் வந்து உட்கார்ந்து கொண்டாள்.

“தவமா... என்னடி சொல்ற?”

“வந்து இவ்வளவு நேரமாச்சு. ஒரு வார்த்தை கூடப் பேசாம நீ பாட்டுக்கு நூத்துண்டே இருந்தா தவமில்லாமே வேற என்னடி? இந்தியாவுக்கு சுதந்திரம் வாங்கிக் குடுத்துட்டுத்தான் தவம் கலையும் போல இருக்கு?” என்று மறுபடியும் சிரித்தாள்.

மேகலா தக்ளியைக் காய்ந்த இடமாகப் பார்த்து வைத்தாள்.

“ஆமாம் நீ எப்போ சத்தியாகிரகி ஆனே?”

“நான் ஒண்ணும் சத்தியாகிரகி இல்லே.”

“அப்பறம்?”

“சாதாரண சேவகி”

“யாருக்கு?”

“மகாத்மாவுக்கு. அவரோட தேச சேவைக்கு, அவர் காட்டின அன்பு நெறிக்கு, அகிம்சை வழிக்கு.”

“அஹிம்சைன்னா?”

“இம்சை பண்ணாம இருக்கறது.”

“யாருக்கு?”

“தனக்கு ஹிம்சை பண்றவாளுக்கும்.”

“அதாவது யாராவது நம்மத் தாக்க வந்தாலும் அதச் சகிச்சுண்டு, அவாளத் திருப்பித் தாக்காம அவா மேல அன்பு செலுத்தணும் சரியா?”

“சரி.”

“அப்போ தன்னைத் தாக்காதவாளையும் இம்சை பண்ணா... தனக்குத்தானே இம்சை பண்ணிண்டா?”

“என்ன சொல்றே நீ?”

“புரியாத மாதிரி கேக்கறே?”

“சத்தியமாப் புரியலை.”

“நிஜம்மாவா?”

“நிஜம்மா.”

“யார் மேல நோக்குக் கோவம்?”

“யார் மேலயும் இல்லை.”

“அப்பறம் எதுக்குடி இந்த வேஷம்?”

“வேஷமா?”

“வேஷமில்லாத வேறென்ன? மனசத் தொட்டுச் சொல்லு... மகாத்மாவோட கொள்கைகள்ல ஈர்க்கப்பட்டா தக்ளி நூக்கறே?”

“பின்னே?”

“பொய். உனக்குத் தப்பிச்சுக்கணும்.”

“யாரு கிட்ட இருந்து?”

“உங்கிட்ட இருந்து. உன் மனசாட்சி கிட்ட இருந்து, அது கேக்கற கேள்வி கிட்ட இருந்து. அதுக்கு ஒனக்கு ஒரு புகல் வேணும். தேச சேவை, மகாத்மான்னு ஏமாத்திண்டு ஒளிஞ்சுக்கணும். அன்னிக்குப் போட்டதும் வேஷம். இன்னிக்குப் போடறதும் வேஷம்.”

“அன்னிக்கு என்னடி வேஷம் போட்டேன்?”

“ஆண்டாள் வேஷம் போடலை நீ?”

மேகலாவின் முகம் வெளிறிற்று.

"அது வந்து... அது வந்து..." திணறினாள்.

"அன்னிக்கு ஆண்டாள் வேஷம் போட்டு ரகுவ ஏமாத்தினே. இன்னிக்கு சேவகி வேஷம் போட்டு உன்னையே ஏமாத்திக்கறே. இல்லேன்னு சொல்லுடி பாப்போம்?"

"இல்லை... இல்லை..."

"என்னடி இல்லை? நீ ரகுவ நேசிச்சது இல்லையா? அவர அரங்கனா வரிச்சுத் தவமா இருந்தது இல்லையா? அத மறக்க முடியாமே உன்னையே ஏமாத்திண்டு சேவகி வேஷம் போட்டுண்டு இருக்கியே இது இல்லையா? இதுல எதுடி இல்லை?"

சியாமளாவின் குரல் சற்றே உயர்ந்திருக்க வேண்டும். கண்கள் மினுங்க மேகலா சியாமளாவைப் பார்த்தாள். அடிபட்ட பறவையின் வலி அந்த முகத்தில் தெரிவதை சியாமளாவால் உணர முடிந்தது.

"ஸாரி டி மேகலா""

"நோக்கு என்ன வேணும்?"

மேகலாவின் குரலில் வலியும், தன்னிரக்கமும் இருந்தன.

"உண்மை..."

"என்ன உண்மை?"

"இந்த நிமிஷம் உம் மனசிலே ரகு இல்லைன்னு சொல்லு!"

"எப்பவும் அவர் எம் மனசுலதான் இருக்கார்."

"அப்பறம் கல்யாணம் பண்ணிக்கறதுக்கு என்னடி?"

"முடியாது."

"அதான் ஏன்?"

"முடியாதுன்னா விடேன்!"

"அப்பிடி விட முடியாது. வெறுமே தக்ளி நூத்தே பாவத்தத் தொலைச்சுடலாம்னு பாக்கறையா?"

"பாவமா?"

"பின்னே மனசச் சாகடிக்கறது பாவமில்லையா? உன்னக் காதலிச்சதைத் தவிர ரகு செஞ்ச பாவம் என்ன? நீ பொறந்ததிலேர்ந்து உன்னை ஆசையா பொத்திப் பொத்தி வளத்ததைத் தவிர உங்க

அத்தை செஞ்ச பாவம் என்ன? அப்புறம் நான் என்னடி பாவம் செஞ்சேன் நோக்கு? சொல்லுடி... இப்பிடி எல்லாரோட மனசையும் நோக அடிக்கறது பாவமில்லையா?"

"அதை விட சத்தியத்தை மீறி நடக்கறது மகா பாவம் இல்லையா?"

"சத்தியமா? யாருக்குடி செஞ்சு குடுத்தே?"

"... ... ... "

"இதப் பாருடி நீ இப்பிடி உள்ள வெச்சுண்டு வேகறது சரியில்லை. யாருக்கோ நீ செஞ்சு குடுத்த சத்தியம் உன் வாழ்க்கையையே அழிக்கும்னா அதப் பாத்துண்டு சும்மா இருக்க முடியாது. யாரோ எமோஷனலா உன்ன எக்ஸ்பிளாயிட் பண்ணா நீயும் தலையாட்டிண்டு வாழ்க்கையைத் தொலைச்சுட்டு நிப்பியா?"

மேகலா கீழிறங்கிப் போனாள். ஒரு கடிதத்தைக் கொண்டு வந்து சியாமளாவிடம் கொடுத்தாள்.

அந்தக் கடிதம்...

36

"இந்த லெட்டரப் படிச்சுப் பாரு சியாமளா. இதப் படிச்சேன்னா நான் ஏன் அப்பிடியொரு கடிதாச ரகுவுக்கு எழுதினேன்னு நோக்குப் புரியும்" என்ற மேகலா கடிதத்தை சியாமளாவிடம் கொடுத்தாள். சியாமளா கடிதத்தைப் பிரித்தாள். நுணுக்கி நுணுக்கி பென்சிலால் அந்தக் கடிதத்தை ரகுராமனின் அம்மா மங்களம் மேகலாவுக்கு எழுதி இருந்தாள். மேகலாவை உடைத்துப் போட்ட அந்தக் கடிதத்தை சியாமளா வாசிக்க ஆரம்பித்தாள்.

"நீ யாரோ, யார் பெத்த பொண்ணோ நேக்குத் தெரியாது. தெரிஞ்சுக்கவும் விரும்பலை. எதுக்குத் தெரிஞ்சுக்கணும் சொல்லு? நீ என்ன நேக்கு ஒட்டா உறவா? நீ யாரா இருந்தாலும் சரி. ஷேமமா இரு. நன்னா இரு. இரு என்ன இருக்கணும். இருப்பே. நோக்கு எழுத வேண்டாம்னுதான் நினச்சேன். ஆனா நேக்கு வேற வழி தெரியலை. ஏற்கனவே புருஷனப் பறிகொடுத்துட்டேன். இப்போ புள்ளையையும் எங்கே பறிகொடுத்துடுவேனோன்னு பயமா இருக்கு. அதனாலதான் உனக்கு எழுதறேன். சாட்சிக்காரன் கால்ல விழறதைவிட சண்டைக்காரன் கால்ல விழறது மேல் இல்லையா? ஆம்படையானப் பறிகொடுத்துட்டு ரெண்டு பொண் குழந்தைகள வச்சுண்டு அதுகள் எப்படிடா கரையேறப் போறதுன்னு தவியாத் தவிச்சுண்டு இருக்கேன். அத நினச்சாலே பகீர்ங்கறது. வயத்தக் கலக்கறது. பெத்த பிள்ளை இல்லையான்னு கேப்பே. இருந்தான். எம்பிள்ளையா ஒரு காலத்திலே. இப்போ இல்லை. தவமாத் தவமிருந்து பெத்த பிள்ளை. அம்மா அம்மான்னு என்னையே சுத்திச் சுத்தி வந்துண்டு இருந்த குழந்தை. அவன வளத்து ஆளாக்கி வெச்சிருந்தா, படுபாவி நீ வந்து அதையும் இதையும் காட்டித் தட்டிப் பறிச்சுண்டு போயிட்டே. நீ புண்ணியம் பண்ணி இருக்கே.

பூர்வத்திலே நல்ல பூ போட்டு அர்ச்சனை பண்ணி இருக்கே. இல்லைன்னா எம் புள்ள மாதிரி ஒரு நல்ல பிராமணப் பையன் கிடைச்சிருப்பனோ நோக்கு? யார் குடியைக் கெடுத்தேனோ என்ன பாவஞ் செஞ்சேனோ... யார் வயத்தெரிச்சலைக் கொட்டிண்டனோ தெரியலை. புருஷனைப் பறிச்சு முண்டச்சியா மூலைலே உக்கார வெச்ச தண்டனை போறாதுன்னு அந்தப் பாழும் தெய்வம் ஒரு கீழ் ஜாதிப் பெண் நேக்கு மாட்டுப் பொண்ணா வரணும்னு தலையிலே எழுதி இருக்கணுமோ? வேண்டாம்டி வேண்டாம். ஆயிரம் பேர் ஆயிரம் சொல்வா. இதெல்லாம் சரிப்படாது. ஒட்டாது. நாங்க வேற; நீங்க வேற. வேண்டாம். சொன்னாக் கேளு. உங்கிட்ட மடிப்பிச்சை கேக்கறேன். எம் பிள்ளைய என் கிட்ட திருப்பிக் குடுத்துடு. அவன மறந்துடு. ஒரு பிராமண விதவையோட வேதனை என்னன்னு நோக்குத் தெரியாது. எங்கடவாள்லே ஆத்துக்காரனப் பறிகொடுத்த பொம்மனாட்டிக்கு பிஞ்ச துடைப்பக்கட்டைக்குக் குடுக்கற மரியாதை கூடக் குடுக்க மாட்டா. தலையச் சிரச்சு முண்டனம் பண்ணி நார்மடி உடுத்தி மூலைலே உக்கார வெச்சுடுவா. முண்டச்சி பாவத்தக் கொட்டிக்காதே. நான் வயிறு எறிஞ்சு சபிச்சேன்னா நீ நாசமாப் போவே. உன் வம்சமே மண் மேடாப் போயிடும். அதனாலதான் சொல்றேன். ஒரு பிராமணன் குடும்பத்த அழிச்ச பாவம் நோக்குச் சேர வேண்டாம். என்ன பாவஞ் செஞ்சேனோ தெரியலை. கண்டதுகள், கழிசடைகள் கிட்டேயெல்லாம் மடிப்பிச்சை கேக்கும்படியா தெய்வம் வெச்சுடுத்து. எல்லாம் என் தலை எழுத்து. இல்லேன்னா கண்ணாடிக் கல்லை வைரம்னு நம்பிண்டு உம் பின்னாலே சுத்திண்டு இருப்பனோ எம் பிள்ளை? அவனுக்குத்தான் புத்தி இல்லை. உனக்கெங்கே போச்சு புத்தி? நீ கெட்டிக்காரியாமே... நல்லவளாமே... பாத்தா பிராமணப் பொண்ணாட்டமா இருப்பியாமே, பேசுவியாமே... என் பொண்களே சொல்றா. ஸ்லோகம் எல்லாம் ஸ்பஷ்டமாச் சொல்வியாம்... ரொம்ப சந்தோஷம். அதுக்காக நீ பிராமணப் பொண் ஆயிட முடியுமோ? முடியாது. யார் யாருக்கு என்ன விதிச்சிருக்கோ அதும்படிதான் வாழ ஆசைப்படணும். நோக்கெல்லாம் தலையில ஏறி உக்காந்துக்கணும்னு ஆச வரப்படாது. அதது இருக்க வேண்டிய இடத்திலே இருக்கணும். அதான் எல்லாருக்கும் நல்லது. அதனாலதான் சொல்றேன். எம் பிள்ளையை விட்டுடு. அவனை

அடியோட மறந்துடு. அவன் உன்னை மறக்கணும். வெறுக்கணும். அதுக்கு என்ன செய்யணுமோ செய். எம் பிள்ளை எங்கிட்ட திரும்பி வரணும். அதுக்கு ஏத்தபடி நடந்துக்கோ. நீ எம் மேல ரொம்பவும் மதிப்பும் மரியாதையும் வெச்சிருக்கறதா எம் பெரிய பொண் சொன்னா... அது உண்மைன்னா எம் பிள்ளைய எங்கிட்ட திரும்பிக் குடுத்துடு. ஒரு அபாக்கியவதியான பிராமண விதவைத் தாயாரோட வேதனைய நீ புரிஞ்சுப்பேன்னு நம்பறேன். மறுபடியும் மடிப்பிச்சை கேக்கறேன். எம் பிள்ளையை நேக்குக் குடு. நீ நன்னா இருப்பே".

இப்படிக்கு, அபாக்கியவதி,

மங்களம்.

அந்த நீளமான கடிதத்தை வாசித்த சியாமளா உறைந்து போனாள். கொஞ்ச நேரம் அவளுக்குப் பேச்சே வரவில்லை. அவளால் மேகலாவைப் புரிந்து கொள்ள முடிந்தது.

"இதனாலதான் விட்டு விலகிடணும்னு முடிவெடுத்தயா?"

"வேற வழி... "

"அதான் கடேசி கடேசியா ரகுவப் பாக்கணும்னு வழியனுப்ப இரயில்வே ஸ்டேஷனுக்கு ஓடினியா?"

மேகலா தலையாட்டினாள்.

"நான் மதராஸ் போனா நிச்சயமா மேகலா கிட்டே பேசுவேன்னு ரகு கிட்ட சொன்னப்போ அவர் என்ன சொன்னார் தெரியுமோ?" சியாமளா கேட்டாள்.

"சொல்லு!"

"நீ மட்டும்தான் அவர் மனசிலே இருக்கையாம். உனக்காகக் காத்துண்டு இருக்காராம்!"

"ப்ச்..."

"என்னடி?"

"எதுக்கு ஆசைய வளத்துண்டு."

"ஏண்டி?"

"அந்த அளவுக்கு விட்டுப் போயிடுத்து."

"இதான் உம் முடிவா?"

"அவாத்திலே எல்லாரும் சந்தோஷமா இருக்கணும். அதுக்காக எத வேணும்னாலும் நான் இழக்கத் தயாரா இருக்கேன். ஒரு பிராமணக் குடும்பத்த அழிச்ச பாவம் நேக்கு வேண்டாம். எங்க வம்சம் மண் மேடாப் போ வேண்டாம்"

"போடி பைத்தியக்காரி. அத நினச்சா பயப்படறே? சாபம் பலிக்கறதுக்கு ரகுவோட அம்மா ஒண்ணும் ரிஷி பத்தினி இல்லே. அப்போ ரகு கிட்டே நான் என்னடி சொல்றது?"

"ப்ளீஸ் ஒண்ணுமே சொல்லாதே!"

"ஏண்டி?"

"உண்மை தெரிஞ்சு அம்மாவும் பிள்ளையும் பிரிஞ்சாலும் பிரிஞ்சுடுவா. அந்தப் பாவம் நேக்கு என்னத்துக்கு?"

"அப்பறம் உன் வாழ்க்கை?"

"அவரோட நினைவு போறாதா?"

சியாமளாவுக்கு வருத்தமாக இருந்தது. கோபமாகவும் வந்தது. என்ன பெண் இவள்?

"போடி முட்டாள். இப்பிடி வெறும் நினைவுகளைச் சிலுவையா சுமந்துண்டு வாழவா ரெண்டு பேரும் உயிருக்கு உயிராப் பழகினேள்? மனசுல ஆசய வளத்துண்டேள்? நன்னா யோசிச்சுப் பாரு... நீ பொறந்ததிலேர்ந்து இப்பிடித்தான் பிராமண பாஷை பேசிண்டு இருந்தையா? நீ நீயாவே இரு மேகலான்னு ரகு எத்தனை தரம் சொன்னார். கேட்டையோ? நீதானே ஸ்லோகமெல்லாம் கத்துண்டே. ஒனக்குப் பிடிச்ச மீன் குழம்ப நீதானே விட்டே. இதெல்லாம் எதுக்குடி செஞ்சே வெறுமே ரகுவோட நினைவுகளோட வாழவா? என்ன அபத்தம்டி இது... ஒரு வழியா பாகீரதிக்கு இப்போதான் கல்யாணம் தகஞ்சிருக்கு. வர வைகாசிலே கல்யாணம். அடுத்தாப்பிலே மைதிலிக்கு ஒரு கல்யாணத்தப் பண்ணிட்டு உனக்கும் ரகுவுக்கும் கல்யாணத்தப் பண்ணிடனும்னு எங்கப்பாவும் விஜி மாமாவும் ஒத்தைக் கால்லே நிக்கறா. நீ என்னமோ கோட்டிக்காரி மாதிரி பேத்திண்டு இருக்கே. எந்த அரங்கனா நீ ரகுராமன மனசுல வெச்சுப் பூஜிச்சுண்டு

இருந்தையோ அந்தப் பெருமாள் உனக்குத் துணையா வரணும்" என்றாள் சியாமளா.

"அப்ப என்னடி பண்ணச் சொல்ற என்ன?"

"ரகுவோட அம்மாகிட்டேயிருந்து அப்பிடியொரு கடிதாசே வரலேன்னு நினச்சுக்கோ. அத சுத்தமா மறந்துடு. அந்தக் கடிதாச எங்கிட்ட குடு!"

"ஏண்டி?"

"அது இருந்தா அப்பப்போ படிச்சு மனசு ரணமாகறதுதான் மிஞ்சும். அதனாலதான்!"

மேகலா கடிதத்தைக் கொடுத்தாள்.

"நான் என்ன செய்யணுங்கறே?"

"மனசிலே பொத்தி வெச்சுண்ட பிரியத்தோட அமைதியா பொறுமையா இரு... எல்லாம் சரியாகும். சரி, ரகு கிட்டே நான் என்ன சொல்ல?"

"இப்போ எங்கிட்ட என்ன சொன்னயோ அதையே அவர்கிட்டயும் சொல்லேன்" என்று மேகலா சிரித்தாள். சியாமளா அவளுடன் சேர்ந்து கொண்டாள். மேகலா, ஜமீலா அறையில் இருந்த தன் சூட்கேஸை எடுத்துக் கொண்டாள். இருவரும் ஜமீலாவிடம் சொல்லிக்கொண்டு கிளம்பினார்கள். வெளியே வரும்போது தோழிகள் இருவருடைய கைகளும் பின்னிக் கொண்டிருந்தன.

❖❖❖

37

உ

கோமதியம்மன் துணை

25.4.1930
க்ஷேமம்

சௌபாக்கியவதி சியாமளாவுக்கு, ரகு ஆசீர்வாதம். க்ஷேமம். க்ஷேமத்திற்கு எழுதவும். மாமாவிடமும், மாமியிடமும் என் நமஸ்காரத்தைச் சொல்லவும். உன் அன்பான கடிதம் கிடைத்தது. நீங்கள் நல்லபடியாய் ஊர் போய்ச் சேர்ந்த செய்தி அறிந்து நிம்மதியாயிற்று. உங்கள் பெரியப்பா வீட்டு விசேஷம் முடிந்து உங்களையெல்லாம் ரயிலேற்றி விட்டுத் திரும்பும் போது மனது கனத்துக் கிடந்தது. ஏன் என்று தெரியவில்லை. எப்போதும் இப்படி ஆகி விடுகிறது. நமக்குப் பிரியமானவர்களை ரயிலேற்றி விட்டு வருகிற போது ஏற்படுகிற நெகிழ்ச்சியைத் தவிர்க்க முடிவதில்லை. அப்படி நீ உணர்ந்திருக்கிறாயோ? இதனால் என்னை வழி அனுப்ப மேகலா வர மாட்டாள். ஒரே ஒரு முறை அவசரமாக வந்தாள். எண்ணவோ இனி பார்க்கப் போவதில்லை என்பது போல. ஆனால் அப்படித்தானே ஆகி விட்டது. அவள் வராமலே இருந்திருக்கலாம். ரயிலேற்றி விட்டு வரும்போது சட்டென்று நெகிழ்ந்து போகிற வெறுமை சூழ்ந்து கொள்கிற ஒரு உணர்வைத் தவிர்க்க விரும்புகிறவள், எப்படி இந்தப் பிரிவுத் துயரை சகித்துக் கொள்கிறாள் என்று புரியவில்லை. இருக்கட்டும். நீ சொல்வது போல எல்லாம் சரியாகும். அந்த நம்பிக்கையில்தான் ஒவ்வொரு ஷணமும் ஓடிக் கொண்டிருக்கிறது. நிற்க. உன் கடிதத்தை திரும்பத் திரும்ப வாசித்தேன். ரணமான மனதுக்கு ஒத்தடம் கொடுப்பது போல இருந்தது உன் வார்த்தைகள். உண்மையில் நெகிழ்ந்து போனேன்.

மேகலாவைச் சந்தித்தது பற்றி எழுதி இருக்கிறாய், என்ன பேசினாய் என்று எழுதவில்லை. ஏன் அவள் விலகிப் போனாள் என்ற காரணத்தை நீ எனக்குச் சொல்லவில்லை. வேண்டாம். அது தெரிந்து நான் என்ன செய்யப் போகிறேன்? ஆனால் என்ன மாயம் செய்தாய் பெண்ணே? ஏதோ செய்திருக்கிறாய். ஒரு கதவு மெல்லத் திறந்திருக்கிறது. கீற்றாய் சிறிது வெளிச்சம் எட்டிப் பார்த்திருக்கிறது. அதற்கு நீதான் காரணமாக இருக்க வேண்டும். புரியவில்லையா? நீ நினைப்பது சரிதான். மேகலாவைச் சந்தித்தேன். அவளை அப்படியொரு சூழலில் சந்திக்க நேரிடும் என்று ஒருபோதும் நினைத்திருக்கவில்லை. பார்த்த விநாடியில் ‘நீங்களா?’ என்றாள். ஒரேயொரு விநாடிதான். என் கைகளைத் தேடி இறுகப் பற்றிக்கொண்டாள். அவ்வளவுதான். சரிந்து விட்டாள். நினைவு தப்பி விட்டது. முகமெல்லாம் இரத்தம். குதிரைகளின் காலடிகளில் மிதிபடாமல் புரண்டு, லத்திகளுக்குத் தப்பி அவளை அள்ளிக் கொண்டு, பெரிய ஆஸ்பத்திரியில் சேர்த்துவிட்டு அவள் கண் விழிக்கப் போகும் தங்கத் தருணத்திற்காகக் காத்திருக்கிறேன். இரவு அடர்ந்து கருத்துக் கிடக்கிறது எங்கும். ஒவ்வொரு நிமிஷமும் நரகமாய் நீண்டு கொண்டே இருக்கிறது. அவள் உயிருக்குப் போராடிக் கொண்டிருக்கிறாள். நாற்பத்தியெட்டு மணி நேரம் தாண்ட வேண்டுமாம். அப்புறந்தான் சொல்ல முடியுமாம். சொல்லி விட்டார்கள். பிரார்த்தனை செய் சியாமளா உன் உயிர்த் தோழிக்காக, என் மேகலாவுக்காக.

நீ மாயம் செய்யவில்லையெனில் மரணத்தின் விளிம்பில் அவள் முகத்தில் தோன்றி இருக்குமா அப்படியொரு ஒளி? ஒரு சிறு முறுவல் ஓடி இருக்குமா? மயங்கிச் சரியுமுன் என் கைகளை இறுகப் பற்றிக் கொண்டிருப்பாளா? அந்தக் கைகளின் இறுக்கத்தில் அவள் ஏதோ சொன்னாள். என்ன சொன்னாள்? அந்த ஸ்பரிசத்திற்கு, ஆன்மாவின் பாஷைக்கு என்ன அர்த்தம்? மன்னித்து விடு என்றாளா? காப்பாற்று என்று கெஞ்சினாளா? இல்லை நதி கடலைத் தேடி வந்து விட்டது என்றாளா? எனக்கு அப்படித்தான் தோன்றுகிறது. கடைசியில் இப்படியா ஆக வேண்டும்? உன்னிடம் சொன்னால்தான் ஆறும். என்ன நடந்தது தெரியுமோ?

இப்போதெல்லாம் நம் பெண்கள் முன்னைப் போல் அடுப்படி விறகாய் எரிந்து கொண்டு வீட்டுக்குள்ளேயே அடைந்து கிடப்பவர்களாய் இல்லை, என் மைதிலி உட்பட. அவர்களுக்குச் சிறகு முளைத்து விட்டது. ஆம். சுதந்திரச் சிறகு. இதைக் கிண்டலுக்கு நான் சொல்லவில்லை. அன்னிய ஆதிக்கத்திலிருந்து தேசத்தை விடுவிப்பதற்காகத் தெருவில் இறங்கிப் போராட ஆரம்பித்து விட்டார்கள் நமது பெண்கள். நகரின் கௌரவமான குடும்பத்தைச் சேர்ந்த படித்த பெண்கள் ஆரஞ்சு நிறப் புடவையை உடுத்திக் கொண்டு கடற்கரையில் உப்புக் காய்ச்சி சட்டத்தை மீறுவதைப் பார்க்க முடிகிறது. இப்படித்தான் மேகலாவும் கடற்கரைக்குப் போயிருக்கிறாள். உப்புக் காய்ச்ச அல்ல, ஆந்திர கேசரி திரு பிரகாசம் தலைமையில் நடத்தப்பட்ட கூட்டத்திற்கு வந்திருக்கிறாள். அதை விவரித்தால்தான் புரியும்.

சென்னைப் பட்டணத்தில் 1930 ஏப்ரல் 13ஆம் தேதி திரு பிரகாசம் தலைமையில் சத்தியாகிரகப் போர் துவங்கியதில் இருந்து சென்னைப் பட்டணம் முன் போல இல்லை. ஒரு பதற்றம் தொற்றிக் கொண்டிருக்கிறது. எப்போது சத்தியாகிரகப் படை கிளம்பும், ஊர்வலம் போகும் என்று சொல்ல முடியவில்லை. இதில் ஒரு கொடுமை என்ன தெரியுமோ? நகரிலே மறியல் தொண்டர்களை அடித்து நொறுக்கவும், ஊர்வலங்களைக் கலைக்கவும் மலையாள மொழி பேசும் மலபார் படையைத்தான் பிரிட்டிஷ் அரசு பெரிதும் பயன்படுத்துகிறது. இவர்கள்தான் தெருக்களிலே அதிகம் நடமாடுகிறார்கள். காவல் புரிகிறார்கள். காந்தி குல்லாய் அணிந்தவர்கள் இவர்கள் கண்களில் பட்டு விட்டால் போதும் அவர்களை நாய்களைப் போல நினைத்து வேட்டையாடுகிறார்கள்.

இவர்கள் வியூகம் எப்படி வகுக்கிறார்கள் தெரியுமோ? குறிப்பிட்ட போலீஸ் அணி முதலில் ஒரே கோட்டில் நிற்கும். பிறகு முன்னும் பின்னுமாக இரண்டு அணிகளாகப் பிரிந்து நிற்கும். இப்படி மாறி மாறி நிற்பார்கள். 'ரெடி' என்று ஆணை கிடைத்தவுடன் இரண்டு அணிகளும் தடிகளைத் தங்கள் தோள் உயரத்திற்கு முன்னால் நீட்டி வைத்துக் கொள்ள வேண்டும். 'சார்ஜ்' என்ற குரல் கேட்டவுடன் உறுதியாக நடைபோட்டு, முன்னே சென்று கூட்டத்தினரை தலையிலாவது முகத்திலாவது பலங்கொண்ட

மட்டும் ‘ஹா’ என்ற முழக்கத்துடன் ஓங்கி அடிக்க வேண்டும். கலைகிற கூட்டத்தை துரத்திச் சென்று அடிக்க வேண்டும். பருத்த நீளத் தடிகள் கொடுத்திருப்பது கூட்டத்தைப் பயமுறுத்துவதற்கு அல்லவாம். மூர்க்கமாக அடித்து நொறுக்கவாம். இப்படி தகர்க்கும் படைக்குக் கடுமையான பயிற்சி கொடுக்கப்பட்டிருக்கிறதாம். இப்படியொரு வெறி பிடித்த கும்பலில் மாட்டிக் கொண்டால் என்ன செய்வாள் மேகலாவைப் போன்ற ஒரு பெண்?

நான் பொய் சொல்ல விரும்பவில்லை சியாமளா. அந்த நாள் விடிந்த போது துயரமிக்க ஒரு நாளாக அது இருக்கப் போகிறதென்று நான் நினைத்திருக்கவில்லை. யாருக்குத்தான் அப்படி நினைக்கத் தோன்றும் சொல்லு? பாகீரதியின் கல்யாணத்தையொட்டி கொஞ்சம் ஜவுளி எடுக்கலாம் என்று செளகார்பேட்டை சேட்டினுடைய கிடங்குத் தெரு ஜவுளிக் கடைக்குப் போனேன். அங்கே இருந்து பிராட்வே போக வேண்டி இருந்தது.”

வாசித்துக் கொண்டிருக்கையில் அம்மாவின் குரல் கேட்டது.

“சியாமளா!”

“அம்மா!”

“நீ வல்லையா?”

“எங்கம்மா?”

“என்னடி இப்பிடிக் கேக்கறே. இன்னிக்கு சங்கடஹர சதுர்த்தியாச்சே... பிள்ளையாருக்கு அபிஷேகத்துக்குக் குடுத்திருக்கே. மறந்துட்டையா... வரயோன்னோ?”

“வரேம்மா.”

மேகலா பெயரில் அர்ச்சனை பண்ண வேண்டும் என்று அதற்கான பூஜைப் பொருட்களை எடுத்துக் கொண்டாள். சுவாமி சன்னதியில் கண் மூடி மனம் குவிந்து பிரார்த்தனையில் ஆழ்ந்தாள் சியாமளா.

❖❖❖

38

அபிஷேகம் முடிந்து பிரசாதங்களுடன் வரசித்தி விநாயகர் கோவிலில் இருந்து அம்மாவும் பெண்ணும் வீட்டுக்கு நடந்தே வந்தார்கள். கவலைகளற்று மனம் இறகானது போல இருந்தது சியாமளாவுக்கு. தன் பிரார்த்தனை நிச்சயம் பலிக்கும். மேகலா நல்லபடியாகப் பிழைத்து எழுந்து வருவாள் என்று தோன்றிக் கொண்டே இருந்தது. அவள் மனதைப் படித்தவள் போல அம்மா, “இந்த வரசித்தி விநாயகர் இருக்கார்லியோ வரப்பிரசாதி. கேட்டா கேட்ட வரம் தரவர். நீ வேணாப் பாரேன். மேகலாவுக்கு ஒண்ணும் ஆகாது. அவ நல்லபடியா பொழச்சு எழுந்து வருவா” என்று சொன்னாள். சியாமளாவுக்குச் சிலிர்த்துக் கொட்டிற்று. வீடு வந்ததும் ரகுவின் கடிதத்தை எடுத்து வைத்துக்கொண்டு, விட்ட இடத்திலிருந்து படிக்க ஆரம்பித்தாள்.

“எப்போதுமே ஜன நடமாட்டம் கொஞ்சம் அதிகமாக இருக்கும் பகுதி பிராட்வே. அன்றைக்கு அதிகப் பரபரப்பாக இருந்தது. எங்கு பார்த்தாலும் போலீஸ் தலைகளாக இருந்தன. ஒரு புறம் ஆயுதப்படை, இன்னொரு புறம் குதிரைப் படை. இதைத் தவிர ரிஸர்வ் போலீஸ். எல்லோரும் தயாராக இருந்தார்கள். போலீஸ் கமிஷனர் அனந்தாச்சாரி மிடுக்காகப் போலீஸ் படையைக் கண்காணித்துக் கொண்டிருந்தார். குதிரைப் படைக்குத் தலைவனாக இருந்தது ஒரு பிரிட்டிஷ் சார்ஜன்ட். அவன் அங்கேயும் இங்கேயும் பறந்து குதிரை வீரர்களுக்கு ஆணையிட்டுக் கொண்டிருந்தான். சூழல் அச்சுறுத்தலாகத்தான் இருந்தது. ஆனால் சத்தியாகிரகிகள் அச்சமடையவில்லை.

அவர்கள் ஒரு முன்னூறு பேர் இருக்கலாம். ஓர் ஆணும் ஒரு இளம் பெண்ணும் சத்தியாகிரகப் படையை ஒழுங்குபடுத்திக்

கொண்டிருந்தார்கள். அந்த ஆண் டாக்டர் நடராஜன். அந்தப் பெண் செல்வி துர்க்காபாய் என்று பேசிக் கொண்டார்கள். அவர்கள் இருவரும் தலைமை வகிக்க அந்தச் சத்தியாகிரகப் படை தெற்குத் திசையில் இருந்து ஐ கோர்ட் கடற்கரையை நோக்கி ஊர்வலமாக வந்தது.

"வந்தே மாதரம்!"
"மகாத்மா காந்திக்கு ஜே!"
"உப்பு சத்தியாகிரகத்துக்கு ஜே!"
"ஆந்திர கேசரி பிரகாசத்துக்கு ஜே!"

ஒவ்வொரு கோஷத்திற்கும் முன்னூறு கரங்கள் வான் நோக்கி உயர்ந்தன. குரல்கள் அனைத்தும் ஒன்றாய்க் கலந்து உணர்ச்சியூட்டின. சத்தியாகிரகப் படை உறுதியுடன் சத்திய ஆவேசத்துடன் கோஷங்களை உரக்க முழங்கிக் கொண்டு ஒவ்வொரு அடியாய் கடற்கரை நோக்கி முன்னேறிற்று. ஊர்வலத்திற்குப் பாரா கொடுப்பது போல இரு பக்கமும் போலீஸ் அணி வகுத்து வந்தது. முன்னே ஒரு சிறு படை போயிற்று. பின்னே பெரும் படை. போலீஸ் கமிஷனர் அனந்தாச்சாரி திடீரென உரத்த குரலில் 'சார்ர்ஜ்... என்று கூவினார். இதற்காகவே காத்திருந்தது போல குதிரைப் படைத் தலைவனான வெள்ளைக்கார சார்ஜன்ட் 'ஹோ' என்று முழக்கமிட்டுக் கொண்டே புயல் போலக் குதிரையில் பாய்ந்தான். அவனுடைய குண்டாந்தடி சத்தியாகிரகிகளின் தலையில் இடியென இறங்கிற்று. அவன் குதிரை முன்னங்கால்களை உயர்த்தி, முகத்திலும் மார்பிலும் உதைத்தது. குதிரைப் படை ஊர்வலத்தில் புகுந்தது. எல்லாத் திசைகளிலும் சத்தியாகிரகிகள் சூழ்ந்து கொள்ளப்பட்டார்கள். ஊர்வலத்தைக் கலைப்பதற்காக தடிகளுடன் போலீசார் முன்னும் பின்னும் நடுவிலும் புகுந்து தலையையும் தோள் பட்டையையும் குறி வைத்து ஒரு சத்தியாகிரகி கூட உயிரோடு தப்பி விடக்கூடாது என்பது போல வெறி கொண்டு சரமாரியாய்த் தாக்கினார்கள்.

அதே நேரத்தில் ஐ கோர்ட் கடற்கரையில் பொதுக்கூட்டம் நடைபெற்றுக் கொண்டிருந்தது. கடற்கரையில் நல்ல கூட்டம். ஒரு ஐம்பதாயிரம் பேருக்கு மேலே இருக்கும்னா பாத்துக்கோயேன்.

"பிரிட்டிஷ் ஆட்சியிலே அடக்குமுறை அதிகமாகி விட்டது. அராஜகங்கள் பெருகி விட்டன. வரி விதித்து வரி விதித்து

ஏழையை நசுக்கி அழித்தே விட்டது பிரிட்டிஷ் ஏகாதிபத்தியம். இனியும் பொறுப்பதற்கில்லை. நாம் கோழையல்ல. உயிர் நமக்கு வெல்லமல்ல. தேச விடுதலைக்காக நமது உயிர் போகுமெனில் போகட்டும். வீரனாகத் தாய் மண்ணில் மடிவோம். வாருங்கள் நண்பர்களே வாருங்கள். நாம் அனைவரும் ஒன்று சேர்ந்து நாளைய விடியலுக்காகப் போராடுவோம். இனி அடிமை இல்லை அடிமை இல்லையென்று முழங்கிக்கொண்டு வாருங்கள் இளைஞர்களே களம் காண வாருங்கள்" என்று ஆந்திர கேசரி பிரகாசம் கர்ஜித்துக் கொண்டிருந்தார். இந்தக் கூட்டத்திற்குத்தான் மேகலா வந்திருக்கிறாள் என்பது எனக்குப் பின்னால் தெரிந்தது.

இந்தக் கூட்டத்திற்குள் குதிரைப் படை நுழையவில்லை. ஆனால் கூட்டத்தில் இருந்து வெளியேறிக் கொண்டிருந்த மக்களை குதிரைப் படை துரத்தி துரத்தி அடித்தது. மக்கள் நான்கு பக்கமும் சிதறித் தெறித்து ஓடினார்கள். அவர்கள் தப்பி விடாமல் குதிரைப் படையும் ரிஸர்வ் போலீஸ் படையும் மடக்கியும் மறித்தும் வீழ்த்தியும் வெறி கொண்டு சுற்றிச் சுழன்று தாக்கின சிலருக்கு மண்டை எலும்புகள் நொறுங்கின. பலருக்குத் தோள் பட்டை எலும்பு முறிந்தது. கணுக்கால் முறிந்து விழுந்தவர்கள் குதிரைகளின் காலடியில் மிதிபட்டுக் காயம் அடைந்தார்கள். எங்கும் மரண ஓலம். சாலையெங்கும் இரத்தச் சிதறல்.

இத்தனைக்கும் நடுவில் அடிபட்டு மயங்கிச் சரிந்தவர்களை தேச பக்தியுடைய பொது மக்கள் எடுத்துக் கொண்டு போய் உதயவனம் சத்தியாகிரக முகாமில் சேர்த்தனர். ராயப்பேட்டை மருத்துவமனையிலும் பொது மருத்துவமனையிலும் கூட பலர் சேர்க்கப்பட்டார்கள். நான் இந்தக் குழுவிற்கு உதவிக் கொண்டிருந்த போதுதான் மேகலாவைப் பார்த்தேன். குதிரைப் படையும் ரிஸர்வ் படையும் வெறி கொண்டு உச்சத்தில் ஆடிக் கொண்டிருந்த போது ஒரு முதியவரை தடிகளின் மூர்க்கத்தனமான வீச்சுகளில் இருந்து காப்பாற்ற முயன்று கொண்டிருந்தாள். அப்படி இரண்டு மூன்று பேரை அவள் காப்பாற்றினாள். இரத்தச் சகதியில் கிடந்த ஒரு இளைஞனைத் தூக்கி நிமிரும் போது அவளைக் குறி வைத்து வெறியுடன் பாய்ந்து வரும் குதிரையைக் கவனித்து 'மேகலா'வென்ற பெருங்கூச்சலுடன் நான் பாய்ந்து

அவளைத் தள்ளி விடுவதற்குள் காற்றில் சீறிய தடியின் வீச்சு அவள் பின்னந்தலையில் வெடித்து இரத்தப் பிசுபிசுப்புடன் என் மார்பில் சாய்ந்தாள். மயங்குமுன் 'நீங்களா?' என்றாள். என் வலது கையை இறுகப் பற்றிக்கொண்டாள். அப்படியே மயங்கிச் சரிந்து விட்டாள். அவளைக் கொண்டு வந்து பொது மருத்துவமனையில் சேர்த்து... தலையில் ஏழெட்டு தையல் போட்டு...

விடியக் காத்திருக்கிறேன். முழுதாய் நாற்பது மணி நேரம். இன்னும் அவள் கண் திறக்கவில்லை. இன்றும் அவள் கண் திறக்கவில்லை. கடைசியில் அவளை இப்படிச் சந்திக்க நேர்ந்திருக்க வேண்டாம். ஒவ்வொரு ஷணமும் விஷப்பாம்பாய் காலைச் சுற்றிக் கொண்டு நகர்வேனா என்கிறது. எப்போது விடியுமோ? ஆசை ஆசையாய் அவளுக்கும் உனக்கும் மயில் கழுத்து நீலத்தில் பட்டுப் புடவை எடுத்தேன். அதை அவள் உடுத்திப் பார்க்க வேண்டுமென்ற குறுகுறுப்பு இருந்தது. அவள் நல்லபடியாய் பிழைத்து எழுந்து வந்தால் போதும். வருவாள் என்ற நம்பிக்கையோடு காத்திருக்கிறேன். அவளுக்காக, எனக்காகப் பிரார்த்தனை செய். மறுபடியும் எழுதுகிறேன். நீ ஏதாவது எழுதுவதானால் என் திருவல்லிக்கேணி அறை முகவரிக்கு எழுது.

அன்புள்ள,

ரகுராமன்

39

உ
கோமதி துணை

30.4.1930

க்ஷேமம்
ஆசிர்வாதம்

சந்தோஷமாக இருக்கிறது சியாமளா. ரொம்ப சந்தோஷமாக இருக்கிறது. இப்படியொரு சந்தோஷத்தை இதற்கு முன் நான் அனுபவித்ததே இல்லை. இந்த க்ஷணம் அற்புதம். உயிரின் மலர்ச்சியை அவள் கண்களில் பார்த்த உன்னதம் நிறைந்து தளும்பிக் கிடக்கிறது என் மனசு. செத்துடலாம் போலத் தோன்றுகிறது. என்ன மனசு இது? கடைசியில் வீண் போகவில்லை நம் பிரார்த்தனை. நீ அனுப்பிய பிரசாதம் சரியான நேரத்தில் கிடைத்தது. ஒரு அதிசயம் போலத்தான் இருக்கிறது அவள் மீண்டும் உயிர்த்தது. வைத்தியமா, பிரார்த்தனையா, பேரருளா இருக்க விதிக்கப்பட்டிருக்கிறதா! எது வேண்டுமானாலும் இருக்கட்டும். அவள் பிழைத்து எழுந்ததே போதும். ரொம்பவும் உணர்ச்சிவசப்படுகிறேனோ? பரவாயில்லை எதை உணர்ந்தேனோ எதுவாக இருக்கிறேனோ அதை ஆத்மார்த்தமானவர்களிடம்தானே பகிர்ந்து கொள்ள முடியும்?

இன்று ரசஞ் சாதம் சாப்பிட்டாள். கொஞ்சம் நடந்தாள். பெட் பேன் எடுத்து விட்டார்கள். தனி அறை. கழிவறை வரை கைத்தாங்கலாய் அழைத்துக் கொண்டு போனேன். சுதந்திரச் சங்கிலும் ஹிந்துவிலும் வந்திருந்த செய்திகளை வாசிக்கச் சொன்னாள். 'காற்று வெளியிடை கண்ணம்மா உன் காதலை

எண்ணிக் களிக்கின்றேன்' பாடலைப் பாடச் சொன்னாள். பின்னிரவு நிசப்தம். அவளுக்கு மட்டும் கேட்கிற அடிக்குரலில் பாடினேன். கண் மூடிக் கேட்டுக் கொண்டிருந்தாள். எதைப் பற்றியும் நான் அவளைக் கேட்கவில்லை. எதற்குக் கேட்க வேண்டும்?

'துயர் போயின போயின துன்பங்கள் – நினைப் பொன்னெனக் கொண்ட பொழுதிலே' என்ற வரியை நான் பாடிய போது அவள் அதிகம் நெகிழ்ந்திருக்க வேண்டும். என் கைகளைத் தேடிப் பற்றிக்கொண்டாள். கைகளுக்குள் இறுகப் பொதிந்து கொண்டாள். அந்த மெல்லிருட்டில் அவள் கண்கள் மினுங்குவதை, உதடுகள் துடிப்பதை என்னால் பார்க்க முடிந்தது. மனசு நெகிழ்ந்து உருகிக் கிடந்தது. அவளும் பேசவில்லை. எனக்கும் பேசத் தோன்றவில்லை. ஆனால் நிறையப் பேசியது போல இருந்தது. ஒரு விபத்தில் அவளைக் காப்பாற்றினேன் என்பதா அவள் மனதைத் தொட்டுத் திறந்திருக்க வேண்டும்? சொல் சியாமளா... எனக்கென்னவோ நீதான் அவளுடன் ஏதோ பேசி அவள் மனதைக் கனிய வைத்திருக்கிறாய் என்று தோன்றுகிறது. அப்படித்தானே? இன்றைக்குத் தையல் பிரித்தார்கள். பெரும்பாலும் இன்றோ நாளையோ டிஸ்சார்ஜ் செய்து விடுவார்கள். கடவுளுக்கு நன்றி.

ஒரு முக்கியமான விஷயம் விட்டுப் போயிற்று சொல்ல. கடற்கரைக் கூட்டத்திற்கு மேகலாவும் அவள் அப்பாவுந்தான் வந்திருக்கிறார்கள். பெண்ணைத் தனியே அனுப்ப மனம் இல்லாமல் அவரும் கூட வந்திருக்கிறார். இவர்களிடம் வீட்டுச் சாவியைக் கொடுத்து விட்டு மேகலாவின் அத்தை அவள் கணவரின் ஊருக்குப் போய் விட்டாள். திரும்ப ஒரு வாரம் பத்து நாள் ஆகுமென்று. அன்று ஐகோர்ட் கடற்கரைச் சாலையில் நடந்த மிருகத்தனமான தடியடியில் சிக்கிச் சிதறிய கூட்டத்தில் அடிபட்டவர்களில் மேகலாவின் அப்பா மாயனும் ஒருவர். மேகலாவுக்கு நினைவு வந்தவுடன் அப்பாவைத்தான் தேடினாள். உதயவனம் முகாமிலும் பெரிய மருத்துவமனையிலும் மாயன் என்ற பெயரில் யாரும் அனுமதிக்கப்படவில்லை. ஆங்கிலப் பத்திரிகை ஒன்றில் கடற்கரைச் சாலையில் நடந்த மிருகத்தனமான தடியடியைக் கண்டித்து ஒரு கட்டுரை வெளியாகி இருந்தது. அதில் சிலருடைய புகைப்படங்கள் வெளியிடப்பட்டிருந்தன. மேகலாவின் அப்பாவின்

புகைப்படமும் அதில் ஒன்று. அதில் இருந்து அவர் ராயப்பேட்டை மருத்துவமனையில் வீரன் என்பவரால் சேர்க்கப்பட்டிருக்கிறார் என்று தெரிய வந்தது. இந்த வீரன் யார் தெரியுமோ? ஒரு குடும்பப் பிரச்னையில் சிறைபட்டு ரொம்ப வருஷமாய் காணாமல் போயிருந்த மேகலாவுடைய தாய் மாமன்தானாம். பிரிந்த உறவுகள் ஒன்று சேர்வது சந்தோஷமான விஷயம்தானே... இல்லையா சியாமளா? மேகலாவை அவள் அப்பாவிடம் ஒப்படைத்துவிட்டு இன்றுதான் ஆபீஸ் போனேன். அப்புறம் என் அம்மாவுக்கும் தங்கைகளுக்கும் ஆறுதலாய் நீ சங்கரன்கோவில் போய் ரெண்டு நாள் தங்கி இருந்ததையும், பட்சணங்கள் செய்ய உதவியதையும், கோவிலுக்குப் போய் மேகலா பெயரில் அர்ச்சனை செய்ததையும் சொல்லி மாய்ந்து போய் எழுதி இருக்கிறது மைதிலி. இந்த அன்புக்கு எதைத் திருப்பித் தர முடியும் என்னால்? வைகாசிக்கு இன்னும் அதிக காலம் இல்லை. கல்யாண வேலைகள் நிறைய இருக்கின்றன. நல்லவேளையாய், வெளி வேலைகளுக்குக் குமரேசனும் கதிரேசனும் இருக்கிறார்கள். நீ ஒரு வாரம் முன்பே வந்திருப்பாயானால், ரொம்ப உதவியாக இருக்கும். எல்லாம் நல்லபடியாய் நடக்க வேண்டும். கோமதி அம்மனைத்தான் சதா பிரார்த்தித்துக் கொண்டு இருக்கிறேன். பாகீரதியின் கல்யாணத்தில் நேரில் பார்ப்போம். மாமா, மாமியிடம் என் நமஸ்காரத்தைச் சொல்.

அன்புடன்,

ரகுராமன்

❖❖❖

40

கட்டுச் சாதக் கூடை ஆயிற்று. மிக நெருங்கிய சொந்தங்களைத் தவிர நட்பாய் சில பேர் என்று கொஞ்சம் பேர்களே இருந்தனர். குமரேசனின் கார் ரோஜாப் பூக்களால் அலங்கரிக்கப்பட்டு வாசலில் புறப்படத் தயாராக இருந்தது. பாகீரதி பெரியம்மாவின் காலடியில் விழுந்து கும்பிட்டாள். “நன்னா இருடி குழந்தே”. அம்மா, அப்பா படத்தருகில் போய் நின்றாள் பாகீரதி. அப்பா படத்துக்கு எதிரே போய் மனம் குவிந்து கண் மூடி நின்றாள். “எங் கல்யாணத்தப் பாக்கறதுக்கு நீ இல்லாத போயிட்டையே, எங்கள இப்பிடி அநாதையா தவிக்க விட்டுட்டுப் போக நோக்கு எப்படிப்பா மனசு வந்தது? அப்பா, ப்ளீஸ்பா... நீ வந்து எம் வயத்துலே பிள்ளையாப் பொறக்கணும்பா” வேண்டிக் கொண்டாள். படத்தின் முன் மண்டியிட்டாள். அப்பாவின் படத்தில் இருந்து அவள் தலையில் பூ உதிர்ந்தது. “அப்பா ஆசீர்வதிக்கிறா பாகி!” என்றாள் அம்மா. பாகீரதிக்கு உடம்பு சிலிர்த்தது. அம்மாவின் பாதங்களைத் தொட்டு கண்களில் ஒற்றிக் கொண்டாள். “தீர்க்க சுமங்கலியா பதினாறும் பெத்து பெருவாழ்வு வாழணும் குழந்தே!” அம்மா தலை தொட்டு ஆசீர்வதித்தாள். பாகீரதி விசும்பினாள். “அழக்கூடாது பட்டோல்லியோ போய்ட்டு வா...” என்றாள் அம்மா.

ரகுவின் அருகில் வந்தவள் அவன் கைகளைப் பற்றிக் கண்களில் ஒற்றிக் கொண்டாள். “என்ன ஆசீர்வாதம் பண்ணு அண்ணா” என்று நமஸ்கரித்தாள். ‘இனிமே... இனிமே... தேம்பினாள். வார்த்தைகள் உடைந்து குழறின. எத்தனை நினைவுகள்? ‘சங்கிலி புங்கிலி கதவத் தொற’ ‘குலைகுலையா முந்திரிக்கா’ ‘கண்ணாமூச்சி ரே ரே’ இந்தத் தெரு மண்ணில்தான் புரண்டு விளையாடினாள். பதினான்கு வயதில் பாட்டு கற்றுக் கொள்ளப் போன இடத்தில்

சரஸ்வதி டீச்சரின் தம்பி விச்சு பாடப்புத்தகத்துக்குள் வைத்துக் கொடுத்த கடிதத்தை மனசுக்குள் பட்டாம் பூச்சி பறக்க குளியலறைக் கதவைத் தாழ்ப்பாள் போட்டுக் கொண்டு படித்தது, பவழமல்லி உதிரும் குளக்கரையில் மார்பு வரை பாவாடையை உயர்த்திக் கட்டிக் கொண்டு, கரையோர மரங்கள் உதிர்க்கும் மழைத்துளியை மலை நீச்சல் அடித்துக் கொண்டே முகத்தில் ஏந்தியது, கொல்லை முற்றத்தில், நிலவு கொட்டிக் கிடக்க தியாகய்யரின் கீர்த்தனைகளை அம்மாவோடு சேர்ந்து பாடிக் கொண்டே மயங்கிக் கிடந்த எத்தனை இரவுகள்... மாயங்களும் ஆச்சர்யங்களும் நிரம்பிய அந்த நாட்கள் இனி எப்போது திரும்பி வரும்? சட்டென்ற எல்லாவற்றில் இருந்தும் தான் அன்னியமாகி விட்டதைப் போலத் தோன்றிற்று பாகீரதிக்கு. அவள் விசும்பினாள். மைதிலி சத்தம் வராமல் விம்மிற்று. சியாமளாவுக்கும் தளும்பி விட்டது. சங்கரி, குமரேசன், கதிரேசன், மாதவன் எல்லோருக்கும் துக்கம் பொங்கி அடைத்தது. ரகுவுக்கும் உடைந்து விடுவோமோ என்றிருந்தது. பின்னால் நின்று கொண்டிருந்த கல்யாண ராமய்யர் ரகுவின் தோள்களைப் பற்றி அழுத்தினார்.

"அசடு அசடு ஏன் அழறே ப்ச்... அழாதே. எல்லாரும் பாக்கறா பாரு கண்ணத் தொடச்சுக்கோ. எங்க போறே புக்காத்துக்குத்தானே... தோ இருக்கு பெங்களூர் ஏறி ஒக்காந்தா ஒரு ராத்திரி அண்ணா நான் வந்து பாக்க மாட்டேனா? இல்லை மாப்பிள்ளைதான் கூட்டிண்டு வர மாட்டாரா? கவலைப்படாதே. நெனச்சா ஓடி வந்துடலாம். அழாதே!" என்று ரகு தங்கையைத் தேற்றினான்.

சியாமளா பாகீரதியை சற்றுத் தள்ளி அழைத்துப் போனாள்.

"அழாதே சந்தோஷமாப் போயிட்டு வா"

"சரி. மைதிலிய நினச்சாதான் கவலையா இருக்கு..."

"என்ன கவலை?"

"இது பாட்டுக்கு கள்ளுக்கடை மறியல் அது இதுன்னு ஆம்பளையாட்டமா தைரியமா போறது வரது... அம்மா ஆத்திலே தனியா இருக்கா. இது வரைக்கும் நான் இருந்தேன்... அம்மாவ கவனிச்சுண்டேன். அண்ணாவும் ஊருக்குப் போயிடுவா. இனிமே இந்தப் பொண் அக்கறையா அம்மாவக் கவனிச்சுக்கணுமேன்னு கவலையா இருக்கு."

“கவலப்படாதே. மைதிலி அம்மா மேல அக்கறை இல்லாத பொண் இல்லே. நான் சொல்றேன்.”

“சரி உன்ன நம்பிண்டுதான் போறேன் சியாமளா.”

“நல்லபடியா போயிட்டு வா.”

“சரி.”

மாப்பிள்ளை ஜெய் சிரித்துக் கொண்டே வந்தான். ஜெய், ரகுவின் கை பற்றிக் குலுக்கினான்.

“தாங் யு வெரி மச். ஐ மஸ்ட் தேங்க் எவரி ஒன் எஸ்ஸ்பெஷலி சியாமளா, குமரேசன், கதிரேசன் அண்ட் மாதவன். நீங்கள்லாம் இல்லைன்னா இந்தக் கல்யாணம் இவ்வளவு சீரும் சிறப்புமா நடந்திருக்காது... சொல்லப்போனா விஜி மாமாவுக்குத்தான் குறிப்பா நன்றி சொல்லணும். அவர் இல்லேன்னா இந்த சம்பந்தம் வாச்சிருக்காது. பாகீரதி மாதிரி ஒரு நல்ல பொண் எனக்கு மனைவியா கிடைச்சிருக்க மாட்டா... தாங்யு தாங்யு!” என்று ஜெய் நெகிழ்ந்து பேசினான்.

“எல்லாரும் ஒரு வாரம் பத்து நாள் தங்கறாப்பிலே பெங்களூர் வரணும். கல்யாணத்த திருப்தியா பண்ணேள். ரொம்ப சந்தோஷம்” வெளிப்படையாய்ச் சொன்னார் சம்மந்தியான தியாகராஜன்.

“அப்போ வரோம்.”

எல்லோரும் காரில் ஏறிக் கொண்டார்கள். காரில் ஏறுமுன் ஜெய் ரகுவை சற்றுத் தள்ளி அழைத்துக் கொண்டு போய், “அவா கல்யாணத்துக்கு வரலையேங்கறதுதான் மனசுக்குக் கஷ்டமா இருக்கு. இங்கதான் பிரச்னை. பெங்களூர்ல எங்காத்திலே வந்து தங்கறதுலே என்ன பிரச்னை. கல்யாணத்துக்கு முன்ன அப்பிடி அனுப்ப மாட்டாள்னா அவா அப்பா அம்மாவோட நீங்களும் பேஷா வரலாமே... வந்து தங்குங்கோ!” என்றான்.

அந்த வார்த்தை ஆறுதலாக இருந்தது ரகுவுக்கு. கார் தெரு முனையில் திரும்பி மறையும் வரை பார்த்துக் கொண்டிருந்த ரகு சத்திரத்தை காலி செய்யும் வேலைகளில் மும்முரமானான். பாகீரதியின் வாழ்க்கை நல்லபடியாய் அமையும் என்று ரகுவுக்குத் தோன்றிற்று.

அன்புள்ள மேகலாவுக்கு,

23.5.1930

எப்படி இருக்கிறாய் என் கண்ணே - மனதால், உடம்பால்? மிக நீண்ட நாட்களுக்குப் பின் இந்தக் கடிதத்தை உனக்கு எழுதுகிறேன். உனக்கு எழுதுவது என்றாலே சந்தோஷம் தொற்றிக்கொள்கிறது. மனசுக்கு இறக்கை முளைத்தது போல இருக்கிறது. எங்கே இந்தப் பிறவியில் இனி உன்னைச் சந்திக்க முடியாமல் இந்த வாழ்க்கை முடிந்து விடுமோ என்று பயந்து கொண்டிருந்தேன். மறக்க முடியாத இரவு அது. 'துயர் போயின போயின துன்பங்கள் நினைப் பொன்னெனக் கொண்ட பொழுதிலே' என்று பாடிய போது நீ நெகிழ்ந்து என் கைகளைத் தேடிப் பற்றிக் கொண்டாயே, உன் கண்கள் நீர் பூத்து மினுங்கிற்றே, எதுவும் பேசாமல் உன் உதடுகள் துடித்தனவே, மனசுக்குள் ஆத்மாவின் ராகம் கேட்ட அந்த தேவ கணத்தை இப்போது நினைத்தாலும் உயிர் வரை தித்திக்கிறதடி என் பெண்ணே... என்ன மாயம் செய்தாயடி இப்படி மனசெல்லாம் சாரலாய் வீச... நிற்க. தையல் போட்ட இடம் முழுவதும் ஆறிவிட்டதா? மருந்து மாத்திரைகள் ஒழுங்காக எடுத்துக் கொள்கிறாயா? பக்கத்தில் இருந்து உன்னைப் பார்த்துக் கொள்ள வேண்டும் என்று என மனசு தவிக்கிறது. உடம்பைப் பார்த்துக் கொள்.

பாகீரதியின் கல்யாணம் இறையருளால் நல்லபடியாய் நடந்தேறியது. சென்னைப்பட்டணத்தில் இருந்து என் அறை நண்பர்கள் இசக்கியும், சுடலையும் கூட வந்திருந்தார்கள். விடுதலைப் போராட்ட வீரரும் காந்தி பக்தருமான களக்காடு கிருஷ்ணய்யர் வந்து வடுக்களை வாழ்த்தியது சந்தோஷமாக இருந்தது. ஒரே ஒரு குறை நீ இல்லையே என்பதுதான். நம்மை ஒன்று சேர விடாமல் காலம் பிரித்து விளையாடும் போது நாம் என்ன செய்ய முடியும்? மனதில் பொத்தி வைத்த பிரியத்தோடு காத்திருப்பதைத் தவிர... நீ, நான், உங்கப்பா, உங்கம்மா எல்லோரும் பெங்களூரில் வந்து தங்க வேண்டுமாம். அழைத்தது யார் தெரியுமோ? மாப்பிள்ளை ஜெய். எவ்வளவு நல்ல மனசு பார். இப்படியும் மனிதர்கள் இருக்கிறார்கள். கல்யாண போட்டோக்களின் ஒரு செட் அனுப்பி இருக்கிறேன். நீ எப்போது திருநவேலி வரப்

போகிறாய்? உன் அத்தையையும் மாமாவையும் கேட்டதாகச் சொல். கடையத்திலிருந்து அடுத்த வாரம் மைதிலியைப் பெண் பார்க்க வருவதாகச் சொல்லி இருக்கிறார்கள். அந்த நல்ல காரியத்தையும் பார்த்து விட்டுத்தான் மதராஸ் போக வேண்டும். இந்த முறை இந்தப் பக்கம் மாத்திக் கொண்டு வர ஆலோசனையாய் இருக்கிறது. என்னதான் இருந்தாலும் ஒரு தனிமை வந்து கவ்விக் கொள்வதைத் தடுக்க முடியவில்லை. அப்போதெல்லாம் உன் முகமும் உன் நினைவும் உன் பழைய கடிதங்களும் பாரதியின் கவிதைகளும்தான் ஒரே ஆறுதல். துணை. மைதிலியின் திருமணம் நல்லபடியாய் நடக்க வேண்டும். அப்புறம்தான் நமக்கான கதவு திறக்கும். ஒவ்வொரு நாளும் உதயமாகிறது, அஸ்தமிக்கிறது. நமக்கென்று இந்தப் பிரபஞ்சத்தில் ஒரு நாள் விடியாமலா போகும்? மனசுக்குள் பொத்தி வைத்துக் கொண்ட பிரியத்துடன் காத்திருப்போம். முடிந்தால் சங்கரன்கோவில் முகவரிக்கு எழுது.

பிரியங்களுடன்,
எப்போதும் உன் ரகு.

குருவம்சம்

மூன்றாம் பாகம்

1

கடையத்திலிருந்து மைதிலியைப் பெண் பார்க்க ஒரு படையே வந்து இறங்கிற்று. சங்கரியும், சியாமளாவும் வரவேற்றார்கள். ஆண்கள், பெண்கள், குழந்தைகள் என்று கூடம் நிரம்பிற்று. எல்லோருக்கும் கிரஷ் கொடுக்கப்பட்டது. பையனின் பெரியப்பாவாம் வீடு முழுவதும் சுற்றிப் பார்த்தார். கதவு கதவாய்த் தட்டிப் பார்த்தார். “தேக்கா?” என்று கேட்டார்.

“கட்டி ஒரு முப்பது நாப்பது வருஷம் இருக்குமா?”

“இருக்கும்.”

“ஒரு பெரிய ரெண்டு தேருமா?”

“விசாரிக்கலை.”

“சொந்த ஆம் தானே?”

“ஆமாம்.”

“அப்போ தெரிஞ்சுக்க வேண்டாமோ?”

“என்னவோ தோணலை.”

ஆச்சர்யமாகப் பார்த்தார்.

“அண்ணா எங்க போயிட்டே? நேரமாறது பார் வா!” பையனின் அப்பா வந்து கூப்பிட்டார்.

“பொண்ணப் பாக்கலாமோ?” ரகுவின் பெரியம்மா கேட்டாள்.

“பாக்கலாம் பாக்கலாம், பொண் எங்க போயிடப் போறா. நல்ல விஷயம் பேசப் போறோம். கொஞ்சம் ஸ்வீட் சாப்டுட்டு தித்திப்பா ஆரம்பிப்போமே...” என்றார் பையனின் பெரியப்பா. இலை போடப்பட்டது. நெய் வழியும் முந்திரியும் திராட்சையும் நிறைந்த கேசரி பரிமாறப்பட்டது.

"பொண்ணு பாக்க வரான்னா ஏதோ ரெண்டு முந்திரிப் பருப்பக் கிள்ளிப் போட்டு நாலு திராட்சையை எட்டாக் கிள்ளி வனஸ்பதிய விட்டு தெரியாம இருக்க ஒரு முட்டை நெய் விட்டு இதான் கேசரின்னு வெச்சுடறா. சாப்பிட்டா சாப்பிடு விட்டா விடுன்னு... கேசரின்னா இப்பிடித்தான் முந்திரிப் பருப்ப நெய்யில வறுத்து கை கையா அள்ளிப் போட்டு திராட்சையப் பொன்னிறமா வறுத்து பிடிபிடியா கொட்டிச் செய்யணும். அப்பறம் அதிலே பசு நெய்ய நன்னா உருக்கி விடணும். விழுதாப் போடப்படாது. பசு நெய்தானே விட்டேள்? அதான் இந்தத் தூக்கு தூக்கறது. அம்மாடி ஒங்கையாலே ஒரு ரெண்டு கரண்டி போடு!" மாப்பிள்ளையின் பெரியப்பா கேட்டு வாங்கிச் சாப்பிட்டார். ஆண் பெண் வித்தியாசமின்றி கேட்டு வாங்கிச் சாப்பிட்டார்கள். உருளைக் கிழங்கு பஜ்ஜிதான் செய்திருந்தார்கள். வெங்காய பஜ்ஜி கேட்டார்கள். தேங்காய் சட்னியை விழுதாய்ப் போடும்படி மாப்பிள்ளையின் தங்கை கேட்டாள். ஆனால் பையனின் அம்மா மட்டும் கை நனைக்கவில்லை. ஒரு முடிவுக்கு வராமல் அவர் கை நனைக்க விரும்பவில்லை என்பது ரகுவுக்குப் புரிந்தது. பையன் தயக்கமாய் நாசூக்காய் சாப்பிட்டான்.

"பொண்ண அழச்சுண்டு வாங்கோ!"

சியாமளாவும் சங்கரியும் மைதிலியை அழைத்து வந்தார்கள்.

"குழந்தே பெரியவாள நமஸ்காரம் பண்ணிக்கோ!" பெரியம்மா குரல் கொடுத்தாள். நறுவிசாய், நளினமாய் மைதிலி விழுந்து கும்பிட்டாள். மாம்பழ நிற பட்டுச் சேலையில் இன்னும் வசீகரமாய், எடுப்பாய்த் தெரிந்தாள்.

கள்ளுக்கடை மறியலில் முஷ்டி உயர்த்தித் தொண்டை நரம்புகள் புடைக்கக் கோஷமிடும் மைதிலியா இது என்று ரகுவுக்கு ஆச்சர்யமாக இருந்தது.

"குழந்தே... செத்த இப்பிடி வாடீம்மா!" பையனின் அம்மா கூப்பிட்டாள். மைதிலி தலைநிமிராமல் தரையைப் பார்த்துக் கொண்டே நடந்து அருகில் போனாள்.

"பேரென்னடி குழந்தே?"

"மைதிலி."

“பாடுவியா?”

“ம்...”

“எங்கே பாடு!”

தியாகய்யர் கிருதிகளில் ஒன்றைப் பாடினாள்.

“ஆத்து வேலையெல்லாம் நன்னாப் பழகிண்டிருக்கையோ? துணி தோய்க்க, பாத்திரம் அலம்ப, ஆத்தத் தொடச்சு மெழுக, சமையல் பண்ண... ஏன் கேக்கறேன்னா எங்காத்திலே வேலைக்காரி வெச்சுக்கறதில்லே. எனக்கு மூச்சுப் பிடிப்பு... ஒரு சின்ன துரும்ப எடுத்து அந்தண்டை போட முடியாது.”

“அந்தக் கவலையே ஒங்களுக்கு வேண்டாம். எங்காத்துக் குழந்தைக்கு நாலையும் சொல்லிக் கொடுத்து நல்லபடியா வளத்திருக்கோம்” என்றாள் பெரியம்மா.

“எங்காத்திலே ஆளுக்கொரு சமையல் பண்ணணும்.”

“சரி”

“போய் உக்காரு!”

மைதிலி நகர்ந்தாள். காபி கொடுக்கும் போது ஓரக்கண்ணால் பையனைப் பார்த்தாள். ஒல்லியாய் சிவப்பாய் இருந்தான். அடிக்கண்ணால் தயங்கித் தயங்கிப் பார்த்தான். பார்வையில் பயம் தெரிந்தது. அம்மா ஒரு அதட்டல் போட்டால் அழுது விடுவான் போலத் தோன்றிற்று. மீசை இருந்தால் இன்னும் களையாய், ஆண்மையாய் இருக்கும். அப்படியொன்றும் அழகன் இல்லை. ஆனால் மோசமில்லை. இருந்தாலும், அம்மா பிள்ளையாகத்தான் இருப்பான் என்று மைதிலிக்குப் பட்டது.

“லௌகீக விஷயங்களப் பேசி முடிச்சுட்டேள்னா நல்ல நேரம் முடியறதுக்குள்ள நல்ல முடிவுக்கு வர சௌகரியமா இருக்கும்” என்றாள் பெரியம்மா.

“சொல்லுங்கோ!” என்றான் ரகு.

“நான் ஆயிரம் கேப்பேன். எனக்கு ஆசை அதிகம். நூறு சவரன் போட்டு மாப்பிள்ளைக்கு இருவத்தஞ்சாயிரம் வரதட்சணைன்னு கேப்பேன். முடியுமா உன்னாலே... எது முடியுமோ சொல்லு... பேசிண்டாப் போச்சு” என்றார் பையனின் பெரியப்பா.

‘பத்து சவரன் பொண்ணுக்கு. ரெண்டு பிள்ளைக்கு. அப்புறம் இருக்கவே இருக்கு கல்யாணச் செலவு” என்றான் ரகு.

சட்டென்று ஒரு பேரமைதி நிலவிற்று. ஒருவர் முகத்தை ஒருவர் பார்த்துக் கொண்டார்கள்.

“மூத்த பொண்ணுக்கு எவ்வளவு போட்டேள்?”

“அது எதுக்கு?”

“பரவால்லை, சொல்லுங்கோ.”

“அவா கேக்கலை; நாங்களா போட்டோம்.”

“அதான் எவ்வளவு?”

“பொண்ணுக்குப் பத்து. பையனுக்கு ரெண்டு”

“என்ன இப்பிடிச் சொல்றேள்?”

“தப்பா ஒண்ணும் சொல்லலையே. போட்டதைத்தானே சொன்னேன்.”

“சரி அது அவா இஷ்டம். உங்க சௌகர்யம். வெளிப்படையாவே சொல்றேன். பத்தமடைலே நாப்பது போடறேன்னா... பொண்ணுக்கு லேசா மாறுகண். வேண்டாம்னு வந்துட்டோம். மாப்பிள்ளையாண்டானுக்கு என்ன குறை சொல்லுங்கோ. ரெயில்வேல குமாஸ்தா. பர்மனன்ட் உத்தியோகம். கால் காசுன்னாலும் கவர்மென்ட் காசு. இன்னம் மேல போக சான்ஸ் இருக்கு. இந்தியா முழுக்க எங்க வேணா போலாம். பீடி, சிகரெட், வெத்தலைன்னு ஒரு கெட்ட பழக்கமும் கிடையாது. மூணு வேளையும் சந்தி பண்ணுவன். ஜபம் பண்ணுவன். பொண்ணுக்கு ஐம்பது போட்டேள்னா நன்னா இருக்கும். மாப்பிள்ளைக்கு ஒரு அஞ்சு...”

“... ... ... ”

“என்ன யோசிக்கறேள்?”

“இல்லே நீங்க வெளிப்படையா சொன்னாப்பிலே சொல்றேன். இந்தச் சின்ன வீடு கொஞ்சூண்டு நிலம். இதத் தவிர சொத்து பத்து இல்லை. கொஞ்சம் கடன் இருக்கு.”

“ரொம்ப நல்ல குடும்பம்னு கேள்விப்பட்டுத்தான் வந்தோம். அதான் விட மனசு வரலை...” என்று இழுத்த பெரியப்பா “சரி

எங்களாலே நீங்க மனசு கஷ்டப்பட வேண்டாம். பொண்ணுக்கு முப்பது பிள்ளைக்கு அஞ்சு போட்டுக் கல்யாணத்த நல்லபடியா செஞ்சு குடுத்துடுங்கோ" என்றார்.

"கொஞ்சம் டைம் குடுங்கோ. எங்க பெரியப்பாட்டே கலந்துட்டு சொல்றேனே..."

"பேஷா... அப்போ முப்பத்தஞ்சுக்கு சம்மதிக்கறேள்னு எடுத்துக்கலாமா?"

"நான் அப்பிடிச் சொல்லலையே..."

"இப்பிடி பிடி குடுக்காமப் பேசினா எப்படி?"

"அப்போ கல்யாணம் நீங்க பண்றேளா?"

"எங்காத்திலே அந்தப் பழக்கம் இல்லை. சரி அப்போ யோசிச்சு சொல்லுங்கோ. நாங்க இறங்கி வந்துட்டோம். நீங்க ஏறி வாங்கோ. நாங்க போயிட்டு வரோம்."

"சரி."

வாசல் வரை போய்ப் பார்த்து விட்டு வந்தாள் மைதிலி. எல்லோரும் போயிருந்தார்கள்.

"அப்பா... போயிடுத்துகள்." என்றாள்.

"என்ன சொல்றே மைதிலி?"

"இந்தச் சம்பந்தம் வேண்டாம் அண்ணா!"

"ஏன் அப்பிடிச் சொல்றே?"

"புரியலையா நோக்கு? சொல்றேனேன்னு தப்பா எடுத்துக்காதே. இதுகள் மகா அல்பங்கள். வந்த இடத்திலே கொஞ்சம் கூட நாசூக்கு இல்லாமே என்னமா வழிச்சு நக்கறதுகள் பாரு - காணாதது கண்டாப்பிலே. போற இடத்துலே இதுகளுக்கு வடிச்சுக் கொட்டியே என் ஆயுசு போயிடும். இருவத்தி நாலு மணி நேரமும் உன் தங்கை அடுப்படியிலேயே கருகிச் சாகணுமா? காசுக்கு என்னமா அலையறதுகள். பாரு ஐம்பதப் போடு, நாப்பதப் போடுன்னு... இத்தனைக்கும் வாயத் தொறக்கல அந்த அம்மா கோண்டு... நாளைக்கு தல தீபாவளிக்கு பொறந்தாத்திலேர்ந்து அத வாங்கிண்டு வா, இத வாங்கிண்டு வான்னு அனுப்புவா. இதுவும் வாய மூடிண்டு பாத்துண்டு நிக்கும். தேவையா. அவாளுக்குத் தேவை மாட்டுப்

பொண் இல்லே. ஒரு வேலைக்காரி. வாயத் தொறக்காத அடிமை. அவாளுக்கு இந்தாத்து மேலயும் நகை மேலயும்தான் கண். நமக்குச் சரிப்படாது. வேண்டாம் அண்ணா விட்ரு!" என்று தீர்த்துப் பேசிற்று மைதிலி.

"அவளுக்கு இஷ்டமில்லேன்னா வேண்டாம்" என்றாள் அம்மா.

கல்லிடைக்குறிச்சிக்காரர்களுக்கு மைதிலியை மிகவும் பிடித்திருந்தது. எல்லாம் ஒத்து வந்து நிச்சயதார்த்தமும் ஆயிற்று. மாப்பிள்ளை ராஜாராமனை எல்லோருக்கும் பிடித்திருந்தது. ஆனால் விதி விளையாடிற்று. தீ விபத்தில் சிக்கிய ஐந்து வயதுக் குழந்தையைக் காப்பாற்றப் போன ராஜாராமன் குழந்தையைக் காப்பாற்றி விட்டு தீக்கு இரையானான். அதிர்ஷ்டக்கட்டை, துக்கிரி, ராசி இல்லாதவள் என்று ஊர் மைதிலியைத் தூற்றிற்று. ஐந்தாறு சம்பந்தங்கள் வந்து அத்தனையும் தட்டிப் போய் விட்டதில் ரகுவுக்கு சற்றே கவலையாக இருந்தது.

2

மேகலாவின் தகப்பனார் மாயனுக்கு நினைக்க நினைக்க மனசு ஆறவில்லை. தன் மைத்துனன் வீரன் கடைசியில் அப்படிப் பேசுவான் என்று அவர் கனவிலும் நினைத்திருக்கவில்லை. மனம் கசந்து அவர் வாய்க்காங்கரை வந்து வெகு நேரமாயிற்று. அவர் அப்படியே உட்கார்ந்திருந்தார். வாயில் மீனோடு தலை தூக்கிப் பார்த்தது கொக்கு. காகங்கள் சிதறிப் பறந்தன. மேய்ச்சலுக்கு வந்த கன்று காலிகள் தண்ணீர் குடித்துவிட்டு தலை உயர்த்திப் பார்த்தன. நாரையொன்று தாழப் பறந்தது. காலடியில் வாய்க்கால் குலுங்கியோடிற்று. குறுகுறுவென்று சிறு மீன்கள் கொத்தின. பூச்சி பறக்கும் உச்சி வெயில். முள்ளாய்க் குத்தும் வியர்வை. எதுவும் உறைக்கவில்லை அவருக்கு. தொலைதூரத்தில் ஆடும் கானலில் ஆழ்ந்த பார்வை. உலை மூச்சு. சிறு கல் எறியும் கை ஆறவில்லை மாயனுக்கு.

எல்லாம் மறந்து வீரனைச் சேர்த்துக் கொண்டது தப்போ? உறவுகளற்று விட்டிருக்க வேண்டுமோ? இல்லையென்றால், இப்படியெல்லாம் பேசி இருப்பானா? அப்பா எவ்வளவு பெரிய மனிதர். வலது கையை இவனால்தானே அவர் இழக்க நேர்ந்தது? காலம் முழுவதும் ஒரு மனிதர் கழுவுகிற கையாலேயே தின்றாக வேண்டிய கொடுமையை அந்த வேதனையைச் சொல்லிப் புரிய வைக்க முடியுமா? இத்தனை வருஷப் பிரிவும் அனுபவங்களும் ஒருத்தனை மாற்றவில்லையெனில் என்ன பயன்? இப்படியொரு ஆசை அவன் மனதில் இருக்குமென்று யாருக்குத் தெரியும்? இதை மனதில் வைத்துக் கொண்டா குதிரைகளின் மிதியிலிருந்து என்னைக் காப்பாற்றினான் அவன்? உயிரைக் காப்பாற்றினேன் என்று உயிரையே கேட்டால்? முறைதான். சரி அதற்காகக் கிளியை

வளர்த்துப் பூனையிடம் கொடுக்க முடியுமா? இத்தனை அழகையும் அறிவையும் அடைய ஒரு தகுதி வேண்டாமா? சாதாரணமான ஒருவன் ஆண்டுவிட முடியுமா? கடவுளின் காலடியில் உதிர வேண்டிய அர்ச்சனை மலரை தெருவில் எறிய மனசு வருமா? நிலமும் நீச்சுமாய் கொழிக்கும் பள்ளிக்குடத்தான் வீட்டுப் படியேறி வந்து பெண் கேட்டானே? அவனுக்கு என்ன குறை? 'ஊரு நாட்டுல ஆம்பிளையளே இல்லையாங்கேன்? என்ன குறைய கண்டீருவே... பொண்ணக் குடுக்க மாட்டேங்கேரு... சாதி சனத்த விட்டுப்புட்டு மேவரப்புக்கா போகப் பாக்கேருல்லா... எம்புட்டு நாளைக்கின்னு நானும் பாக்கேன்' என்று துள்ளிக் குதித்தானே சொள்ளமுத்து அவனுக்குத்தான் என்ன குறை? அவர்களுக்கே கொடுக்கவில்லை. உனக்குப் போய்... இவனுக்கு ஏன் இப்படியொரு ஆசை? யார் எதற்கு ஆசைப்படுவது என்று ஒரு விவஸ்தை இல்லையா? ஆக்கங்கெட்ட கூவ அவந்தான் ஆசப்படுதான்னா இந்த மாடத்திக்கு எங்க போச்சு புத்தி? அவளும் சேந்துகிட்டுல்லா ஆடுதா. இவ குதிக்காளேன்னு மேகலாவத் தூக்கிக் குடுத்துட முடியுமா? இப்பிடியுமா கேப்பான் ஒத்தன். எறப்பாளி நாயி. அவருக்கு ஆறவில்லை. புகைந்து புகைந்து வந்தது.

மேகலா நல்லபடியாகப் படித்து முடித்தால் முனியசாமிக்குக் கிடாய் வெட்டி பொங்கல் வைப்பதாய் மாயனும் மாடத்தியும் வேண்டிக் கொண்டிருந்தார்கள். அதற்குத்தான் மேகலாவும் அவளுடைய அத்தை பார்வதியும் மதராசப் பட்டணத்தில் இருந்து வந்திருந்தார்கள். குலதெய்வ பூஜையும் நேர்ச்சைக் கடனும் நல்லபடியாய் ஆயிற்று. எல்லோரும் தாருசாவில் கூடி சந்தோஷமாகப் பேசிக் கொண்டிருந்தார்கள். அப்போதுதான் வீரன் அந்தப் பேச்சை ஆரம்பித்தான்.

"இப்ப நினைச்சாலும் மனசு கொதிக்கி... ஆச்சு பத்து வருஷம். எனக்குப் பரிசம் போட்ட மயிலாவ இந்த சின்னாம்பய பஞ்சாயத்திலே சண்டை போட்டு தூக்கிட்டுப்போயி... சவத்து மூதி இந்த மயிலாவும்லா அவம் பின்னாலே துள்ளிக்கிட்டுப் போனா. என்னாச்சுங்கேன்? வாழ்ந்தாகளா? எம் வவுத்தெரிச்சல் சும்மா விடுமாங்கேன்? கொலப் பழில செயிலுக்குப் போனாம்ல இந்தச் சின்னாம் பய... ஏம்ல தப்பிச்சு ஓடணும்? இப்பம் என்னாச்சு?

போலீஸ் சுட்டு மயிலா தாலியறுத்து கைப்பிள்ளையோட கேக்க நாதியத்து நடுத் தெருல நிக்கா. அப்பம் பஞ்சாயத்திலே எம் மாமனும் நீரும் ஓங்கி அடிச்சுப் பேசியிருந்தா மயிலாதேன் நடுத் தெருவுக்கு வந்திருக்குமா? இல்ல, நான்தேன் அது இல்லாத இப்பிடிப் பட்ட மரமா நிப்பனா?" என்று தன் அக்காவின் மாமனாரும், மாமன் மாயனின் அப்பாவுமான கிருஷ்ணன் சாம்பானிடம் கேட்டான் வீரன்.

"விடுல. பழைய கதயப் பேசி என்ன ஆவப்போகுதுங்கேன். சின்னான் பயதான் வேணும்னு மயிலா அவம் பின்னாடி போனா. இப்பம் நாதியத்து நிக்கா... நாம என்ன செய்யங்கேன்?"

"சரிதேன் மனசு கேக்கல அத விடும். எனக்காவது ஒரு வழி பண்ணலாம்லா..."

"என்ன பண்ணச் சொல்லுத?"

"ஒம்ம பேத்திய எனக்குக் கட்டி வைக்கலாம்லா. அதுவும் மொறைதானே வேய்?"

வீரன் அப்படிக் கேட்பான் என்று யாரும் நினைத்திருக்கவில்லை. மாயனுக்கு கத்தி இறங்கினது போல இருந்தது. அம்மியில் அறைத்துக் கொண்டிருந்த மேகலா சட்டெனத் திரும்பிப் பார்த்தாள். யாருக்கும் பேச்சு வரவில்லை. சங்கடமான ஒரு அமைதி அங்கே நிலவிற்று. வீரன்தான் அதைக் கலைத்தான்.

"என்னக்கா பேச மாட்டேங்கே?" அக்கா மாடத்தியைப் பார்த்துக் கேட்டான். ஒரு காலத்தில் தன் தம்பிக்குத் தன் பெண் மேகலாவைக் கொடுக்க வேண்டுமென்ற ஆசை இருக்கத்தான் செய்தது மாடத்திக்கு. மேகலாவின் அழகும் அறிவும் அவளைக் கொஞ்சம் தடுமாறச் செய்தன என்பதும் உண்மை. ஆனால் தன் தம்பி தன் மாமனாரின் கையை வெட்டி விட்டு ஜெயிலுக்குப் போன பின் அவள் மனசில் இருந்த ஆசை பட்டுப் போயிற்று. இப்போது இத்தனை வருடங்களுக்குப் பிறகு ஆடி ஓடி அடிபட்டு திரும்பி வந்திருக்கும் தன் தம்பியின் மேல் அவள் மனசுள் இரக்கம் சுரந்திருந்தது. இன்றைக்கு மஞ்சளும் குங்குமமுமாய் கட்டுகெழுத்தியாய் அவள் இருக்கிறாள் என்றால் அதற்கு யார் காரணம் தன் தம்பி வீரன்தானே? அவன் மட்டும் குதிரைகளின் மிதியல்களில் இருந்து தன்

கணவனைக் காப்பாற்றாது போயிருந்தால்? அதை நினைத்து அவள் உடம்பு நடுங்கிற்று. சட்டென்று அவளால் பேச முடியவில்லை.

"என்ன சொல்லச் சொல்லுதே?" என்று சற்று அதட்டினாற் போல் கேட்டாள் மேகலாவின் அத்தை, மாயனின் தங்கை பார்வதி.

"கொல சாமி கும்புடுறதுக்கு வந்தமா, கும்புட்டமா, ஆக்கித் தின்னமா அந்தாக்ல சிரிச்சுப் பேசுனமா, ஊரப் பாக்கப் போனமான்னு இருக்கணும். அதான் நல்லது" என்றாள் அத்தை உறுதியான குரலில்.

"உள்ளது உள்ளது இப்பம் எதுக்கு இந்தப் பேச்சுங்கேன்" என்றார் கிருஷ்ணன் சாம்பான். மேகலாவைக் கேட்டது அவருக்கும் பிடிக்கவில்லை.

முதன்முதலில் மேகலா தன் காதலை தன் தாத்தாவிடம்தான் சொன்னாள். கேட்டுக் கொண்டார். கண்டிக்கவில்லை. பயப்படுவது போல மேகலாவுக்குத் தோன்றிற்று. ஆனால் ரகுராமனைப் பார்த்த பிறகு அவன் பேசிக் கேட்ட பிறகு அவனுக்குப் பின்னே தன் பிள்ளையின் அதிகாரி கல்யாண ராமய்யர் இருக்கிறார் என்று தெரிந்த பிறகு அவர் மனது சமாதானமாகி விட்டது. ஒரு பயம் அவர் மனதுக்குள் இல்லாமல் இல்லை. ஆனால் இது பூத்துக் குலுங்கும் என்று அவர் நம்பினார். தழைக்க வேண்டுமென்று ஆசைப்பட்டார். தன் பேத்தியின் மூலம் உருவாகும் ஒரு தலைமுறையாவது வெளிச்சம் பார்க்காதா என்று உள்ளூர அவர் ஏங்கினார். அவள் குழந்தைகளாவது கழுத்தில் அழுத்தும் நுகத்தடி இல்லாமல், கால் விலங்கில்லாமல், மேலே இருக்கும் மனிதன் எச்சில் துப்பும் கிண்ணமாய் இல்லாமல், யாராலும் ஒடுக்கப்படாமல் சுதந்திரச் சிறகுகளோடு பறக்கட்டுமே. அவள் தலைமுறைக்காவது விடியட்டுமே என்று அவர் எண்ணினார். இதே எண்ணம்தான் மாயனுக்கும் அவர் தங்கை பார்வதிக்கும் கூட இருந்தது. ஆனால் மாடத்திக்கு அவ்வளவாக இஷ்டமில்லை. தன் தம்பிக்குக் கொடுக்க வேண்டுமென்ற எண்ணம் உள்ளூர அவளுக்கு இருந்தது. ஆனால் அவள் குரல் எடுபடவில்லை.

அத்தை பார்வதி குறுக்கே புகுந்து, முகத்தில் அடித்தாற்போல் பேசியது வீரனுக்குப் பிடிக்கவில்லை. அது அவன் கோபத்தைக் கிளறிற்று.

“இப்பம் பேசாத வேற எப்பம் பேசங்கேன்? இல்ல தெரியாமத்தான் கேக்கேன்? எனக்கு முற இல்லையா? உரிமை இல்லையா? இல்ல கையில நாலு வெள்ளிப்பணம்தான் இல்லையா?” என்று கோபமாய்க் கேட்டான்.

“இருக்குல, யாரு இல்லன்னா… ”

“பொறவு?”

“அது போதுமால?”

“வேற என்ன வேணுங்கேன்?”

“ஏல தெரிஞ்சுதான் பேசுதியா? அதும் மூஞ்சப் பாருல. உன் வயசென்ன, அதும் வயசென்னலே?”

“பெரீய்ய வயசு. ஆம்பிளேளுக்கு ஏது வேய் வயசு? முப்பத்தஞ்செல்லாம் ஒரு வயசாங்கேன்?”

“சரீல. நீ பெரிய்ய சண்டியர்தேன். உம் படிப்பென்ன? அதும் படிப்பென்னலே? நீ கை நாட்டு. தற்குறி. செயிலுக்குப் போயி களி தின்ன பய. அது காலேஜூ படிச்சிருக்கு. ஒத்து வருமா?”

“ஏம் வராதுங்கேன்? படிச்சா கொம்பு முளச்சிடுமோ. எல்லாம் கெட்டி வெச்சா சரியாப் போவும். அது இருக்கா இது இருக்கான்னு நீட்டி முழக்கேறே… தாய்மாமன் உறவ விட பெரிய உறவு உண்டுமா வே. அத விட வேற என்னவே வேணும்?” வீரனின் குரல் உயர்ந்தது.

“வேண்டாம்ல சரியா வராது” கிருஷ்ணன் சாம்பான் உறுதியான குரலில் சொன்னார். வீரனுக்கு ஆறவில்லை. மனசு கொதித்தது. ஆவேசம் வந்தவன் போலப் பேசினான்.

“அதெப்பிடி விட முடியுங்கேன்? அப்பம் மயிலா கெடைக்காமப் பண்ணீரு. இப்பம் மேகலா கிடைக்காமப் பண்ணுதீரு. ஒமக்கு இஷ்டமில்லவேய். அதச் சொல்லும். மறுபடியும் கேக்கேன். அப்படி என்ன வேய் கொறஞ்சு போயிட்டேன்? மொறை இல்லியா? ஆம்பள இல்லியா? காசு பணம் இல்லியா? இல்ல குடி கூத்தின்னு அலையறனா? சீக்காளியா? இல்ல கோட்டியா? கட்னா வெச்சுக் காப்பாத்தத் துப்பு இல்லாதவனா? என்ன கொற கண்டீரு? என்னமோ புத்தி கெட்டுப் போய் ஒம்ம கைய்ய வெட்டிப்புட்டேன். தப்புத்தேன். அதுக்குத்தான் செயில்ல

இருந்திட்டம்லா. பொறவு என்னங்கேன்? ஆனா நீரு அத மறக்கல வேய்... அதாம் பழி வாங்கேரு. நா அப்பிடி நினச்சிருந்தா எம் உசுரப் பணயம் வெச்சு உம்ம புள்ளய காப்பாத்தி இருப்பேனா வேய்? அத நினைக்காண்டாம்? எனக்கு மட்டும் யாருவே இருக்காவ? இனிமே வெளிய எவம் பொண்ணு தருவான். அதுவும் செயிலுக்குப் போயிட்டு வந்தவனுக்கு? இருக்கது அக்கான்னு ஒரேயொரு சொந்தம். அதுவும் இப்பிடி அத்துவிட்டா நா எங்கிட்டுப் போவேன்?" என்று கேட்டான். அவன் குரல் இளகியது போல இருந்தது.

மேகலாவுக்கு மூச்சடைத்தது. தன் தாய் மாமனுக்குள் இப்படியொரு ஆசை இருக்கும் என்று அவள் எதிர்பார்த்திருக்க வில்லை. ஆனால் பெரியவர்கள் பேசிக் கொண்டிருக்கும்போது தான் மௌனமாக இருப்பதே நல்லதென்று அவளுக்குப் பட்டது. மாடத்திக்குத் தன் தம்பி சொல்வதெல்லாம் நியாயம் என்று தோன்றிற்று. அவள் ஏதோ சொல்ல வாயெடுத்தாள். மாயன் பார்த்த பார்வையில் அவள் தொண்டை அடைத்துக் கொண்டுவிட்டது. பார்வதி அத்தைதான் பேசினாள்.

"அது நா தூக்கி வளத்த பொண்ணு. அவள யாருக்குக் கட்டிக் குடுக்கணும்னு எனக்குத் தெரியும்லா. அந்தப் பேச்ச விட்ரும்."

"அத நீ சொல்லாத. பெத்தவங்க சொல்லட்டுங்கேன்."

"என்ன தம்பி மரியாதை கொறையுது? பெத்துப்புட்டா ஆச்சா. வளக்காண்டாமா? யாரோ கோடாங்கிக்காரன் சொன்னாம்ட்டு மூணு மாசக் கொழந்தைய எங் கையில தூக்கிக் குடுத்துச்சு ஓங்க அக்கா. அன்னியத்தொட்டு எங்கண்ணுக்குள்ள வெச்சு அவள வளத்தியிருக்கேன். காலேசு வரைக்கும் படிக்க வெச்சு ஆளாக்கி இருக்கேன். நா எம் வயத்துல சுமக்கல அவள... ஆனா நெஞ்சுல சுமந்திருக்கேன். இம்புட்டு ஏன் தம்பி... எம் வயத்தில ஒரு புள்ள பொறந்தா எங்க இவ மேல பாசம் குறஞ்சுடுமோன்னு நா புள்ளையே பெத்துக்கல. ஆடிக்கொருக்கா அம்மாவாசைக்கொருக்கா பட்டணம் வந்து புள்ளையப் பாத்ததத் தவிர அவ அம்மைக்குத்தான் என்ன தெரியும்; இல்ல எங்கண்ணனுக்குத்தான் என்ன தெரியுங்கேன்? அவ சாமி கழுத்துல வாழ வேண்டிய துளசி மாலை. அத ஓங் கழுத்துல போட முடியாது" அத்தை தெளிவாக, உறுதியாகச் சொன்னாள்.

கிருஷ்ணன் சாம்பானோ, மாயனோ ஒரு வார்த்தை சொல்லவில்லை. மாடத்திக்குப் பேச தைரியம் இல்லை.

வீரனுக்குள் கோபம் பொங்கிற்று. என்ன அநியாயம் இது? முறைமாமன் என்பதைக்கூட மதிக்காத இவர்களை என்ன செய்வது? இந்த அக்காவுக்கு என்ன வந்தது? அதுவுமா இப்பிடி ஊமையாய் வாயடைத்து நிற்கும்? உறவு தேடி ஊர் வந்தது இப்படி அவமானப்படவா? தனி மரமாய் நிற்கவா? என்று வீரனின் மனம் கொதித்தது.

"அக்கா!"

மாடத்தி தலை உயர்த்திப் பார்த்தாள்.

"நீ சொல்லுக்கா... மேகலாவ நான் கட்டிக்கிடக்கூடாதா?"

"எம் பொறவிராசனே நா அப்பிடிச் சொல்லுவேனா?" என்று பொங்கி எழுந்தவளை, "ச்சீ வாய மூடுலா!" என்று மாயன் அதட்டினார்.

"மாமா ஏம் அக்கா வாய மூடுதீய?"

"நாம் ஏம்ல மூடுதேன். சவம் எதுனா உளரும்."

"அப்பம் நீர் சொல்லும்!"

"என்ன சொல்லச் சொல்லுத?"

"உம்ம பொண்ண எனக்குத் கட்டித்தாரம்னு."

"அது முடியாதுல."

"ஏம் மாமா?"

"அத சாமிக்கு நேந்து விட்டிருக்குல."

"எந்த சாமிக்கி?"

"ராமசாமிக்கு."

"பொட்டுக்கட்டியா?"

"சீச்சீ..."

"பொறவு?"

"அதான் சொன்னம்லா..."

"என்ன மாமா விளையாடுதேளா? சாமிக்கு நேந்து விட அவ என்ன ஆடா சேவலா? மேகலாவ எனக்குக் கட்டி வெப்பீரா மாட்டீரா?"

“அட யார்றா இவன்... அதாம் சாமிக்கு நேந்து வுட்டாச்சுன்னு சொல்றாம்லா பொறவு என்னங்கேன்...” என்றார் மாயன்.

“பெரிய மயிரு சாமி” என்று வீரனின் குரல் சட்டென உயர்ந்தது.

“வந்தா நாள் தொட்டு அப்பனும் பிள்ளையும் கறியும் மீனுமா தின்னல? வெடக்கோழி சூப்பா சப்பிக் குடிக்கல. எவம் அப்பம் வூட்டு காசு? நோட்டு நோட்டா அவுத்தது யாருங்கேன்? அப்பல்லாம் பல்ல இளிச்சிக்கிட்டு தின்னியளே... எங்காசு இனிக்கு என் ... ... .ணி கசக்கோ?” என்று வீரன் அமிலமாய்க் கக்கினான். பெண்கள் காதுகளைப் பொத்திக் கொண்டார்கள். மனம் கசந்து குன்றிப் போய் மாயன் வாய்க்காங்கரையில் வந்து விழுந்தார். தன் தம்பி அப்படிப் பேசி இருக்கக்கூடாது என்று மாடத்திக்கும் தோன்றிற்று.

பின்னிரவுக்கு மேல்தான் வீரன் வந்தான். குடித்திருந்தான். அவன் வரும் வரை மாடத்தி சாப்பிடாமல் காத்திருந்தாள்.

“நா போயிடறேன் அக்கா.”

“அப்பிடிச் சொல்லாதலே...”

“இல்லக்கா இங்க இருந்தா மனசு வெடிச்சு செத்திருவம் போல இருக்கு.”

“எங்கல போவ?”

“நம்ம வூட்டுக்கு.”

“ஆதனூருக்கா?”

“ம்...”

“அது குடிசைல்லா... இத்துப் போயிருக்குமே...”

“பரவால்லக்கா... சாவியக் குடு!”

“போய்த்தான் ஆவணுமால?”

“வாரதும் போறதுமா இருக்கேன்; கவலப்படாத!”

இரவு வெகுநேரம் அக்காளும் தம்பியும் ரகுராமனைப் பற்றிப் பேசிக் கொண்டிருந்தார்கள். ஏதோ திட்டங்களுடன் வீரன் தூங்கப் போனான்.

❖❖❖

3

களக்காடு சேரிக்குத் சற்றுத் தள்ளி இருந்தது ஆதனூர். வீரனும் அவன் அக்கா மாடத்தியும் பிறந்து வளர்ந்த ஊர் அது. அங்கே சின்னதாய் ஒரு குடிசை வீடு அவர்களுக்கு இருந்தது. அந்த குடிசை வீடு இருந்த கையளவு நிலம் அவர்களுக்குச் சொந்தமானது அல்ல. மாடத்தியின் தகப்பன் தன் ஆண்டையின் நிலத்தில் ஒரு அடிமையைப் போல பல காலம் உழைத்ததற்காகக் கிடைத்த பரிசு அது. குடிசை போட்டுக் கொள்ளலாம். தலைமுறை தலைமுறையாய்க் குடியிருக்கலாம். ஆனால் விற்க முடியாது. வீரன் போன போது வீட்டின் மண் சுவர் அங்கங்கே விரிசல் விட்டும் உடைந்தும் இருந்ததைப் பார்த்தான். பழைய மண் சுவரை முழுதும் இடித்துவிட்டு கல் சுவர் எழுப்பினான். வாரைகள் உளுத்துக் கிடந்தன. மாற்றினான். புதிய ஓலைக்கூரை வேய்ந்து கொண்டான். என்ன தோன்றியதோ தெரியவில்லை, நல்ல அகல நீளமாய் ஒரு திண்ணை கட்டிக் கொண்டான். கயிற்றுக் கட்டிலும் தயாராயிற்று. சுற்றி வேலிப்படல். இப்போது குடிசை வீடு புதுப் பொலிவோடு விளங்கிற்று. இதற்கே ஒரு வாரமாயிற்று. அப்போதுதான் இருளன் அந்தச் செய்தியைச் சொன்னான்.

மயிலா விஷம் குடித்து விட்டாள். சாகக் கிடக்கிறாள். இதுதான் செய்தி. மயிலா வீரனின் முறைப்பெண். அவனுக்கு நிச்சயித்துப் பரிசம் போடப்பட்டவள். பஞ்சாயத்தில் சண்டையிட்டு சின்னான் அவளைக் கவர்ந்து போனான். அவளும் அவன் பின்னால் போனாள். ஊர் நடுவில் அவமானம். வலி. வேதனை. எல்லாம் ஆறாத ரணமாய் மனதிற்குள் இன்னமும் மிச்சமிருக்கிறது. ஆனால் வீரன் அதையெல்லாம் இப்போது யோசித்துக் கொண்டிருக்கவில்லை. ஒரு கொலைப்பழியில் சிறைக்குப் போய் தப்பியோட முயன்று போலீசாரால் சுட்டுக் கொல்லப்பட்டு கணவனை இழந்தவள்.

கைப்பிள்ளையுடன் தனிமரமாய் நிற்கிறாள். கேட்க நாதியில்லை. உறவென்று யாரும் இல்லை. இந்த எண்ணம் மட்டும்தான் வீரனுக்குள் ஓடிற்று. பதறி ஓடினான். நல்லவேளையாய் மயிலா உயிர் பிழைத்திருந்தாள். வீரனைப் பார்த்து கைப்பிள்ளையுடன் அவன் காலில் விழுந்து கதறினாள். மயிலாவை நிர்கதியாய் நாதியற்று விட்டு விட வீரனின் மனம் ஒப்பவில்லை. அப்படிச் செய்தால் அவன் அவள் மீது கொண்டிருந்த நேசத்திற்கு என்ன அர்த்தம்? வீரன் அவளிடம் ஆறுதலாய்ப் பேசினான். மூன்று நாள் தன் குடிசையில் சமைத்ததைக் கொண்டு போய்க் கொடுத்தான். மயிலாவின் முகம் தெளிய ஆரம்பித்தது. அன்றைக்கு வீட்டுக்குப் போகலாம் என்று சொன்னார்கள்.

“இந்தாரு மயிலா... நடந்ததென்னவோ நடந்து போச்சு. அதையே நினச்சுக்கிட்டிருந்தா எல்லாம் சரியாப் போயிருமா இல்லே போன உசுருதான் திரும்பி வந்துடுமா... என்னவோ கெட்ட நேரம் விடு... இந்தப் பச்சப்புள்ளய நினச்சுப் பாத்தியா? நீ செத்துப் போயிருந்தேன்னா ஒரு பாவமும் பண்ணாத இந்தப் புள்ளையில்ல அநாதையா நடுத்தெருவுல நின்னிருக்கும்... ஒனக்காவ இல்லேன்னாலும் இந்தப் புள்ளைக்காகவாவது நீ வாழ வேணாமாங்கேன்? ஒனக்கு யாருமில்லேன்னு ஏம்லா நினைக்கே? நா இல்லையா? என்ன நம்பு புள்ள. எங்கூட வா... நான் திங்கற சோத்த நீயும் தின்னு. எனக்கும் பொங்கிப் போடு. எங்குடிசை இனிமே உம் வீடு. உள்ளாற புள்ளையோட நீ இருந்துக்க. ஒங்கப்புரான எந் நிழல் கூட ஓம் மேல வுளாது. நான் உன்னோட காவல் நாயா திண்ணைல வுளுந்து கெடக்கேன். பொறவு உன் விருப்பம் புள்ள!” என்றான் வீரன்.

அந்தப் பேச்சு மயிலாவைத் தொட்டிருக்க வேண்டும். அடுத்த சில நாட்களில் மயிலா குழந்தையுடன் வீரனின் குடிசைக்கு வந்து விட்டாள்.

சொன்னது போல வீரன் திண்ணையிலேயே தங்கிக் கொண்டான். காலைக்கடனுக்காகவும் குளிக்கவும் வயல் வெளிகளுக்குப் போய் வந்தான். மற்றபடி சாப்பாடு தூக்கம் எல்லாம் அந்தத் திண்ணையில்தான். ஒருநாள் ஒரு பொழுது கூட அவன் குடிசைக்குள் நுழையவில்லை. தகிக்கிற வெயில், விடாது பெய்கிற மழை, உறைய வைக்கிற பனி, கடுமையான ஜூரம் எதுவும் அவன்

உறுதியை அசைக்க முடியவில்லை. மலேயாவில் சம்பாதித்த பணம் கொஞ்சம் அவனிடம் இருந்தது. அதோடு எல்லா வேலைக்கும் போனான். மயிலாவுக்கும் குழந்தைக்கும் என்ன தேவையோ அவை அவர்கள் கேட்காமலே அவர்களுக்குக் கிடைத்தன. ஒரு காவல் நாயைப் போல வீரன் மயிலாவுக்குக் காவல் இருந்தான். வந்து பார்த்த கிருஷ்ணன் சாம்பானோ மாமா மயனோ அக்கா மாடத்தியோ எதிராக ஒரு வார்த்தை பேசவில்லை. சொல்லப்போனால் வீரனுடைய மன உறுதியையும் வைராக்கியத்தையும் பார்த்து அவர்களுக்குப் பிரமிக்கத் தோன்றிற்று. ஆனால் தம்பியின் வாழ்க்கை இப்படி ஆகி விட்டதே என்ற வருத்தம் மாடத்திக்கு இருக்கத்தான் செய்தது. இப்படி வீரனின் வாழ்க்கை போய்க் கொண்டிருந்தது. தோன்றினால் அக்கா வீட்டிற்கு வருவான். ஒரே ஒரு நாள் தங்குவான். அந்த ஒரு நாளும் அவனுடைய பேச்சு மேகலாவைப் பற்றியதாகத்தான் இருக்கும். நாளுக்கு நாள் மேகலாவின் மீதான ஆசை வீரனுக்குள் பெருகிக் கொண்டேதான் போயிற்று. அந்த எண்ணத்திற்கு அவன் அக்காவால் கூட அணை போட முடியவில்லை. ஆனால் வீரனின் மனதில் தோன்றும் ஆசை, மோகம், வெறி எதையும் அறியாமல் மேகலா குலதெய்வ பூஜை முடிந்து அத்தையுடன் மதராசப் பட்டணம் போய்விட்டாள். இந்த சந்தர்ப்பத்தில்தான் வீரன் ரகுராமனின் பெரியப்பா ரத்னமய்யரைப் பார்க்கப் போனான்.

"சாமீ..."

வில் வண்டி குலுங்கி நின்றது. திரும்பினார் ரத்னமய்யர். வீரன். "தள்ளி நில்லுல!" காரியஸ்தர் அதட்டினார்.

இரண்டு நுகத்தடி தள்ளி மடிந்து கும்பிட்டு நின்றான் வீரன். "கும்பிடறேனுங்க சாமி!"

"ம்... யாருல நீ?"

"வீரனுங்க"

"வீரன்னா நீ என்ன பெரிய வைசிராய் பிரபுவா சொன்ன உடனே தெரிஞ்சுக்க. யாருன்னு விவரமா சொல்லுல!"

மேகலாவின் தாய்மாமன் என்பதைச் சொன்னான்.

"அதுக்கு என்னல இப்போ?"

"எனக்கு நியாயம் வேணும் சாமி!"

"எதுக்குல?"

"சின்னான் செத்துட்டான் சாமி."

“யாருல சின்னான்?”

“என்ன சாமி தெரியாத மாதிரி கேக்கிய?”

“தெரியாதுல”

“சின்னானும் மயிலாவும் ஒங்க கழனிலதானே வேல செஞ்சாவ? அவுகளையே யாருன்னு தெரியாத மாதிரி கேக்கிய?”

“தெரியுமோ தெரியாதோ அதுக்கென்னல இப்போ?”

“சின்னான் மாணிக்கத்த கொலை செய்யல சாமி... அது வேற ஆளுகன்னு தெரிஞ்சு போச்சு. போலீசுல அவனுக நாங்கதான் மாணிக்கத்த கொல செஞ்சோம்னு ஒத்துக்கிட்டாங்க. செய்யாத கொலைய சின்னான் செஞ்சதா பொய் சாட்சி சொல்லி சின்னான செயிலுக்கு அனுப்பினது யாரு? ஆண்டைதானே?”

“என்னலே விட்டா பேசிட்டே போற. கட்டி வெச்சு தோல உரிக்கணுமா?”

“ஏன் சாமி கூவற... கூவினா நீ செஞ்சது இல்லன்னு ஆயிடுமா? ஆண்டைக்கு சின்னான் மேல கோவம். எதுக்கெடுத்தாலும் கேள்வி கேக்கானேன்னுட்டு. நூறு ரூவா வட்டிக்கி குடுத்துப்புட்டு இரநூறுன்னு பத்திரம் எழுதிக்க குறுக்க நிக்கானேன்னு அவம்மேல ஆத்திரம். செய்யாத கொலய சின்னான் செஞ்சதா பொய் சாட்சி சொல்லி அவன செயிலுக்கு அனுப்பிட்டிய. இப்ப அவஞ் செத்து நம்ம மயிலாவும் அதும் புள்ளையும் அநாதையுமா நிக்கியோ”

“என்னது நம்ம மயிலாவா? அடி செருப்பால நாயே. நாக்க இழுத்து வெச்சு ஒட்ட அறுத்துடுவேன் படவா?” ரத்னமய்யர் சீறினார்.

“இப்பிடிச் சொன்னா எப்பிடி சாமி? சின்னான் குடும்பத்துக்கு ஒரு வளி பண்ணாண்டாமாங்கேன்?”

“என்ன மயித்துக்குல நான் ஒரு வளி பண்ணணும்? அதான் வேல செஞ்சப்போ கூலி குடுத்தாச்சில்ல... மரக்கா மரக்காவா நெல் அளந்தாச்சில்ல. அப்பறம் என்னடா எடுபட்ட நாயே?”

“இப்பிடிச் சொன்னா... இன்னிக்கி மயிலா நாதியத்து நிக்கே. அதுக்கென்ன வளி?”

“எங்கயாவது கொளத்துலயோ கிணத்துலயோ விழுந்து சாகச் சொல்லுடா எச்சக்கல நாயே”

“நா எச்சக்கல நாய்தான் சாமி. இந்த எச்சக்கல நாய் வூட்டுப் பொண்ணுங்க பின்னாடி அலையறவங்களும் எச்சக்கலதானே சாமி?”

வில் வண்டி அதிர்ந்து நின்றது.

“மூக்கா அவனப் பிடிச்சு மரத்துலகட்டு”

வண்டிக்காரன் ஓடி வந்தான். வீரன் அசையாமல் நின்றான்.

“கட்டு சாமி. தோலை உரி. எங்க வூட்டுப் பொண்ண வுட்ரச் சொல்லுங்க”

“யாரை?”

“ரகு அய்யிர”

“யாரைச் சொல்றே? ரகுராமனையா?”

“ஆமாம் சாமி”

“நான் சொன்னா அவன் கேக்க மாட்டான். நீ அந்த அய்யரைப் பிடிச்சுக்கோ”

“யார சாமி?”

“கல்யாண ராமய்யரை… அவர் சொன்னா ரகுராமன் நிச்சயம் கேப்பன். இல்லையா அய்யர் குடுமிய அறு. அவரு விட்டுட்டு ஓடறாப்பிலே மறக்க முடியாத ஏதாவது பண்ணு. முடியலையா ஒம் மொறப் பொண்ண எங்கயாவது தூக்கிண்டு போய் தாலி கட்டு நா ஏன்னு கேக்க மாட்டேன்”

“சரிங்க சாமி… அந்த அய்யரு நான் சொன்னா கேப்பாருங்களா?”

“அவர் காலத்துக்கும் அவமானப்படறாப்பிலே ஏதாவது செய். விட்டுட்டு ஓடறானா இல்லையா பாரு”

வீரன் தலையாட்டினான். வில்வண்டி குதித்துக் கொண்டு போயிற்று.

“இந்தப் பய மேல ஒரு கண் வெச்சுக்கோ மூக்கா. ரொம்பத் துள்றான். சமயம் பாத்துக் கொஞ்சம் தலையில தட்டி வெக்கணும். அப்பத்தான் பயம் இருக்கும்” என்றார் ரத்னமய்யர்.

கல்யாண ராமய்யரைப் பார்த்துப் பேசுவதற்காக அடுத்த நாளே வீரன் திருநெல்வேலி போவதென்று முடிவு செய்து கொண்டான்.

❖❖❖

4

கொல்லையில் நிழலாடிற்று. புழக்கடைக் கதவு வழியாக யாரோ நுழைந்த மாதிரி இருந்தது. செம்பரத்தம் பூச்செடி அசைந்த மாதிரித் தோன்றிற்று. யார் இருள் பரவ ஆரம்பிக்கும் இந்த நேரத்தில்? குளித்து குழைத்து விபூதியை இட்டுக் கொண்ட கல்யாண ராமய்யருக்கு அந்த உருவம் இப்போது மசங்கலாகத் தெரிந்தது. கல்யாண ராமய்யர் புழக்கடை விளக்கைப் போட்டார். இருட்டைத் துடைத்துக் கொண்டு வெளிச்சம் எங்கும் பரவிற்று.

"யாருப்பா?"

"கும்பிடறேனுங்க எஜமா!" அவன் சற்றுத் தள்ளி விழுந்து கும்பிட்டான்.

"அடடே எழுந்திருப்பா. எதுக்கு எங்கால்ல விழறே? எழுந்திரு, எழுந்திரு!"

கல்யாண ராமய்யர் பதறிக் கால்களைப் பின்னோக்கி இழுத்துக் கொண்டார்.

"சாமி கால்லதானே எசமா விளுந்தேன். மனுஷன் கால்ல இல்லையே?"

யார் இவன்?

"யார் சுவாமி? நானா? நன்னாருக்கு. அசடு அசடு நான் ரொம்ப சாதாரணமான மனுஷன்... உன்னப் போலத்தான் நானும்... சொல்றேனோல்லியோ எழுந்திரு!"

"சாமிக்கு ரொம்பப் பெரிய மனசு; அதான் இப்பிடி பேசுது."

"அதெல்லாம் ஒண்ணுமில்லே... யாருப்பா நீ. அதச் சொல்லு மொதல்ல!"

"எம் பேரு வீரனுங்க."

"எந்த ஊரு?"

"இந்த ஊருதானுங்க. பக்கத்துல சேரி."

"பாத்த மாதிரி இல்லையே?"

"வெளியூர்ல இருந்தன் சாமி."

"சரி என்ன எதுக்குத் தேடிண்டு வந்தே?"

"சாப்பாடு போடற சாமிதானுங்களே?"

"அப்பிடின்னா?"

"அன்னதானம் கல்யாண ராமய்ரு"

"கல்யாணராமன் எம் பேரு. நோக்கு என்ன வேணும் சட்டுனு சொல்லு. நேக்குக் கோவிலுக்குப் போகணும்."

"உங்கள நம்பித்தான் வந்திருக்கேன் எசமா. எம் வாழ்க்கையே உங்க கையிலதான் இருக்கு சாமி."

"இந்தப் பாருப்பா. நீ யாரோ, எவரோ, எந்த ஊரோ நேக்கு எதுவும் தெரியாது. உன்ன முன்ன பின்ன பாத்தது கூட இல்ல. அப்படி இருக்கச்சே திடீர்னு வந்து உன் வாழ்க்கை எங் கையில இருக்குன்னு சொன்னா என்ன அர்த்தம் சொல்லு?" அய்யரின் குரல் சற்றே உயர்ந்தது.

"எசமானே எங்கொல சாமி இந்த ஈன சாதிப் பறையனோட வேதனய காது குடுத்து கேளுங்க சாமி... என் தெய்வமே! திக்கத்து நிக்கேன். எல்லாருக்கும் நாயம் சொல்ற அய்யனே கைவிட்டா நா எங்கிட்டுப் போய் நிக்க? ஆரு கிட்ட சொல்லி அழ எசமானே... சாமியோவ்..." என்று வீரன் மறுபடியும் கும்பிட்டான்.

கல்யாண ராமய்யரால் நகர முடியவில்லை. நின்றார்.

தைரியம் வந்தவன் போல அவன் சொல்ல ஆரம்பித்தான்.

"நான்லாம் பொறந்திருக்கவே கூடாது சாமி. புழு மாதிரி ஈனப் பொறப்பு சாமி எம் பொறப்பு. பாவப்பட்ட ஜெம்மம். சின்ன வயசுல மே ஜாதிப் பயலுவ மாதிரி பள்ளோடம் போவ, கலரு கலரா சொக்கா போட, காலுக்குச் செருப்புப் போடன்னு எம்புட்டோ ஆச இருந்திச்சு. ஆனா கீ சாதிப் பய அதுக்கெல்லாம் ஆசப்படலாங்களா? கோமணத்தக் கட்டிக்கிட்டு கையக் கட்டி கும்புட்டு நிக்க வேண்டிய கொலத்துல பொறந்துட்டு மே சாதிப்

பய ஆடுதாப்ல ஆடக் களியுங்களா? பறப்பய வாழ்க்கைல என்ன சந்தோசமிருக்குங்கேன்? எல்லாரும் கால்ல போட்டுத்தானே மிதிக்காவ?" என்று கேட்டு நிறுத்தினான். மயிலாவை நேசித்ததை, அந்த ஆசை கருகிப் போனதைச் சொன்னான். ஜெயிலுக்குப் போனதை, அந்த அவமானத்தை விவரித்தான். திரும்ப ஊர் வந்த கதையைச் சொன்னான்.

"எங்கக்கா மாடத்திக்கு ஒரேயொரு பொண்ணு. அத எனக்குக் கட்டி வெக்கணும்னு அதுக்கு ஆச. ஆனா அதும் வாய எல்லாரும் அடைக்காங்க. கேட்டா எங்கக்கா பொண்ண சாமிக்கு நேந்து விட்டிருக்குன்னு எம் மாமனே சொல்லுதாவ... அதான் எஞ் சாமியப் பாக்கலாம்னு வந்தனுங்க" என்று நிறுத்தினான்.

கல்யாண ராமய்யருக்குப் புரியத்தான் இல்லை.

"சுவாமிக்கு நேந்து விட்டுருக்குன்னு சொன்னாளா?"

"ஆமாம் சாமி."

"எந்த சாமிக்கி?"

"ராமசாமிக்கு."

"என்னடாது அந்தப் பழக்கமெல்லாம் இல்லாம ஆயிண்டு வரதே. சரி அதுக்கும் நேக்கும் என்ன சம்பந்தம்?"

"இருக்கு சாமி. நீங்க இருக்குற தெம்புலதான் அந்த ரகுராமசாமி எங்கக்கா பொண்ண விரும்புதாரு."

அய்யருக்குத் திரை விலகுவது போல இருந்தது.

"அப்பிடி யார் சென்னா? ரத்னமய்யர்தானே?"

"... ... ...

"ஏன் ஊமையாயிட்டே. உண்மையைச் சொல்லு. உன்னைத் தூண்டி விட்டது ரத்னமய்யர்தானே?"

"நீங்க சொன்னா அந்த அய்யரு கேப்பாருன்னு சொன்னாரு."

"வேற ஒண்ணும் சொல்லலையா?"

"... ... ..."

"சரி விடு. என்ன சொல்லி இருப்பர்னு நேக்குத் தெரியும். நீ என்னத் தேடிண்டு வந்திருக்கிறது மாயனுக்குத் தெரியுமா?"

“தெரியாது சாமி.”

“அது தப்பு இல்லையா?”

“வேற வளி தெரியல சாமி.”

“மேகலா கிட்ட பேசினயோ?”

“இல்லீங்க சாமி.”

“அவ விருப்பம் முக்கியம் இல்லையா?”

“முறைமாமன் நான். இதுல விருப்பம் என்ன சாமி? கட்டுன்னா கட்டிக்கப் போவுது.”

“நான் என்ன செய்யணும்?”

“எதுக்கு சாமி அந்த அய்யரு ஒசந்த குலத்துல பொறந்துட்டு இப்பிடி கீ ஜாதில பொறந்த ஈன ஜாதிப் பொண்ணக் கட்ட ஆசப்படணும்? அவங்க வேற, நாங்க வேற. ஒட்டாது சாமி; ஒத்து வராது. கும்புடுற சாமியிலேர்ந்து தின்ற சோறு வரை எல்லாமே வேற... ஆசப்படலாம். ஒண்ணா மண்ணா வாழ முடியாது. அந்த அய்யர் குடும்பத்த அழிச்ச பாவம் வேணாம். விட்ரச் சொல்லுங்க. நல்லது இல்லன்னு சொல்லுங்க. சாமியும் தயவு பண்ணி தள்ளி நில்லுங்க. எதுக்கும் வராதீங்க. மத்தத நா பாத்துக்கிடுதேன்.”

“இதப்பாரு வீரா நீ புரிஞ்சுக்கலை. அதுவும் உன்னோட முறைப் பொண்ணுன்னு சொல்லிக்கிற மேகலாவை சுத்தமாப் புரிஞ்சுக்கலை. சீதாப் பிராட்டி ஸ்ரீமன் ராமச்சந்திர மூர்த்திய மனசுல எழுதிண்டா மாதிரி, ஆண்டாள் அரங்கன மனசுல வரிச்சுண்டா மாதிரி அந்த ரகுராமன மனசுல பச்ச குத்திண்டிருக்கா மேகலா. இனிமே இன்னொரு ஆம்பிளைக்கு அவ மனசிலே இடம் இருக்க முடியாது. ஒருவேளை அவ உன்னோட வாழும்படியா ஆச்சுன்னா அது அவ உடம்போட மட்டும் வாழப்போற வாழ்க்கையாதான் இருக்கும். மனசு ரசிக்காம ஒரு வாழ்க்கை செத்த பொணத்த கொத்தித் திங்கறா மாதிரி. அப்பிடியொரு வாழ்க்கை எதுக்கு நோக்கு? பேசாம வேற யாரையாவது கல்யாணம் பண்ணிண்டு சந்தோஷமா இரு!” கட்டளை போல் கல்யாண ராமய்யர் அதைச் சொன்னார்.

வீரன் பேச்சற்று நின்றான்.

தோன்றியவர்போல மறுபடியும் கல்யாண ராமய்யர் பேசலானார். அவர் வார்த்தைகள் உறுதியாய், மந்திரம் போல் ஒலித்தன.

"பகவான் அவா ரெண்டு பேரையும் ஒருத்தருக்கு ஒருத்தர்னு படைச்சிருக்கான். அவா நதியும் கடலும் மாதிரி. அவா ரெண்டு பேரும் கல்யாணம் பண்ணிண்டா ரொம்ப நன்னா இருப்பா. அவா மட்டும் இல்லே அடுத்த தலைமுறையும் செழிப்பா ஆரோக்கியமா இருக்கும். இது அப்பிடியே பற்றிப் படரும். புதுசு புதுசாப் பூக்கும். தலைமுறை தாண்டி இந்த ஜீவநதி பொங்கிப் பூரிச்சு ஓடும். அது மனுஷாள் மனசுல இருக்கற எல்லா அழுக்கையும் கசடையும் அடிச்சுண்டு போகும். பேதம் இல்லாத ஒரு மனிதக் கூட்டம் அன்ப மட்டுமே பேசிண்டு சிரிச்சுண்டு இருக்கும். அப்படியொரு புத்துலகம் உருவாகும். அதான் என் ஆசை. காந்தி மகானின் கனா. இது நடக்கும். நடக்கணும். அதக் கெடுத்த பாவம் நோக்கு வேண்டாம். நீ சொன்னாப்பிலே மேகலாவ மறந்துடச் சொல்லி என்னாலே ரகுராமன் கிட்டே சொல்ல முடியாது. மேகலாங்கறவள் உன்னோட முறைப்பொண் மட்டும் இல்லை. அவள் ஒரு மனுஷி. அவளுக்குன்னு ஒரு மனசு இருக்கும். அதுல அவளுக்குன்னு ஆசைகளும் கனவுகளும் இருக்கும். அதப் புரிஞ்சுக்கோ. கதவச் சாத்திண்டு போ!"

கொல்லை விளக்கை அணைத்து விட்டு கல்யாண ராமய்யர் உள்ளே போனார். வீரன் உடைந்து நின்றான்.

❖❖❖

5

ஜூலை 23, 1930

அன்புள்ள என் சியாமளாவுக்கு,

எப்படி இருக்கிறாயடி? சௌக்கியம்தானே? என்ன சத்தத்தையே காணோம்? அப்பா சௌக்கியமா? அப்பாவிடமும் அம்மையிடமும் என் நமஸ்காரத்தைச் சொல்லு. ரொம்பக் கேட்டதாகச் சொல்லு. அன்றொரு நாள் நீ பேசிக்கொண்டிருக்கும் போது, ரகுவின் நினைவுகள் மட்டும் போதும் என்று நான் சொன்னதற்குத் திட்டினாயே ஞாபகம் இருக்கிறதா? இப்போது தோன்றுகிறது அன்றைக்கு நான் சொன்னது பொய்யென்று, வெறும் வார்த்தையென்று... இல்லையென்றால் இந்த மனசு இப்படித் துடிக்குமா? ஆழ்மனதில் ரகுவைப் பற்றிய ஞாபகங்களும் காதலும் கடலின் அடியாழத்தில் மூழ்கிக் கிடக்கும் முத்தைப் போல பொட்டாத்தில் ஒளித்து வைத்த மயிலிறகு போல ஒளிந்து கிடக்கும் அதிசயத்தை இப்போதுதான் உணர்ந்தேன்.

சில நாட்களுக்கு முன்பு, நிலவு கொட்டிக் கிடந்த ஓர் இரவு. அத்தை வீட்டு மொட்டை மாடி. நாற்காலியில் நான். கண்ணுக்குத் தெரியவில்லை. ஆனால் பக்கத்தில்தான் இருக்கிறது கடல், ரகுவின் ஞாபகங்களைப் போல். நீ கொடுத்துவிட்டுப் போன, ரகு எனக்கு எழுதிய பழைய கடிதங்களைப் படித்துக் கொண்டிருந்தேன். ரகுவின் அம்மா, ரகுவின் மனதில் வெறுப்பு வரும்படியாக நடந்து கொள்ள வேண்டும் என்று சொன்னதற்காக இந்தப் பொக்கிஷங்களையா வெந்நீர் அடுப்பில் போட்டுவிடத் தோன்றிற்று எனக்கு? இரக்கமில்லாமல் அத்தனை குரூரமாய்ச் சிந்திக்க எப்படி முடிந்தது என்னால்? அவருக்குத்தான் எத்தனை காதல் என் மேல்? படிக்கப் படிக்க அன்றைக்கு விடுதி மொட்டை

மாடியில் உன்னிடம் நான் பேசியது பொய் என்று மறுபடியும் மறுபடியும் தோன்றுகிறது. இந்த ஜென்மத்தில் ரகு இல்லாமல் ஒரு வாழ்க்கை இல்லை. இதுதான் நிஜம். உண்மை, சத்தியம். ஆனால் காலம் எங்கே கொண்டு போய் கரை சேர்க்குமோ என்று பயமாக இருக்கிறது. மரணத்தின் விளிம்பில் தன் உயிரைத் துச்சமாக மதித்து குதிரைகளின் மிதியல்களில் இருந்து என்னைக் காப்பாற்றினாரே, தூங்காமல் சாப்பிடாமல் என்னருகே மருத்துவமனையில் தவம் கிடந்தாரே... அப்போதாவது அவர் மார்பில் சாய்ந்து கதறி இருக்க வேண்டாமா? அவர் உடைந்து நொறுங்கும் படியாய் ஒரு கடிதம் அவருக்கு எழுதியதற்கு மன்னிப்புக் கேட்டிருக்க வேண்டாமா? சொல்லற்றுத்தானே கிடந்தேன்? துளிர்த்த கண்ணீர் சொல்லி இருக்குமோ ஒருவேளை? அன்று இரவு...

விழிப்பு வந்த பிறகு அவர் கைகளைப் பற்றிக்கொண்டேன். மெல்ல எழுந்தேன். அவர் தோள் மீது சாய்ந்தபடி மெல்ல நடந்தேன். கால்கள் பின்னிற்று. அவர் இடது கையை என் இடுப்பைச் சுற்றி வளைத்துத் தன்னோடு சேர்த்துக் கொண்டார். அந்த வளையத்திற்குள் ஒரு பாதுகாப்பை உணர்ந்தேன். அதற்கு முன் அவர் அப்படி அணைத்துக் கொண்டவரில்லை. எனக்கு அந்த அரவணைப்பு தேவையாக இருந்தது. வெகுதூரம் வந்து விட்டோம்.

சற்றுத் தள்ளி வந்து உட்கார்ந்தோம். நான் அவர் மடியில் தலைவைத்துப் படுத்துக் கொண்டேன். மேலே நட்சத்திரங்கள் கொட்டிக் கிடந்த வானம். மெல்லிருள். அருகே ஆர்ப்பரிக்கும் அலை கடல். குளிர்ந்த உப்புக் காற்று. யாருமற்ற தனிமை. என்ன தோன்றியதோ அவருக்கு... இடது கையில் என்னைத் தாங்கி முகம் நோக்கிக் குனிந்து... எனக்குத் தடுக்கத் தோன்றவில்லை. ஏன் தடுக்க வேண்டும்? இத்தனை வருஷங்களில் எங்கள் கைகள் பின்னிக் கிடந்ததன்றி வேறு நிகழ்ந்ததில்லை. இன்றைக்கு நிகழ்ந்தது பேரதிசயம். அற்புதம். அந்த அன்பில் நான் கரைந்து போனேன். அந்த இரவு விடியாமல் இருந்திருக்கலாம். இந்த உயிர் அந்தச் க்ஷணமே போயிருக்கலாம். அப்படியொரு நெகிழ்ந்த தருணம் அது. ஆனால் அந்தச் சந்தோஷம் நீடிக்கவில்லை.

அப்போதுதான் அவர்கள் வந்தார்கள். பணிந்து கும்பிடும் உயரத்தில் இருந்தார்கள். அவர்கள் ஒவ்வொருவரிடமும் பழைய களிம்பேறிய இன்னமும் கூர் மழுங்காத ஆயுதங்கள் இருந்தன. எதையும் தீர்மானிக்கிறவர்களாய் அவர்கள் இருந்தார்கள். பிரிவு பிரிவாய் பெயர்களும் குறிகளும் அவர்களுக்கு இருந்தன. உயரத்தில் இருந்தவர்கள் என் அருகே வந்தார்கள். அவர்களுடைய மூச்சு காலசர்ப்பத்தின் மூச்சைப் போல இருந்தது. அத்தனை பேருடைய கண்களும் நெருப்புத் துண்டங்களைப் போல கனன்று சிவந்திருந்தன. அவர் மடியில் இருந்து என்னை உரித்தார்கள். அடிவயிற்றில் ஓங்கி மிதித்து வீசினார்கள். என் கதறலை அவர்கள் பொருட்படுத்தவில்லை. காலம்காலமாய் கும்பிட்டு, முதுகு வளைந்த இருளைப் போன்ற சில மனிதர்கள் என்னைச் சூழ்ந்து கொண்டார்கள். மடிந்து, தலைகுனிந்து எனக்காக அவர்களிடம் யாசித்தார்கள். ரகு, 'மேகலா மேகலா' என்று கதறினார். அவர்கள் காதில் அந்த அலறல் விழவே இல்லை. செத்த மிருகம் போல அவரை இழுத்துக் கொண்டு போனார்கள். அவர் அவர்களை உதறி விழுந்தவர்களை மிதித்துக்கொண்டு வண்ணங்களையும் குறிகளையும் அழித்துக் கொண்டு விட்டு விடுதலையானவர் போல என்னை நோக்கி ஓடி வந்தார். அவர்கள் களிம்பேறிய ஆயுதங்களை அவரை நோக்கி வீசினார்கள். அவர் தடுமாறினார். உள்ளங்கையில் நெருப்பு வைத்திருந்தவர்கள் அதை ஏவினார்கள். அணையாப் பெருந் தீ அவரைச் சுற்றிப் படர்ந்து திகுதிகுவெனப் பற்றியெரிந்து என் கண்கள் எதிரே பிடி சாம்பலாய் உதிர்ந்து... அய்யோ என் ரகு... ரகு... துடித்தேன். அலறினேன். விழித்துக் கொண்டேன். தொப்பலாய் நனைந்திருந்தது. உடம்பு நடுங்கிற்று. நாக்கு உலர்ந்து போயிற்று. எங்கிருக்கிறேன்? அத்தை வீட்டு மொட்டை மாடி. நாற்காலியில் நான். மடியில் ரகுவின் கடிதங்கள். என்ன பயங்கரமான கனவு. என் மனது தவிக்கிறதே. பயமாக இருக்கிறதே. என்ன அர்த்தம் சியாமளா இந்தக் கனவுக்கு? உனக்கேதும் புரிகிறதோ?

குலதெய்வ பூஜைக்காக ஊருக்கு வந்திருந்தேன். வந்த இடத்தில் ஒரு சிக்கல். காரணம் என் தாய்மாமன். நடப்பவை எதுவும் சந்தோஷம் தருவதாய் இல்லை. அப்பாவும் அத்தையும் தாத்தாவும் என் பக்கமிருப்பதுதான் ஆறுதல். 'அவுக என்ன சாதிங்கேன்? ஒத்து

வருமாட்டி... மாமனக் கட்டிக்க கசக்கோ' என்று உறுமிற்று மாமன் என்னிடம். உண்டு எச்சிலைப்போல் எறிந்து விடுவார்களாம். எனக்கு அப்படித் தோன்றவில்லை. பெண்ணை வெறும் உடம்பாய்ப் பார்க்கிற புத்தி ரகுவிடம் இல்லை. இன்னொன்று, சாபம் போன்ற இந்தச் ஜாதி. ஜாதி பற்றி அதிகம் நாங்கள் பேசிக் கொண்டதில்லை. அது என்னவோ அருவருப்பாய் இருந்தது. பழகிய ஆரம்பச் சில மாதங்கள் வரை நான் யார் என்பதை அவரிடம் சொல்லவே இல்லை. அவர் கேட்கவும் இல்லை. அவர் அண்மை மனசுக்கு இதமளிப்பதாக உணர்ந்த தருணங்களில் சொல்லி விடத் தோன்றியதுண்டு. அன்பு கடந்து நிற்குமென்று எனக்குத் தெரியும். ஆனாலும் மனித மனத்தின் விசித்திரங்களை யார் அறியக்கூடும்? ஒருநாள் தற்செயலாய் சொன்னேன். 'அப்படியா?' என்றார். அது பொருட்படுத்தத்தக்க ஒன்றாய் இல்லையா என்று கேட்டேன். 'ஸோ வாட்?' என்ற எதிர்க் கேள்விதான் அவரிடமிருந்து பதிலாய் வந்தது. அந்த ஆரம்பம் நன்றாக இருந்தது. அதற்குப் பிந்தைய நாட்களில் அவர் தன்னை நிரூபிக்க முயலவில்லை. நான் எப்படி இருக்கிறேனோ அதிலேயே நிரூபணம் இருக்கிறது என்பது போல நடந்து கொண்டார். அது எனக்குப் பிடித்திருந்தது. எதையும் எழுதிக் கொள்ளாத அவர் மனதுதான் ஈர்த்தது. ஜாதீய உணர்வு அவரிடம் இருப்பதாக ஒரு சின்னச் சந்தேகம் வந்திருந்தால் கூட விட்டு விலகி இருப்பேன். நல்லவேளை அப்படி இல்லை. என் மாமனை நினைத்து கொஞ்சம் கவலையாக இருக்கிறது. என்ன ஆகப் போகிறதோ? ஆனாலும் நம்பிக்கை இருக்கிறது. ஆசைப்பட்ட ஒரு வாழ்க்கை கிடைக்குமென்று. ஒன்றைச் சொல்ல மறந்து விட்டேன். அன்றைக்கு ஹைகோர்ட் கடற்கரைச் சாலையில் நடந்த மிருகத்தனமான பிரிட்டிஷ் போலீசாரின் இரக்கமற்ற வெறியாட்டத்தைக் கண்டித்து 'நியூடான்' ஆங்கில தினசரியில் காட்டமான கட்டுரை வந்திருந்ததே வாசித்தாயோ? அதில் குதிரை மிதித்து ஒரு பக்க முகம் ரணமான ஒருவரின் புகைப்படமும் பேட்டியும் வந்திருந்ததே படித்தாயா? அந்தப் புகைப்படத்தில் இருப்பது வேறு யாரும் இல்லை. என் அப்பாதான். அந்த தழும்பு போகாதாம். உயிர் பிழைத்ததே அதிசயமாம். சொல்லி விட்டார்கள். ஒரு வகையில் அப்பாவும் விடுதலைப் போரில் கலந்து கொண்டு இரத்தம் சிந்தி விட்டாரென்று நாங்கள் அவரைக்

கிண்டல் பண்ணினோம். சொல்லப் போனால், மகாத்மாவின் தியாகத்திற்கு முன்னால் யாருடைய தியாகமும் ஒன்றுமே இல்லை. அந்த மகானை எரவாடா சிறையில் அடைத்து இரண்டு மாதங்களுக்கு மேல் ஆகிவிட்டது. வெஞ்சிறையில் மகாத்மா என்ன கொடுமைகளையெல்லாம் அனுபவிக்கிறாரோ? என்றைக்கு இந்தப் பாவிகள் விடுதலை செய்வார்களோ தெரியவில்லை. ராட்டை நூற்பதிலும் ஸ்ரீராமஜெயம் எழுதுவதிலும் குப்பத்துப் பிள்ளைகளுக்குப் பாடம் சொல்லிக் கொடுப்பதிலும் ஆழ்ந்தாலும் ஒரு முள் உறுத்திக்கொண்டேதான் இருக்கிறது. மகாத்மா விடுதலையாகும் நாள் வரை இரவு உண்பதில்லையென்று விரதம் பூண்டிருக்கிறேன். எல்லோரிடமும் என் நமஸ்காரத்தையும் அன்பையும் சொல். முடிந்த போது எழுது.

இப்படிக்கு,
மேகலா

6

உ

கோமதி துணை

அன்புள்ள அக்கா பாகீரதிக்கு, உன் அருமைத் தங்கை மைதிலி அனந்த கோடி நமஸ்காரங்களுடன் எழுதுவது. க்ஷேமம். உபயகுசலோபரி. க்ஷேமத்திற்கு எழுதவும். முதலில் அத்திம்பேரிடம் என் நமஸ்காரத்தைச் சொல்லவும். பத்து நாளைக்கு ஒரு முறையாவது உன்னிடமிருந்து கடிதாசு வரவில்லையெனில் அம்மா தவித்துப் போகிறாள். தபால்காரர் வந்தாச்சோ என்று நூறு முறை கேட்கிறாள். வாசலுக்கும் உள்ளுக்கும் நடையாய் நடக்கிறாள். வாரத்திற்கு ஒன்று எழுதிக் கொண்டிருந்தாய். இப்போதெல்லாம் மாதத்திற்கு ஒன்று என்று சுருக்கிக் கொண்டு விட்டாய். ரொம்ப வேலையோ? ஒழியவில்லையோ? உன் கடிதாசைத் திரும்பத் திரும்ப வாசிக்கச் சொல்லி அம்மா கேட்பாள். அதில் அவளுக்கொரு சந்தோஷம். அத்திம்பேர் உன்னை உள்ளங்கையில் வைத்துத் தாங்குவதில் அம்மாவுக்கு ஏகப் பெருமை.

நீ சாயங்காலம் குழந்தைகளுக்குப் பாட்டு ட்யூஷன் எடுக்கறையாம். உன் குரல் கல்கண்டா இருக்காம். கட்டுசெட்டா குடுத்தனம் பண்றயாம். அக்கம்பக்கத்துல நன்னா பழகி வெச்சுண்டு இருக்கையாம். கன்னடம் கூட நன்னா பேசறயாமே... இங்க வந்திருந்தப்போ சம்மந்தி மாமி சொல்லிச் சொல்லி மாஞ்சு போனா. மாமி பெங்களூர் வந்து தங்கி இருக்கச்சே குழந்தை என்னைத் துரும்பைக் கூட எடுத்து அந்தப்பறம் போட விடலை. அப்படி அன்பா அக்கறையா கவனிச்சுண்டான்னு சந்தோஷப்பட்டா. அதோட அத்திம்பேர் உன்ன வேலைக்கு அனுப்பப் போறாறாமே...

அம்மைக்குத் துளியும் இஷ்டமில்லை. காலம்காலமா பொம்மனாட்டிக்கு குடும்ப சம்ரட்சணம் போறும்னுதானே பெரியவா பண்ணி வெச்சிருக்கா. பொம்மனாட்டியா லட்சணமா ஆத்து வாசப்படி தாண்டாமே ஆத்தப் பாத்துண்டா போறாதோ இது எதுக்கு அநாசாரமான்னு அம்மைக்கு... ஆனா மாமி விடலை. சிரிச்சுண்டே சொன்னா. எல்லாம் மாறிண்டே இருக்கு. நாமும் மாறணும். அவ கால்ல அவ நிக்கணும். எல்லாத்துக்கும் ஆம்படையான் கைய எதிர்பார்த்துண்டு நிக்கப்படாது. வெளில போறதால உலகம் பழகும். நாலு அனுபவம் வரும். எதை எப்படி எடுத்துக்கறது, எதை எங்க வைக்கறதுங்கற ஞானம் வரும். அவளுக்குன்னு ஒரு அடையாளம் கிடைக்கும். அதுக்கு வழிவிட்ட புருஷன் மேல பிரியம் அதிகமாகும். வேலைங்கறது வருமானம் மட்டுமில்லை. பொம்மனாட்டிகளுக்கு றெக்க முளைச்சாப்பிலே அது ஒரு விடுதலை உணர்ச்சி. இதையெல்லாம் யாராவது வேண்டாம்னு சொல்வாளான்னு கேட்டா மாமி. அம்மா சிரிச்சு மழுப்பிட்டா... ஆனா அத்திம்பேரை நினைச்சுப் பெருமையா இருக்கு. பெண்ணைக் கொண்டாடற மனசு உசத்தி. அது எல்லா ஆம்பிளைகளுக்கும் வரதில்லே. ஹி இஸ் ஸிம்பிலி கிரேட். அத்திம்பேர் கைய்யப் பிடிச்சுக் குலுக்கணும் போல இருக்கு.

அப்பறம் ஒரு விஷயம் முக்கியமான விஷயம்னு கூடச் சொல்லலாம். உன்னோட ஓர்ப்படி கௌசல்யா உண்டாகி இருக்காளாம். சம்மந்தி மாமி சொன்னா. அதச் சொல்லிட்டு இவா இப்ப வேண்டாம்னு இருக்கா போல இருக்குன்னு இழுத்தாப்பிலே சொன்னா. நீயும் உன்னோட லெட்டர்லே அந்த நல்ல சேதிய எழுதுவேன்னு பாத்தா ஒண்ணும் எழுதறதில்லை. நான் சின்னவள். இதெல்லாம் எழுதப்படாது. ஆனா பெரியவாளுக்குள்ளே ஆதங்கம் வர ஆரம்பிச்சாச்ச. இப்பல்லாம் ஆத்துக்கு வர பொண்டுகள் வேற எதக் கேக்கறாளோ இல்லையோ இதைக் கேக்காமப் போறதில்லை. 'பகவான் இன்னம் கண்ணத் திறக்கலை'ன்னு அம்மை சொல்றச்சே அவ குரல் ஷீணமா இருக்கு. எப்படியோ நல்ல சேதி சீக்கிரம் சொல்வேன்னு நம்பறேன்.

நிற்க. மனசு விட்டுச் சில விஷயங்களை உங்கிட்டே சொல்லணும்னு தோணித்து. அதுக்குத்தான் அம்மா தூங்கினப்பறம்

அப்பா படத்தடிலே உக்காந்துண்டு எல்லா விளக்கையும் அணைச்சுட்டு சிம்னி விளக்கு வெளிச்சத்திலே எழுதறேன். என்னவோ உங்கிட்ட கொட்டணும்னு தோணறது. கொஞ்ச நாளா மனசே நன்னால்லை பாத்துக்கோ. ஒரே பாரமா இருக்கு. எதுவும் பிடிக்கலை. கோபம் கோபமா வரது. எரிச்சலா இருக்கு. லோகம் இப்பிடி இருந்தா, அதுக்கு நான் என்ன செய்ய முடியும்? மனுஷா ஏன் இப்பிடி இருக்கா? நடந்ததுக்கோ நடக்கறதுக்கோ நானா காரணம்? என்னக் கேட்டுண்டா எல்லாம் நடக்கறது? நேக்குக் கல்யாணம் ஆகலைன்னு யார் இப்போ அழுதா? அண்ணாக்கு மேகலா மன்னியோட சீக்கிரம் கல்யாணம் ஆகணுங்கற ஒரே காரணத்துக்காகத்தான் என்னோட கல்யாணத்துக்குத் தலையாட்ட வேண்டியிருக்கு. அப்பிடியென்ன வயசாயிடுத்து நேக்கு? பேசாம காந்தியோட சங்கத்திலே சேர்ந்து தேச விடுதலைக்குப் போயிடலாம்னு தோணறது. அப்பிடிப் போறது ஆத்மார்த்தமா போறாப்பிலே இருக்குமோ? இல்லே தப்பிச்சுக்கறதுக்காகவா? ஒண்ணுமே புரியலை. ரொம்பக் கசந்து போயிடுத்து. இதோட எத்தனை சம்மந்தம் தெரியுமோ? வருவா... பாப்பா சம்பிரமா பஜ்ஜி, சொஜ்ஜிய சப்புக் கொட்டிண்டு சாப்பிடுவா. பாடச் சொல்லுவா. அதாவது பரவால்லை. வரவனையெல்லாம் இவா மாப்பிள்ளை மாப்பிள்ளைன்னு சொல்றதும் மாப்பிள்ளையை நமஸ்காரம் பண்ணிக்கோடியம்மாங்கறதும் சகிக்கலை. இவனா அவனான்னு தெரியாத விழுந்து கும்பிட்டுண்டு சே என்ன அசிங்கம்? திரும்பிப் போவா. பதிலே வராது. இல்லே ஜாதகம் சரியா இருக்காது. தப்பிச்சுக்கறதுக்கு எல்லாருக்கும் இந்த ஜாதகம் ஒண்ணு வசதியா ஆப்டிருக்கு.

கல்லிடைக்குறிச்சிக்காராளுக்கு ரொம்பப் பிடிச்சிடுத்து என்னை. அந்த மனுஷரும் ரொம்ப நல்லவராய் இருந்தார். நிச்சயமும் ஆச்சு. என்ன பிரயோஜனம் சொல்லு... சுவாமிக்கு அப்படியென்ன அவசரம்? அவர ஏன் பறிச்சுக்கணும்? ஏன் இப்படி நடக்கணும்? யார் செஞ்ச பாவம்? இது நல்லதுக்கா கெட்டதுக்கா? தாலியறுத்து முண்டச்சியா நிக்காம தப்பிச்சுண்டதுக்காகச் சந்தோஷப்படறதா? துக்கிரி, ராசி இல்லாதவள், அதிர்ஷ்டக் கட்டைன்னு நாலு பேர் சொல்றாப்பிலே விதி எழுதிட்டுப் போயிருக்கே அதுக்காகத் துக்கப்படறதா? என்ன செய்யறது?

இதில் என் தப்பு என்ன? வரவாளுக்கு ஏன் புத்தி இல்லை? வரவா எல்லாருமா அப்பிடி இருப்பா? இவ்வளவு படிச்சவா எல்லாத்துக்கும் சம்பிரமா வியாக்கியானம் பண்றவா இவாளுக்கெல்லாம் ஏன் இப்படியெல்லாம் நடக்கறதுன்னு தெரியாதா? பகவத் சங்கல்பம், பகவத் சங்கல்பம்னு சொல்றாளே அந்த பகவத் சங்கல்பம் ஒரு பிராமணப் பிள்ளை நேக்கு ஆம்படையானா வரத்துக்கு எழுதி வெச்சிருக்கோ இல்லையோ? யாருக்குத் தெரியும்? இனிமேலா ஒத்தன் எனக்காகப் பொறக்கப்போறான்? ஒருவேளை இப்பிடி நுணுகி நுணுகி குத்தம் பாக்கற பிராமணாளுக்குள்ளே அவன் பொறக்கலையோ என்னமோ. என்ன இப்பிடிச் சொல்றேனேன்னு அதிர்ச்சியா இருக்கா? வேற எப்பிடிச் சொல்லச் சொல்றே? யாருக்கும் தைரியம் இல்லை. அம்புட்டுப் பேரும் கோழை, தொடைநடுங்கி. அப்பறம் எதுக்குப் பொண் பாக்க வரேள்? எல்லாம் என் தலையெழுத்து. நான் பொண்ணாப் பொறந்த நேரம். என் தலைவிதியை நொந்துக்கறதைத் தவிர யாரைக் கோச்சுக்க முடியும் சொல்லு? இதையெல்லாம் பாக்கறச்சே ரொம்ப கசந்து போறது. பேசமா எவனையாவது இழுத்துண்டு ஓடிப் போயிடலாமான்னு கூடத் தோணறது. சீச்சீ... அதவிட அவமானம் உண்டோ? அப்பிடியாவது நேக்குக் கல்யாணம் ஆனா அண்ணாவோட கல்யாணம் சீக்கிரம் ஆகுமோல்லியோ? ஆனா இவாள்ளாம் இரக்கமே இல்லாமே இப்பிடி அழிச்சாட்டியம் பண்ணிணா ஜாதியுமாச்சு கீதியுமாச்சுன்னு யார் பின்னாடியாவது ஓடிப் போ வேண்டியதுதான் - நம்ம மீனா போனாப்பல...

எழுதிக் கொண்டிருந்த மைதிலி அம்மாவின் குரல் கேட்டு எழுந்து போனாள்.

“கால்லாம் ரொம்ப வலிக்கறது மைதிலி. செத்த பிடிச்சு விடறயா?” என்றாள் அம்மா.

மைதிலி எழுதுவதை நிறுத்திவிட்டு அம்மாவின் கால்களுக்கு ஒத்தடம் கொடுக்க ஆரம்பித்தாள்.

❖❖❖

7

அம்மா தூங்க அரை மணியாயிற்று. விட்ட இடத்தில் இருந்து மைதிலி கடிதத்தை எழுத ஆரம்பித்தாள்.

மீனான்ன உடனே ஞாபகம் வரது. நம்ம மீனா, அதான்டி மீனாட்சி. பஞ்சு சாஸ்திரிகளோட பொண்ணு அவ என்ன செஞ்சா தெரியுமோ? யாரோ ராவுத்தர் பையனோட ஓடிப் போயிட்டாளாம். அவனும் ரெண்டு குழந்தைகளோட அவள சந்தோஷமா ஏத்துண்டுட்டானாம். பாவம் மீனா... ரெண்டு குழந்தைகளை வெச்சுண்டு எல்லா உணர்ச்சிகளையும் பொசுக்கிண்டு, விடியும் ஆத்துக்காரர் வந்து பொறந்தாத்திலே இருந்து அழச்சிண்டு போவார்னு எத்தனை வருஷம்தான் தவம் கிடப்பள்? அவளோட ஆம்படையானுக்கு அவளோட அருமை ஏன் தெரியாமப் போச்சு? மீனாட்சியை விட அஞ்சு சவரன் பெரிசாப் போச்சா? ரெண்டு புள்ளையப் பெத்தவள் உன்னோட சுகம் துக்கம் எத்தனை பாத்திருப்பள்? அப்படிப்பட்டவளை பழிசொல்லி வாழாவெட்டியா காலாகாலத்துக்கும் அழுத்தி வெச்சிருந்தா அப்பறம் ஒரு பொம்மனாட்டி என்ன செய்வோ? எல்லாரும் மீனா செஞ்சது தப்புன்னா... நேக்கு அவ செஞ்சதுதான் சரின்னு படறது. பின்ன பொறுப்பில்லாத அன்பு வத்திப் போன ஆம்படையானோட அவன் தாலி கட்டின பாவத்துக்காக அவன் வருவன் வருவன்னு ஒரு பொண்டாட்டி காலத்துக்குக்கும் காத்திருக்கணும்னா அது பெண்ணடிமைத்தனம் இல்லையோ? ஒரு பொண்ணோட வாழ்க்கைய காலடில போட்டு மிதிக்கற ஆம்பளைத் திமிர் இல்லையோ? அதை எப்படி ஏத்துக்க முடியும்? இனிமேலாவது மீனா நன்னா இருந்தாப் போரும். போரும் என்ன நிச்சயம் நன்னா இருப்பா. அவன் யாரா இருந்தா என்ன? எவ்வளவு அன்பு இருந்தா

தீராத காதல் இருந்தா மீனாவ ஏத்துக்கத் தோணி இருக்கும்? இப்பிடி எல்லாத்தையும் உதறிட்டு உடைச்சிண்டு வெளில போறுமேன்னு ஒருத்திக்குத் தோணி இருக்குன்னா அதுக்கு யார் காரணம்? சரியா தப்பாங்கறது இல்லை பிரச்னை. இந்தச் சமூகம் ஏன் இப்பிடி இருக்குங்கறதுதான் கேள்வி. நிறையப் பெண்கள் இப்பிடி இருக்கா. மீட்சி இல்லாமே. ஒரு மீனா தாண்டிட்டா. எல்லாராலயும் முடியுமா? எப்பிடியோ பஞ்சு சாஸ்திரிகளைப் பாக்க சகிக்கலை. அவாத்து மாமி படுத்த படுக்கையா ஆயிட்டா. சாஸ்திரிகளுக்குப் போய் இப்படி நடக்கலாமோ? சுவாமி நடக்க விடலாமோ? இத்தன வருஷமா அவர் கட்டிக் காப்பாத்தின சனாதன தர்மமாவது அவரக் காப்பாத்தி இருக்க வேண்டாமோ? எத்தனை ருக்மணி கல்யாணம், ஸ்ரீனிவாச கல்யாணம்னு கதாகாலட்ஷேபம் பண்ணி இருப்பர்? அவர் பொண்ணுக்கு இப்படி ஆகணுமோ சொல்லு. என்னவோ மனசே ஆறலை.

புதுசா ஒரு பிரச்னை இப்போ முளைச்சிருக்கு. மன்னியோட தாய் மாமன் ஒத்தன் பேர் வீரனோ தீரனோ... அண்ணாவும் மன்னியும் ஒருத்தருக்கொருத்தர் உயிருக்கு உயிரா பழகறது அவனுக்குப் பிடிக்கலையாம். மன்னியைத்தான் கல்யாணம் பண்ணிப்பேன்னு ஒத்தக்கால்ல நிக்கறான். அவனால பிரச்னைக்கு மேல பிரச்னை. என்ன செஞ்சிருக்கான் தெரியுமோ? பெரியப்பா கிட்ட போய் நியாயம் கேட்டிருக்கான். வேற வினை வேணுமோ? மன்னியாத்து உழவு மாடுகள் திடீர்னு காணாமப் போயிடுத்து. அவாளோட நிலத்திலே அறுவடைக்குத் தயாரா இருந்த நெல் பயிரெல்லாம் தீப்பிடிச்சு எரிஞ்சுடுத்து. இதெல்லாம் யார் செஞ்சா? ஏன் செஞ்சா தெரியலை. எல்லாம் சங்கரி சொல்லித்து.

இது மட்டும் இல்லை. மன்னி சென்னையில இருக்கச்சே மன்னியும் அவ அப்பா மாயனும் பிராட்வே கடற்கரை கூட்டத்துக்குப் போயிருந்த விஷயத்தை உனக்குச் சொல்லி இருக்கேன். ஞாபகம் இருக்கு இல்லையோ? கூட்டம் முடிஞ்சு வெளில வந்தவாளை குதிரைப்படை ஓட ஓட விரட்டி அடிச்சு நொறுக்கி இருக்கு. இதிலே மன்னிக்கும் அவ அப்பாக்கும் நல்ல காயம். அவா உயிர் பிழைச்சதே அதிசயம். 'நியுடான்'ங்கற ஆங்கில தினசரிப் பத்திரிகை அந்த சம்பவத்திலே அடிபட்ட பல நபரைப் பேட்டி

கண்டு போட்டிருக்கா. இதுல மன்னியோட அப்பா மாயனோட பேட்டியும் படத்தோட வந்திருக்கு. அந்த சேதிக்குக் கண் காது மூக்கு ஒட்ட வெச்சு அரசாங்கத்துக்கு யாரோ புகார் அனுப்பி இருக்கா. பிரிட்டிஷ்காரன் ஆட்சியிலே வேலை செஞ்சுண்டு அரசாங்கத்துக்கு எதிரா ஒத்தன் பேட்டியும் குடுக்கறான்னா அது எப்பேர்ப்பட்ட ராஜதுரோகம்? அதச் செஞ்ச மாயன் இனிமேலும் அரசாங்க வேலையிலே இருக்கலாமோன்னு யாரோ துரைக்குப் புகார் அனுப்பி இருக்கா. விளைவு மாயனுக்கு வேலை போயிடுத்து. அரசாங்க வேலைங்கறது எவ்வளவு பெரிய கௌரவம், மரியாதை. சமூக அங்கீகாரம், பொருளாதார பலம். அதை அடிச்சு உடைச்சு ஆணி வேரப் பிடுங்கிட்டா. மரம் சரியாம என்ன பண்ணும்? கறவை மாடுகள் காணாமப் போறதும் விளைஞ்ச பயிர் தீக்கிரையாகறதும் ஒரு ஏழை சம்சாரிக்கு எவ்வளவு பெரிய இழப்பு? வலி, மன உளைச்சல். இப்போ வேலையும் போயாச்சு. ஒரு மனுஷனோட முதுகெலும்பை உடைக்கறாப்பிலே காரியங்களை சாதாரண மனுஷா செய்ய முடியுமோ? மனசுக்குத் தெரியறது யார் செஞ்சிருப்பான்னு. கச்சேரிலே மனசுக்குப் பேசத் தெரியாதே. அதுக்கு சாட்சின்னா வேணும். இது எங்க போய் முடியுமோ தெரியலை. கல்யாண ராமய்யர் மாமாதான் மறுபடியும் மன்னியோட அப்பாவுக்கு வேலை திரும்பக் கிடைக்க முயற்சி பண்றாராம். என்னவோ நல்லது நடந்தா சரி.

பத்து நாளைக்கு மின்னே பெரியம்மாவும் சங்கரியும் ஆத்துக்கு வந்திருந்தா. இரண்டு நாள் தங்கினா. அவதான் எல்லாக் கதையும் சொன்னா. அந்த வீரன் கிட்ட போய் இந்த சங்கரி நியாயம் கேக்கப் போறதாம். எங்கண்ணாவுக்காக மேகலா மன்னிய விட்டுத் தாங்கன்னு கெஞ்சப் போறதாம். என்னவோ அச்சுபிச்சுன்னு இராத்திரியெல்லாம் பேசிண்டே இருந்தது. எல்லாரோட மனசுலயும் அந்தக் கோமதி அம்மன்தான் புகுந்து நல்லது பண்ணணும். சாந்தியைத் தரணும். வேற என்ன சொல்ல முடியும் சொல்லு?

உடம்பைப் பாத்துக்கோ, வேளா வேளைக்குச் சாப்பிடு. மாப்பிள்ளைக்கு லீவ் கிடைக்கும்னா ஒரு பத்து நாளாவது வந்து இருந்துட்டுப் போகச் சொன்னா அம்மா. அவ கையாலே அத்திம்பேருக்கு அவியலும் பிட்லையும் எரிசேரியும் புளிசேரியும்

செஞ்சு போடணும்னு ரொம்ப ஆசையா இருக்காம். வந்தேள்னா சந்தோஷமாத்தான் இருக்கும். க்ஷேமம். மத்தது உன் கடிதாசி பார்த்து.

இப்படிக்கு, உன் அன்புத் தங்கை

மைதிலி

8

ரகுவுக்குப் பொறுமை இழந்து போயிற்று. மயிலாவுக்கும் மாயனுக்கும் ஏற்பட்டுள்ள இழப்பை ஈடுகட்ட, நஷ்ட ஈடு தரச் சொல்லி பெரியப்பாவிடம் எவ்வளவோ நயந்து பேசியாயிற்று. கெஞ்சியாயிற்று. ம்ஹூம். ஒன்றுக்கும் பலனில்லை. பெரியப்பா அசையவில்லை. அவர் மனது இறங்கவில்லை. சொல்லப்போனால், இதில் கெஞ்சுவதற்கு ஒன்றுமே இல்லை. அடித்து நியாயம் கேட்க வேண்டிய விஷயம்தான். ஆனால் சாட்சி? கச்சேரிக்காரர்களே கைவிரித்தபின் எங்கே போய் நியாயம் கேட்க? இந்த ஆண்டைகைத் திமிரையும் அகம்பாவத்தையும் முரட்டுப் பிடிவாதத்தையும் எப்படி உடைக்க? ரகு உள்ளுக்குள் குமுறினான்.

"அந்தப் பொண் மயிலா இந்தச் சின்னஞ்சிறு வயசிலே அநியாயமா புருஷனைப் பறிகொடுத்துட்டு கைக்குழந்தையோட நிர்க்கதியா பட்ட மரமா நிக்கறா. மேகலாவோட அப்பாக்கு வேல போயிருக்கு. உழவு மாடுகளைக் காணலை. அறுவடைக்கு இருந்த பயிர் தீக்கிரையாகி இருக்கு... இத்தனை நஷ்டத்துக்கும் ஈடு செய்ய வேண்டாமா? பாவப்பட்ட ஜென்மங்களோட வயித்தெரிச்சல் நமக்கு எதுக்கு? அவா கண்ணீர் விட்டா தாங்காதா? நாமும் ஒரு பொண் குழந்தைய வெச்சுண்டு இருக்கோமே. அதுக்கு நல்லபடியா கல்யாணம் ஆக வேண்டாமா? இவ்வளவு கெஞ்சறேனே பெரியப்பா கொஞ்சமாவது காது குடுத்து கேக்கறாளா பாருங்கோ. நீங்களாவது ஒரு வார்த்தை சொல்லப்படாதா பெரியம்மா?" ரகு கெஞ்சினான்.

"ஏன்னா கொழந்தை இவ்வளவு கெஞ்சறானே ஒரு நல்ல வார்த்தை சொல்லப்படாதா? சின்னானோட தாத்தா காலத்திலேர்ந்து

அவா நம்ம வயல்லதானே வேல செஞ்சுண்டு வரா... அதுக்காகவாவது அந்தப் பொண்ணுக்கு உதவி செய்யப்படாதா?" என்றாள் பெரியம்மா.

"நன்னா இருக்குடி நீ பேசறது. உழைச்சா இல்லேங்கலே அதுக்குத்தான் மரக்கா மரக்காலா நெல்லும் காசும் கூலியா வாங்கிண்டாளே... அப்பறம் என்ன? அவா அவாளுக்கு ஆயிரம் கஷ்டம் வரும். அதுக்கெல்லாம் நான் முடிச்சவுக்க முடியுமா சொல்லு?"

"என்ன பெரியப்பா இப்பிடிச் சொன்னா எப்பிடி? நானும் சொல்ல வேண்டாம்னு பாக்கறேன். இன்னிக்கு நிர்கதியா அந்தப் பொண் நிக்கறதுக்கு யார் காரணம் சொல்லுங்கோ? ஒருவேள அவா கேஸ் போட்டா விசாரணைலே அப்பிடித்தானே பெரியப்பா சொல்லுவா?"

"என்னடா சொல்ற?"

"சின்னான் கொல செஞ்சதப் பார்த்ததா சாட்சி சொன்னது நீங்கதானே?"

"அதுக்கு?"

"இப்பதான் அவங் கொலை செய்யலேன்னு ஆயிடுத்தே."

"நான் பாத்தேனே..."

"இல்லே பொய். நீங்க சொன்னது நிஜம்னா வேற மூணு பேர் அந்தக் கொலையைப் பண்ணது நாங்கதான்னு எப்பிடி ஒத்துப்பா?"

"சரி அதுக்கென்ன?"

"அதுக்கென்னவா? சின்னான் மேல உங்களுக்கு ஆத்திரம். கோவம். உங்க காலச் சுத்திண்டு உங்களோட அடிமையா இல்லாமே ரோஷமா இருந்தானே. நீங்க அடாவடியா சம்பாதிக்கறதுக்கு இடஞ்சலா இருந்தானே... யார் தப்பு செஞ்சாலும் தட்டிக் கேட்டானே. அது உங்களுக்குப் பிடிக்கலை. சந்தர்ப்பத்தை சரியா பயன்படுத்திண்டுட்டேள். பொய் சாட்சி சொல்லி ஜெயிலுக்கு அனுப்பிச்சுட்டேள். இப்போ கேஸ் வந்தா ஒரு நிரபராதிய குற்றவாளியாக்கின உங்களோட சதி தெரிஞ்சுடும். இப்பச் சொல்லுங்கோ மயிலாவோட வாழ்க்கை இப்பிடி உருக்குலைஞ்சு போனதிலே உங்களுக்குப் பங்கிருக்கா இல்லையா?"

"என்ன பண்ணணுங்கிறே?"

"மயிலாவுக்கும், அவ குழந்தைக்கும் காலத்துக்கும் நிக்க நிழலுக்கும் சாப்பாட்டுக்கும் துணிக்கும் வழி பண்ணுங்கோ. அதுதான் செஞ்ச பாவத்துக்குப் பிராயச்சித்தம். அதோட... "

"இன்னம் என்ன பாக்கி வெச்சிருக்கே?"

"மாயனுக்கு வேல போயிருக்கே"

"அதுக்கு நா என்ன பண்ண முடியும்?"

"களக்காட்டிலேர்ந்துதான் புகார் போய் இருக்கு. கணபதி சுப்பிரமணியம்ங்கற பேர்ல"

"எப்பிடிச் சொல்றே?"

"தெரிஞ்ச ஆபீசர் மூலமா ஆபீஸ்லே ரகசியமா விசாரிச்சதுல தெரிஞ்சுது. கவர்லே களக்காடு போஸ்ட் ஆபீஸ் முத்திரை இருக்கு. களக்காட்டிலே இருக்கறது ரெண்டே ரெண்டு கணபதி சுப்பிரமணியம். அவாள சப்ஜாடா விசாரிச்சாச்சு. அவாளுக்கு இதிலே சம்பந்தம் இல்லை. கவர்ல குடுத்திருந்த அட்ரசும் பொய்!"

"அப்போ யார் எழுதி இருப்பா?"

"மாயனுக்கு வேண்டாதவா."

"மாயனுக்கு வேண்டாதவா களக்காட்டிலே யாரு?"

"யாரோ தெரியலை. ஆனா இந்தப் பேப்பர் இந்தாத்திலே இருந்து எடுத்தது."

"என்ன பேப்பர்?"

"நியூடான்ங்கிற இங்கிலீஷ் தினசரிப் பத்திரிகை."

"இந்தப் பேப்பர்ல என்ன?"

"இந்தப் பேப்பர்லதான் மாயனோட பேட்டி வந்திருந்தது. அந்தப் பக்கம் கத்தரிச்சு இருக்கு பாருங்கோ?"

"ஏண்டா நீயே ஒரு பேப்பரக் கொண்டு வந்துட்டு இங்கேர்ந்து எடுத்தேன்னு பொய் சொல்றியா?"

"நான் பொய் சொல்லலை பெரியப்பா. இந்தப் பேப்பர எனக்குத் தந்தது யார் தெரியுமோ? பெரியம்மா!"

"சண்டாளி..." என்று வைதவர் "சரி பெரிய துப்பறியும் புலிதான் போ. என்ன செய்யணுங்கறே அதுக்கு?"

"அவா இழந்தது ஜாஸ்தி"

"அதுக்கு?"

"மாடுகளைத் திருப்பிக் குடுங்கோ!"

"பேஷா கொட்டில்லே கட்டி வெச்சிருக்கு, அவுத்துண்டு போ!"

"நான் அவ்வளவு முட்டாள் இல்லை பெரியப்பா. அனுப்பி வைங்கோ! பயிரெல்லாம் எரிஞ்சு நாசமாப் போயிடுத்து. அதுக்கு நஷ்ட ஈடு குடுத்துடுங்கோ."

"நஷ்ட ஈடுதான் குடுத்தாச்சே..."

"என்ன பெரியப்பா சொல்றேள்?"

"புரியலையா. இன்னம் அந்த மாயனும் அவன் குடும்பத்திலே இருக்கறவாளும் உயிரோட தானே இருக்கா. அவா உயிரோட இருக்கறதே பெரிய நஷ்ட ஈடு... புரிஞ்சுதா?"

"என்ன பெரியப்பா இரக்கமே இல்லாம இப்பிடிப் பேசறேள்?"

"இரக்கமா... யார் மேல இரக்கப்படச் சொல்றாய்? என்னோட பல்லக்கத் தூக்கறவனா இருந்தாக் கூட ஒழிஞ்சு போறதுன்னு இரக்கப்படலாம். ஆனா என்னோட கால் செருப்ப துடைக்கறதுக்குக் கூட தகுதியில்லாத ஒரு அடிமை நாய் என் வண்டியை மறிச்சு நிக்க வெச்சு கேள்வி கேக்கறான்னா பாத்துண்டு சும்மா இருக்கச் சொல்றையா? இது நேக்கு மட்டும் ஏற்பட்ட அவமானம் இல்லே. களக்காடு பெரிய தலக்கட்டுகள் அத்தன பேருக்கும் ஏற்பட்ட அவமானம். அன்னிக்கு அந்த நிமிஷமே வெட்டி எறிஞ்சிருப்பேன். வீணா உனக்குச் சிக்கல் வருமேன்னு விட்டேன். அவாள இதோட நிறுத்திக்கச் சொல்லு. நீயும் விலகி இரு. மத்தபடி அவாளுக்குப் பரிஞ்சுண்டு இந்தாத்து வாசப்படியை மிதிக்கறது இதுவே கடைசி தடவையா இருக்கட்டும்."

உறுமிவிட்டு வெளியில் காத்திருந்த வில் வண்டியில் ஏறிக்கொண்டு பறந்தார் ரத்னமய்யர்.

இனி என்ன செய்வது?

"எதுக்கு வருத்தப்படறாய்? அவர் சுபாவந்தான் தெரியுமே. விடு. நிதானமா நான் பேசறேன் அவர்கிட்டே..." என்றார் பெரியம்மா.

அது கொஞ்சம் ஆறுதலாக இருந்தது. பிற்பகல் கிளம்பினான். சங்கரி ஆறுதலாகப் பேசிக்கொண்டே வந்தது.

9

ரகு சங்கரியுடன் பேசிக்கொண்டே நடந்தான். அவளுடைய பேச்சு ஒத்தடம் கொடுப்பது போல இதமாக இருந்தது.

"தாங்ஸ் சங்கரி!"

"எதுக்கண்ணா?"

"நீயாவது நாலு வார்த்தை ஆறுதலா பேசினியே, அது போரும்!"

"என்னண்ணா என்னவோ போறாத நேரம் விஷக்கடிவேளை இப்படியெல்லாம் நடக்கறது. ஆனா சரியாப் போயிடும். அண்ணா நா ஒண்ணு சொன்னா கோச்சுக்க மாட்டேளே?"

"மாட்டேன், சொல்லு!"

"நிச்சயமா?"

"நா வேணாப் பேசிப் பாக்கட்டுமா அந்த வீரன் கிட்ட?"

"என்னது வீரன் கிட்டயா?"

"கோச்சுக்க மாட்டேன்னேளே..."

"கோச்சுக்கலை. அவங்கிட்ட போய் என்ன பேசுவே. அவன் முரடனாச்சே"

"இருக்கட்டுமே. பொண்ணுன்னா பேயும் இறங்குமாமே. வீரன் சார் மனசு இரங்காதா?"

"அப்பிடியென்ன பேசுவே. அவம் மனசு இரங்கறாப்பிலே?"

"வீரன் சார் வீரன் சார், நீங்க எவ்வளவு நல்லவர். எங்கண்ணாவும் ஒங்க அக்கா பொண்ணும் உயிருக்கு உயிரா காதலிக்கறா, அவா ஒருத்தருக்காக ஒருத்தர் மனசுக்குள்ளேயே வாழ்ந்துண்டு இருக்கா. அவாளப் பிரிக்கலாமா? அது பாவம் இல்லையா? அவங்களப்

பிரிச்ச பாவம் உங்களுக்கு என்னத்துக்கு? உங்கள கெஞ்சிக் கேட்டுக்கறேன். அவாளப் பிரிச்சுடாதேள் ப்ளீஸ்னு கேப்பேன். கெஞ்சுவேன்"

ரகுவுக்கு உணர்வுப் பெருக்கில் தொண்டை அடைத்தது.

"இந்த மனசு போரும் சங்கரி. நீ போய்க் கெஞ்ச வேண்டாம் அவங்கிட்டே!"

"ஏண்ணா?"

"என் தங்கை யார் கிட்டயும் கையேந்தறதை என்னால தாங்கிக்க முடியாது."

"பரவால்லண்ணா."

"இல்ல சங்கரி. உன்னோட அருமை அந்த முரடனுக்குத் தெரியாது. வேண்டாம்"

"அப்பறம் என்னாறது?"

"பாப்போம்."

"மன்னியோட அப்பாட்ட பேசினேளோ?"

"ம். அவர் சரியா முகம் குடுக்கலை. அவரைச் சொல்லிக் குத்தமில்லை. அவா நிறைய இழந்திருக்கா. அதெல்லாம் திரும்பக் கிடைக்கணும். அதுக்கு உங்கப்பா ஒத்துக்கணும். ஆனா பாத்தையோல்லியோ பெரியப்பா முறுக்கிண்டு போறதை..."

"அவருக்கு சுத்தமா இஷ்டமே இல்லை அண்ணா. நீ மன்னிய விரும்பறது கொஞ்சம் கூட அவருக்குப் பிடிக்கலை. இது ரெண்டு பேர் விரும்பற விஷயம் மட்டும் இல்லையாம். அதுல நிறைய இருக்காம்"

"என்னவாம்?"

"கல்பகோடி காலமா, யுகயுகாந்திரமா நதி தீரங்கள்லயும், சமுத்திரக் கரைகள்லயும், கானகங்கள்லயும், கொட்டற மழையிலயும், தகிக்கிற வெயில்லயும், குளிர்லயும் மகா தபஸ்விகள் ரிஷிகள் ஞானிகள் மகா முனிவர்கள் கட்டிக் காப்பாத்தின தர்மமாம். அந்த தர்மத்துக்கு ஒரு கேடு வரும்னா உயிரைக் குடுத்தாவது அதைத் தடுக்கணுமாம். குல தர்மத்தைக் கட்டிக் காப்பாத்தறதுதான் ஒரு பிராமணனுக்கு விதிச்சிருக்கற முதல் தர்மமாம். அதைக்

காப்பாத்தலேன்னா குலமே நாசமாயிடுமாம். அப்பறம் ஒரு ஹரிஜன் தான் நேக்கு மாப்பிள்ளையா வருவனாம். இப்ப ரொம்ப மரியாதையா கௌரவமா உச்சாணிக் கொம்பிலே இருக்கோமாம். இவம் பண்ற காரியத்தாலே நாமன்னா பல்லக்குத் தூக்க வேண்டி இருக்கும். அப்பிடின்னு கத்தினார்"

"எப்போ?"

"இந்த வீரன் வழில மடக்கி கேள்வி கேட்ட அன்னிக்கு ராத்திரி. அது மட்டும் இல்லேண்ணா... இப்போ ஆத்துலே சாயங்காலமானா ஒரே ஜமாவா இருக்கு... சீட்டுக்கச்சேரி அமளிதுமளிப்படறது. எல்லாம் பெரிய தலைக்கட்டு. நிலம் நீச்சுன்னு கொழிக்கறவா... பண்ணையார் வரதுவய்யர், மணியம் பட்டாபி ராமய்யர், குடை நாயுடு, செக்கு முருகேசஞ் செட்டியார், பாத்திரக்கடை சரவணம் பிள்ளை, வக்கீல் வரதாச்சாரின்னு எல்லாம் பெரிய கைகள்... பேருதான் பெரிய மனுஷா. மனசு பூரா வக்ரம். எல்லாத்தையும் இவாதான் காப்பாத்தப் பொறந்தா மாதிரி என்ன பேச்சு என்ன கார்வார்? என்ன ஆர்ப்பாட்டம்? இவாள ஜமா சேத்துண்டு அப்பா ஆடற ஆட்டம்... என்ன ஆகப் போறதோ?" என்று சங்கரி பெருமூச்செறிந்தாள்.

"அப்பிடியா? பெரியப்பா மாறுவர்னு நினச்சேன். அது இந்த ஜென்மத்திலே நடக்காது போல இருக்கு"

"மைதிலி அக்கா கல்யாணமாவது சீக்கிரம் ஆகப்படாதா? அதுவும் தட்டித் தட்டிப் போறதே..."

"அதுக்கும் ஒரு வழி இருக்கு."

"என்ன வழி?"

"ஏற்கனவே கடையத்திலேர்ந்து ஒரு வரன் வந்ததே. நகை நட்டு சீர் செனத்தின்னு கொஞ்சம் அதிகமா எதிர்பார்த்தா. அவா கேக்கறதப் போட்டா பேஷா பண்ணிண்டு போவா."

"மைதிலி அக்காவுக்குப் பிடிக்க வேண்டாமா?"

"பிடிக்காம என்ன. கொஞ்சம் பணத்தாசை பிடிச்சவாளா இருக்காளேன்னு வேண்டாம்னா. யாருக்குத்தான் பணத்தாசை

இல்லை? அப்பிடியே இருந்தாலும் யாருக்குச் செய்யப் போறேன். என் தங்கைக்குத்தானே?"

"நம்மால அம்புட்டு முடியுமா?"

"வேறென்ன பண்றது? கொஞ்சம் கடன் வாங்க வேண்டியதுதான்..."

"கடன்லாம் வாங்க வேண்டாம். நான் என் நகையத் தரேன்"

"நீ சொன்னதே போரும் சங்கரி. வரட்டுமா?"

"சரி, எல்லாரையும் கேட்டதாச் சொல்லுங்கோ."

மறுநாளே கடையம் போனான். அந்த அம்மாள் சந்தோஷம் என்றாள். அவர்கள் வருவதற்கு மறுபடியும் நாள் குறிக்கப்பட்டது. அந்த நல்ல நாளும் வந்தது. அதற்குள் வாழ்க்கையையே புரட்டிப் போடுவது போல் அடுக்கடுக்காய் என்னவெல்லாம் நிகழ்ந்து விட்டன...

❖❖❖

10

கண்ணுக்கெட்டிய தூரம் இரு கரைகளையும் நிறைத்துக்கொண்டு கங்கை பெருகியோடிற்று. எல்லையற்ற பெருவெளியையும் காலடியில் குலுங்கியோடும் நதியையும் வெறித்துக்கொண்டே நின்றான் ரகு. காற்றின் விசிறலில் ஒரு சின்ன அலை புரண்டு அவன் காலை அலம்பிக் கொண்டு போயிற்று. யுகயுகமாய், காலங்காலமாய் எத்தனை பேருடைய பாவச் சுமைகளை, கறைகளை அலம்பித் துடைத்துக் கொண்டு எதுவுமே நிகழாதது போல ஒரு ஆர்ப்பாட்டமும் இல்லாமல் எப்படி ஓடிக் கொண்டிருக்கிறது இந்த மகாநதி. இதோ... இந்தப் பெருநதி என் கால் தழுவிப் போகிறதே என் பாவம் போகுமா? எனக்கு விடிமோட்சம் கிடைக்குமா? இல்லை, மீளா நரகம்தானா? அவனுக்குச் சட்டென்று அம்மா, மைதிலியின் ஞாபகம் வந்தது. வெடித்துக் கொண்டு வந்த கண்ணீர் கையில் இருந்த பிண்டத்தில் பட்டுத் தெறித்தது. அவன் கையில் சுமந்த பிண்டத்தோடு அப்படியே நின்றான். மனசுக்குள் அழுதான்.

“அப்பிடியே கொஞ்சம் நகர்ந்து பிண்டத்த ஜலத்திலே கரச்சுட்டு வாங்கோ!”

பின்னால் சாஸ்திரிகளின் குரல் கேட்டது. ரகு நகர்ந்தான். ஜலப்பிரவாகத்தில் பிண்டங்களைக் கரைத்தான். க்ஷணத்தில் அம்மாவும், மைதிலியும் பிண்டமாய் கரைந்து போனார்கள். அவர்களுடைய பாவங்கள் – அப்படி ஏதேனும் இருந்தால் எல்லாம் கரைந்து போய் விட்டன. இனி வாழ்வெனும் மீளாத்துயரம் இல்லை. எல்லையற்ற பெருவெளியில் காற்றோடு காற்றாய் கலந்தாயிற்று. இனி ஒன்றுமில்லை. ஆனால் நான்... என் பாவங்கள்? அம்மாவும், மைதிலியும் இப்படி திடீரென இல்லாமல் போவார்களென்று யார் நினைத்தார்கள்? அம்மா நீ இல்லையென்பதை இதோ

இந்தச் ஷணம் கூட என்னால் நம்ப முடியவில்லையம்மா. இந்த மைதிலி இப்படிச் செய்யும் என்று எப்படியம்மா எனக்குத் தெரியும்? எல்லாம் என் விதி. என் வரம். வேறென்ன சொல்ல? இல்லையென்றால் இப்படியெல்லாம் நடக்குமா? வேறு ஜாதிப் பெண்ணை ஆசைப்பட்டேன் என்பதற்காகவா இவ்வளவு பெரிய தண்டனை? ஏன் அப்படிச் சொன்னாய்?

நான் உன் பிள்ளையில்லையா? அதுவும் முதல் பிள்ளை. வம்சத்தின் முதல் ஆண் வாரிசு. உன் கருவிலே நான் உருவான அந்தச் ஷணம் நீ எவ்வளவு சந்தோஷப்பட்டிருப்பாய்? அம்மா என்னைப் பெற்றவளே உன் ஆன்மா சாந்தி அடையட்டும். இந்த கங்கா ஜலம் போலக் குளிரட்டும். நிறையட்டும். உன் மனசு இனிமேலாவது அமைதியும் சாந்தியும் பெறட்டும். குளிர்ந்த உன் ஆன்மா என்னை ஆசீர்வதிக்கட்டும். உனக்குக் கொள்ளி வைக்கத்தான் நீ அனுமதிக்கவில்லை. உன் வருஷாப்திகத்தில் உன்னைக் கரையேற்றும் இந்தக் காரியத்தையாவது ஏற்றுக்கொள். அநாதி காலம் முதல் ஓடிக் கொண்டிருக்கிறாளே கங்கை அவளுடைய கரையிலே நின்று கொண்டு சொல்கிறேன் அம்மா. சத்தியம் செய்கிறேன். மைதிலியை நான் கொலை செய்யவில்லை. அப்படியொரு எண்ணம் எப்படி வரும் எனக்கு? ஆனால் உனக்கேன் அப்படித் தோன்றிற்று? ஆனால் அவள் அகாலமாய் இப்படி முடிந்து போவதற்கு ஒரு வகையில் நானும் காரணமாகி விட்டேன். அதை நினைக்கும்போது என்னை நினைத்து அருவருப்பாக இருக்கிறது. இந்த நிமிஷம் பெருகியோடும் இந்த நதியில் மூழ்கி விடலாமென்று கூட ஒரு எண்ணம் பேயாட்டம் போடுகிறது. எதுவும் திட்டமிட்டு நடந்ததில்லை அம்மா. ஏதோ சபிக்கப்பட்டது போல எல்லாம் நடந்து விட்டது. செலுத்தப்பட்டது போல நடந்து கொண்டு விட்டேன். இப்போது நினைத்துப் பார்க்கும்போது இன்னும் நிதானமாக, விவேகமாகச் சூழ்நிலையைக் கையாண்டிருக்கலாம் என்று தோன்றுகிறது. இப்போது தோன்றி என்ன பயன்? மைதிலிதான் திரும்பி வருவாளா? ஆனால் இப்படியெல்லாம் நடக்குமென்று யாருக்கம்மா தெரியும்? யார்தான் ஆசைப்படுவார்கள் இப்படியெல்லாம் நடக்க வேண்டுமென்று?

கடையத்திலிருந்து மாப்பிள்ளை வீட்டார் வருவதாக இருந்தார்கள். 'கொஞ்சம் அதிகமா ஆசப்படுவா போல

இருக்கேடா?' என்று நீயும்தான் சொன்னாய். 'பாத்துக்கலாம்மா' என்று நான் சொன்னேன். கல்லிடைக்குறிச்சி வரன் தவறிப்போய், மைதிலியின் மேல் துக்கிரியென்று ஒரு பெயர் ஒட்டிக்கொண்டதே ஒரு சாபம் போல எத்தனை வரன்கள் தள்ளிப் போச்சு அதனாலே. ஆனால் கடையத்துக்காரா அது தெரிஞ்சும் அதை ஒரு பொருட்டா எண்ணலையே. 'அதுக்குக் குழந்தை என்ன பண்ணுவள் பாவம்...' என்றுதானே அந்த மாமி சொன்னா. மாப்பிள்ளைக்கும் நிலையான சர்க்கார் உத்யோகம். நல்ல சம்பளம். மாப்பிள்ளைக்குத்தான் என்ன குறை? என்ன கொஞ்சம் அம்மா கோண்டு. அதனால என்ன ஒரு வகையில் எல்லாப் பிள்ளைகளும் அம்மா கோண்டுதானே. முழுக்க முழுக்க குறையே இல்லாத மனுஷா யாரு? பெரிய குடும்பம். ஒண்ணா இருக்கா. நல்ல விஷயம்தானே. வடிச்சுக் கொட்டணும்னு பாத்தா ஆகுமா? எந்தாத்திலேதான் பொம்மனாட்டிக்கு வேலை இல்லாம இருக்கு? ஜாதகப் பொருத்தமும் நிறைவா இருக்கு. அப்பறம் என்ன? இதைவிட பெரிய சம்பந்தம் கிடைக்குமா? ஆனா இந்த மைதிலி மூஞ்சியத் தூக்கி வெச்சுண்டு ஒரு மாதிரியாத்தான் இருந்தது. 'பரவால்லடா அவ குழந்தை. அவளுக்கு என்ன தெரியும்? எல்லாம் கல்யாணம் ஆனா சரியாப் போயிடும்'னு நீ கூடச் சொல்லலையா? நீ ரெண்டு தரம் அவள உக்கார வெச்சிப் பேசினப்பறம் சிரிச்சுண்டு களிச்சுண்டுதானே இருந்தா... அதெல்லாம் வேஷம்னு அப்போ தெரியாமப் போயிடுத்தே. நானும் எல்லாத்தையும் சாதாரணமா எடுத்துண்டது எவ்வளவு பெரிய முட்டாள்தனம்? மேகலா மேல எனக்கிருந்த பிரியம், என் கல்யாணம் சீக்கிரம் ஆக வேணுங்கிற தாபம் வேற எதையும் என்ன யோசிக்க விடலையோ ஒருவேளை? ஆற அமரப் பேசும்படியாவா ஒவ்வொண்ணும் நடந்தது? எல்லாமே பிரளயமா பெரும்புயலான்னா வந்தது. கடையத்துக்காரா வரத்துக்கு ஒரு வாரம் முந்தி களக்காட்டிலிருந்து வந்த அந்த செய்தி... அதில்தானே ஆரம்பித்தது விதியின் விளையாட்டு. அது மட்டும் நடக்காமல் இருந்திருந்தால்...

பழைய நினைவுகள் கங்கைக் கரையில் கண்ணீருக்கு இடையில் அவன் மனத்திற்குள் அலையடித்தன.

❖❖❖

11

அந்தக் கரிய பின்னிரவில் குமரேசனின் கார் இறக்கை முளைத்தது போல களக்காட்டை நோக்கிச் சீறிற்று. செய்தி கேட்ட நிமிடத்திலிருந்து ரகுவுக்கு உடம்பெல்லாம் ஆடிற்று. பதறிற்று. தொண்டை உலர்ந்து போயிற்று. 'சங்கரியைக் காணவில்லை. உடனே வரவும்' இதுதான் வந்த செய்தி. எங்கே போனாள் சங்கரி. அப்படி எங்கேயும் போகக்கூடிய பெண்ணில்லையே... பாவம் குழந்தை பசி தாங்க மாட்டாளே.. எங்கே இருக்கிறாளோ, என்ன செய்கிறாளோ? ஒருவேளை, போன இடத்தில் திடீரென வலிப்பு வந்து நுரை தள்ளி மயங்கி விழுந்திருப்பாளோ? யாராவது ஆஸ்பத்திரியில் சேர்த்திருப்பார்களோ? வயலுக்குப் போனாளோ ஒருவேளை? அங்கே தவறிப்போய் தரைக்கிணற்றில் விழுந்து... கடவுளே... கடவுளே... அப்படியெல்லாம் இருக்காது. இருக்கக்கூடாது. அவன் மனது பலவற்றையும் எண்ணித் தவித்தது. எப்பேர்ப்பட்ட பெண்? எவ்வளவு நல்ல மனசு அதற்கு? எதையும் எதிர்பார்க்காமல் இப்படி அன்பைச் சொரிய சங்கரியைத் தவிர வேறு யாரால் முடியும்? அந்த அன்பை நினைத்து அவன் மனம் நெகிழ்ந்து கண் கட்டிற்று.

ரகு களக்காடு போய்ச் சேர்ந்த போது நள்ளிரவு ஆகியிருந்தது. பெரியப்பா வீடு துக்கம் நடந்த வீடு போல விளக்குகள் அணைக்கப்பட்டு இருட்டுக்குள் விழுந்து கிடந்தது. ரேழியில் முட்டை விளக்கு அதுவும் மங்கிய ஒளியில். ரேழியில் பண்ணையார் வரது அய்யரும், மணியம் பட்டாபி ராமய்யரும் சன்னமான குரலில் பேசிக் கொண்டிருந்தார்கள். வெட்டிச் சாய்த்த வாழை போல பெரியப்பா ஈஸி சேரில் சாய்ந்து கிடந்தார். பறித்து எறிந்த கீரை

போல பெரியம்மா சுருண்டு கிடந்தாள். ரகுவைப் பார்த்ததும் பெரியம்மா வாரிச் சுருட்டிக் கொண்டு எழுந்தாள்.

"எம் வயத்துலே நெருப்பள்ளிக் கொட்டிட்டு போயிட்டாளே ரகு" என்று பெரியம்மா அழுதாள்.

"ச்சீ வாயை மூடு. எதுக்கு இப்போ அர்த்த ராத்திரிலே அழுது ஆர்ப்பாட்டம் பண்ணி ஊரைக் கூட்டறே? ஊரெல்லாம் தெரிஞ்சு தூத்தவா? வாயை மூடு" பெரியப்பா சீறினார்.

பெரியம்மா மூஞ்சியை மூடிக்கொண்டு முசுமுசுவென்று அழுதாள். எதிர் வீட்டு மாதவனின் அம்மா டீ போட்டுக் கொண்டு வந்து கொடுத்தாள். மாமியைச் சற்றுத் தள்ளி அழைத்துக் கொண்டு போய் விசாரித்தான்.

"மாமி நீங்க சங்கரிய எப்போ பார்த்தேள்?"

"காலம்பற ஏழு மணி இருக்கும். மாமி ஆஸ்பத்திரிக்குப் போயிட்டு வரேன்னா. அம்மாவப் பாத்துக்கோங்கோன்னா. சரிடீம்மான்னேன்."

"எந்த ஆஸ்பத்திரிக்கு?"

"ஹைகிரவுண்ட் ஆஸ்பத்திரிக்கு."

"அப்போ அங்க வேல செய்யற நர்ஸ் ஸ்டெல்லாதானே இங்கருந்து அழச்சுண்டு போயிருப்போ?"

"ஆமாம்."

"அப்போட்யூட்டி முடிஞ்சுஸ்டெல்லாதிரும்பி வந்துட்டாளோ?"

"இல்லை, யாரோ நர்ஸ் வரலையாம். அதனாலே ஸ்டெல்லாவுக்கு நைட் ட்யூட்டியும் போட்டுட்டாளாம். வேற வழியில்லாம தங்கும்படியா ஆயிடுத்தாம். சங்கரிய மட்டும் பஸ் ஏத்தி அனுப்பி இருக்கா."

"எந்த பஸ்ஸிலே ஏத்தி விட்டாளாம்?"

"அதக் கேக்கலையே..."

விடிந்ததும் முதல் வேலையாய் ரகு ஸ்டெல்லாவைத் தேடிக் கொண்டு போனான். அவள் பஸ் பெயர், பஸ்ஸில் ஏற்றி விட்ட நேரம், அந்த பஸ்ஸில்தான் ஸ்டெல்லா தினமும் வேலைக்குப் போய் வருகிறாள் என்பதால் கண்டக்டரின் பெயர் எல்லாம்

சொன்னாள். ரகுவும், குமரேசனும் பஸ்ஸுக்காகக் காத்திருந்தார்கள். ரகு பஸ் கண்டக்டரிடம் சங்கரியின் புகைப்படத்தைக் காட்டினான்.

"இந்தப் பொண்ணு உங்க பஸ்ஸுல நேத்திக்கு வந்தாளா?"

"வந்ததுங்க. பத்திரமா களக்காட்டுல இறக்கி விடச்சொல்லி நர்ஸம்மா பஸ் ஏத்தி விட்டாங்க... களக்காட்டுக்கு டிக்கெட் எடுத்துட்டு ஆதனூர்ல இறங்கிட்டாவல்ல" என்றான் கண்டக்டர்.

"ஆதனூர்லதான் நிச்சயமா இறங்கினாளா?"

"ஆமாங்க."

"சந்தேகமில்லையே..."

"இல்லை."

எதற்கு ஆதனூரில் இறங்கினாள்? வீரனைப் பார்த்துப் பேச இறங்கி இருப்பாளோ? அப்படி இருந்தால் பேசி விட்டுத் திரும்பி இருக்க வேண்டுமே... சங்கரி திரும்பவில்லை. கார் ஆதனூர் போயிற்று. குமரேசன் காரடியில் நின்று கொள்ள ரகு சேரிக்குள் போனான்.

"நமஸ்காரம்!"

"அடடே... வாங்கய்யா எப்பிடி இருக்கிய?" மாயன் எழுந்து வரவேற்றார். எதையோ அரிந்து கொண்டிருந்த மாடத்தி முகத்தைத் திருப்பிக் கொண்டு உள்ளே போனாள்.

"சொல்லுங்கய்யா!"

"வீரன் இல்லையா?"

"இல்லீங்களே. நேத்துலேர்ந்தே ஆளக் காணோம்"

"இங்க போறேன்னு ஏதாவது சொல்லிட்டுப் போனாரா?"

"இல்லையே. ஏந்தம்பி?"

"எங்க பெரியப்பா பொண் சங்கரி நேத்திக்கி ஹைகிரவுண்ட் ஆஸ்பத்திரிக்குப் போயிட்டுத் திரும்பி வரும்போது ஆதனூர்ல இறங்கி இருக்கு. அதுக்கப்பறம் இதுவரைக்கும் வீட்டுக்கு வரலை" என்று ரகு விவரமாகச் சொன்னான்.

அவர்களிடத்தில் அதிர்ச்சி துல்லியமாகத் தெரிந்தது.

"வீரன் வந்தா தகவல் சொல்றேளா?"

“சரிங்கய்யா!”

திரும்பும்போது மேகலா எதிர்ப்பட்டாள்.

“நீ எப்போ ஊர்லேந்து வந்தே மேகலா?”

“வந்து ரெண்டு நாளாறது... மாடு கன்று காணாமப் போனதுமில்லாமே பயிரெல்லாம் நாசமானதோட வேலையும் போய் அப்பா ரொம்ப மனசொடிஞ்சு இருக்கா. உடனே வான்னு அம்மா தந்தி குடுத்தா. பதறியடிச்சுண்டு நானும் பார்வதி அத்தையும் வந்தோம். வந்த இடத்திலே தம்பியப் பாக்கணும்னு அம்மா பிடிவாதம் பிடிச்சா. அதான் இங்க வந்தோம்” என்று நீளச் சொன்னாள்.

“நீ ஏன் இப்பிடி இளச்சிக் கருத்து துரும்பா இருக்கே? சரியா சாப்பிடறதில்லையா?”

“என்ன சாப்பாடு வேண்டி இருக்கு?”

“நீ நன்னா இருந்தாத்தானே?”

“நன்னா இருந்து... ”

“ப்ச்...”

“எப்போ அழச்சுக்கப் போறேள்?”

“மைதிலி கரையேறட்டும்.”

“காத்திண்டிருக்கேன்.”

“எதுக்குக் கலங்கறே? கண்ணத் தொடச்சுக்கோ!”

துடைத்துக் கொண்டாள்.

“சங்கரிக்கு ஒண்ணும் ஆகாது. எப்பிடியும் திரும்பி வந்துடுவா. கவலப்படாதீங்க. நாம யாருக்கும் எந்தக் கெடுதலும் செய்யலை. நல்லதே நடக்கும்.”

“உன் வாய் முகூர்த்தம் பலிக்கட்டும். எனக்கென்ன சந்தேகம்னா எங்க பெரியப்பா மேல உள்ள கோவத்திலே வீரன் சங்கரிய எங்கையாவது மறச்சு வெச்சுப் பழி வாங்கறானோன்னு...”

“அப்பிடியெல்லாம் இருக்காதுங்க. இது சேரி. அய்யர் ஆத்துப் பொண்ண இங்க எங்கங்க மறைச்சு வைக்க முடியும்?”

அந்தக் கேள்விக்குப் பதில் தெரியவில்லை ரகுவுக்கு.

“அப்போ சங்கரி எங்க போனா?” விடைதெரியாத அந்தக் கேள்வியோடு ரகு களக்காடு திரும்பினான்.

“அப்போ வேற வழியே இல்லை. பேசாம போலீஸ் கம்ப்ளைண்ட் குடுத்துடறதுதான் நல்லது” என்றார் பண்ணை.

“நேக்கும் அதான் சரின்னு படறது ஓய்” என்றார் மணியம்.

“ஒண்ணும் வேண்டாம். போலீசுக்குப் போனோம்னா ஏற்கனவே வெறும் வாய மென்னுண்டு இருக்கறவாளுக்கு அவல் கிடச்சாப்லே ஆயிடும். இது அந்தச் சண்டாளன் வீரன் பயலோட வேலைதான். அவந்தான் என் குழந்தைய எங்கயோ மறச்சு வெச்சுண்டு ஆட்டங் காட்டறான். எங்க அடிச்சா அவனுக்கு வலிக்கும்னு நேக்குத் தெரியும். நான் சொல்ற வரைக்கும் யாரும் போலீஸ் கீலீஸ்னு போ வேண்டாம்.”

“இருந்தாலும் பெரியப்பா...”

“நீ சும்மா இருடா. எல்லாம் உன்னால வந்த வினை. அந்தச் ச... ... ... ய தொலச்சுத் தலை முழுகுடான்னா கேட்டையோ? இப்போப் பாரு எங் கொழந்தைக்கு தீம்பா வந்து முடிச்சிருக்கு. எங் கொழந்தைக்கு மட்டும் ஏதாவது ஆச்சு அப்பறம் என்ன செய்வேன்னு எனக்கே தெரியாது” என்று கர்ஜித்தவர் “பண்ணை, மணியம் என்னோட வாங்கோ” என்று கூப்பிட்டார். மூன்று பேருடன் வில் வண்டி சீறிக் கொண்டு போயிற்று. வண்டி போகிற வேகம் பார்த்து ரகுவுக்கு அடிவயிறு கலங்கிற்று.

அம்மா கடசீலே என்ன ஆச்சு தெரியுமோ? எதை நினைச்சு நான் பயந்தேனோ அதுதானம்மா நடந்தது. பின்னே பெரியப்பாவாலே வேறென்ன செய்ய முடியும்?

❖❖❖

12

ரகு பயந்தபடிதான் ஆயிற்று. மறுநாள், ஹைகிரவுண்ட் ஆஸ்பத்திரி. பதறித் தவிக்கும் மனசோடு நீளப்படிக்கட்டுகளில் ஏறி ஆபரேஷன் தியேட்டரைத் தேடிக்கொண்டு போன ரகுவை நீண்ட வராந்தாவின் ஒரு ஓரமாய் தீவிர சிகிச்சைப் பிரிவுக்கு வெளியே நின்றிருந்த மாடத்திதான் முதலில் பார்த்தாள். அவளுக்குள் ஆத்திரம் பொங்கிற்று.

"வாங்கய்யா... எங்க வந்தீய? இருக்காவளா செத்தாவளான்னு பாக்கவாங்கேன்?" என்று சீறினாள்.

ரகு பேச்சற்று நின்றான். மாயனுக்கு என்ன ஆயிற்று? இப்படி ஆபரேஷன் பண்ணுகிற அளவுக்கு யார் அடித்துச் சாய்த்தது? அவன் கண்கள் மேகலாவைத் தேடின.

"வாங்க தம்பி!" மேகலாவின் அத்தை பார்வதி அருகில் வந்தாள்.

"இப்ப எப்பிடி இருக்கு?"

"நினைவு திரும்பல."

"என்ன சொல்றா?"

"நாப்பத்தெட்டு மணி நேரம் போவணுமாம்ல. மண்டையிலேயே அடிச்சிருக்காவ. ஏதோ நல்ல நேரம் இத்தோட போச்சு."

"உயிருக்கு ஒண்ணும் ஆபத்தில்லையே?"

"ஒண்ணும் சரியாச் சொல்லலீங்க தம்பி!"

மேகலா அருகில் வந்தாள். அழுதிருந்தாள். கண்ணும் முகமும் கலங்கிச் சிவந்திருந்தன.

"அழாதே, சரியாய்டும்."

"... ... .."

374 |குரு வம்சம்

"யார் அடிச்சா? தெரிஞ்சுதா?"

"இல்லை."

"ஏதாவது சொன்னாளா?"

"அப்பிடின்னா?"

"வீரன் எங்கடா அப்பிடிங்கற மாதிரி ஏதாவது கேட்டு?"

"இல்லை. மாயன் நீதானேடான்னு மட்டும் கேட்டாளாம். ஆமாம்னாராம் அப்பா. பறத்தேவடியாப் பசங்களா அவ்வளவு திமிராடா உங்களுக்குன்னு கேட்டு சரமாரியா அடிச்சு நொறுக்கி இருக்கா."

"எப்போ?"

"நேத்திக்கு ராத்திரி."

"ஏதாவது சாப்பிட்டையோ?"

"பசிக்கலை."

"இரு, வரேன்."

வரும்போது பொட்டலங்களோடு வந்தான்.

"எப்பச் சாப்பிட்டேளோ எல்லாரும். சாப்பிடுங்கோ. நான் பெரிய டாக்டரப் பாத்து விசாரிச்சுட்டு வரேன்" என்று நகர்ந்தான்.

"இந்த அளவுக்குப் பொழச்சதே கடவுளோட கருணைன்னு சொல்றார் டாக்டர். இன்னம் பலமா ஓங்கி ஒரு அடி அடிச்சிருந்தா மொத்த ஸ்கல்லும் நொறுங்கி உள்ள இறங்கி இருக்குமாம். நல்லவேளையா அஞ்சாறு தையலோட போச்சுன்னார். எல்லாம் நல்லதே நடக்கும். அவர் நல்லபடியா பொழச்சுக் கிடந்தா அலகு குத்திண்டு காவடி எடுக்கறேன்னு திருச்செந்தூர் முருகனுக்கு வேண்டிண்டு இருக்கேன்" என்றான் ரகு.

"நானும் முனியசாமிக்குக் கெடா வெட்டி பொங்கல் வெக்கறேன்னு வேண்டிக்கிடுதேன் தம்பி" என்றாள் அத்தை.

மாடத்தி கவனிக்காதவள் போல வேறு எங்கோ பார்த்துக் கொண்டிருந்தாள். சங்கடமான ஒரு மௌனம் நிலவிற்று. ரகு நகர்ந்தான். குறிப்பறிந்து பிளாஸ்க்கை எடுத்துக் கொண்டு மேகலாவும் வந்தாள்.

வேப்ப மரத்தடி குளிர்ந்து கிடந்தது. காற்று அசைக்கும் போது கொட்டிய தங்கக் காசுகளாய் வெயில் மினுங்கிற்று. உட்கார்ந்தார்கள்.

“இந்தா... இதச் செலவுக்கு வெச்சுக்கோ!”

“எதுக்கு இவ்வளவு பணம்? எங்கிட்ட இருக்குங்க.”

“பரவால்லை. நான் செய்யக் கூடாதா? நீ நினைக்கறாப்பிலே உடனே ஒங்கப்பாவை டிஸ்சார்ஜ் பண்ண மாட்டா. ஒரு வாரம் பத்து நாள் கூட ஆகலாம். அதுவரைக்கும் ஆயிரத்தெட்டு செலவு இருக்கும். அதுக்கெல்லாம் வேண்டாமா?”

மேகலா தயக்கத்தோடு வாங்கிக் கொண்டாள்.

“மைதிலிக்குக் கடையம் மாப்பிள்ளையைப் பிடிச்சிருக்கோ?”

“ஏன் இப்பிடிக் கேக்கறே?”

“மைதிலிக்கு அவ்வளவா இஷ்டமில்லையோன்னு?”

“எப்பிடிச் சொல்றே?”

“இதுக்கு முன்னே அவா வந்து பாத்துட்டுப் போனப்போ சொன்னான்னு நீங்கதானே சொன்னேள்?”

“அது அப்போ. இந்த மாப்பிள்ளையையும் விட்டா அப்பறம் பிராமண மாப்பிள்ளையா கிடைக்க வேண்டாமா?”

“பிராமணாள்லே இவர்தான் கடைசி மாப்பிள்ளையா என்ன?”

“அப்படீன்னு இல்லை. துக்கிரி துக்கிரின்னு வந்ததெல்லாம் தட்டிப் போறதே. இவாதானே பரவால்லன்னா.”

“அது சரி. அதென்ன பிராம்மண மாப்பிள்ளை?”

“பின்ன?”

“பிராம்மணப் பிள்ளைதான்னு என்ன கட்டாயம்?”

“என்ன பேசறே நீ... ஏற்கனவே நான் என்னவோ பஞ்சமா பாதகம் பண்ணிட்டா மாதிரி எங்கம்மை எங்கிட்டே முகம் கொடுத்து சரியாப் பேசறது கூட இல்லை. எங்கம்மை ஆசையா நேக்குச் சாதம் போட்டு வருஷமாறது. நம்ம காதலாலே குல கௌரவமே நாசமாப் போச்சுன்னு எங்க பெரியப்பா குதிச்சுண்டு இருக்கார். இந்த லட்சணத்திலே மைதிலியும் இப்படின்னா வேற வினையே வேண்டாம். அப்பறம் எங்கம்மைய உயிரோடயே பாக்க முடியாது. ஏற்கனவே அப்பாவக் கொன்ன பாவம் காலச் சுத்திண்டு இருக்கு. இதிலே அம்மையக் கொன்ன பாவம் வேற சேரணுமா சொல்லு?” என்று வருத்தம் த்வனிக்கிற குரலில் ரகு கேட்டான்.

மேகலாவுக்கு யதார்த்தம், ஜாதியைக் காப்பாற்றுவதாகத்தான் இருக்கிறது என்ற நிதர்சனம் புரிந்ததால் பேசத் தோன்றவில்லை. ரகு சொல்லிக்கொண்டான்.

வெயில் சரிந்து, மெல்ல இருட்ட ஆரம்பித்தது. முகப்பு விளக்கைப் போட்டுக்கொண்டு குமரேசன் காரை வெளியே கொண்டு வந்தான். கார் சாலையைத் தொட்டு வேகமெடுத்தது. காரின் ஒளிக்கற்றையில் தற்செயலாக ரகு அவனைக் கவனித்தான். வீரன். மாயனைப் பார்க்கப் போகிறவனாய் இருக்க வேண்டும். கார் வெளிச்சத்தில் பார்வை தடுமாறி விழப் போனவனை அள்ளி குமரேசன் காருக்குள் திணித்தான். வீரனின் கைகளையும் கால்களையும் பிணைத்துக் கட்டி சீட்டுக்கடியில் உருட்டினான். எதுவும் நடக்காதது போல கார் சீறிப் பறந்தது.

கார் முகப்பு விளக்கை அணைத்து விட்டு அந்தத் தோப்பில் நுழைந்தது. வீரனை மரத்தோடு கட்டினான். வாய்க்காலில் இருந்து தண்ணீரை முகர்ந்து வந்து வீரன் முகத்தில் அடித்தான். வீரன் திமிறினான்.

"யாருல நீ?" வீரன் சீறினான்.

"நான் யாருங்கறது முக்கியமில்ல. சங்கரி எங்கல?"

"யாருல சங்கரி?"

"சங்கரி தெரியாது?"

"தெரியாது... தெரியாது..."

"பொய் சொல்லாதல. எங்க மறச்சு வெச்சிருக்கே?"

"அதான் தெரியாதுங்கேன்ல..."

"பொய்யா சொல்லுத?" குமரேசன் மூர்க்கமாக அவன் முகத்தில் அறைந்தான். வீரனின் உதட்டோரம் ரத்தம் கசிந்தது.

"குமரேசா அவன அடிக்காதே... அவங்கிட்ட நான் பேசறேன்" என்ற ரகு டார்ச் லைட்டை தன் முகத்தில் அடித்துக் கொண்டான்.

"சாமி நீங்களா?"

"ஆமாம். இதப் பாரு வீரா இனிமே மறைச்சுப் பிரயோஜனம் இல்லை. எல்லாத்தையும் போலீஸ்லே கண்டுபிடிச்சுட்டா. சங்கரி ஆதனூர்லே இறங்கி இருக்கா. உன்னப் பாத்திருக்கா.

பேசி இருக்கா. எல்லாத்துக்கும் சாட்சி இருக்கு. நீதான் அவளக் கடத்திண்டு போய் எங்கையோ மறச்சு வெச்சிருக்கேன்னு போலீஸ் வலை வீசி தேடிண்டு இருக்கா. இப்போ இப்பிடியே போலீஸ்லே ஒப்படைச்சோம்னு வை லாடம் கட்டி தோலை உரிச்சுடுவா. மறுபடியும் ஜெயில்ல களி திங்க வேண்டி வரும். அப்படியெல்லாம் இல்லாமே காதும் காதும் வெச்சாப்பிலே சங்கரிய ஒப்படைச்சிட்டேன்னு வை, போலீஸ் அடியிலேர்ந்து தப்பிச்சிப்பே... என்ன சொல்றே?" என்று ரகு தந்திரமாய்ப் பேசினான்.

வீரன் யோசிப்பவன் போல மௌனமாக இருந்தான்.

"என்னல கேக்கோம்ல?" குமரேசன் மறுபடியும் அறைந்தான்.

"அடிக்காதீய... சொல்லுதேன்."

"சொல்லு!"

"இங்கன இல்ல."

"வேற எங்க?"

"அய்யரு முன்னால."

"எந்த அய்யரு?"

"ஒங்க பெரிய அய்யன்."

"யாரு எங்க பெரியப்பாவா?"

"ஆமாம்."

"அங்க ஏன்?"

"ஒரு தாவா இருக்கு."

"இங்க சொல்லு!"

"முடியாதுங்கேன்ல..."

அவனுடன் விவாதம் வேண்டாமென்று ரகுவுக்குத் தோன்றிற்று. எல்லாவற்றையும் விட சங்கரியை பத்திரமாக மீட்பது முக்கியம். வீரனுடன் கார் களக்காடு நோக்கிப் பறந்தது.

❖❖❖

13

வீரனைப் பார்த்த ஷணத்தில் ஆவேசமாகப் பாய்ந்து அவன் அடிவயிற்றில் எட்டி உதைத்தார் ரத்னமய்யர்.

"எங்கடா எம் பொண்ணு... ப... ... தே... ... . பையா எங்கடா ஒளிச்சு வெச்சிருக்கே நாயே?" இடுப்பு பெல்ட் சாட்டையாய்ச் சுழன்று மின்னலாய் வீசிற்று.

"அடிக்காதீய... அடிக்காதீய... சொல்லுதேன்..." வீரன் தீனமாய்க் கெஞ்சினான்.

"சொல்லுடா எங்கடா எம் பொண்ணு?"

"அவியளச் சத்தியம் பண்ணச் சொல்லுங்க!"

"யாரை?"

"ஒங்க தம்பி மவன."

"அவன் எதுக்குச் சத்தியம் பண்ணணும்?"

"எங்கக்கா பொண்ணு மேகலாவ மறந்திடறேன். எங்க வாழ்க்கைல குறுக்க வரமோட்டேன்னு சாமி மேல சத்தியமா சூடம் கொளுத்தி சத்தியம் பண்ணச் சொல்லுங்க!"

"பண்ணினா?"

"இப்பமே சொல்லுதேன்..."

அடப்பாவி... இதென்ன பாக்கு வெட்டியில் அகப்பட்டுக் கொண்டாற்போல... ரகு உறைந்து நின்றான். விடியலுக்கு முந்தைய அந்தக் கரிய இரவில் எழுதிச் செல்லும் விதியின் கை எல்லாவற்றையும் அழித்து விட்டு துடைத்துப் புதிதாய் எழுதிச் செல்வது போல அவன் விக்கித்து நின்றான். இனி என் வாழ்க்கை? இப்படி முடியவா இத்தனை போராட்டம்... இத்தனை

காத்திருத்தல்கள்... மேகலாவுக்குத் தெரிந்தால் அவள் என்ன சொல்லுவாள்? வாழ்க்கையைத் தீர்மானிக்கிற இந்த நிமிஷத்தில் தான் ஒருவன் மட்டும் எப்படி முடிவெடுக்க முடியும்? எனக்கான சவக்குழியை நானே தோண்டிக்கொள்ள நேர்வது போலல்லவோ இது? ஆனால் சங்கரியின் வாழ்க்கை என்ன ஆகும்? எதையும் எதிர்பாராமல் அன்பை மட்டுமே சொரிந்த அந்தக் குழந்தைக்குத் தான் எதை திருப்பித் தர முடியும்? ஒரு வார்த்தை... ஒரே ஒரு வார்த்தை சங்கரியை மீட்டுத் தரும். இந்த வீட்டில் சந்தோஷமும் மலர்ச்சியும் துளிர்க்கும். ஆனால் என் வாழ்க்கை? என் காதலின் சமாதியில்தான் சங்கரியின் வாழ்க்கை ஆரம்பிக்கப்போகிறதா?

"என்னடா திகைச்சுப் போய் நிக்கறே?"

"இல்ல பெரியப்பா வந்து... ?"

"என்னடா வந்து போயி. உனக்கு உன் தங்கையோட வாழ்க்கை முக்கியமாப்படலையா? சங்கரியோட வாழ்க்கைய விட அந்தப் பறச்சியோட வாழற வாழ்க்கைதான் நோக்குப் பெரிசாப் போச்சா? நீ அவன் சொல்றாப்பிலே சத்தியம் பண்றயா இல்லே நாங்க எல்லாரும் நாண்டுண்டு சாகவா? என்ன செய்ய நீயே சொல்லு"

"... ... ..."

"ரகு..." பெரியம்மா ஓடி வந்து காலில் விழுந்தார். இரண்டு திவலைக் கண்ணீர் அவன் காலடியில் உதிர்ந்தது.

"ரகு என் செல்லமே... உன்னக் கெஞ்சிக் கேட்டுக்கறேன். எங் குழந்தையக் காப்பாத்து. அந்தப் பாவி சொல்றாப்பிலே சத்தியம் செஞ்சுடு. பெரியம்மா பாத்து மகாலட்சுமியாட்டமா பொண்ண கட்டி வைக்கிறேன்."

"அவன என்னடி கெஞ்சிண்டு... போய் கற்பூரம் ஏத்திண்டு வா!"

தூபக்கலசத்தில் கற்பூர ஜோதி வந்தது. ரகு கையை வலுக்கட்டாயமாக இழுத்து கற்பூர ஜோதியை தொட்டு சத்தியம் செய்விக்க ரத்னமய்யர் முயல, தூபக் கலசம் கை தவறி கீழே விழுந்து ஜோதி அணைந்தது.

"காத்திலே ஜோதி அணைஞ்சா என்ன அவன் சத்தியம் பண்ணின மாதிரிதான். என்னடா அப்படித்தானே?"

பேச்சற்று உணர்வற்று ரகு கல் மரமாய் நின்றான்.

“இப்பச் சொல்லுடா எங்கடா எம் பொண்ணு?”

“கோபாலய்யர் வீட்ல.”

“எந்த கோபாலய்யர்?”

“உச்சிகுளம்.”

“அடப்பாவி அவங்கிட்ட ஏண்டா போன?”

“அவுக கிட்ட ஒரு காலத்திலே வேல செஞ்சிருக்கேன். எங் கதயச் சொல்லி அவுக கிட்ட அளுதேன். தீக்க வேண்டிய கணக்கு ஒண்ணு எனக்கும் பாக்கி இருக்குல. அவம் பொண்ண எப்பிடியாவது இங்க கடத்திண்டு வந்துடுலே. அப்புறம் பாரு. அந்த ரகுவோ கிகுவோ ஓம் பக்கம் தல வெச்சு படுக்கறானான்னு அய்யர்தான் சொன்னாவ” என்றான் வீரன்.

ரத்னமய்யருக்கு இரத்தம் முழுவதும் உறிஞ்சப்பட்டு விட்டது போல இருந்தது.

உச்சிகுளம். கோபாலய்யர் வீடு. இன்னும் விடியவில்லை.

“யாரு? ரத்னமா? வாடா வா... நீ வருவேன்னு தெரியும். இப்பத் தெரியறதா பெத்த பொண்ண பிரியறதோட வலியும் வேதனையும்? ஒரு நாலஞ்சு நாள் பெத்த பொண்ண பிரிஞ்சதுக்கே இப்பிடிப் பதறியடிச்சுண்டு வந்து நிக்கறயே உன்னாலே எம் பொண்ண முழுசாப் பறிகொடுத்துட்டு நிக்கறேனே எம் மனசு என்ன பாடுபட்டிருக்கும்? இருவத்தஞ்சாயிரம் தாங்கோ மாமா, வட்டிக்கி விட்டு ஒரே வருஷத்திலே ஐம்பதாயிரமா ஆக்கித் தரரேன்னு சக்கரையாப் பேசி வாங்கிண்டு போனயே... பாவி பொண்ணோட கல்யாணத்த வெச்சிண்டு பணத்தக் குடுன்னு கெஞ்சினேனே... உங் காதிலே ஏறித்தா? நானா? உங்கிட்டயா, பணமா? எப்போ வாங்கினேன்? கனாகினா கண்டயான்னு கூசாம பொய் சொன்னியே தலயில அடிச்சு சத்தியம் பண்ணயேடா சண்டாளா... ஞாபகம் இருக்கா? விடிஞ்சா கல்யாணம். சொன்ன நகையைப் போட முடியலை. கல்யாணம் நின்னு போச்சு. அந்த அவமானம் தாங்க முடியாமே, சொர்ண விக்கிரகம் மாதிரி இருந்த என் குழந்தை தற்கொலை பண்ணிண்டு செத்துப் போனா? அதோட போச்சா. ஒத்தைக்கு ஒரு பிள்ளை. ராஜகுமாரனாட்டமா அத்தனை அழகா அம்சமா இருந்தான். அக்கான்னா உசிர் அவனுக்கு. அக்கா செத்துப்

போன அதிர்ச்சியிலே புத்தி பேதலிச்சுப் பைத்தியமா ஆயிட்டான். வேண்டாத தெய்வம் இல்லை. பாக்காத வைத்தியம் இல்லை. ஒரு பிரயோஜனமும் இல்லை. பிருந்தாவனம் மாதிரி சந்தோஷமா மலர்ச்சியா இருந்த குடும்பம். சுடுகாடாச்சு. இத்தனைக்கும் யார் காரணம்? நீ. தோ... அந்த ரூம்லதான் எம் பிள்ளைய கட்டிப் போட்டு வெச்சிருக்கேன். வெளில விட்டா துணிய அவுத்துப் போட்டுட்டு தெருவுல ஓடறான். இருவத்தி ரெண்டு வயசாறது. அம்மணக்கட்டையா குளிக்காம சதா வாய் ஒழுகிண்டு அங்கயே மல ஜலம் கழிச்சுண்டு அங்கயே சாப்பிட்டு அங்கயே தூங்கி... ஒவ்வொரு நாளும் பீ மூத்திரம் வாரி, அறைய அலம்பித் தள்ளி, பெருக்கி துடைச்சு, பெனாயில் தெளிச்சு அவன குளிப்பாட்டி தல வாரி விட்டு உடுத்தி சாப்பிட வெச்சு... ஒனக்குத் தெரியுமோ அந்த ரண வேதனை? அது ஒனக்குத் தெரிய வேண்டாமோ? அதுக்குத்தான் ஒம் பொண்ண கடத்திண்டு வரச் சொன்னேன். போ போய்ப் பாரு அந்த அறையிலதான் ஒம் பொண் சுருண்டு கிடக்கா அம்மணக்கட்டையா... அநேகமா ஒன்னோட அரைப் பைத்தியப் பொண்ணுக்கு சாந்தி முகூர்த்தம் ஆனாலும் ஆகி இருக்கும். இல்லேன்னாலும் எம் பிள்ளையைப் பாத்து பயந்து நடுங்கினதிலேயே புத்தி பேதலிச்சு அரைப் பைத்தியம் முழுப் பைத்தியமா ஆகி இருக்கும். இனிமே இந்த ஜென்மத்திலே ஒம் பொண்ணுக்குக் கல்யாணம் காட்சின்னு எந்த நல்லதுமே நடக்காது. நா எப்பிடி தெனம் தெனம் எம் பொண்ண நினைச்சு எம் பிள்ளையைப் பாத்துத் துடிதுடிச்சுச் சாகறேனோ அதே மாதிரி நீயும் ஒம் பொண்ணப் பாத்துச் சாகணும். இதான் நான் உனக்குத் தர மரண தண்டனை. போ ஒம் பொண்ண வாரி எடுத்துக்கோ! இந்தா அவ உடுத்திண்டு இருந்த துணி. தூக்கிண்டு வெளில போடா நாயே!" என்று சங்கரியின் உடைகளை எறிந்தார் கோபாலய்யர்.

ரகு அறையைத் திறந்து கொண்டு உள்ளே போனான். துர்நாற்றம் வீசிற்று. கோணிச் சாக்கு ஒன்றைச் சுற்றிக் கொண்டு அடிபட்ட பறவையாய், சங்கரி சுருண்டு கிடந்தாள். மெல்லத் தொட்டான். பதறித் துடித்து எழுந்தாள். உடைகளைக் கொடுத்தான். அவசர அவசரமாக உடுத்திக் கொண்டாள். அதிகம் உடைந்திருந்தாள். ரகுவைப் பார்த்துப் பெருங்குரலெடுத்து அழுதாள். ஆனால்

பேச மட்டும் வரவில்லை. இரண்டு கைகளிலும் அவளை ஒரு குழந்தையைப் போல ஏந்திக்கொண்டு வெளியே வந்தான்.

குழந்தையைப் பார்த்து நொறுங்கிப் போன ரத்னமய்யர் அடிவயிற்றில் இருந்து "என் செல்லமே..." என்று முதல் முறையாகக் கதறினார்.

இப்படித்தானம்மா எல்லோருமாகச் சேர்ந்து என்னை இரத்தம் சொட்டச் சொட்ட சிலுவையில் அறைந்தார்கள். நீயாவது கொஞ்சம் இரக்கமுடன் நடந்து கொண்டிருக்கலாம். அப்பா தவறிப்போனதில் இருந்து ஒரு நாள் ஒரு நிமிஷம் முகங்கொடுத்துப் பேசி இருப்பாயா? அப்படியென்ன மகத்தான பாவத்தை செய்து விட்டேனம்மா... அவளும் பெண்தானே... எங்கே பிறந்தால் என்ன? நரம்பாலும் சதையாலும் ஆன மனுஷிதானே... அவள் ஏழை மானஸ்தனின் பெண். அதில் என்ன இழிவு? நான் மகரிஷி காஸ்யபரின் வாரிசு. சந்தோஷம். அதில் மட்டுமா உயர்வு? இதைத் தாண்டி உலகம் முழுமைக்குமான அன்போடு, உயிர்கள் அனைத்துக்குமான காதலோடு ஒரு மனிதனாய் மனுஷியாய் வாழ்வது முக்கியம் இல்லையா? அவளை விரும்புவது உலகமே அஸ்தமித்து விடுகிற அளவுக்கு அவ்வளவு பெரிய மாபாதகமா? எல்லைகளுக்கு உட்பட்டதா அன்பு? அன்பு செய்வதே பாவம் எனில் எதற்கு இந்த உலகம்? எதற்கு இந்த வாழ்க்கை? இனி என்ன மிச்சமிருக்கிறது இந்த வாழ்க்கையில்? அவளோடு பேசிய, பழகிய அற்புதமான சில தருணங்களைத் தவிர? இப்படி முடிந்து போவதற்கா என் காதலைப் பொத்திப் பொத்தி வளர்த்தேன்? ரகுவின் மனம் குமைந்தது.

உச்சிகுளத்தில் இருந்து களக்காடு போய் விடலாம் என்றுதான் பெரியப்பா சொன்னார். ரகுவுக்கு அதில் இஷ்டமில்லை. நேரடியாக ஹைகிரவுண்ட் ஆஸ்பத்திரியில் சங்கரியைச் சேர்த்து சிகிச்சையை உடனடியாக ஆரம்பிக்க வேண்டுமென்று ரகுவுக்குத் தோன்றிற்று. பெரியப்பா ஒன்றும் சொல்லவில்லை. நல்லவேளையாய் சங்கரியைப் பற்றி நன்கு அறிந்த நர்ஸ் ஸ்டெல்லா அன்று பணியில் இருந்தாள். ரகு, எதையும் ஒளிக்காமல் ஸ்டெல்லாவிடம் சொன்னான். ஒரு மகப்பேறு மருத்துவரும், மனநோய் மருத்துவரும் சங்கரியைப் பரிசோதித்தார்கள். சங்கரி சற்றே தெளிய ஒரு மணி நேரமாயிற்று. ரகுவைப் பார்த்து விம்மினாள்.

எம். சுப்பிரமணியன்

"மிஸ்டர் ரகு ஐயம் வெரி சாரி. எதிர்பாராம ஏற்பட்ட அதிர்ச்சியிலயும் அதீத பயத்திலயும் பேச்சு பாதிச்சிருக்கு. மறுபடியும் பேச்சு வருமா வராதாங்கறத இப்போ சொல்ல முடியாது. தொடர்ந்து வாய்ஸ் தெரபி குடுத்தா பேச்சு திரும்பி வர வாய்ப்பிருக்கு. நல்லா இம்ப்ரூவ் ஆகிட்டு வந்த பேஷன்ட். இப்போ மெண்டலி கொஞ்சம் அப்செட் ஆகி இருக்காங்க. அதுக்கு தொடர்ந்து சிகிச்சை எடுத்துக்க வேண்டியிருக்கும். மத்தபடி பயப்பட ஒண்ணுமில்லே" என்றார் டாக்டர் ராஜலட்சுமி.

"டாக்டர் வந்து... அங்க ஒரே ரூம்ல ஒரு பைத்தியத்தோட தனியா ஒரு நாலஞ்சு நாள் குழந்தை இருந்திருக்கா. அங்க அசம்பாவிதமா ஏதாவது?"

"நீங்க என்ன கேக்கறீங்கன்னு புரியுது. உடம்பு முழுக்க நகக்கீறலும் பல் பட்ட தடமும் இருக்கு. மத்தபடி ஃபார்ச்சுனேட்லி ஷீ ஹேஸ் எஸ்கேப் டு"

"புரியல மேம்."

"கவலப்படாதீங்க... ஷீ இஸ் எ வர்ஜின்."

சங்கரியோடு ஒரு வாரம் தங்க வேண்டியதாயிற்று.

14

ஒரு வாரத்திற்குப் பிறகுதான் ரகுவால் சங்கரன்கோவில் வர முடிந்தது. சங்கரன்கோவில் வந்த போது இருட்ட ஆரம்பித்திருந்தது.

"ரொம்ப தாங்ஸ் குமரேசா!"

"எதுக்கு?"

"ஓம் வேலையெல்லாம் விட்டுட்டு ஒரு வாரம் பத்து நாளா என்னோடயே தங்கி அலைய வேண்டியதாயிடுத்தே..."

"அதெல்லாம் ஒண்ணுமில்லை அண்ணாச்சி. நம்ம வீட்டுக்குச் செய்யாத யாருக்குச் செய்யப் போறேன். நமக்குள்ளே எதுக்கு இந்த தாங்ஸும் கீங்ஸும். வரட்டுமா?"

குமரேசன் காரை எடுத்துக் கொண்டு கிளம்பினான்.

கதவு ஒருக்களித்துச் சாத்தியிருந்தது. மெல்லக் கதவைத் திறந்து கொண்டு ரகு உள்ளே போனான். அம்மா அவன் வந்தது கூடத் தெரியாமல் சுருண்டு படுத்துக் கிடந்தாள். மறுநாள் மாப்பிள்ளை வீட்டுக்காரர்கள் வருவதாகச் சொல்லி இருந்தார்கள். அம்மாவை எழுப்பி விடாமல் "மைதிலி... மைதிலி" என்று கூப்பிட்டுக் கொண்டே உள்ளே போனான். பதில் இல்லை. குரல் கேட்டதும் ஓடி வந்து கையில் இருப்பதை வாங்கிக் கொள்கிற பெண். எங்கே போயிற்று? அலைச்சலில் உடம்பெல்லாம் கசகசத்துக் கிடந்தது. குளித்தால் என்ன? சமையல் கட்டை தாண்டிப் போகும் போது எல்லாம் சமைத்து மூடி வைத்திருப்பது கண்ணில் பட்டது. எங்கே அவள்?

கொல்லைக் கதவைத் திறந்ததும் குளிர்ந்த காற்று வருடிற்று. கிணற்றங்கரை முழுவதும் நிலவு பாலாய்க் கொட்டிக் கிடந்தது.

பூச்செடிகள் காற்றிலாடிக் கொண்டிருந்தன. கிணற்றுக்குள் விழுந்த நிலவு வெள்ளித் தகடாய் ஜ்வலித்துக் கொண்டிருந்தது. அப்பாவும் அம்மையும் மகிழ்ந்து குலாவிய முற்றம் வெறுமையாய்க் கிடந்தது. கிணற்றுக்குள் விழுந்த நிலவோ, ஜில்லென்ற குளிர்ந்த காற்றோ, தரையில் கிடந்த பூக்களோ, மல்லிகையின் மோகன மயக்கமோ ஒரு நியமித்த தாள கதியில் உருளும் சகடையின் கடகட ஓசையோ தரையில் மோதிச் சிதறும் ஜிலீரோ எதிலுமே அவன் மனது தோயவில்லை. அவன் மனது மரத்துக் கிடந்தது. எல்லாம் முடிந்து விட்டது. ஆம் மகா சாபம் போன்ற ஒரு சத்தியம் எல்லாவற்றையும் முடித்து விட்டது. ஒரு அழகிய கனவைப் போலத்தான் ஆரம்பித்தது அவளுடனான காதல். நல்ல கவிதையைப் போல உள்ளே தொட்டுத் திறந்து கொண்டே போயிற்று. இசையைப் போல வருடிற்று. வீணையில் உறங்கும் ராகங்கள் போல ஆத்மாவின் ராகங்களை மீட்டிற்று. அது தனி உலகம். பனித்துளி மாதிரி தூய்மையான புனிதமான அன்பு மட்டுமே கொட்டிக் கிடக்கும் பிரபஞ்சம். ‘சட்’டென்று உடைந்த நீர்க்குமிழி மாதிரி சரேலென மோதிச் சரியும் அருவி மாதிரி சரிந்து விட்டது. காலத்தையும் தூரத்தையும் இல்லாமல் ஆக்கிய இரண்டற்ற ஒன்றாய்த் தோன்ற வைத்த பேருணர்வு இல்லையென்றாகி விட்டது. எல்லாம் பொய் மாயை. அபத்தம். முட்டாள்தனம். வேங்கட சுப்பைய்யர் பையன் இன்னொரு கௌசிக கோத்திரமோ பரத்வாஜ கோத்திரமோ பார்த்துக் காதலிக்கலாம். வம்ச விருத்தி செய்யலாம். அதுதான் விதிக்கப்பட்ட தர்மம். கடவுளையும் மதத்தையும் காப்பாற்றுவதுதான் முதல் கடமை. கிளை மாறிப் பூக்க ஆசைப் படக்கூடாது. அது மாபாதகம். நீயும் வா. மந்தையில் சேர். மோட்சம் சர்வ நிச்சயம். கடவுளுக்குப் பக்கத்தில் இடம் கிடைக்கும். போடா போ. நினைக்க நினைக்க ஆறத்தான் இல்லை.

“அம்மா...”

“... ... ... ”

“அம்மா...”

“ம்ம் ரகுவா? எப்ப வந்தே?”

“நான் வந்து ஒரு மணி தேசாலமாச்சு. மைதிலி எங்கே?”

“கிருஷ்ணமாச்சார் ஆத்திலே இன்னிக்கி ஸ்ரீனிவாச கல்யாணம் கேட்டுட்டு வரேன்னு போனா.”

"என்னம்மா மணி பத்தாப் போறது. இன்னமா ப்ரவசனம் முடிஞ்சிருக்காது?"

"இன்னிக்கி கடைசி நாள் அதனால லேட்டாறதோ என்னமோ?"

"இருந்தாலும் ரொம்பத் துளுத்துடுத்து இதுக்கு. நாளைக்கு மாப்பிள்ளையாத்துக்காரா வரேன்னிருக்கா. இதுவானா ராக்கோழியாட்டமா அலஞ்சுண்டிருக்கு."

"நீ ஏன் கவலப்படறே? எங்க இங்கதானே வந்துடுவா."

"எல்லாம் நீ குடுக்கற இடம்."

"ஆமாண்டா நேக்கு வேற வேலை இல்ல பாரு... என்னமோ மனசு நன்னால்லைன்னா குழந்தை. போயிட்டு வரட்டுமேன்னு..."

"மனசுக்கு என்ன?"

"அவளுக்கு அவ்வளவா பிடிக்கலை போல இருக்கு."

"நன்னாருக்கு. நாளைக்கு மாப்பிள்ளையாத்துக்காரா வரா. இப்போ இப்பிடிச் சொன்னா எப்பிடிம்மா? இவளுக்கு மாப்பிள்ளை பாத்துப் பாத்து விட்டுப் போயிடுத்து நேக்கு. கட்டிண்டா இந்த மாப்பிள்ளையைக் கட்டிக்கட்டும். இல்லேன்னா எப்பிடியோ சாகட்டும்."

"என்னாச்சு நோக்கு? எதுக்கு உம் வாயாலே அச்சான்யமா இப்பிடிச் சொல்றே? அவள் சின்னக் குழந்தை. என்னமோ பயப்படறது. எடுத்துச் சொன்னா புரிஞ்சுப்பள். சரி, போய்ச் சாப்பிடு!"

"இல்லை. அவ வரட்டும்."

"சங்கரி எப்பிடி இருக்கா?"

"ஏதோ இருக்கா."

மணி பதினொன்று ஆயிற்று. மைதிலி வரவில்லை. ஒன்றிரண்டு வீடுகளைத் தவிர எல்லா வீடுகளிலும் விளக்கணைந்திருந்தது. மற்றபடி தெரு இருண்டு கிடந்தது. இந்த இரவில் எந்தத் தோப்பு துறவில் போய் தேடுவது? கோவில் நடை சாத்திவிட்டார்கள். பிரவசனம் பத்து மணிக்கே முடிந்து விட்டது. தோழி பங்கஜாட்சி ஊரில் இல்லை. கோமளாவாத்தில் ஒன்பது மணிக்கே விளக்கை அணைத்து விடுவார்கள். ஊரில் வேறு விசேஷம் இல்லை. அப்படியெங்கே போனாள்? ஒருவேளை மொட்டை மாடியில்

படுத்து அப்படியே தூங்கி இருப்பாளோ? ஓடினான். இல்லை. வீடு முழுக்கத் தேடினான். ம்ஹூம். எங்கும் இல்லை. முதல் முறையாய் ரகுவைப் பயம் கவ்விற்று. மனது தவியாய்த் தவித்தது. கடவுளே... அவளுக்கு ஒண்ணும் ஆகி இருக்கக்கூடாது. தெருவில் நின்று கோபுரம் பார்த்து கன்னத்தில் போட்டுக் கொண்டான். வாசல் வழி நடையில் ஈஸி சேரைப் போட்டுக்கொண்டு உட்கார்ந்தான்.

ஒவ்வொரு நிமிஷமும் நரகமாய் யுகமாய் இரவு வளர்ந்து கொண்டே போயிற்று. கூடத்துக் கடிகாரம் மூன்றடித்தது. இருட்டில் நிழலாடிற்று. யாரோ வருவது போல... யார்? யார் அது? தலையில் முக்காடு இட்டுக் கொண்டு மைதிலி... பின்னால் அந்த ஆண் குமரேசன். ரகுவுக்குள் ஜ்வாலையாய் ஆத்திரம் பொங்கிற்று.

“எங்கடி போய்த் தொலஞ்ச சண்டாளி?” என்று கையை ஓங்கியவனை குமரேசன் தடுத்தான்.

“ஸ்ஸ்... இங்க வேண்டாம். சத்தம் போடாத உள்ள வாங்க அண்ணாச்சி!”

உள்ளே ஓடிய மைதிலி அம்மாவைக் கட்டிக் கொண்டு அழுதாள்.

வாசற்கதவைச் சார்த்தி தாழிட்டான் குமரேசன். மோடாவை எடுத்துப் போட்டுக் கொண்டு உட்கார்ந்தான். ரகு நாற்காலியில் உட்கார தழைந்த குரலில் குமரேசன் பேசினான்.

“அண்ணாச்சி, நான் சொல்றதை தயவு செஞ்சு கொஞ்சம் பொறுமையா கோவப்படாமே கேளுங்க. நீங்க பயப்படறாப்பிலே எந்தத் தப்பும் நடக்கலே. இந்த வீட்டுக்குன்னு ஒரு கௌரவம் இருக்கு. மரியாதை இருக்கு. அதுக்குக் கேடு வராப்பிலே குழந்தை நடக்கவே நடக்காது. ஏதோ எங்க வீட்டுக்கு வரணும்னு தோணி இருக்கு. வந்திருக்கு. மத்தபடி சின்னப் பொண்ணு அது. எது வேணும்னு தீர்மானிக்கத் தெரியாத வயசு. எல்லாம் மனசோட கண்ணாமூச்சி ஆட்டம். அவ்வளவுதான். இதுக்காக யாரையும் குறை சொல்ல முடியாது. குழந்தை பாவம்... ரொம்ப உடைஞ்சு போயிருக்கு. எங்க வீட்லதான் இருப்பேன்னு பிடிவாதம் பிடிச்ச பிள்ளையைச் சமாதானப்படுத்தி ஒரு மாசு மருவில்லாமே உங்க தங்கையா இங்க கொண்டு வந்து சேத்திருக்கேன். எதா இருந்தாலும்

விடிஞ்சு பேசிக்கலாம். இப்ப ஒண்ணும் கேக்க வேண்டாம். ஊரு அடங்கினப்பறம் காதும் காதும் வெச்சா மாதிரி கொண்டு போய் விட்டுடுடான்னு எங்கப்பாதான் சொன்னாரு. பத்திரமா கொண்டு வந்து சேத்துட்டேன். வரட்டுமா?"

பதிலுக்குக் காத்திராமல் குமரேசன் இருளில் கரைந்தான்.

"சொல்லாம கொள்ளாமே எங்கடி போனே?" அம்மா கேட்டாள்.

"சாக..."

"சாகும்படியா என்ன ஆயிடுத்து இப்போ?"

"இன்னம் என்ன ஆகணும்?"

"அறஞ்சேன்னா... பிரவசனத்துக்குப் போறேன்னுட்டு எங்கடி போனே?"

"அதான் சொன்னேனே..."

"அதான் ஏன்?"

"மனசு சரியில்லை."

"நன்னாத்தானேடி இருந்தே திடீர்னு மனசுக்கென்ன கேடு?"

"பிடிக்கலை."

"என்ன பிடிக்கலை?"

"எத்தனை தரம் சொல்றது நோக்கு. அந்தக் கடையம் மாப்பிள்ளை வேண்டாம்னு தலதலயா அடிச்சுக்கறேன். யார் கேக்கறா?"

"என்னடி கொறச்சல் அவாளுக்கு? மாப்பிள்ளை மூக்கும் முழியுமா இல்லையா? நல்ல வேலையில இல்லையா? கை நிறைய சம்பாதிக்கலையா? என்ன கொஞ்சம் காசுக்குப் பறக்கறா... யார்தான் காசுக்கு ஆசப்படலை இந்தக் காலத்திலே? எத்தனை சம்மந்தம் தட்டித்து அது இதுன்னு... துக்கிரின்னு ஒரு அவச்சொல் ஒம்மேல ஒட்டிண்டு இருக்கே. அத இவா சட்டை பண்ணாளா? இத விட நல்ல பிராமண சம்மந்தம் வாய்க்குமோ?"

"என்னம்மா இவாள விட்டா வேற பிராமணாளே லோகத்திலே இல்லையா? வர மாட்டாளா? அப்பிடி வராட்டாத்தான் என்ன? ஊர்ல வேற மாப்பிள்ளையே இல்லையா?"

"அப்பிடின்னா?"

“அதென்ன மாப்பிள்ளை பிராமணாளாத்தான் இருக்கணும்னு என்ன கட்டாயம்?”

“அடிப்பாவி...”

“பாவம் என்ன இதிலே? மனுஷா யாரா இருந்தா என்ன. நல்லவாளா இருந்தாப் போறாதா?”

“என்னடி சொல்றே?”

“கதிரேசனுக்கு என்ன குறைச்சலாம்?”

“அடி செருப்பாலே நாயே. அந்த ஓதுவார் பையன மனசுல வெச்சுண்டுதான் நீ இந்தாட்டம் ஆடறியா?” அம்மாவின் குரல் உயர்ந்தது.

“ஆமாம். அதிலே என்ன தப்பு?” விறைப்பாய்க் கேட்டது மைதிலி.

இமைக்கும் நேரத்தில் அம்மா அவள் முகத்தில் ஓங்கி அறைந்தாள். முடியைப் பிடித்து உலுக்கினாள்.

“அடிப்பாவி எம் வயத்திலே நெருப்பள்ளிக் கொட்டிட்டியே சண்டாளி... ஒங்கக்கா மாதிரி நல்லபடியா கல்யாணம் பண்ணிண்டு போவேன்னு ஆயிரம் மனக்கோட்டை கட்டிண்டு இருந்தேனே அத்தனையையும் உடைச்சு சுக்கு நூறாக்கிட்டியேடி பாவி. அவந்தான் கண்ட கழிசடை மேல ஆசப்பட்டுப் பாழாய்ப் போயிட்டான்னா நீயுமா நாசமாப் போணும்? அவனால நான் தாலியறுத்து முண்டச்சியா நிக்கறது போறாதா? பேசாம நேக்குக் கொள்ளி வெச்சுட்டு அண்ணனும் தங்கையும் எக்கேடும் கெட்டுப் போங்கோ” என்று அம்மா தலையில் அடித்துக் கொண்டு அழுதாள்.

அம்மாவின் அந்த வார்த்தைகளில் ரகு துடித்துப் போனான். அவனுடைய காதல்தான் அம்மாவின் மாங்கல்யத்தைப் பறித்து விட்டதா? என்னவொரு கொல்லும் சொல்? ரணமான மனதுடன் பேச்சற்று உறைந்து நின்றான் ரகு.

“நீ அடி, கொல்லு! நான் அந்தக் கதிரேசனத்தான் கல்யாணம் பண்ணிப்பேன்.” எகிறிற்று மைதிலி.

“வீணா கனவு காணாதே. இது நடக்காது. ஒருக்காலும் நடக்காது. நான் வாக்குக் குடுத்தாச்சு. நாளைக்கு கடையத்துக்காரா வரும்போது

ஒழுங்கா முறையா நடந்துக்கோ. நல்லபடியா கல்யாணம் பண்ணிண்டு அம்மா மனசக் குளிரப் பண்ணு. இல்லையா எம் மூஞ்சியிலயே முழிக்காத. எக்கேடும் கெட்டுப் போ!" என்றான் ரகு.

"பேசாம செத்துத் தொலைக்கறேன். யாருக்கும் எந்தத் தொந்தரவும் இல்லாம இருக்கும்."

"மொதல்ல அதைச் செய். எல்லாருக்கும் அதான் நிம்மதி!" அச்சானியமாய் அவன் வாயிலிருந்து வார்த்தைகள் உதிர்ந்தன.

அவன் கோபமாய் மொட்டை மாடிக்குப் போய் வெறுந்தரையில் விழுந்தான். அவள் அழுது கொண்டே போய் உள்ளேச் சாத்திக் கொண்டாள். வெகுநேரம் அவள் அறையில் விளக்கெரிந்தது. அப்புறம் ஒரே இருட்டு. விடிந்தது.

ஆனால்...

15

வாசல் முழுவதும் செருப்பாய் இறைந்து கிடந்தது. பின்னுவதற்குத் தயாராக தென்னை ஓலை ஒரு ஓரமாய் சரிந்து கிடந்தது. தெருவில் இருந்து வீட்டுக்குக் குறுக்கே ஒரு கயிறு ஓடிற்று. நடுக்கூடத்தில் மைதிலியைப் படுக்க வைத்திருந்தார்கள். விட்டு விடுதலையான நிறைவு அந்த முகத்தில் ஒட்டிக்கொண்டிருந்தது. கால் விரல்கள் ஒன்றோடொன்று கட்டப்பட்டு... கூடம் முழுவதும் தலைகளாக... அம்மா ஒரு மூலையில் உணர்வற்று மயங்கிக் கிடந்தாள். உண்மையில் ரகு இதை எதிர்பார்த்திருக்கவில்லை. ஒரு சொல் இப்படி மைதிலியைக் கொன்று விடும் என்று நினைத்திருக்கவில்லை. அவன் உணர்வுகள் மரத்துப் போயிருந்தன. துக்கம் தாண்டி குற்ற உணர்ச்சி அவனைக் கொன்று கொண்டிருந்தது.

ஆதுரமான ஜெய்யின் அரவணைப்பையோ, ‘என்ன அண்ணாச்சி இப்பிடி அவசரப்பட்டுட்டியளே...’ என்ற குமரேசனின் ஆதங்கத்தையோ, பாகீரதியின் கொல்லும் மௌனத்தையோ, கை பற்றி அழுத்தி வலி பகிர்ந்த, துணை நின்ற கல்யாண ராமய்யரின் அன்பையோ, குதறாமல் மனம் புரிந்து பேசிய சியாமளாவின் இங்கிதத்தையோ, தலையில் அடித்துக் கொண்டு புரண்டு துடித்தழும் பெரியம்மாவின் வீறிடலையோ, எதையுமே எதிர்கொள்ளும் வலிவற்ற அவன் சாஸ்திரிகள் சொல்வதற்கெல்லாம் இயந்திரமாய் இயங்கிக் கொண்டு இருந்தான்.

‘எல்லாரும் வந்தாச்சா வந்தாச்சா?’ ‘பொணத்த எப்போ எடுக்கப் போறாளாம்?’ என்று குரல்கள் கேட்டுக் கொண்டிருந்தன. மரணத்தின் வாசனை காற்றில் மிதந்து கொண்டிருந்தது. மைதிலியைக்

குளிப்பாட்டும் போது கிடைத்ததாய் ஒரு கடிதத்தை ரகசியமாகச் சியாமளா கொண்டு வந்து கொடுத்தாள்.

காட்டிலிருந்து திரும்பிய போது வீடும், தெருவும் அலம்பித் தள்ளி இருந்தது. வாசலில் வைத்திருந்த தண்ணீரில் கால் அலம்பிக் கொண்டு விபூதியை இட்டுக் கொண்டு உள்ளே போனவனை வெறுமை முகத்தில் அறைந்தது. அடி வயிற்றில் ஒரு பெருநெருப்பு பந்தாய் உருண்டு கொண்டிருந்தது. ஒரு செம்பு ஜலத்தைக் குடித்தும் அது அடங்கவில்லை. நினைத்து நினைத்துப் பொங்கிற்று. கேமரா உள், அவளுடைய பொட்டாம், அவள் உட்கார்ந்து சாப்பிட்ட இடம், அப்பாவின் மடியில் தலை சாய்த்து அவள் சங்கீதம் கேட்கும் கொல்லை முற்றம், கொடியில் தொங்கும் அவள் புடவைகள், குளியலறையில் அவளுக்கே அவளுக்கான வாசனை சோப்பு, கண்ணாடியில் ஒட்டிய பொட்டு, சந்தன பவுடர் என்று ஒவ்வொன்றாய் நின்று நின்று பார்த்துக் கொண்டே இருந்தான். எல்லாம் இருக்கிறது. அவள் இல்லை. திடீரென துக்கம் அலையாய்ப் பொங்கிற்று. அவன் அப்பாவின் படத்தடியில் மடிந்து விழுந்து அழுதான். அப்போது கடிதம் கீழே விழுந்தது. மைதிலி எழுதிய கடிதம். கடிதத்தை எடுத்துக் கொண்டு அவன் மொட்டை மாடிக்குப் போனான். யாருமற்ற தனிமையில் பிரித்தான்.

அன்புள்ள அண்ணாவுக்கு, உன் அருமைத் தங்கை நமஸ்காரம்.

மைதிலி எழுதிக் கொள்வது. அப்பா இருந்த காலத்திலும் சரி அப்பா தவறிய பின்பும் சரி எங்களைச் சிறகடியில் வைத்துக் காப்பாற்றியவன் நீ. பொத்திப் பொத்தி வளர்த்தவன். எனக்கு நினைவு தெரிந்த நாளில் இருந்து 'சீ தள்ளி நில்' என்று ஒரு வார்த்தை சொன்னதில்லை நீ. மயிலிறகால் வருடுவது போலத்தான் இருக்கும் உன் பேச்சு. சொல்லப்போனால் அக்காவையும் என்னையும் சந்தோஷப்படுத்திப் பார்ப்பதுதான் உன்னுடைய சந்தோஷமாக, வாழ்க்கையாக இருந்திருக்கிறது. உன்னை அண்ணனாகப் பெற்றது என் பாக்கியம். கடவுள் கொடுத்த வரம். பொய்யில்லை சத்தியம். அப்படிப்பட்ட உன் வாயில் இருந்தா அந்த வார்த்தைகள் வந்தன. நம்ப முடியவில்லை அண்ணா. சத்தியமாய் நம்ப முடியவில்லை. என் மரணம்தான் எல்லோருக்கும் நிம்மதியைத் தருமெனில் இந்த உயிர் எதற்கு? நினைக்க நினைக்க ஆறமாட்டேன்கிறதண்ணா.

எம். சுப்பிரமணியன்

கடைசியில் என்னைக் கொன்று விட்டாய். நீ என்றால் நீ இல்லை. உனக்குள்ளே உறங்கிக் கொண்டிருக்கும் உயர் ஜாதி கர்வம். சுய ஜாதி மோகமென்னும் பாழும் வெறி. அதுதான்... அந்த மனப்பிசாசுதான் உன்னை அப்படி பேச வைத்திருக்கிறது. இல்லையென்று நீ மறுக்கலாம். ஆனால் உண்மை அதுதான். உள்ளே இல்லாதது எதுவும் வெளியே வராது. இல்லையெனில், என் காதலை மதித்திருப்பாய். அங்கீகரிக்கிறாயோ இல்லையோ அது வேறு விஷயம். ஆனால் குறைந்தது காது கொடுத்தாவது கேட்டிருப்பாய். கேட்டிருந்தாலாவது ஆரோக்கியமான ஒரு நல்ல முடிவிற்கு வர நேர்ந்திருக்கும். ஆனால் அப்படியெல்லாம் நடக்கவில்லையே ஏன்?

என்னைக் காப்பாற்றுவதை விட, காலங்காலமாய் அணைந்து விடாமல், எந்த ஊழித்தீயை எல்லாரும் காப்பாற்றப் போராடிக் கொண்டிருக்கிறார்களோ அந்த ஜோதியில் ஐக்கியமாகி சுயமும் முகமும் அற்றுப் போய்விட்டாய். ஆச்சர்யம் என்னவெனில் தன் வரையில் ஒரு தாழ்த்தப்பட்ட ஜாதிப் பெண்ணுடன் காதல் வயப்பட்ட ஒரு மனதிலேயே புற்றில் உறைந்து கிடக்கும் பாம்பு போல சுய ஜாதி மோகம் பதுங்கி இருக்குமெனில், மற்றவர்களைப் பற்றிக் கவலைப்பட என்ன இருக்கிறது. எல்லாம் இருக்கட்டும். இதில் ஆணுக்கொரு நீதி, பெண்ணுக்கு ஒரு நீதியா? ஜாதியற்றவனாக, ஜாதி கடந்தவனாக உன்னையே நீ ஏமாற்றிக் கொண்டிருக்கிறாய். இவ்வளவு பாசி படர்ந்த மனதோடு, மன்னியை எப்படி நீ நேசிக்க முடியும்? அந்த அன்பு எப்படி உண்மையாக இருக்க முடியும்? நாளை ஜாதிப் புத்தி தலை தூக்காது என்பது என்ன நிச்சயம்? அப்புறம் உன் குழந்தையை எப்படி ஜாதீய அடையாளங்களற்ற ஒரு உன்னதமான மனிதனாக வளர்ப்பாய்? நீ பேசும் போது தொட்டுக் காட்டிய உயரங்கள் பொய்யா? வெறும் வார்த்தை ஜாலமா? அப்படியெனில் உன் காதலுக்கு என்ன அர்த்தம்? இந்தக் கறையை எந்தக் கங்கையில் கரைக்கப் போகிறாய்? பாவம் மன்னியுடன் வாழும் வாழ்க்கையிலாவது அழுக்கற்று இரு. நிஜமாய் இரு. உள்ளும் புறமும் ஒன்றாயிரு. இந்த இரவு விடியும் போது விட்டு விடுதலையாகி இருப்பேன். நீயே வெறுத்து ஒதுக்கி விட்ட பிறகு... என் ஆசைக் கனவு கலைந்த

பிறகு எதற்கு இந்த உயிர்? என் மரணமாவது உன் மனக்கறையை அகற்றட்டும். இனியொரு பிறவி இருக்குமெனில், அப்போதும் உனக்குத் தங்கையாகவே பிறக்க ஆசைப்படும்,

அபாக்கியவதி,

மைதிலி.

மைதிலி மண்ணோடு கலந்த மூன்றாம் மாதம். ரகுவுக்கு ஒரு கடிதம் வந்தது. மேகலா அனுப்பி இருந்தாள்.

அன்பான உங்களுக்கு, மேகலா. பாகீரதியின் கல்யாணத்தின் போது எனக்கென்று நீங்கள் எடுத்து அப்போது கொடுக்க முடியாமல் போன புடவையை இப்போது அனுப்பி இருக்கிறீர்கள். எதற்காக அனுப்பி இருக்கிறீர்களோ தெரியவில்லை. திருப்பி அனுப்பிவிடத்தான் நினைத்தேன். முகத்தில் அறைந்து கதவைச் சாத்துவது போல அது ஒரு அநாகரீகமான செயல் என்று தோன்றிற்று. அதனால் அனுப்பவில்லை. மற்றபடி வேறொன்றும் இல்லை. புடவையுடன் ஒரு கடிதம் கிடைத்தது. அது மரணத்தருவாயில் மைதிலி உங்களுக்கு எழுதிய கடிதம். தவறுதலாகப் புடவையுடன் வந்திருக்கிறது. அதைத் திருப்பி அனுப்பி இருக்கிறேன். அந்தக் கடிதத்தை நான் படிக்க நேர்ந்தது என் துரதிர்ஷ்டம். உங்களைப் பற்றிய என் மன பிம்பம் கலைந்து போனதற்கு சத்தியம் மிளிரும் மைதிலியின் வார்த்தைகளே காரணம். உடம்போடு ஒட்டிக் கொண்டிருக்கும் தோல் மாதிரி எல்லோருடைய மனதிலும் இரத்தத்திலும் இந்தக் கறை ஒட்டிக் கொண்டிருக்கிறது. இதற்கு நீங்களும் விதிவிலக்கல்ல என்பதை என்னால் ஜீரணிக்க முடியவில்லை. நாம் நிறைய பேசி இருக்கிறோம். விவாதித்து இருக்கிறோம். ஒரு தடவை கூட நீங்கள் என் ஜாதியை அறிந்து கொள்ள முயன்றதில்லை. நானாகச் சொன்ன போது 'ஸோ வாட்?' என்றுதான் கேட்டீர்கள். அந்த மனது பிடித்திருந்தது. அந்தப் பார்வை பிடித்திருந்தது. அதுதான் ஈர்த்தது.

எந்த விஷயம் ஈர்த்ததோ அந்த அடிப்படையே கலகலத்துப் போன பிறகு இரண்டு பேரும் கூடி ஒரு வாழ்க்கை என்பதே அபத்தமாகப் படுகிறது. என்னை ஒரு மனுஷியாக மட்டுமே நீங்கள் பார்த்தது அல்லது பார்த்ததாக எனக்குத் தோன்றியது என்

கற்பனையோ என்னவோ? என்னதான் படித்திருந்தாலும் உரக்கச் சிந்தித்தாலும் இந்த உணர்வு போகாது போலும். அந்த அளவுக்கு வேரோடிப் போயிருக்கிறது இந்த விஷம். யாராக இருந்தாலும் இதை உதிர்த்து விட்டு நடக்க முடியாது போலும். எப்படியோ? மனசு விட்டுப் போய் விட்டது என்பது உண்மை. எப்படியோ ஒரு விரிசல் விழுந்து விட்டது. இனி ஒட்டுமா தெரியவில்லை. எனக்குக் கொடுத்து வைத்தது அவ்வளவுதான். உங்களை ஏன் குற்றஞ் சொல்ல வேண்டும்? எல்லாவற்றிற்கும் என் நன்றி.

உங்களை என் அரங்கனாகப் பாவித்து, உங்களுக்காகவே வாழ ஆசைப்பட்ட, மேகலா.

16

கங்கைக் கரை. காலடியில் கங்கை குலுங்கியோடிற்று. எதிர்ச்சாகையில் வெயிலின் வெள்ளிச் சரிகை மினுங்கிற்று. பவித்திரத்தை அவிழ்த்தான். மேகப் பொதியில் அப்பாவின் முகம் போலத் தோன்றிற்று. அலை படர்ந்து நிழலாய் உருவங்கள் தோன்றித் தோன்றி மறைந்தன. அடர்ந்த புருவமும், தலை கொள்ளாச் சிகையும், காதில் சிவப்புக் கடுக்கணுமாய் தாத்தாவின் பிம்பம் தோன்றி மறைந்தது. அடையாளம் தெரியாத, பார்த்தேயிராத ஏதேதோ முகங்கள், பிம்பங்கள், அருவங்கள் உருவாகிக் கலைந்தும் போயின. அவன் மனம் குவிந்து நின்றான். புகை மாதிரி சூக்கும வடிவங்கள் அவன் சிரசைச் சுற்றி ஆலவட்டம் சுழன்று ஆசீர்வதிப்பது போல ஒரு காட்சியோடிற்று. முன்னோர்களை அவன் ஸ்மரித்தான். ஒரு ஷணம் சங்கரன்கோவிலும், அந்த வீடும், செம்பரத்தம் பூ தலையாட்டும் கொல்லையும், நடுக்கூடத்தில் கிடத்தியிருந்த மைதிலியின் முகமும், மைதிலியை நினைத்தே ஏங்கி உயிர்விட்ட, கடைசி வரை மன்னிக்காத அம்மையின் முகமும் நினைவில் வந்து போயிற்று. அவன் நதியில் மெல்ல இறங்கினான். அந்த வெயிலிலும் ஜலத்தின் குளுமை சொடுக்கிற்று. கோத்திரம், ரிஷிமூலம், வேதசாகை, வம்சாவழி சொல்லி இருபத்தியோரு முறை நிதானமாக முழுகி எழுந்தான். இப்போது உடம்பும் மனசும் குளிர்ந்து கிடந்தது. ‘எல்லா அழுக்கையும் அலம்பித் துடைத்துக் கொண்டு போவாயாமே நீ மகநா நதியே புனித கங்கா... என் சிந்தையில் படிந்துள்ள அழுக்கையும் அலம்பித் துடை. என்னை ஸ்புடம் போடு’ என்று சொல்லிக் கொண்டான். முழுகி எழுந்தான். எழுந்தபோது பூணூல் தலையோடு கழன்று நதியோடு போயிற்று. கரை ஏறினான்.

“என்ன அம்பி பூணூலைக் காணலை?” பதற்றமாய் சாஸ்திரிகள் கேட்டார்.

"கங்கையோட போயிடுத்து."

"புதுசு போட்டுக்கறேளா?"

"வேண்டாம். எதாவது ஒண்ணை இந்தக் கரையிலே விடணும்பா. விட்டாச்சு" என்று சிரித்தவனை சாஸ்திரிகள் விநோதமாகப் பார்த்தார். அவன் நிறைவாய் தட்சணை கொடுத்தான்.

"ரொம்ப சந்தோஷம். கல்பகோடி காலமா ஓடிண்டு இருக்கிற ஸத்ய தாரை இது. புண்ணிய தீர்த்தம். இந்த பூமியிலே உயிரை விட்டாலோ, கர்மா பண்ணாலோ அந்த ஜீவன்கள் மோட்சத்துக்குத்தான் போகும். ரொம்ப சிரத்தையா மனசார கர்மா பண்ணேள். அவா ரெண்டு பேரோட ஆத்மாவும் பரிபூரண சாந்தி அடஞ்சு பரகதிக்குப் போகும். வரட்டுமா?"

ரகு தலையாட்டினான். இனி எங்கே போவது? கொஞ்ச நேரம் கடந்து செல்லும் முகங்களை வெறித்துக் கொண்டு நின்றான். எத்தனை விதமான மனிதர்கள்? இவ்வளவு பேருமா பாவந் தொலைக்க வந்தவர்கள்? கடைசியில் அரிச்சந்திரா காட் போய் அவன் கால்கள் நின்றன. 'ராம் நாம் சத்ய ஹை' என்கிற கோஷத்துடன் பிணங்கள் வந்து கொண்டிருந்தன. அடர் மஞ்சளும், சிவப்பும், நீலமுமாய் ஒரு பிணம் எரிந்து கொண்டிருந்தது. ருத்ர சம்ஹார பூமி. எத்தனை ஆடினாய்? கொக்கரித்தாய்? எத்தனை கர்வம், எத்தனை திமிர், எவ்வளவு அகந்தை. அத்தனையும் அடங்கும் கரை. தரிசன பூமி பார்த்துக்கொண்டே நின்றான். பாடையோடு கங்கையிலே முக்கி, சிதையிலே வைத்து பாதி எரியும்போதே கங்கையில் இழுத்து விட்டு... ராம் நாம் சத்ய ஹை ராம் நாம் சத்ய ஹை... அவன் உதடுகள் முணுமுணுத்தன. யாரோ தொட்டது போல இருந்தது. திரும்பினான். அவருக்கு எழுபதுக்கு மேல் இருக்கலாம். முகந்தெரியாமல் மண்டிய தாடியும் மீசையுமாய் வற்றி உலர்ந்து... ஆனால் அந்தக் கண்கள்... அதன் தீட்சண்யம்...

"அம்பி நீங்க சங்கரன்கோவில் வேங்கட சுப்பைய்யர் பையன் ரகுராமன்தானே. என்னைத் தெரியலையா?"

பஞ்சு சாஸ்திரிகள்.

"என்ன சாஸ்திரிகளே, என்ன இப்பிடி அடையாளமே தெரியாம கருத்து இளச்சுத் துரும்பா இருக்கேள். நீங்க உங்க பெரிய பொண் கிட்ட இருக்கறதான்னா பேசிண்டா?"

"இருந்தேன். ஒட்டலை. இந்தக் கரைக்கு வந்து வருஷத்துக்கு மேலாறது. பாவத்தைத் தொலைக்க வேண்டாமா?"

"நீங்க என்ன பாவம் பண்ணேள்?"

"நேரடியா நான் பண்ணாத்தானா?"

"மீனாவச் சொல்றேளா?"

"அந்தப் பேரச் சொல்லாதே. எங்க வயத்திலே பொறந்துட்டு இப்பிடியொரு மகா பாவத்த பண்ணுவளோ சண்டாளி?"

"அவளை ஏன் வையறேள்? அவள் ஒரு பாவமும் பண்ணலை மாமா."

"என்னாலே ஜீரணிக்க முடியலை."

"அதுக்கு?"

"இந்தக் கரையிலே தெனம் தெனம் பாவத்தத் தொலச்சு தல முழுகிண்டு இருக்கேன்."

"மாமி?"

"அவமானம் தாங்காம அவ போய்ச் சேந்துட்டா. நல்ல சாவு. இந்த கங்கைக் கரையிலே நேக்குத்தான் வர மாட்டேங்கறது."

"இங்க சாப்பாட்டுக்கு?"

அடிபட்டவர் போலப் பார்த்தார். கேட்டிருக்க வேண்டாமோ என்ற ரகுவுக்குத் தோன்றிற்று.

"பிச்சை எடுக்கலை. மத்தபடி ஆத்ம சுத்திக்காக கத்துண்ட மந்திரத்தை வித்து..." என்று குலுங்கினார்.

"அழாதேள். உங்களுக்குப் போய் இப்பிடி நடக்கணுமோ? வேறு எதுக்கோசரம் இல்லேன்னாலும், சதா சர்வ காலமும் பகவானே கதீன்னு நீங்க பண்ணின யாகம், யக்ஞம், ஜபம், தபம் இதுக்கோசரமாவது பகவான் மீனாவ அவ ஆம்படையானோட சேத்து வெச்சிருக்க வேண்டாமோ?"

"ப்ச்... எல்லாம் பகவத் ஸங்கல்பம். மனுஷா அல்பமா நடந்துண்டா அதுக்கு சுவாமி என்ன பண்ணுவன்?"

"இன்னமா நம்பறேள்?"

"விட முடியலையே..."

"உங்களுக்குக் கடவுள். எனக்கு ஜாதி" என்றான்.

"என்ன சொன்னே... என்ன சொன்னே?"

"ஒண்ணுமில்லை."

"வருஷாப்திகமா?"

"ஆமாம்."

"ஆனாலும் உங்கம்மை அவ செத்தாக் கொள்ளி போடக் கூடாதுன்னு உன்னைத் தண்டிச்சிருக்க வேண்டாம்."

"மைதிலிய நான் கொன்னுட்டேனாம்"

"நன்னாருக்கு. இப்போ மீனாட்சி எங்களக் கொன்னுட்டாள்னு நாஞ் சொல்றாப்பிலே இருக்கு இது. யார யார் கொல்ல முடியும்? எல்லாம் விதி. அதுதான் உன்னையும் என்னையும் இந்த கங்கைக் கரையிலே கொண்டு வந்து நிறுத்தி இருக்கு."

"வேற ஜாதிப் பெண்ணை விரும்பினதுக்கு இவ்வளவு தண்டனையா?"

"நல்லவேளை அந்தப் பொண்ணை எரிக்காம விட்டாளே?"

சாஸ்திரிகள் குரலில் இருந்து அவர் அதை எந்த அர்த்தத்தில் சொன்னார் என்று புரிந்துகொள்ள முடியவில்லை. ஆனால் அடிவயிற்றில் நெருப்பு படர்ந்தது போல இருந்தது ரகுவுக்கு. விளைந்த பயிருக்குத் தீ வைத்தவர்கள் இந்த மாபாதகத்தைச் செய்ய மாட்டார்களென்று என்ன நிச்சயம்? கடவுளே... கடவுளே... அவளுடன் ஒரு வாழ்க்கை என்பது கனவாகி இருந்தால் கூடப் பரவாயில்லை. அவள் எங்கோ உயிருடன் இருக்கிறாள் என்பது எவ்வளவு பெரிய நிம்மதி?

"திரும்ப சங்கரன்கோவிலுக்குத்தானே?"

"இல்லை. அங்க யார் இருக்கா?"

"அப்புறம்?"

"ஆனந்தபுரத்துக்கு."

"ஆனந்தபுரமா? கல்யாண ராமய்யர் அவாளுக்காக உருவாக்கின கிராமம் இல்லையோ அது?"

"ஆமா"

"அங்கதானே அவா எல்லாம் இருக்கா?"

"அவான்னா?"

"அவாளுக்குன்னு ஒரு கிராமமா ஹரிஜனங்கள் இருக்கற இடம் இல்லையோ அது?"

"ஆமாம்."

"அவாளுக்கு நடுவிலே எப்பிடி ஒட்டுமோ?"

"அவாளும் மனுஷாதானே?"

"மனுஷாதான்... இருந்தாலும்..."

"இந்த கங்கைக் கரையிலே அரிச்சந்திரா காட்லே நின்னுண்டுமா கரையேறலை நீங்க?"

"... ... ..."

"ஏன் மௌனமாயிட்டேள்?"

"எனக்கு இன்னம் ஞானம் வல்லை."

"ஞானம் வல்லைன்னா போறது. பாசம் இருக்கோன்னோ?"

"என்ன சொல்றாய்?"

"மீனாவும் அவ ஆத்துக்காரரும் ரெண்டு குழந்தைகளும் இப்போ ஆனந்தபுரம் ஆசிரமத்திலேதான் இருக்கா."

அதிர்ந்தவராய்ப் பார்த்தார்.

"நிஜமாவா சொல்றே?"

"ஆமாம்."

"அவ என்னமோ மதம் மாறிட்டாள்னு..."

"யார் சொன்னா... மீனா மீனாவா இருக்கா. அவர் அவரா இருக்கார். மத்த விஷயங்களை அவா வைக்க வேண்டிய இடத்திலே வெச்சுட்டா. வரேளா?"

"நான் வரலை. என் பாவத்தைத் தொலைக்கறதுக்கான கரை இதுதான்."

"என்னோட கங்கை ஆனந்தபுரத்திலேதான் ஓடறது சாஸ்திரிகளே!" என்றவனை ஆச்சர்யமாகப் பார்த்தார்.

"ஒவ்வொருத்தருக்கு ஒரு ஷேத்திரம்" என்று மெலிந்த குரலில் சொன்ன சாஸ்திரிகளை புன்னகையுடன் பார்த்தான்.

"இந்தாங்கோ!"

"நேக்கு எதுக்குடா இவ்வளவு காசு?"

"ஊருக்கு வரத்துக்கு" என்று திரும்பிப் பார்க்காமல் நடந்த ரகுவை வெறித்துக் கொண்டு நின்றார் பஞ்சு சாஸ்திரிகள். இது ஒன்றும் அறியாமல் கங்கை ஓடிக் கொண்டிருக்க, "ராம் நாம் சத்ய ஹை" முழக்கத்துடன் ஒரு பிணம் வந்து கொண்டிருந்தது.

ஆனந்தபுரம் ஆசிரமம்தான் தன் மீட்சிக்கான இடம் என்று தோன்றிக் கொண்டே இருந்தது. அங்கேதான் மனதை சலவைக்குப்

போட முடியும். கழுவாய் தேட முடியும் என்றுபட்டது. கங்கைக் கரையில்தான் அந்த எண்ணம் முதன் முதலில் தோன்றிற்று. நாளுக்கு நாள் அது வளர்ந்து கொண்டே போயிற்று. அப்புறம் அவன் யோஜிக்கவில்லை. காசியில் இருந்து திரும்பியதும் முதல் வேலையாய் கல்யாண ராமய்யரைப் பார்க்கப் போனான்.

"கொஞ்ச நாள் எங்களோடயே இரு. மனசு அமைதியாகட்டும், அப்புறம் யோசிக்கலாம்" என்றார் கல்யாண ராமய்யர்.

❖❖❖

17

ஒரு வாரம் கடந்து போயிற்று. நெல்லையப்பர் சன்னதியில் மனங்குவிந்து நிற்க முடியவில்லை. தாமிரபரணிக் கரையிலும் மனது ஒன்றவில்லை. கல்யாண ராமய்யர் முன் போய் நின்றான். தன் மனதை குற்ற உணர்ச்சியை எல்லாம் சொன்னான். அவர் எல்லாவற்றையும் அமைதியாகக் கேட்டார். பின் சொன்னார்.

"ஒரு விஷயம் சொல்றேன். நன்னா யோசிச்சுக்கோ. எங்க கொள்ளுத்தாத்தா காலத்திலே ரொம்ப ஆச்சாரம் பாத்த குடும்பம் எங்களோடது. ஜாதி துவேஷம் பாராட்டப்படாதுங்கற எண்ணத்தை மொத மொதல்ல விதைச்சவர் என்னோட தாத்தா பாரஸ்டர் விஸ்வநாதய்யர்தான். அவர் கடவுள் நம்பிக்கை உள்ளவர். ஆனா ஜாதி, மதம் உயர்வு தாழ்வு பாக்க மாட்டார். யாரும் பசின்னு வந்து நிக்கப்படாது அவருக்கு. பசிக்கு ஏதுடா ஜாதியும் மதமும்பர். அவர்தான் அன்னதானத்தை ஆரம்பிச்சு வெச்சவர். அன்னதானங்கிறதென்ன சக உயிர்களை நேசிக்கற விஷயம்தானே? அன்னிக்கு அவர் ஆரம்பிச்சு வெச்ச அன்னதானம் ஈஸ்வரக் கிருபையாலே இன்னி வரைக்கும் நடந்திண்டிருக்கு. எங்கப்பா இன்னம் ஒரு படி மேல போனா. எங்க வயல்லே வேலை செய்யற குடிபடைகளுக்கு கல்யாணம்னா தங்கத்தாலி, பட்டுப்புடவை, பட்டு வேஷ்டின்னு எங்காத்து சீதனமா குடுக்கற பழக்கத்தை ஆரம்பிச்சு வெச்சார். அது இன்னமும் பழக்கத்திலே இருக்கு. ஆனா அது மட்டும் போறுமோ? என்னோட இந்த வாழ்க்கைக்கும் ஒரு அர்த்தம் இருக்க வேண்டாமோ?" என்று கேட்டு நிறுத்தினார்.

குரல் கேட்டு வெளியே போனார். நாலைந்து பேர் அன்னதானம் பெறக் காத்திருந்தார்கள். ஏற்கனவே கூடையில் தனித் தனிப்

பொட்டலங்களாய்க் கட்டி வைத்திருந்த சாம்பார் சாதம், தயிர் சாதப் பொட்டலங்களைக் கொடுத்தார். வாழைப்பழம் ஒன்றும் கொடுக்கப்பட்டது. திரும்பி வந்தவர் சீரக வெந்நீரைக் கொஞ்சம் பருகி விட்டுப் பேச ஆரம்பித்தார்.

"ஆனந்தபுரம் என்னோட ரொம்ப வருஷத்துக் கனவு. இலட்சியம். அங்க அன்பான மனுஷா மட்டும்தான் இருப்பா. ஜாதி கிடையாது, மதம் கிடையாது. கடவுள்? அவா இஷ்டம். காந்தி கனவு கண்ட ராமராஜ்ஜியமா எல்லா வகையிலும் தன் நிறைவு பெற்ற ஒரு முன் மாதிரி கிராமமா ஆனந்தபுரம் உருவாகணும். அங்க உள்ள சேரி ஜனங்களோட வாழ்க்கைக்கு விடிவு வரணும். சுய மரியாதையும் தன்னம்பிக்கையும் நிறைந்த மனிதர்களா அவா மீண்டு வரணும். அதுக்கு விழிப்பு வரணும். விழிப்பு எப்பிடி வரும்? நல்ல கல்வி, சுய வேலை, குடியிருக்க நல்ல வீடு. இந்த மூணையும் அமைச்சுக் குடுத்தா சுய மரியாதையும், நம்பிக்கையும் வரும். இதைச் செய்யணும். இதுதான் என் ஆசை. இலட்சியம். கனவு எல்லாமே. அதுக்கான ஆரம்ப விதைதான் ஆனந்தபுரம் ஆசிரமம். அங்கிருந்துதான் ஒரு புதிய விடியலுக்கான இந்தப் பயணத்தை ஆரம்பிக்கணும். இந்தப் பணியிலே அர்ப்பணிச்சுக்க இளைஞர்கள், குறிப்பா பிராமண இளைஞர்கள் முன் வரணும். வேணா ஒரு வாரமோ பத்து நாளோ ஆசிரமத்திலே தங்கிப் பாரு. ஆசிரம வாழ்க்கைதான்னு முடிவு செஞ்சேன்னா ஒரு விஷயம் சொல்ல வேண்டியிருக்கு. அது அத்தனை சுலபம் இல்லை. அகம் தொலைச்சவன்தான் சேரில போய் சேவை செய்ய முடியும். அதை ஞாபகம் வெச்சுக்கோ!"

ஆனந்தபுரம் ஆசிரமத்தில் ரகு பத்து நாட்கள் தங்கினான். அந்த வாழ்க்கை மிகுந்த கட்டுப்பாடுகளுடன், வித்தியாசமாய், ஒரு தவம் போல இருந்தது. மெல்ல மெல்ல அந்த வாழ்க்கையோடு ஒன்றி விடலாம் என்று தோன்ற ஆரம்பித்தது. அந்த நேரத்தில் அவன் பணியாற்றிய சென்னை வங்கியில் இருந்து அவனை திருநெல்வேலி கிளைக்கு மாற்றிய உத்தரவு கிடைத்து, ரகு சென்னை போக வேண்டியதாயிற்று.

கரையெங்கும் வெள்ளிச் சரிகை இட்டது போல அலைப் பூக்கள் நுரைத்துச் சிதறிக் கொண்டிருந்தன. முற்பகல் பெய்த மழையில்

மண் குளிர்ந்து கிடந்தது. மூன்றாம் பிறை போல தூரத்தில் அலை விளிம்பில் கட்டு மரங்கள் தத்தளித்துக் கொண்டிருந்தன. ஒரு டிராம் ஜனங்களை உதிர்த்து விட்டுப் போயிற்று. சென்னை அறை நண்பர்கள் சுடலையும் இசக்கியும் அலைக்கரையில் நின்று கொண்டிருந்தார்கள். தொடு வான விளிம்பை வெறித்துக் கொண்டு ரகு உட்கார்ந்திருந்தான்.

இப்படி உட்கார்வது புதிதல்ல. வெயில் தழையும் இரவுக்கு முந்தைய மாலையில் எத்தனையோ நாட்கள், மேகலாவுடன் உட்கார்ந்திருக்கிறான். முழங்கை வரை நீண்ட ஜாக்கெட்டும், தலையில் ஒற்றை ரோஜாவும், மெல்லிய வாசனையுமாய் சித்திரப் பதுமை போல அவள் அருகே உட்கார்ந்திருப்பாள். ஈர அலைகள் கால்களை நனைத்து வருடிக்கொண்டு போகும். தத்தித் தத்தி நகர்ந்து போகும் காக்கைகள் தலை திருப்பி ஓரப்பார்வை பார்க்கும். செந்நிற சிறு நண்டுகள் கரை மணலில் கோலமிடும். ஷெனாயோ, புல்லாங்குழலோ ரேடியோவில் இருந்து காற்றில் மிதந்து வரும். பார்த்துக் கொண்டிருக்கும் போதே நட்சத்திரங்கள் முளைத்து ஒளிரும். அந்த சாயங்காலங்கள் அழகானவை. கவித்துவமிக்கவை. அர்த்தமுள்ளவை. பெரும்பாலும் அவர்கள் அதிகம் பேசிக் கொண்டதில்லை. தோள்கள் உரசி, பின்னிக் கொண்ட கைகளோடு, வார்த்தைகளற்று வானம் பார்க்க உட்கார்ந்திருப்பதில் இருந்த சந்தோஷமும் நிறைவும் அலாதியானவை. நிறையப் பேசுகிற ஆகாயமும் கடலும் சலிக்காதவை. ஆனால்...

இன்றைக்கு அவள் இல்லா வெறுமையில் இறுகிக் கிடந்தது மனது. அதே ஆகாயம், கடல். நுரைத்துச் சிதறும் அலை. காற்றில் வழியும் கீதம். மென்காற்று. விதம் விதமான மனிதர்கள். அவர்களின் சந்தோஷக் கூச்சல். எல்லாம் எல்லாம் இருக்கிறது. ஆனால் எதுவும் இல்லை. காரணம் அவள் ஒருத்தி இல்லை. சட்டென்று பொங்கி அடைத்தது.

"மேகலா!" யாரோ அழைத்தார்கள். அவன் துணுக்குற்றுத் திரும்பினான். ஒரு கணம் அவன் முகத்தில் ஒளி அரும்பிற்று. ஆச்சர்யமும் திகைப்புமாய் பார்த்தான். அழைக்கப்பட்ட பெண், கொலுசணிந்த பாதங்களோடு அவனைக் கடந்து போனாள். ஒரு சாயலில் மேகலாவைப் போலவே இருந்தாள். ஒரு சந்தோஷ

அலை உள்ளே ஓடிற்று. உடலெங்கும் அமிர்தம் சுரப்பது போல ஒரு பரவசம் பொங்கிற்று. என்ன ஒரு மந்திரச் சொல்? அவள் இல்லை. ஆனால் அவளைப் பற்றிய ஞாபகங்கள் எல்லா இடங்களிலும் நறுமணப் புகை போல நிரம்பி இருக்கிறது. இனி இந்தச் சென்னை வாழ்க்கையும் இல்லை. ஒரு சூட்கேஸில் அத்தனை வருஷங்களும் சென்னையும் அடங்கிவிட்டது. நாளை மறுநாள் ரயில். அந்த ஒரு நாள்கூட, அவளோடு சுற்றிய இடங்களைப் பார்ப்பதற்குத்தான். இனி என்னாகும்? வெறும் ஞாபகங்களோடு வாழ வேண்டியதுதானா? யாரோ தொட்டார்கள். கலைந்தான். இசக்கி. எழுந்து போனான். பேச்சு நீண்டு கொண்டே போயிற்று.

"மேகலாங்கற பேரைக் கேட்டதும் உன் முகம் எப்பிடி மலர்ந்தது தெரியுமா? அந்த மலர்ச்சிக்கும் சந்தோஷத்துக்கும் என்ன அர்த்தம்? உன்னோட ஜீவன் அவங்கறதுதானே... அத உன்னால மறுக்க முடியுமா?" இசக்கி கேட்டான்.

"... ... ..."

"அப்புறம் நீ மேகலாவப் பாக்கலையா ரகு?" சுடலை கேட்டான்.

"இல்லை."

"ஏன்?"

"தோணலை."

"அதான் ஏன்?"

"பாத்து?"

"மனசு விட்டுப் பேசி இருக்க வேண்டாமா?"

"ப்ச்... நீ அவளோட கடிதத்தைப் படிக்கலையா?"

"படிச்சேன்."

"அப்பறம்?"

"என்ன ரகு எல்லாம் அதோட முடிஞ்சு போயிடுமா?"

"அப்பிடித்தானே அவ எழுதியிருக்கா!"

"எனக்கு அப்படித் தோணலே. ஆமாம் மைதிலியோட கடிதம் மேகலாவுக்கு எப்பிடி போச்சு?"

"ஏங் கேக்கறே?"

“ஒருவேளை மைதிலியோட அந்தக் கடிதத்தை மேகலா படிக்காம இருந்திருந்தா அவளோட பார்வை வேற மாதிரியா இருந்திருக்கலாம் இல்லையா?”

“இருக்கலாம்.”

“அப்பறம்?”

“நாந்தான் அனுப்பிச்சேன்.”

“நினச்சேன். ஏன் அனுப்பினே?”

“எங்களுக்குள்ளே எந்த ஒளிவு மறைவும் இருந்ததில்லை. இனிமேலும் இருக்கக்கூடாதுன்னு தோணித்து. என்னோட காதல் உண்மையா இருக்க விரும்பினேன். அந்தக் கடித வரிகளைத் தாண்டி மேகலா என்னைப் புரிஞ்சுப்பான்னு நம்பினேன்.”

“நீ அந்த லெட்டர அனுப்பி இருக்க வேண்டாம்னுதான் தோணுது ரகு. உங்க கல்யாணத்துக்கு அப்புறம் சொல்லி இருக்கலாம். பரவாயில்லே. ஆனா எல்லாம் முடிஞ்சு போயிட்டதா எனக்குத் தோணலே” என்றான் இசக்கி.

“எப்படிச் சொல்றே?”

“எல்லாமே ஒரு பாயிண்ட் ஆஃப் எமோஷன்ல ரியாக்ட் பண்ண மாதிரி இருக்கு. அதாவது உச்சபட்ச கொதிநிலைல வெடிச்சுச் சிதறினா மாதிரி... அத விடு... இவ்வளவு பழகின மேகலாவுக்குக் கூட உண்மையில் நீ யாருன்னு தெரியாதா? அவங்க கூட அவசரப்பட்டுட்டாங்கன்னுதான் தோணுது. மனசு அடங்கி யோசிக்கும் போது உண்மை புரியாதா? அப்போ மனசு நிச்சயமாய் உன்னைத் தேடும். இதெல்லாம் கடந்து போகிற மேகம் மாதிரி. இதுவும் கடந்து போகும். காலம் எல்லா ரணத்தையும் ஆற்றும் ரகு.”

ஆனந்தபுரம் ஆசிரம வாழ்க்கையைப் பற்றி பேச்சு போயிற்று.

“இனிமே இதுதான் உன்னோட வாழ்க்கைன்னு முடிவு பண்ணிட்டியா ரகு?” சுடலை கேட்டான். நண்பனைப் பிரிவதில் உள்ள வருத்தம் அவன் குரலில் தெரிந்தது.

“உனக்கான மீட்சி அங்கே கிடைக்கும்னு நம்பறயா?” என்று இசக்கி கேட்டான்.

“மீட்சி பெரிய வார்த்தை. அது அங்க கிடைக்குமான்னு தெரியலே. ஆனா குற்ற உணர்ச்சியிலே இருந்து விடுபட முடியும்னு தோணறது. குறைந்தபட்சம் ஒரு ஆத்ம திருப்தியாவது கிடைக்கும்னு நம்பறேன்” என்றான் ரகு.

“நீ அப்படியென்ன பாவஞ்செஞ்சே?”

“இன்னம் என்ன செய்யணும்?”

“நீ மைதிலியைக் கொல்லணும்னு நினைச்சா அந்த வார்த்தையை சொன்னே?”

“இல்லே. இருந்தாலும் அவ சாகறதுக்கு நாந்தானே காரணம்? எனக்குள்ள இருந்த ஜாதி வெறிதான் அவளக் கொன்னுடுத்து!”

“என்ன ரகு? நடந்தது துரதிருஷ்டவசமான திட்டமிடப்படாத விபத்து. உங்கம்மா வாயிலேர்ந்து வந்த ஒரு சொல், நீ சொன்ன ஒரு வார்த்தைன்னு எல்லாமாச் சேர்ந்து அமிலம் சிதறின மாதிரி ஆகிப் போச்சு. நீ சொல்லணும்னு நினச்சா சொன்னே? அதோட யாருக்குள்ளே ஜாதி உணர்வு இல்லே? எனக்குள்ள இல்லையா? இவனுக்குள்ள இல்லையா? நாம விரும்பறோமோ இல்லையோ, பொறந்ததிலேர்ந்து நம்மோட ஒட்டிண்டு வர விஷயமாத்தானே இருக்கு. இந்தப் பாழாய்ப் போன ஜாதி? ஜாதி வெறிதான் விஷம். அதைக் கொண்டாடறதுதான் தப்பு!”

ரகு மௌனமாய் வானத்தை வெறித்துக் கொண்டு உட்கார்ந்திருந்தான். மறுபடியும் சுடலையே பேசினான்.

“ஒண்ணு சொல்றேன். என்னிக்காவது நீ ஒரு பிராமணன்னு கர்வத்தோட நடந்ததுண்டா? எல்லாச் சந்தர்ப்பத்திலேயும் ஒரு அன்பான மனுஷனாத்தான் நடந்திண்டிருக்கே. இல்லேன்னா நாம நட்போடவே இருந்திருக்க முடியாது. இவ்வளவு ஏன் இதோ இந்த இசக்கி படுத்த படுக்கையா இருந்தானே அப்போ இவன் எடுத்த வாந்திய ஓடிப்போய் கையில ஏந்தின ரகுராமன் எந்த ஜாதி? நல்லான பிறகு ஆப்பமும் பாயாவும் ஆட்டுக்கால் சூப்பும் வாங்க ஓடின ரகு எந்த ரிஷியோட பரம்பரை? உண்மையிலேயே உயர்குடி அகந்தை உம் மனசிலே இருந்திருந்தா நீ எப்பிடி மேகலாவக் காதலிச்சிருக்க முடியும்? சொல்லப்போனா உம் மன அழுக்குன்னு நீ நினைக்கறது ஒண்ணுமே இல்லே. அது பொய். குற்ற உணர்வு கற்பிக்கும் ஒரு

தோற்றம். இதுக்காக அங்க போய் ஆரம்பிக்கற ஒரு வாழ்க்கையை இங்க இந்த வாழ்க்கையிலேர்ந்தே ஆரம்பிக்கக்கூடாதா?"

"அப்பிடின்னா?"

"ஒரு அமைப்புக்குள்ள போய் சிக்கிண்டாத்தானா? ஒரு சமூகப் போராளியா, இந்த வாழ்க்கையில் இருந்து கொண்டே சாதிய அடக்குமுறைகளுக்கு எதிரா போராட முடியாதா?"

"ஏன் காந்தீயத்தில் உனக்கு நம்பிக்கை இல்லையா?"

"அப்படி இல்லே. அவர் மிகப் பெரிய ஆளுமை. பெரும் ஆதர்சம். ஒத்துக்கறேன். ஆனா அடிப்படையில் அவர் ஒரு மதவாதி. மத நம்பிக்கையாளர்."

"எப்பிடிச் சொல்றே?"

"ஒரு இந்துவாக இருப்பதில் நான் மன நிறைவடைகிறேன். ஒரு இந்துவாகச் சாகவும் நான் மன நிறைவடைவேன். எந்தச் சமயத்திலும் என்னுடைய சமயத்திற்காக நான் சாகத் தயாராய் இருக்கிறேன் அப்படின்னு சொன்னவர் அவர்."

"இரு இரு!" இடைமறித்தான் இசக்கி.

"ஆனா எந்தச் சூழ்நிலையிலே அவர் அப்படிச் சொன்னார்ங்கறது முக்கியம். ஒரு ஆழமான மதப் பற்றாளர் என்ற போதிலும் அவர் அடிப்படையாகவும், முழுமையாகவும் மதச் சார்பற்றவர் என்பதுதான் உண்மை."

"கடவுளை நம்பியவர், மத உணர்வு கொண்டவர் அடிப்படையில் ஒரு சமூக சீர்திருத்தவாதியாக எப்படி இருக்க முடியும்?"

"ஏன் அப்படிச் சொல்றே?" ரகு கேட்டான்.

"நம்மோட மதம் நூல்வழி மதம். அதுக்கு எழுதப்பட்ட சட்டங்கள் இருக்கு. இப்படி எழுதப்பட்ட சட்டங்கள்தான் வேதங்கள். வேதங்களை யாரும் மாற்ற முடியாது. காரணம் அவை கடவுளின் வாயிலிருந்து வந்த சட்டங்கள். புனிதமான அந்தச் சட்டங்களே சாதி முறைக்குக் காரணம். எந்தெந்த ஜாதிக்காரன் எந்தெந்த பணிகளைச் செய்யணும்னு புனிதச் சட்டங்களான வேதம் சொல்லி இருக்கு. அதனால ஒவ்வொரு இந்துவும் சாதி முறையைப் போதிக்கற புனித சட்டமான வேதத்தை ஏற்றுக் கொள்ளணும்.

அதை எதிர்ப்பது பாவம். சாதி முறை புனிதமானது. ஆண்டவன் கட்டளையான ஜாதி முறை மாற்ற இடம் இல்லாதது. என்றும் நிரந்தர சமுதாய அமைப்பாக இருக்க வேண்டிய ஒன்று. அதனால் கடவுளைக் கும்பிடுகிற இந்து மதத்தை நம்புகிற ஒருவன் சாதி முறையை எதிர்க்கவே மாட்டான். அப்படி இருக்கும்போது சமுதாய சீர்திருத்தம் எப்படி சாத்தியம்?"

சுடலை அழுத்தமாகக் கேட்டான். இப்போதும் இசக்கிதான் பதில் சொன்னான்.

"நீ சொல்றதிலே பாதி உண்மை இருக்கு. பாதி உண்மை நிஜமாகாது. வருணம், மதம், ஜாதி பத்தின காந்தியோட ஆரம்பகால எண்ணங்களுக்கும் பிற்காலச் சிந்தனைகளுக்கும் நிறைய வித்யாசம் இருக்கு. இந்த சமூகம் கட்டுக்கோப்பா ஒழுங்கா இயங்க ஒரு அமைப்பு வேணும். இதைக் கட்டமைக்கிறதுக்கு வருணம் பெரிதும் உதவி இருக்கு. இந்தியாவின் புராதனமான வளர்ச்சிப் போக்கு ஜாதியால் ஆனது. அதுக்கு இந்திய சமூகத்தில் ஆக்கபூர்வமான பங்கு இருக்கு. இது காந்தியோட ஆரம்ப கால எண்ணம். அப்போ கடவுள்தான் உண்மைன்னு அவர் சொன்னார். அவருடைய அனுபவங்களோ அதில இருந்து அவருக்குக் கிடைச்ச தரிசனங்களோ, இல்லே நாராயண குரு போன்றவர்களுடன் அவர் நிகழ்த்திய உரையாடல்களோ அவருடைய முடிவுகளில் பெரும் மாற்றத்தை கொண்டு வந்திருக்கு. அவர் பார்வை மாறிற்று. உண்மைதான் கடவுள். கடவுள் என்பது அன்பும், வாய்மையும்தான்; ஒழுக்க நெறியும் அறவழியும்தான் என்று பின்னால் அவர் சொன்னார். நடைமுறையில் சாஸ்திரங்கள் சொல்லும் வருணாசிரம தர்மம் இப்போது எங்குமில்லை. இன்றைய ஜாதி முறையென்பது சாஸ்திரங்கள் சொல்லும் இலட்சிய வருணாசிரம தர்மத்திற்கு முற்றிலும் வேறான ஒன்று. பாரம்பரியமாகத் தொழில்களைப் பங்கீடு செய்யும் வருண அமைப்பில், தான் நம்பிக்கை கொள்ளவில்லை. சாதி அடக்குமுறைக்கான கருவி. அது அழிய வேண்டும். இந்து மதத்திலும் வர்ணத்திலும் உள்ள பல மூடநம்பிக்கைகளையும் போலித்தனங்களையும் ஒழிக்க வேண்டுமென்று பல தருணங்களில் பேசி இருக்கிறார். ஒரு மனிதனைத் தீண்டுவது பாவம் என்று இந்து சமயம் கூறுகிறது என்ற நம்பிக்கை மட்டும் தனக்கு

ஏற்படுமானால் அந்தக் கணமே என்னை நான் இந்துவாகக் கருத மாட்டேன்னு இதே சென்னைக் கூட்டத்திலே தீண்டாமை ஒழிப்பு பிரசாரத்துக்கு காந்தி வந்தப்போ பேசினார். நீயும் நானும் அந்தப் பேச்சைக் கேக்கலையா? ஆனா நீ சொல்ற மாதிரி அவர் ஒரு மதவாதிங்கற ஒரு விமர்சனம் அவர் மேல இருக்கு. ஒத்துக்கறேன். ஆனா அது உண்மை இல்லை. ஒருவேளை மதச் சவாலை எதிர்த்து அவர் பெரும் வெற்றி அடையாதிருந்திருக்கலாம். ஆனா அவருடைய இலக்கு மத நல்லிணக்கமும் மனித நேயமும்தான். அவருடைய அரசியல் போராட்டங்களாகட்டும், சமுதாய மறுமலர்ச்சி நடவடிக்கைகளாகட்டும் ஒரு பெரிய சமூகத்தின் மீட்சிக்கும் விடுதலைக்குமானவை. அதில் அவருடைய வெளிப்படைத்தன்மையும் சுய பரிசோதனைகளும் அர்ப்பணிப்பும் நேர்மையும் சந்தேகத்திற்கு அப்பாற்பட்டவை" என்றான் இசக்கி.

அப்புறம் அவர்கள் பேசிக்கொள்ளவில்லை. கடல் சலிக்காமல் யாருக்காகவோ அலையை விசிறிக் கொண்டே இருந்தது.

18

ஆனந்தபுரம் ஆசிரமத்திற்குப் போய், நிரந்தரமாகத் தங்கிக் கொள்வதற்கு முன்பு ரகுவுக்குச் செய்ய வேண்டிய காரியங்கள் சில இருந்தன. அப்பாவும், அம்மையும், அவன் அதிகம் நேசித்த தங்கை மைதிலியும், பொய்யாய், பழங்கனவாய், சாம்பலாய் உதிர்ந்து போன பின் இனி சங்கரன்கோவிலில் யார் இருக்கிறார்கள் அவனுக்கு? வெறுமை சூழ்ந்த வீடு. மிச்சமிருப்பது கசப்பான நினைவுகள். இந்த நினைவுகளோடு இனி அந்த வீட்டில் கொல்லும் தனிமையில் வாழ முடியுமென்று அவனுக்குத் தோன்றவில்லை. வீட்டை யாருக்காவது விற்று விடலாம் என்றுதான் முதலில் நினைத்தான். அப்பாவும், அம்மையும் வாழ்ந்த அந்த வீட்டை விற்க மனம் வரவில்லை. அது மட்டும் இல்லை. இன்றைக்கு மேகலா விட்டு விலகி இருக்கலாம். உணர்ந்த பின், விலகிப் போன நீரலை மறுபடியும் ஓடி வந்து சூழ்ந்து கொள்வது போல அவள் வருவாள். இந்த வீட்டில் அவளோடு வாழ்வோம் என்று அவனுக்குத் தோன்றிக் கொண்டே இருந்தது. நல்ல குடும்பமாகப் பார்த்து வீட்டை வாடகைக்கு விட்டான். நல்லானிடம் நிலத்தை குத்தகைக்கு விட ஏற்பாடாயிற்று. ஒரு டிரங்குப் பெட்டியிலும், சூட்கேசிலும் அவன் பொருட்கள் அடங்கி விட்டன. அதை ஆனந்தபுரம் ஆசிரமத்தில் வைத்து விட்டு ரகு சங்கரியைப் பார்க்க களக்காடு போனான்.

ரகு களக்காடு போன போது பெரியப்பா ரத்னமய்யர் வீட்டில்தான் இருந்தார். ஈஸி சேரில் சாய்ந்து கொண்டிருந்தார். எச்சில் கும்பா, வெற்றிலைச் சாறால் நிரம்பி இருந்தது. பழைய மிடுக்கும், மினுமினுப்பும் கம்பீரமும் ஒடுங்கிப்போயிருந்தன. பார்வையில், முகத்தில் எதையோ தொலைத்த, அடிபட்ட வலி.

"நமஸ்காரம் பெரியப்பா!"

"ம்ம்..."

"எப்பிடி இருக்கேள்?"

"ஏதோ இருக்கேன் - எப்போ அழச்சுப்பன்னு..."

"என்ன இப்பிடிச் சொல்றேள்?"

"வேற எப்பிடி சொல்லச் சொல்றே? அதான் எல்லாருமாச் சேந்து வெட்டி எறிஞ்ச வாழையாட்டமா பச்சுப்பச்சுன்னு இருந்த எங் கொழந்தய அடிச்சுச் சாச்சுட்டேளே... குத்துயிரும் கொல உயிருமா ஆக்கிட்டேளே.. பாக்கப் பாக்க அடி வயத்தப் பத்திண்டு எரியறதுடா நேக்கு. நினைக்க நினைக்க ஆற மாட்டேங்கறது... போ போய்ப் பாரு!"

உள்ளே போனான். பெரியம்மா 'வா' என்றாள். அதிகம் இளைத்திருந்தாள். முகம் இருண்டிருந்தது. சங்கரிக்காக, ஊரில் கிடைக்காத மாத்திரை, மருந்துகளை சென்னையில் இருந்து வாங்கி வந்திருந்தான். அதைக் கொடுத்தான்.

"சங்கரி இப்போ எப்பிடி இருக்கா பெரியம்மா?"

"ஏதோ இருக்கா..."

"மாத்திரையெல்லாம் ஒழுங்கா எடுத்துக்கறாளா?"

"ம்..."

"நர்ஸ் ஸ்டெல்லா அப்பப்போ வந்து பாக்கறாளோ?"

"ம்..."

"பேசறாளோ?"

"குழறினாப்லே... ம்மா... ப்பா... அவ்வளவுதான் பேச்சு. சங்கரி இங்க வா யாரு வந்திருக்கா பாரு!"

கட்டை விரலைச் சப்பிக் கொண்டு, மேலாக்கு விலகியது தெரியாமல் வந்தாள். அவனை மலங்க மலங்கப் பார்த்தாள். தலை சாய்த்து ஒரு மாதிரிச் சிரித்தாள். பழைய துள்ளலும், துடிப்பும் எங்கோ மறைந்து போயிருந்தன. அவனைப் பார்த்தால் பிரகாசிக்கும் அந்தக் கண்களில் ஒளி இல்லை. அவனைத் தெரிந்து கொண்டதற்கான அடையாளம் அவளிடம் இல்லை.

"போன வாரம் ஒக்காந்துட்டா. பாவாடையெல்லாம் ஒரே ரத்தம். கேட்டா ஒரு மண்ணும் தெரியலை. மலங்க மலங்க

முழிக்கறது. பாவாடையைத் தலைக்கு மேல தூக்கிண்டு சிரிக்கறது. இப்பிடி வதையறத விட இது செத்துத் தொலஞ்சிருக்கலாம் ரகு" என்று பெரியம்மா விம்மினாள்.

"அவங்கிட்டே சொல்லி ஏண்டி அழறே? எல்லாத்துக்கும் யார் காரணம்? இவந்தானே... இவம் மட்டும் அந்தக் கீழ் ஜாதிப் பெண்ண இஷ்டப்படாம இருந்திருந்தான்னா அந்தக் கழிசடை வீரன் எதுக்கு எம் பொண்ணைக் கடத்திண்டு போப்போறான்? எம்புட்டோ தலதலயா அடிச்சிண்டேனே வேண்டாம்டா விட்டுடுடான்னு. கேட்டானா? கேட்டிருந்தா எங் கொழந்தைக்கு இந்த கதி வந்திருக்குமா? ஆனா ஒண்ணுடி ஒரு பாவமும் பண்ணாத எங் கொழந்தய இந்த கதிக்கு ஆளாக்கின அந்த வீரன நான் சும்மா விட மாட்டேண்டி... இன்னிக்கு சொல்றேன்... எழுதி வெச்சுக்கோ என்னிக்கிருந்தாலும் அந்த வீரனோட சாவு எங்கையாலதான்" என்று சபதமிடுவது போலச் சொன்னார் ரத்னமய்யர்.

ரகுவுக்கு அடி வயிறு கலங்கிற்று.

"சரி விடுங்கோ! அவன கொன்னுட்டா எல்லாம் சரியாப் போயிடுமா? நம்ம குழந்தை நன்னாயிடுவளா? இந்த வெறிய விடுங்கோ..." என்றாள் பெரியம்மா.

பெரியப்பா ஈஸி சேரில் சாய்ந்து கொண்டார்.

"பெரியம்மா!"

"சொல்லு குழந்தே!"

"ஒண்ணு சொன்னா கேப்பேளா? தப்பா நினச்சுக்க மாட்டேளே?"

"இல்லே, சொல்லு!"

"இப்போ சங்கரிக்குத் தேவை ரொம்ப அன்பான சூழல். யாராவது அவ மனசறிஞ்சு இதமா அன்பா அவகிட்ட பேசிப் பழகிண்டிருந்தா கொஞ்சம் கொஞ்சமா அவ பழைய நிலைக்கு வர வாய்ப்பிருக்காம், டாக்டர் சொன்னார்னு நர்ஸ் ஸ்டெல்லா சொன்னா... நீங்க சம்மதிச்சேள்னா..."

"அப்பிடி யார் இருக்கா?"

"எதிராளாத்து மாதவன்."

"ஒண்ணும் ஆயிடாதே..."

“அந்தப் பையன் தங்கம். உங்களுக்கு பயமா இருந்தா மாது உங்க எதிர்லயே சங்கரி கிட்ட பேசட்டுமே... சரியா?”

“என்னமோ நன்னானா சரி.”

ரகு சொல்லிக் கொண்டு கிளம்பினான். மனதில் ஊமை வலி.

ஆனந்தபுரம் ஆசிரமம் ஒரு பர்ண சாலையைப் போலத்தான் இருந்தது. அடர்ந்த மரங்கள். குளிர் தரும் நிழல். இடைவிடாத பறவைகளின் பாடல் என்று அலாதியான ஒரு அமைதியும் சாந்தமும் அங்கே நிலவிற்று. நடைபாதையெங்கும் பூக்கள் உதிர்ந்து கிடந்தன. நடைபாதையைத் தாண்டினால் விஸ்தாரமான பிரார்த்தனைக் கூடம். அலுவலகம். ஒரு வீடு. நீர் தெளித்துக் குளிர்ந்த மண் தரை. அதில் நாற்காலிகள் போடப்பட்டிருந்தன. பின்னால் சின்னத் தோட்டம். நிறையப் பூக்கள். பக்கத்தில் கோமடம். தொழுவத்தில் நாலைந்து பசுக்கள். அலுவலக அறையில் நுழைந்தவுடன் கண்ணில் படுகிற மாதிரி காந்தி படம். சர்க்கா. இவ்வளவுதான். அந்தச் சூழல் அப்படியே தியானத்தில் ஆழ்ந்து விடலாம் போல அத்தனை ரம்யமாய் இருந்தது. முதல் பார்வையிலேயே அந்தச் சூழல் ரகுவுக்குப் பிடித்துப் போயிற்று.

ஆசிரம வாழ்க்கை முற்றிலும் வித்யாசமாக இருந்தது. ஆசிரமம் அதிகாலை நான்கு மணிக்கெல்லாம் இயங்க ஆரம்பித்துவிடும். தூக்கம் உதறிவிட்டு உடனே எழுந்திருக்க வேண்டும். உடனே ஆசிரமம் முழுவதையும் தூய்மையாக்கும் பணி துவங்கும். இடையே பசு மடத்தை சாணி வாரி கழுவித் தள்ளி, சாம்பிராணிப் புகை போடுதல் நடக்கும். எல்லா இடங்களிலும் பெருக்கி, குப்பை வாரி, நீர் தெளித்து வாசலில் கோலமிட்டு, சாம்பிராணிப் புகை போட ஆசிரமம் கனவுலகம் போல இருக்கும். அப்புறம் குளியல்.

அடுத்து, பின்னணியில் தம்புராவின் ரீங்காரம் இழைய குத்து விளக்குச் சுடரொளியின் முன் கூட்டுப் பிரார்த்தனை ஆரம்பிக்கும். ஊரில் இருந்து சிலரும், சேரியில் இருந்து சிலரும் பிரார்த்தனையில் கலந்து கொள்வார்கள். ‘ரகுபதி ராகவ ராஜா ராமோ’ ‘வைஷ்ணவ ஜன தாவோ’ தியாகைய்யரின் கீர்த்தனையோ மீனாட்சி லயித்து உருகிப் பாடுவாள். யாராவது மிருதங்கம் வாசிப்பார்கள். அப்புறம் பாஷ்யம் அய்யங்கார் கீதையில் இருந்து ஒரு ஸ்லோகம்

சொல்லி அதற்கு அர்த்தமும் சொல்வார். ஆழ்ந்து கேட்டுக் கொண்டிருப்பார்கள். பின்னர் உணர்ச்சியூட்டும் குரலில், பாரதியின் தேச பக்திப் பாடல்களை தன் வெண்கலக் குரலில் லயித்துப் பாவங்களோடு வைத்திய நாதய்யர் பாடுவார். எல்லோரும் சேர்ந்து பாடுவார்கள். பிறகு கொஞ்ச நேரம் ஆழ்நிலை தியானம். பின் சர்க்காவில் நூற்றல். முடிந்து எழும் போது வெளியே மெல்ல விடிய ஆரம்பித்திருக்கும். சேரிக் குழந்தைகள் வந்து கறந்த பசுவின் பாலை வாங்கிக் கொண்டு போவார்கள். ஒவ்வொரு காலையும் இப்படித்தான் விடிந்தது. வளர்ந்தது.

அப்புறம் மிகச் சரியாக ஆறு மணிக்கு சேரியை சுத்தம் செய்ய ஒரு சிறு குழு கிளம்பிற்று. ஆனந்தபுரம் சுற்றுப்புற ஊர்களிலிருந்து வந்து குழுமிய, குழுவில் துடிப்பான, படித்த இளைஞர்கள் இருந்தார்கள். சாக்கடையைச் சுத்தம் செய்தல், தெருவைப் பெருக்குதல், குப்பைகளை அகற்றுதல், ஹரிஜனங்களின் கழிவறைகளைக் கழுவிச் சுத்தம் செய்தல், சேரிக் குழந்தைகளைக் குளிப்பாட்டுதல், சேரி ஜனங்களின் அழுக்குத் துணியைத் துவைத்தல் என்று அடுத்த சில மணி நேரங்களுக்கு வேலை சரியாக இருந்தது. மாலை சில முதியவர்களுக்கும், குழந்தைகளுக்கும் கல்வி கற்பித்தார்கள். பெரியவர்களுடன் அமர்ந்து நட்புடன் கள்ளின் தீமை பற்றிப் பேசினார்கள். ஹரிஜன் பத்திரிகையிலோ யங் இந்தியாவிலோ முதல் நாள் காந்தி என்ன எழுதி இருக்கிறார் என்பதை விளக்கினார்கள்.

விடுமுறை நாட்களில் அருகிலும் தொலைவிலும் இருக்கிற பல ஊர்களுக்கும் சைக்கிளில் போய் உயர்ஜாதி இந்துக்களிடையே தீண்டாமை ஒழிப்பு பற்றிய மகாத்மாவின் கருத்துகளை, கனிவுடன் எடுத்துக் கூறினார்கள். அப்படிப் போயிருந்த போது எதிர்த்தரப்பிலே பேச்சு உஷ்ணமாகி யார் எறிந்ததெனத் தெரியவில்லை, ஒற்றைச் செருப்பு ரகுவை உரசிக் கொண்டு போய் விழுந்தது. இன்னொரு ஊரில் சாணிக் கரைசல் விசிறப்பட்டது. ஆரம்ப நாட்களில் ரகுவுக்குள் கோப அலை பொங்கும். ஆனால் உடன் வந்த இளைஞர்கள் அவமானங்களை அமைதியாகச் சிரித்த முகத்துடன் ஏற்றுக்கொள்ளப் பழகியிருந்தார்கள். அவர்களிடமிருந்து ரகு அஹிம்சை பழகினான்.

சில நாட்கள் கள்ளுக்கடை மறியல், அன்னியத் துணி பகிஷ்கரிப்பு என்று ஊர்வலங்களும் போராட்டங்களும் நடந்தன. இரவு ஏழு மணிக்கு மறுபடியும் கூட்டுப் பிரார்த்தனை. பஜனை. சர்க்காவில் நூல் நூற்றல். தியானம். மறுபடியும் மறுநாள் என்று ஆசிரமப் பணிகள் தொடர்ந்து கொண்டே இருந்தன. உள்ளூர், வெளியூர்த் தொண்டர்களும் தலைவர்களும் வருவதும் போவதும் விவாதிப்பதுமாக இருந்தார்கள். காந்தி சேவா சங்கமும், ஹரிஜன சேவா சங்கமும் மாதம் ஒரு முறை கூடி முடிவுகள் எடுத்தன. அப்போது களக்காடு கிருஷ்ணய்யர், வக்கீல் விஜயராகவன் ஆகிய இருவரும் கணக்குகளைச் சரி பார்த்தனர். முதலில் ஆசிரமம் கல்யாண ராமய்யரின் நன்கொடையில் மட்டும் இயங்கி வந்தது. ஆனால் பல காந்தி பக்தர்கள் தானே முன்வந்து நன்கொடை அளித்தார்கள். அதை ஏற்க வேண்டுமென்று சங்க உறுப்பினர்கள் வற்புறுத்தினார்கள். ஹரிஜன முன்னேற்றத்தில் பலருடைய பங்களிப்பு இருப்பது ஒரு புதிய விடியலுக்கான நல்ல ஆரம்பம் என்று களக்காடு கிருஷ்ணய்யர் வாதிட்டார். அதனால் கல்யாண ராமய்யருக்கு அதை ஏற்றுக் கொள்வதைத் தவிர வேறு வழி இருக்கவில்லை. அவர்கள் சந்திக்கும்போது கிராமப் பிரச்னைகள் அலசப்பட்டன. எல்லாக் கூட்டங்களிலும் அவர்கள் தேச விடுதலை, கிராம முன்னேற்றம், ஹரிஜன மீட்சி, தீண்டாமை ஒழிப்பு இவைகளைக் குறித்து மட்டும் சிந்தித்தார்கள். செயல்பட்டார்கள். ஒரேயொரு மந்திரச் சொல் அவர்களைப் பிணைத்திருந்தது. அந்தச் சொல் மகாத்மா காந்தி.

ரகு நினைத்தது போல ஆசிரம வாழ்க்கை அத்தனை எளிதாக இல்லை. அதுவும் அன்றைக்கு முதல்முறையாய் கழிவறையைச் சுத்தம் செய்ய சேரிக்குப் போன போது மனம் அருவருத்துச் சுருங்கிற்று. கழிவறையில் நுழைய முடியவில்லை. கால் வைக்க இடம் இல்லை. கையில் தண்ணீர் நிரம்பிய வாளியும், கட்டைத் துடைப்பமுமாய் கதவைத் திறந்தவனுக்கு நாற்றத்திலும், அருவருப்பிலும் புரட்டிற்று. குமட்டிக் கொண்டு வந்தது. தலையைப் பிடித்துக் கொண்டு வாந்தியெடுத்தான். தெளிய சிறிது நேரமாயிற்று. கைக்குட்டையை முகத்தில் சுற்றிக் கொண்டு துடைப்பத்துடன் குனிந்தான். ஒரு ஷணம் தான் யார் என்ற

எண்ணம் வந்ததைத் தவிர்க்க முடியவில்லை. தான் வேத குலம். ரிஷி பரம்பரை. உயர் குடி. வங்கியில் வேலை பார்ப்பவன். தங்கப் பதக்கம் வாங்கியவன். தான் போய்... எதுவும் கேவலமில்லை, நிஜத்தில் அந்த நிமிஷத்தில் அப்படி நினைக்க முடியவில்லை. தன்னிரக்கத்திலும் அவமானத்திலும் மனம் குன்றிப் போயிற்று. அகம் தொலைத்தவன்தான் சேரியில் சேவை செய்ய முடியும் என்று கல்யாண ராமய்யர் சொன்னதன் உட்பொருள் புரிவது போலத் தோன்றிற்று. மகாத்மா ஏன் இதைச் செய்யச் சொன்னார் என்பதும் புலனாவது போல இருந்தது. ஒரு மனிதக் கூட்டம் இப்படி மற்றவர்களின் மலம் அள்ளவே சபிக்கப்பட்டிருப்பதும் இந்தச் சமூகம் அவர்களை இழிநிலையில் வைத்திருப்பதும் எவ்வளவு கேவலம்? எவ்வளவு அநாகரீகம்? அவர்களின் வலி புரிவது போல இருந்தது. ரகு, ஹரிஜன சேவைக்குத் தன்னை முழுமையாக அர்ப்பணித்துக் கொண்டான். அதில்தான் தனக்கான மீட்சி இருப்பதாக அவனுக்குத் தோன்றிற்று.

19

ஆனந்தபுரம் ஆசிரமத்தில் இருந்து, ஒரு ஐந்தாறு பேர் மட்டும் மங்களபுரம் போவது என்று கடைசியில் முடிவாயிற்று. பேச்சு வார்த்தையின் போது ஆனந்தபுரம் ஆசிரமத்தின் ஹரிஜன முன்னேற்ற சங்கத்தின் தலைவர் அமாவாசையான் உடனிருக்க வேண்டுமென்பது எல்லோரின் விருப்பமாக இருந்தது. ஆனால் மங்களபுரம் சங்கர தீக்ஷிதரும் மற்றவர்களும் அதை விரும்பவில்லையென்று தகவல் கிடைத்தது. வருத்தமாகத்தான் இருந்தது. ஆனால் பிரச்னை பெரிது. முக்கியமானது. மூடிய பொதுக்கிணற்றைத் திறப்பதுதான் முக்கியம் என்று எல்லோருக்கும் தோன்றிற்று. களக்காடு கிருஷ்ணய்யர் தலைமையில் அவர்கள் கிளம்பினார்கள்.

அவர்கள் மங்களபுரம் போய்ச் சேர்ந்த போது வெயில் தழைய ஆரம்பித்திருந்தது. நடராஜய்யர் வீட்டுத் திண்ணையில் உட்கார்ந்திருந்த நாலைந்து பேர் அவர்களைப் பார்த்ததும் எழுந்து நின்றார்கள்.

"நமஸ்காரம். தீக்ஷிஷதர் வந்தாச்சா?"

கல்யாண ராமய்யர் கேட்டார்.

"ஆச்சு."

"நடராஜய்யர்?"

"இருக்கார். கால அலம்பிண்டு வாங்கோ!"

செருப்பைக் குறட்டில் உதறிவிட்டு வெளியில் வாளியில் இருந்த ஜலத்தில் கால்களை அலம்பிக் கொண்டு உள்ளே போனார்கள்.

அகண்ட பெரிய கூடம். நடுநாயகமாய் காலைத் தூக்கி நின்றாடும் கோலத்தில் நடராஜரின் ஐம்பொன் சிலை. கழுத்தில் புதிதாய்ப்

போடப்பட்ட மாலை. நைவேத்தியமாய் சில பழங்கள். காற்றில் நெளிந்து நர்த்தனமிடும் ஊதுவத்திப் புகை. விபூதி, சந்தன வாசனை. முன்னே அகலமான ஜமக்காளம் விரிக்கப்பட்டிருந்தது. ஒரு பத்தடி தள்ளி நாற்காலியில் சங்கர தீக்ஷிதர் சாய்ந்து உட்கார்ந்திருந்தார். கூடத்தில் வேறு நாற்காலிகள் கண்ணில் படவில்லை. இவர்களைப் பார்த்ததும் சம்பிரதாயமான குரலில், அதிகம் வெளிக்குக் கேட்காத த்வனியில் நடராஜய்யர், "வாங்கோ வாங்கோ!" என்றார்.

"பெரியவாளுக்கு நமஸ்காரம்!" கிருஷ்ணய்யர் கை உயர்த்திக் கும்பிட்டார். தீக்ஷதரின் தலையாடியது போல இருந்தது. பிரமையோ? கிருஷ்ணய்யரைச் சுற்றி எல்லோரும் ஜமக்காளத்தில் உட்கார்ந்து கொண்டார்கள்.

மங்களபுரத்தார்களின் முகங்கள் இறுகிக் கிடந்தன. அவர்களுடைய பார்வை தீக்ஷதர் முகத்தில் நிலைத்திருந்தது. தீக்ஷதர் நாற்காலியில் உட்கார்ந்திருந்த தோரணையில் அலட்சியம் மிதப்பதாக ரகுவுக்குத் தோன்றிற்று. தீக்ஷதரின் பார்வை எதிரே உட்கார்ந்திருக்கும் களக்காடு கிருஷ்ணய்யரையும் கல்யாண ராமய்யரையும் ஊடுருவி அவர்கள் மனமறிய முயன்று கொண்டிருக்க, அவர்கள் கோரிக்கையை ஏற்றுக் கொண்டு விடாமல் எப்படிப் பேசுவதென்று தீக்ஷதரின் மனம் யோசித்துக் கொண்டிருந்தது.

"பெரியவா வந்ததிலே பரம சந்தோஷம்" என்றார் கிருஷ்ணய்யர், புன்னகையுடன்.

"ஊர் விஷயமாச்சே. எப்பிடி வராம இருக்க முடியும். அதுவும் நீங்கள்ளாம் வரச்சே... என்றார் தீக்ஷதர். சுற்றி ஒரு பார்வை பார்த்தார். நடராஜய்யரைப் பார்த்து கண் காட்டினார்.

"பெரியவாள்லாம் யாருன்னு சபைக்குச் சொன்னா நன்னா இருக்கும்" என்றார் நடராஜய்யர். வந்திருப்பவர்களில் ஹரிஜனங்கள் யாராவது இருக்கிறார்களா என்ற தெரிந்து கொள்வதற்கான கேள்வி அது என்று கிருஷ்ணய்யருக்குப் புரியாமல் இல்லை.

"அதுக்கென்ன பேஷா... இவா பேரு கல்யாணராமன். திருநவேலி தெப்பக்குளத் தெருவில் கல்யாணராமன்னா தெரியாதவா கிடையாது. இவர் விஜயராகவன். ஊர் களக்காடு. பிரபல வக்கீல். இவர் பாரதி வைத்யநாதன். பாரதியாரோட கவிதைகள்னா

உயிர். அவர் மீனாட்சி சுந்தரம். இவர் முருகேசன். எல்லாரும் ஊர் பெரியவா. அந்த அம்பி பேர் ரகுராமன். எம்.காம். கோல்டு மெடலிஸ்ட். ஊர் சங்கரன்கோவில். இப்போ ஒரு வருஷமா சேவ செஞ்சுண்டு இருக்கறது ஆனந்தபுரம் ஆசிரமத்திலே. பெரியவாளுக்கு என்னைத் தெரியும்னு நினைக்கறேன். களக்காடு கிருஷ்ணன்னு என்னைச் சொல்லுவா" என்று இணக்கமாய்ப் புன்னகைத்தார்.

"இருங்கோ இருங்கோ... என்ன சொன்னேள்? களக்காடு கிருஷ்ணனா? களக்காடு கிருஷ்ணய்யர்னுல்லியோ உம்மைச் சொல்லுவா?" என்று தீக்ஷிதர் கேட்டார்.

"அப்பயும் சொல்வா... கிருஷ்ணன் எம் பேரு மத்ததெல்லாம் எதுக்கு?" என்றார் கிருஷ்ணய்யர் சாதாரணத் த்வனியில்.

"என்ன இப்பிடிச் சொல்றேள்? நீங்க வேத குலம். ரிஷி பரம்பரை. உங்களுக்குன்னு புனிதமான ஒரு பெரிய பாரம்பரியம் இருக்கு. வேத சாகை இருக்கு. குல அடையாளம் இருக்கு. அதுதான் உங்களுக்குன்னு ஒரு தனித்தன்மையைத் தந்து உசரத்திலே உக்கார வெச்சுருக்கு. அதுதானே உம்மோட அடையாளம்?"

"இருக்கலாம். ஆனா நேக்கு அப்படித் தோணலை."

"அப்பிடின்னா?"

"அவ்வளவு முக்கியமாப்படலை."

"பேஷ். பிறவியோட ஒட்டிண்டு வந்திருக்கிறதை அவ்வளவு சுலபமா அழிச்சுட முடியுமோ?"

"அழிச்சிண்டாத்தான் என்ன?"

சபையில் அதை அவர்கள் யாரும் ரசிக்கவில்லை. கூட்டத்தில் சலசலப்பு எழுந்தது. நரகலை மிதித்து விட்டதைப் போல அவர்களுடைய முகங்கள் அருவருத்துச் சுருங்கியதைப் பார்த்த கிருஷ்ணய்யர் தனக்குள் சிரித்துக் கொண்டார். ஆனால் அதிர்ச்சி அளிப்பதற்காக அவர் அதைச் சொல்லவில்லை. உயர் ஜாதி மனப்பான்மை நிலவிய அந்தச் சூழலில் அதைச் சொல்வது அவசியம் என்று அவருக்குத் தோன்றிற்று.

“அப்போ நீங்கள்லாம் பிராமணாள் இல்லையா?” தீக்ஷதரின் கேள்வியில் இருந்த எள்ளலைப் பொருட்படுத்தாமல்,

“அப்படியும் வெச்சுக்கலாம்” என்றார் கிருஷ்ணய்யர்.

“அபசாரம்! அபசாரம்!” என்று குரல்கள் கேட்டன.

“நடராஜர் சன்னதிலே என்னதிது அநாசாரமா?” என்று யாரோ சொன்னார்கள்.

“ஏன் அப்பிடிச் சொல்றேள்?”

“பிராமணங்கறது ரொம்ப உயர்வான விஷயம் இல்லையோ?”

“அப்போ பிராமணன் இல்லேங்கறேளா?”

“ஒரு வகையிலே யார் பிராமணன்? ஸதா சர்வ காலமும் பகவான ஸ்மரிச்சுண்டு, லோக ஷேமார்த்தம், யாகமும், யக்ஞமும் பண்ணிண்டு, அடுத்த மனுஷனோட சௌக்கியத்துக்காக எவனொருவன் தன் வாழ்க்கையை அர்ப்பணிச்சுக்கறானோ, அடுத்த வேளை சாப்பாட்டுக்குக் கூட ஒரு பிடி அரிசி சேத்து வெச்சுக்காமே பிட்ஷையெடுத்து, மகா தபஸ்வியா தான் கடவுளை அடைவதும், மத்தவா கடவுளை அடைவதற்கான வழியைக் காட்டுவதுமான வாழ்க்கை வாழறவன் எவனோ அவந்தானே நிஜமான பிராமணன்? அதானே அவனோட சுதர்மம். சரியோ தப்போ அந்தத் தவ வாழ்க்கையிலேர்ந்து ரொம்ப தூரம் விலகி வந்துட்டோம். நாங்க பிராமணன்னு எப்பிடிச் சொல்லிக்கறது?”

“அப்போ?”

“ஒரு நல்ல பிராமணனா ஆக முயற்சி செய்யறவா…”

“அப்போ எப்பிடிச் சொல்லிப்பேள்? ஹரிஜன்னா?” கேட்டு விட்டு தீக்ஷதர் ஒரு சிரிப்புடன் அவர்களைச் சுற்றிலும் பார்த்துக் கண் சிமிட்டினார்.

“அதானே…” என்றார் நம்பெருமாள் நாயுடு.

“சரியாக் கேட்டிய சாமி!” என்றார் ராஜு முதலியார்.

கிருஷ்ணய்யரோ மற்றவர்களோ அதிரவும் இல்லை. குன்றிப் போகவும் இல்லை.

“அப்பிடிச் சொல்லிண்டாத்தான் என்ன? ஹரிஜன்னா என்ன இழிவு? ஹரிஜன்னா கடவுளோட குழந்தைன்னுதானே அர்த்தம்? கடவுளோட குழந்தைகளா இருக்கறது சந்தோஷமான விஷயம்தானே?”

“நன்னாப் பேசறேள். அந்த அளவுக்குப் பித்தம் தலைக்கேறிடுத்து.”

“என்ன பித்தம்?”

“காந்தி பித்தம்!”

“அது பித்தம் இல்லேன்னா. ஞானம்!”

“நேக்கு வேண்டாம் ஸ்வாமி அந்த ஞானம். என்ன ஓய் அன்னதானம் கல்யாண ராமய்யர் அதென்ன ஓய் ஹரிஜனங்களுக்காக ஒரு ஆஸ்ரமம்?”

“அது என்னோட கனவு! இலட்சியம்!”

“எது ஹரிஜன சேவைன்னு சொல்லிண்டு மலம் அள்ளறதா? அவனோட கழிவறையை சுத்தம் பண்றதா?”

“ஏன் அதிலே என்ன தப்பு?”

“என்ன ஓய் இப்பிடிச் சொல்றேர்? நீர் யார்னு தெரியுமா ஓய்? நீர் போய் அலம்பித் தள்றதாவது?”

“இது அவாளுக்குச் சுத்தம் சுகாதாரம் பத்திச் சொல்லித் தர விஷயம் மட்டும் இல்லை. ஒண்ணு சொல்வா காசிக்குப் போறவா எல்லாம் அரிச்சந்திரா காட் போய்ப் பாக்கணும்னு. அந்த மயான பூமியிலே போய் நின்னா மொத்த அகந்தை ஆங்காரம், கர்வம், திமிர் அத்தனையும் ஷணத்திலே கொட்டிடுமாம். அப்படி நான் தொலையற இடம்தான் ஒவ்வொரு கழிவறையும். ஒரு ஜாதி இந்து ஹரிஜன உடம்பால தொட்டா போறாது மனசாலயும் தொடணும், எல்லா மனசுலயும் ஒரு சகோதரபாவம் வரணும். அது வரணும்னா தன்னைப் பத்தி உயர்வா நினச்சு கர்வப்படற மனோபாவம் ஒழியணும். அந்த மனோபாவம் சாம்பலாகிற இடம் கழிவறை. அது மட்டும் இல்லே. அது மகாத்மாவோட ஆக்ஞை. அது வேத வாக்கு எங்களுக்கு!” என்றார் கல்யாண ராமய்யர்.

“பேஷ் பேஷ் நன்னா வியாக்யானம் பண்றேர். காசியிலே கிடைக்கிற ஞானமும் இதுவும் ஒண்ணா என்ன ஓய்? அப்பறம்

சமபந்தி போஜனமாமே... எல்லாரும் ஒண்ணா ஒக்காந்து சாப்பிடுவேளா? தீண்டத்தகாதவா எல்லோரோடயும்?"

"சமபந்தி போஜனம் உண்டு. மனுஷாளோட மட்டும்!"

"கர்மம் கர்மம்... நிழல் பட்டாலே தீட்டுங்கறா. இரண்டு நுகத்தடி தள்ளி நின்னு பேசணுங்கறா. இவா ஒண்ணா ஒக்காந்து சாப்பிடறாளாம். கிரகச்சாரம். இந்தப் பாவத்த எந்தக் கங்கையிலே போய்த் தொலைக்கிறது?" என்றார் சிவதாணுவய்யர் தலையில் அடித்துக் கொண்டு.

"பாவம்னு எதிலே சொல்லி இருக்கு?"

"சாஸ்திரங்கள்லே."

"எந்த சாஸ்திரத்திலயும் அப்படிச் சொல்லலை. அழியாத ஞான நூலான ஸ்மிருதியில் ஏதும் சொல்லலை. இதெல்லாம் நம்மோட மன அழுக்கு. மனச அலம்பித் தொடச்சுட்டா ஒரு பாவமும் இல்லை" என்றார் கிருஷ்ணய்யர்.

"நன்னாருக்கு நீங்க பேசறது? அப்போ மனுதர்மம் பொய்யா? காலங்காலமா பெரியவா அனுஷ்டிச்சுண்டு வந்த ஆசாரம்லாம் முட்டாள்தனமா? வேதங்களிலும் ஆகமங்களிலும் கூறப்பட்டுள்ள யுகம்யுகமா வந்துள்ள சாதி முறைகளையும் ஆஷ்ரம முறைகளையும் மீறலாமோ?"

"வேதகால வாழ்க்கை இப்போ எங்கே இருக்கு? இப்போ இருக்கற வருண அமைப்பு சாஸ்திரங்கள் சொல்ற இலட்சிய வர்ணாசிரம தர்மமா? வேதம் எதுக்கு? கடையனையும் ஒரு உன்னதமான நிலைக்குக் கொண்டு போறதுக்கு. இந்த வாழ்க்கையில் ஒரு பூரணத்துவமும், அமரத்தன்மையும் அடைய உதறவதுக்கு. ஆனா நிஜம் எப்பிடி இருக்கு? எல்லாம் மாறிண்டே இருக்கு. தேவை இல்லாததை காலம் உதுத்துண்டே இருக்கும். ஆனா மதம், ஜாதி ரெண்டும் மனுஷ வர்க்கத்தக் கூறு போட்டுண்டு இருக்கு. இது தப்பில்லையா? எல்லா அடிப்படைச் சிக்கலுக்கும் காரணம் மதம். அதன் கட்டுகள். போலித்தனங்கள். மூடநம்பிக்கைகள், சாதி முறைகள். ஜாதிதான் அடையாளம்னா, பெருமைன்னா, பிரிக்கும்னா அது பெரிய சாபக்கேடு. அதிலே இருந்து மீண்டாதான் சக மனிதனை நேசிக்கத் தோணும். அப்படி நிகழணும்னா

மனுஷனுக்குள்ளே இறைத்தன்மையை உருவாக்குகிற நிலையிலே மட்டும் மதம் நிக்கணும். அப்பத்தான் ஜாதீய மனம் அழியும்" என்று நிறுத்தினார் கல்யாண ராமய்யர்.

"பேச்சு எங்கயோ போயிண்டிருக்கு. பேச வேண்டியதைப் பேசுங்கோ" என்றார் சிவதாணுவய்யர்.

"நட்டு நீ பேசேன்" என்றார் தீக்ஷதர்.

நடராஜய்யர் எழுந்தார்.

"பெரியவா எல்லாருக்கும் நமஸ்காரம். உங்களுக்குத் தெரியாத எதையும் புதுசா நான் சொல்லப்போறதில்லை. இந்தத் தண்ணிப் பிரச்னை இன்னிக்கு வந்ததில்லை. என்னிக்கி ஹரிஜனங்களுக்காக ஆனந்தபுரம் கிராமம் உருவாச்சோ அன்னிலேர்ந்து இந்தப் பிரச்னை இருக்கு. இந்த ஊரைப் பொருத்தவரைக்கும் இது ரொம்பப் புனிதமான, உணர்வுபூர்வமான பிரச்னை. இங்க இருக்கறவா ரொம்ப ஆசாரம் பாக்கறவா. பிராமணன் மட்டுமில்லே, சைவப் பிள்ளைமார் ரொம்பப் பேர் இருக்கா. எல்லாருமே அவா அவா தர்மத்துக்கு ஏத்தாப்பலே ஆச்சாரம், அனுஷ்டானம், நேமம், நிஷ்டைன்னு இருக்கறவா. இவ்வளவு ஏன் இந்த ஊர் சிவனோட அபிஷேகத்துக்கான தீர்த்தம் அந்தக் கிணத்திலேர்ந்துதான் எடுத்துண்டு வரா. காயத்ரி ஜபம் அந்தத் தீர்த்தத்திலேதான் பண்ணியாறது. குடிக்கறதுக்கும் அதுதான் தூத்தம். சமையல் அதுலதான். ஊரிலே யாராவது உயிர விட்டா கங்கைச் சொம்பு உடைக்கிறாளோ இல்லையோ எங்களுக்குக் கங்கா தீர்த்தம் அந்தக் கிணத்து ஜலம்தான். அப்பிடி எங்க வாழ்க்கையோடு கலந்து இருக்கிற புனிதத் தீர்த்தம் அந்தக் கிணத்து ஜலம். அதப் போய் தீண்டத்தகாதவா தீண்டினா கிணத்தோட புனிதம் கெட்டுடாதா? அப்பறம் எந்த சுத்தமும் இல்லாமே அக்னி காரியம் எப்படிச் செய்யறது? ஸம்ஸ்காரமெல்லாம் எப்பிடிப் பண்றது சொல்லுங்கோ?" என நீளப் பேசினார் நடராஜய்யர்.

"அதானே... அதானே..." நிறைய குரல்கள் எழுந்தன.

"சண்டாளத் தீட்டு மகா பாவம். தோஷம். இப்பிடியே தீட்டுப் பட்டுண்டே இருந்தா அப்புறம் குல நாசம்தான். அதுக்குத்தான் கிணத்துக்கு ஊர் கூடி பூட்டுப் போட்டா. இப்போ நீங்க

கேக்கறேள்னு எப்பிடி திறந்து விட முடியும்? இந்தக் கிராமம் அழியறதிலே அப்பிடியென்ன சந்தோஷம் உங்களுக்கு?" தீக்ஷதர் கோபமாய்க் கேட்டார்.

கிருஷ்ணய்யர் நிதானமாகப் பேசினார்.

"அக்கிரஹாரத்துக்கு ஒரு மழை, சேரிக்கு ஒரு மழைன்னு இயற்கை பேதம் பார்க்கலை. நீர், காற்று, ஆகாயம், நதி, கடல், மலை, காடு இதெல்லாம் இயற்கை கொடுத்த கொடை. ஸ்வாமி கொடுத்த வரம். அதெல்லாம் எல்லாருக்கும் பொது. அந்தக் கிணத்து ஜலம் உங்களுக்கு எவ்வளவு முக்கியமோ அவாளுக்கும் அது அடிப்படை உரிமை. ஜீவாதாரமான பிரச்னை. அவா ஒதுக்கப்பட வேண்டியவா, தீண்டத்தகாதவாள்னா ஸ்வாமி ஏன் அவாளைப் படைக்கணும்? சுவாமி மனிதருக்குள் வேறுபாடு பாராட்டறவன் இல்லை. இல்லேன்னா நடராஜர் நந்தனை ஆவி சேர அணைச்சுண்டிருப்பரோ? தீண்டாமை ஒரு தொற்று நோய். மன அழுக்கு. அவாளும் நம்மளப் போல மனுஷ ஜீவன்தான். பாவம் தோஷம்ங்கறதெல்லாம் மனப்பிரமை. வீண் பயங்கறதைத் தவிர வேறென்ன? ஒருத்தரைத் தொடறதாலே தீட்டாயிடும்னா ஸ்ரீதர அய்யர்வாள் அவ தோப்பனார் சிரார்த்தத்தன்னிக்கு ஒரு தாழ்ந்த ஜாதி ஆணைத் தொட்டுத் தூக்கலையா? தெவசத்துக்காக செஞ்சு வெச்சிருந்த ஆகாராதிகளை அந்த தாழ்ந்த ஜாதி மனுஷனுக்குக் குடுக்கலையா? தீட்டாயிடுத்துன்னு பிராமணாள்ளாம் தெவசம் பண்ண மாட்டேன்னு முறுக்கிண்டு போனாளே... அப்போ அய்யர்வாள் கங்கா தேவிய நினச்சு ஸ்லோகம் பாட அவாத்துக் கிணத்திலேர்ந்து கங்கை பூரிச்சுண்டு வந்தாளே... ஸ்ரீதர அய்யர்வாள் பண்ணினது பாவம்னா தொட்டது தீட்டுன்னா அவாத்துக் கிணத்துலேர்ந்து கங்கை பிரவாகமா வந்திருப்பளோ?"

"இதப் பாரும் கிருஷ்ணய்யர், ஸ்ரீதர வேங்கடேஸ்வரர் மகரிஷி. அவர் சுலோகம் சொன்னா கங்கா, சரஸ்வதி, யமுனா எல்லாம் ஓடி வரும். நாம அப்பிடியா? நாம அல்ப மனுஷா. இந்தத் தீட்டுங்கற சாஸ்திர விஷயமெல்லாம் இன்னிக்கு விதிச்சதில்லே. அதை மீறறது தப்பு" என்றார் தீக்ஷதர் உறுதியான குரலில்.

"அண்ணா சாஸ்திர சம்பிரதாயங்களை மீறப்படாதுன்னு சொன்னேள். ஆனா காலங்காலமா நாம அனுஷ்டிச்சுண்டு வந்த

சாஸ்திர சம்பிரதாயங்களையெல்லாம் நாம அப்பிடியே விடாம கடைப்பிடிச்சுண்டு வரோமா? மூணு வேளையும் குளிச்சு அக்னி வளர்த்து, யாகம், யக்ஞம் யார் பண்றா இப்போ? மானமோ, அவமானமோ பிராமணா ஊர விட்டுப் போப்படாது, என்ன கஷ்ட நஷ்டம்னாலும் முடி சாயறவரைக்கும் ஊர்லதான் இருந்தாகணும். சம்பாதிக்கறதுக்காக கடல் கடந்து பரதேசம் போப்படாது. மிலேச்ச பாஷை பேசப்படாது. சில ஸம்சாரங்களைப் பண்ணறத்துக்கு சிகை வேணும். ஆனா எத்தன பேர் குடுமி வெச்சுண்டு இருக்கா இப்போ? இப்பிடி நிறையச் சொல்லலாம். எல்லாம் மாறிண்டே இருக்கு. நாமும் சில நல்ல விஷயங்களுக்காக மாறினா தப்பில்லை. அதனாலே அவாளும் மனுஷாதான்னு நினச்சு ஆனந்தபுரம் ஹரிஜனங்களுக்குப் பொதுக் கிணத்த தொறந்து விடச் சொல்லுங்கோ. இதுக்கு மேலயும் உங்களுக்கு மனசு இரங்கலைன்னா உண்ணாவிரதம் இருக்கறதைத் தவிர எங்களுக்கு வேற வழியில்லை" என்று சற்று அழுத்தமாகச் சொன்னார் கிருஷ்ணய்யர்.

எல்லோரும் தீக்ஷதர் முகம் பார்த்தார்கள். தீக்ஷதர் முகம் இறுகி இருந்தது.

"வேற வழி இல்லையா?"

"ரெண்டு கிராம ஜனங்களும், ஒத்துமையா சந்தோஷமா இருக்கணும்னா பொதுக் கிணத்தத் திறக்கறதுதான் ஒரே நல்ல வழி. ஒருத்தரை அடக்கி வைக்கறதன் மூலமில்லாமே அவாளுக்குச் சமத்துவமான உரிமை குடுக்கறதன் மூலமாதான் தெய்வீக நிலையை நாம அடைய முடியும்னு மகாத்மா சொல்லி இருக்கார். மனசிலே துவேஷத்த நிரப்பிண்டு அந்த தேவ நிலைய நாம ஒதுக்கப் போறோமா இல்லே மங்களபுரத்துக்கார மனசாலே உசந்தவான்னு காட்டப் போறோமா நன்னா யோசிச்சுக்கோங்க. அப்போ உத்தரவு வாங்கிக்கறோம்" என்று எழுந்தார் கிருஷ்ணய்யர்.

அவர்கள் தெருவில் இறங்கினார்கள். பேசிக்கொண்டே நடந்தார்கள்.

"கிருஷ்ணய்யர்..."

பின்னால் குரல் கேட்டது. நடராஜய்யர்.

"இந்தாங்கோ!"

"என்னது?"

"கிணத்தோட சாவி!"

"ரொம்ப சந்தோஷம்!"

"ஒரு விஷயம்..."

"சொல்லுங்கோ!"

"இனிமே மங்களபுரத்திலேர்ந்து ஜலம் எடுக்க யாரும் அந்தக் கிணத்துக்கு வர மாட்டா."

"அப்பிடின்னா?"

"மங்களபுரத்துக்குன்னு புதுசா கிணறு எடுக்கப் போறாளாம். ஊர் முடிவு செஞ்சிருக்கு" சொல்லிவிட்டு நடராஜய்யர் விறுவிறுவென்று வேகமாக நடந்து போனார்.

கிருஷ்ணய்யருக்கு என்ன சொல்வதென்று தெரியவில்லை.

ஒரு கடிதம் கல்கத்தாவில் இருந்து, காந்தி சேவா தள தேச சேவிகா சாந்தினி தேவியிடம் இருந்து வந்திருந்தது. சாந்தினி தேவியின் பெயரைப் பார்த்ததும் ரகுவின் முகம் மலர்ந்தது.

20

முதன் முதலில் சாந்தினி தேவியின் பெயரைக் கேட்ட அந்த நாள் இன்னும் ஞாபகம் இருக்கிறது. ஒரு வருஷத்துக்கு முன் ஒருநாள். அன்று மகாகவி பாரதியின் நினைவு நாள். ஆசிரமத்தில் ஆண்டுதோறும் பாரதியின் நினைவு நாளையும், பரிபூரண சுதந்திர நாளையும் எளிமையாகவும் சிறப்பாகவும் கொண்டாடுவது வழக்கமாக இருந்தது. அன்றைக்கு விடிந்ததுமே ஆசிரமம் விழாக்கோலம் பூண்டு விட்டது. பாரதியின் படத்திற்குக் கீழே மீனாட்சி அழகாக மாக்கோலமிட்டிருந்தாள். இரண்டு குத்து விளக்குகள் சுடர் விட்டுப் பிரகாசித்துக் கொண்டிருந்தன. முண்டாசுக் கவிஞனின் திரு உருவப் படத்திற்குப் பூ மாலையும், சந்தன மாலையும், கதர் மாலையும் சாத்தப்பட்டிருந்தன. வழக்கமாக காலை பஜனைக்கு வருபவர்களும் ஊர்ப் பெரியவர்களும் வந்திருந்தார்கள். களக்காடு கிருஷ்ணய்யர், வக்கீல் விஜயராகவன், கல்யாண ராமய்யர், நிறைய ஹரிஜனக் குழந்தைகள், சேரியில் இருந்து ஒரு பத்துப் பதினைந்து பேர் என்று விழா களை கட்டிற்று. முதலில் மலர் தூவி அஞ்சலியாயிற்று.

"வந்தே மாதரம் என்போம் – எங்கள்
மாநிலத் தாயை வணங்குதும் என்போம்
ஜாதி மதங்களைப் பாரோம் – உயர்
ஜன்மம் இத்தேசத்தில் எய்தினராயீன்
வேதிய ராயினும் ஒன்றே – அன்றி
வேறு குலத்தினராயினும் ஒன்றே... (வந்தே)"

என்று பாரதி வைத்ய நாதய்யர் ராகத்தோடு பாட, அவரோடு சேர்ந்து மீனாட்சியும் பாடினாள். இருவரும் சேர்ந்து பல

பாடல்களைப் பாடினார்கள். முறுக்கு மீசையும், முண்டாசுமாய் பாரதி வேஷம் போட்டுக் கொண்டிருந்த ஹரிஜனக் குழந்தைகள் சந்தோஷமாய் ஆடிப் பாடின. குழந்தைகளுக்கு இனிப்பு வழங்கப்பட்டது. மதியம் சமபந்தி போஜனம் நடந்தது.

பிற்பகல் ஒரு சிறு குழு பேச உட்கார்ந்தது. மீண்டும் பாரதியின் நினைவுகளில் மூழ்கிற்று. பேச்சு தொட்டுத் தொட்டு பல விஷயங்களில் கிளை பிரிந்து ஓடிற்று. அப்போதுதான் தற்செயலாய் 'தேசபக்தி' இதழைப் பற்றி பேச்சு வந்தது.

"இந்த இதழ்லே தீண்டாமை ஒழிப்பு பத்தி பலமா மேற்கோள் காட்டி சாந்தினி தேவி எழுதியிருக்காளே, வாசிச்சேளா? அபாரமா இருக்கு. என்னமா எழுதறது இந்தப் பொண்!" என்று கிருஷ்ணய்யர்தான் முதலில் சிலாகித்தார்.

அப்போதுதான் சாந்தினி தேவி என்கிற பெயரை அவன் முதன் முதலாகக் கேள்விப்பட்டான். ஆசிரமத்திற்கு வந்த பிறகு அவனுடைய படிக்கும் பழக்கம் அதிகமாகி இருந்தது. அன்றைக்குப் போகும் போது கிருஷ்ணய்யர் 'தேசபக்தி' இதழை அவனிடம் கொடுத்து விட்டுப் போனார். இரவு படுக்கப் போகுமுன் சாந்தினி தேவியின் கட்டுரையை அவன் வாசித்தான்.

அந்தக் கட்டுரையின் ஒரு பகுதி இப்படிப் போயிற்று.

'மனிதப் பிறவி உண்மையில் மேன்மையானதெனில் ஒரேயொரு கேள்வியை இந்த மானுட சமூகத்தின் முன்வைக்க விரும்புகிறேன். இறைவனது படைப்பில் மனிதருக்குள் மேன்மையானவன், இழிந்தவன் உண்டோ? உயர்ந்தவன் தாழ்ந்தவன் என்கிற பேதம் சரியோ? மனிதர்கள் தங்கள் சகோதர மனிதர்களை அவமானப்படுத்துவதன் மூலம் தாங்கள் கௌரவிக்கப்படுவதாக எப்படி நினைக்கிறார்கள் என்பது எனக்கு என்றுமே புரியாத மர்மமாக இருந்து வருகிறது' இது காந்தி மகானின் மன வேதனை. இதற்கு நம்மிடையே இருக்கும் பதில் என்ன? நாம் நம் மன அழுக்கை அகற்றிக்கொள்ளாமல் இன்னும் இருளில்தான் இருக்கப் போகிறோமா? இன்றைக்குத் தீண்டாமை ஒழிப்பை எதிர்ப்போரெல்லாம் சாஸ்திரங்களின் உண்மைக் கருத்தை உணர்ந்தவர்கள்தாமா? அப்படி உணர்ந்திருந்தால், சக மனிதனை

இழிவு செய்ய எப்படி மனம் வரும்? தீண்டாமைக்கு சாஸ்திர சம்மதம் இல்லை. புராணங்கள் தீண்டாமையை ஆதரிக்கவில்லை.

ரிக் வேதியாகிய திருஞானசம்பந்தர், திருநீலகண்ட யாழ்ப்பாணரை உடன் வைத்துக் கொண்டு, போகுமிடமெல்லாம் தம் பாடலுக்கு யாழ் வாசிக்கச் செய்தார் என்று பெரிய புராணம் சொல்கிறதே, அது பொய்யா?

நால்வரில் ஒருவரான சுந்தரர் பரவையாரையும், சங்கிலியாரையும் மணம் செய்து கொண்டது தீண்டாமைக்கு எதிரான செயல்தானே? அதற்காகச் சுந்தரரைப் போற்றித் தொழ இந்தச் சமூகம் மறுத்துவிட்டதா? இல்லையே.

குகன் பரிசலோட்டி, உன்னோடு ஐவரானோம் என்று அணைத்துக் கொள்ளவில்லையா சக்கரவர்த்தித் திருமகன்? இவ்வளவு ஏன் சுக்ரீவனை விலங்கென்றோ விபீஷணனை ராட்ஷதன் என்றோ, பேதம் பார்த்தானா தசரத குமாரன்? பேதம் பார்க்காது ஆட்கொள்ளவில்லையா? திருவையாற்றை அடுத்த திங்களூரில் வாழ்ந்த வேதியர் அப்பூதி அடிகள் வேளாளராகிய திருநாவுக்கரசரை குல குருவாக ஏற்றுக்கொண்ட போது அங்கே ஜாதி செத்து விடவில்லையா?

கோபுர உச்சி ஏறி வேத ரகசியமான அஷ்ட மந்திரத்தை உலகத்து உயிர்களெல்லாம் உய்யட்டுமென்று சொன்ன ராமானுஜர் மானிடர்களுக்கு இடையே பேதம் பார்க்கவில்லையே? சீவ ஜோதியில் ஐக்கியமாவதற்கு பிறவி ஒரு தடையாக இல்லையே நந்தனுக்கு?

எப்படிப் பார்த்தாலும் தீண்டாமை ஒரு சமூகக் கேடு. சக மனிதனைப் புறக்கணிப்பதும் இழிவு செய்வதும் தம்மைத்தாமே இழிவு செய்து கொள்வது போலாகும். ஒரு புதிய விடியலுக்காக இந்த மானுட சமூகம் காத்திருக்கிறது. இன்றோ நாளையோ நிச்சயம் விடியும். அந்த விடியல் நம் மன மாற்றம் என்பதில் இருந்துதான் ஆரம்பிக்க முடியும். அந்த நல்ல மாற்றத்திற்கு நாம் எங்கேயிருந்து பாடம் கற்கப் போகிறோம்? நம் தொன்மையான கலாச்சார விழுமியங்களில் இருந்தா? அற, ஞான நூல்களில் இருந்தா? புராண இதிகாசங்களில் இருந்தா? அல்லது காந்தி மகானின் சத்திய

வாக்குகளில் இருந்தா? ஒன்று சொல்வேன். காந்தியைக் கேளுங்கள். சிந்தியுங்கள், செயல்படுங்கள். அதுதான் மீட்சிக்கான ஒரே வழி' என்று கட்டுரை நீண்டு கொண்டே போயிற்று.

வாசித்து முடித்த போது, சாந்தினி தேவி மேல் மரியாதை கூடிற்று. 'காந்திதாசன்' என்ற பெயரில் அந்த முதல் கடிதத்தை 'தேச பக்தி' இதழுக்கு அவன் எழுதினான்.

அந்த வாரம் முழுவதும் ஹரிஜனப் பள்ளி கட்டட வேலைகளைப் பார்க்க வேண்டி இருந்தது. எப்படியும் பரிபூரண சுதந்திரத் திருநாள் அன்று பள்ளியைத் திறந்து விட வேண்டுமென்பது எல்லோருடைய விருப்பமாய் இருந்தது. பூஞ்சோலை கிராமத்தில் உள்ள கள்ளுக்கடையை அகற்ற கொடுக்கப்பட்ட மனுக்களுக்கு எந்த நல்ல பதிலும் இல்லை. எனவே கள்ளுக்கடை மறியலை தடையை மீறிச் செய்வதென்று முடிவாயிற்று.

அந்த வார இறுதியில், சாந்தினி தேவியிடமிருந்து கடிதம் வந்திருந்தது.

'அன்புடையீர்,

உங்கள் கடிதம் கிடைத்தது. உங்கள் பாராட்டுக்கு நன்றி. நீங்கள் வியந்து பாராட்டும் அளவுக்கு நான் தகுதியுடையவள் இல்லை. உங்கள் புகழுரை என்னைத் தகுதியுள்ளவளாக்கிக் கொள்ளத் தூண்டுகிறது. என்னைப் பற்றிப் பெரிதாகக் குறிப்பிட ஒன்றுமில்லை. ஒரு பெண் நான். சில ஆசைகளும், கனவுகளும், கோபங்களும் இருக்கின்றன. காந்தி மகானின் அடிச்சுவட்டில் நடக்க வேண்டும். சபிக்கப்பட்ட ஒரு மனித இனத்தின் மீட்சிக்காக இந்த வாழ்க்கையை அர்ப்பணித்துக்கொள்ள வேண்டும். இது ஆசை. என்றைக்கு எம் பெண்களின் வாழ்க்கையில் வெளிச்சம் வரும்? இது கவலை. தீண்டத்தகாதவர்கள் என்று சக மனிதர்களை ஒதுக்கி வைத்து இழிவு செய்யும் இரக்கமற்ற இந்த சமூகத்தின் மீதும் பெண்கள் அடிமையாகவே வாழ நிர்பந்திக்கும் குடும்ப அமைப்பின் மீதும் தீராக் கோபம் இருக்கிறது. அதுவே என் எழுத்தாகிறது. மற்றபடி நீங்கள் நினைப்பது போல எனக்குச் சிறகுகள் இல்லை. இங்கே தென்னிந்தியர்கள் நிறைய பேர் வசிக்கும் இடத்தில் வசிக்கிறேன். இங்கேயுள்ள மனிதர்கள்

மிகவும் அன்பானவர்கள். கடுமையான உழைப்பாளிகள். அவர்கள் வாழ்க்கை மிக எளிமையானது. நீரோட்டமாய் ஓடும் வாழ்க்கை எனினும் சட்டென்று கலவரம் வெடித்து விடுகிறது. கௌரவமான வேலை. எஞ்சிய பொழுதுகள் எல்லாம் காந்தி சேவா தளப் பணிகள், ஊர் ஊராய்ப் பிரச்சாரம், எழுத்து என்று நாட்கள் ஓடிக் கொண்டிருக்கின்றன. இந்தப் புதிய சூழல்தான் என் தனிப்பட்ட சில காயங்களையும் கசப்புகளையும் மறக்க உதவுகின்றன. நீங்கள் பாராட்டுவது போல் என் எழுத்தின் சிறப்புக்கு – அப்படியொன்று இருந்தால் – அதற்கு நான் மட்டுமே காரணம் இல்லை. அதன் அடிநாதம் மகாத்மாவின் பேச்சும் எழுத்தும். மற்றபடி சாஸ்திர புராண மேற்கோள்கள் என்னுடையவை இல்லை. வேத விற்பன்னரான என் தந்தையைப் போன்ற ஒரு பெரியவர் என்னுடன் இருக்கிறார். அந்தப் பெருமையெல்லாம் அவருடையது. நான் வெறும் ஊதுகுழல். அவ்வளவுதான். உங்கள் கடிதத்தை வாசித்த போது ஊர் ஞாபகம் வந்தது. நமக்கு வேண்டிய ஒருவரிடம் பேசிக் கொண்டிருப்பது போலத் தோன்றிற்று. உங்கள் அன்புக்கு நன்றி.

இப்படிக்கு,

சாந்தினி தேவி.

அன்புள்ள சாந்தினி தேவி அவர்களுக்கு,

எப்படி இருக்கிறீர்கள்? சௌக்கியம்தானே? உங்கள் கடிதங்கள் கிடைத்தன. சற்று தாமதமாகத்தான் வாசிக்க முடிந்தது. ஒரு பத்து நாட்களாய் மருத்துவமனையில் சிகிச்சையில் இருந்தேன். அதில் ஒரு நாலைந்து நாட்கள் சுயநினைவற்று இருந்திருக்கிறேன். உயிர் பிழைத்தது அதிசயம் என்கிறார்கள். உண்மையில் இது மறு ஜென்மம் எனக்கு. பூஞ்சோலை கிராமத்தில் கள்ளுக்கடை மறியலுக்காக, ஆனந்தபுரம் ஹரிஜன முன்னேற்ற சங்கத் தலைவர் அமாவாசையான் தலைமையில், தடையை மீறி போராடப் போனோம். அந்தப் போராட்டத்தில் பிரிட்டிஷ் போலீசின் குண்டாந்தடி பிரயோகத்தில் எனக்கு தலையில் நல்ல ஆழமான இரத்தக் காயம். மயங்கிச் சரிந்தவனை, மருத்துவமனையில் சேர்த்து, தன் இரத்தத்தைக் கொடுத்துக் காப்பாற்றியது பெரியவர் அமாவாசையான்தான். இந்த உயிர் அவர் போட்ட பிச்சை. தாமதத்திற்கு வருந்துகிறேன்.

கடந்த ஒரு வருஷமாய் உங்களிடமிருந்து கடிதம் வரும் போதெல்லாம் மனது உவகையில் துள்ளுகிறது. ஏன் எனத் தெரியவில்லை. நீங்கள் கல்கத்தாவில். நானோ திருநெல்வேலிக்கு அருகே ஒரு குக்கிராமத்தில். ஆனால் உங்கள் கடிதங்கள் அருகருகே இருப்பது போல் உணரச் செய்கின்றன. உங்களுக்கு அப்படி தோன்றி இருக்கிறதா? நம் சிந்தனைகள், ரசனைகள், பார்வைகள் ஒரே அலைவரிசையில் இருப்பதுதான் அதற்குக் காரணமோ என்னவோ? ஒரு நல்ல இசையைக் கேட்கும் போதும், ஒரு நல்ல கவிதையை வாசிக்கும் போதும் மனம் நிறைந்து ஒரு மலர்ச்சி பூக்குமே அப்படி ஒரு உணர்வு அது. ஸ்நேகமான உங்கள் எழுத்து கூட அதற்குக் காரணமாக இருக்கலாம்.

கடந்த 'தேச பக்தி' இதழில் மகாகவி சுப்பிரமணிய பாரதியார் நினைவு நாள் கட்டுரைகளில் உங்களின் 'விடியலின் குரல்' என்ற கட்டுரை அற்புதமாக இருந்தது. உங்கள் பார்வை புதிது. சிந்தனை புதிது. கோணம் மிகப் புதிது. பாரதியின் வரிகளுக்கு அப்பாற்பட்ட அர்த்தங்களை, த்வனிகளை மிக நுட்பமாக வெளிப்படுத்தி இருக்கிறீர்கள். உள்ளொளியுள்ள எழுத்தில்தான் தரிசனங்கள் சாத்தியமாகும் என்பது உண்மைதான். உங்கள் கட்டுரையை வாசிக்க வாசிக்க எப்பேர்ப்பட்ட மகா கவிஞனை காலம் நம்மிடையே இருந்து பறித்து விட்டதென்ற உணர்வு வராமல் இல்லை. ஆனால் பாரதிக்கு மரணம் இல்லை. அவன் விதையாக விழுந்தவன். மரணமிலாப் பெருவாழ்வு அவனுடையது. உங்கள் கட்டுரையை வாசித்த பிறகு பாரதியை மீண்டும் மீண்டும் வாசிக்கத் தூண்டிற்று. நீங்கள் திறந்து காட்டிய ஜன்னல் வழியே பாரதியை தரிசித்தது புதிய அனுபவம். மீண்டும் பாராட்டுகள்.

அப்புறம், சமீபத்தைய 'தேச பக்தி' இதழில் 'விற்பனைக்கா பெண்கள்?' என்ற கட்டுரையை வாசித்தேன். வரதட்சணை கொடுமை பற்றிய உங்கள் தார்மீகக் கோபம் நியாயமானதே. இந்த சமூக அவலத்தை அக்கறையோடு அலசி இருக்கிறீர்கள். என்ன செய்வது பாழாய்ப் போன நம் சமூகமும் குடும்ப அமைப்பும் பெண்களைக் காலடியில் நசுக்குவதாகத்தானே இருக்கின்றன? அதுவும் வரதட்சணைக் கொடுமையால் தீக்குளித்த அந்த இளம் பெண்ணின் பேட்டி மனதை உலுக்கிற்று. படித்து விட்டு மீனாட்சி

கண் கலங்கினாள். மாதர் தம்மை இழிவு செய்யும் இந்த மடமையை எப்போது கொளுத்தப் போகிறோம்? மற்றபடி யாவரும் நலம். எதிர்வரும் பரிபூரண சுதந்திரத் திருநாள் கொண்டாட்டத்தன்று ஹரிஜனப் பள்ளி திறப்பு விழா. எங்களுடைய சிறப்பு விருந்தினராக நீங்கள் கலந்து கொண்டால் மிகவும் சந்தோஷப்படுவேன். உங்களைச் சந்திக்கும் அந்த இனிய நாளுக்காகக் காத்திருக்கிறேன். தேசபக்தியில் உங்கள் அடுத்த கட்டுரையை வாசிக்க ஆவலாக இருக்கிறேன். தொடர்ந்து எழுதுங்கள்.

இப்படிக்கு,

அன்பு ஸ்நேகிதிக்கு ஸ்நேகமுடன்,

காந்திதாசன்.

காலம் சிறகு முளைத்துப் பறந்து கொண்டிருக்க அவர்களிடையே கடிதங்கள் போய் வந்து கொண்டிருந்தன. ஒரு நல்ல சிநேகம் மலர்ந்து எப்போது பார்ப்போம் என்ற தவிப்பும் பெருகி வளர்ந்து வந்தது. அந்த ஆண்டுக்கான பரிபூரண சுதந்திரநாள் கொண்டாட்டமும் வந்தது. சாந்தினி தேவி சிறப்பு அழைப்பாளராகக் கலந்து கொண்டாள். ஆனால்...

21

உலகத்தின் பாவக்கறைகளையெல்லாம் அழித்துக் கரைப்பதற்கென்றே தோன்றியது போல கண்ணுக்கெட்டிய தூரம் இரு கரைகளையும் நிறைத்துக் கொண்டு கங்கை பெருகி ஓடிற்று. எல்லையற்ற பெருவெளியையும், காலடியில் குலுங்கியோடும் நதியையும் வெறித்துக் கொண்டு நின்றாள் மேகலா. விடியலின் அழகோ, பறவைகளின் சங்கீதமோ, அந்த விடியற்காலையிலேயே பாவம் தொலைக்க வந்த பெருந்திரளோ, ஜலப்பிரவாகத்தின் வெள்ளி மினுங்கலோ எதுவுமே அவளை ஈர்க்கவில்லை. இனி வாழ்வதில் அர்த்தமில்லை என்ற எண்ணம் அவளை அலைக்கழித்தது. அப்படியே படிகளில் மெல்ல இறங்கி, மூழ்கி முடிந்து விடலாமா என்று கூட அவள் மனம் துடித்தது. ஆனால் அவள் விரல்களைப் பற்றியிருந்த ரகுவின் ஸ்பரிசத்தில் இருந்த ஆறுதலும் அரவணைப்பும் அவளை அப்படிச் சட்டென்று இறங்கி விட முடியாமல் தடுத்தன. இப்படியெல்லாம் நடக்கும் என்று யார்தான் நினைத்தார்கள்? அவளை உயிரோடு கொன்று சிதைத்த அந்த துர்பாக்கியமான சம்பவம் மட்டும் நிகழாமல் இருந்திருந்தால்?

மூன்று நாட்கள் மருத்துவமனையில் நினைவற்றுக் கிடந்தாள். உயிர் காக்கும் மருந்துகள் மெல்லிய குழாய்களில் இறங்கிக் கொண்டிருந்தன. விழித்த போது, தான் இன்னும் ஏன் உயிரோடு இருக்கிறோம் என்று வெதும்பினாள். வெறி வந்தவள் போல் எல்லாவற்றையும் பிய்த்தாள். மருத்துவரை அழைத்து வர ரகு ஓடினான். மருத்துவர் வந்து உயிர் காக்கும் திரவம் இறங்கும் குழாயைச் சரி செய்து, மயக்க ஊசி போட்டார். கண் விழித்த

போது, அவள் காலடியில், சியாமளா உட்கார்ந்திருந்தாள். அவளைப் பார்த்ததும் உடைந்து அழுதாள். சியாமளா அவளைத் தோளோடு அணைத்துக் கொண்டாள். கண்களைத் துடைத்து விட்டாள். கைகளைக் கோத்துக் கொண்டு மெல்ல அழுத்தினாள்.

“ப்ளீஸ் அழாதேடி!”

“என்ன எதுக்கு சியாமளா காப்பாத்தினேள்?”

“நீ சாகும்படியா இப்போ என்னடி ஆயிடுத்து?”

“இன்னம் என்ன ஆகணும்? நான் இருக்கப்படாது சியாமளா.”

“இனிமேதான் நோக்கு வாழ்க்கையே ஆரம்பமாகப் போறது மேகலா... நடந்த எல்லாத்தையும் ஒரு கெட்ட கனவா மறந்துடு. எந்தச் சந்தர்ப்பத்திலேயும் உயிர மாய்ச்சுக்க மாட்டேன்னு நேக்கு சத்தியம் பண்ணுடி!”

“ப்ச்” சலித்தவளை, சியாமளா கையடித்துச் சத்தியம் செய்ய வைத்தாள். சியாமளாவின் அந்தக் குரல் இப்போது நதிக்கரையில் அவள் கால்களைப் பின்னிழுத்தன.

காற்றின் விசிறலில் ஒரு சின்ன அலை புரண்டு மேகலாவின் கால்களை அலம்பிக் கொண்டு போயிற்று. காலங்காலமாய், எத்தனையோ பேருடைய பாவச் சுமைகளை, கறைகளை அலம்பித் துடைத்துக் கொண்டு, அழுக்கைக் கரைத்துக் கொண்டு எதுவுமே நிகழாதது போல, ஒரு ஆர்ப்பாட்டமும் இல்லாமல் ஓடிக்கொண்டிருக்கிறதே இந்த மகா நதி... இந்தப் பெருநதி என் கால் தழுவிப் போகிறதே என் கறைகளையுமா? அவள் மனத்திற்குள் கதறினாள்.

“மேகலா!”

“ம்...”

“போலாமா?”

“எங்க ரகு?”

“உன்னோட கனால வந்து, கங்கைக் கரைக்குக் கூப்பிட்ட தேஜஸ்வினி மாதாவப் பாக்க வேண்டாமா?”

“பாக்கணும். அவாள இந்தக் கரைல எங்கேனு தேட?”

“தெரியல. வா தேடுவோம்.”

அவர்கள் நடந்தார்கள். அவள் துவண்டு நடந்தாள். தோள் உரச அவளோடு நடந்த போது, அந்த முகத்தில் பதிந்திருந்த பற்தடங்களும், நகக் கீறல்களும் தழும்புகளாய் உலர்ந்திருந்ததைக் கண்டு அவன் மனம் துடித்தது. அந்த முகத்தின் வசீகரம் எங்கே போயிற்று? மலர்ந்த அந்தப் பெரிய கண்களின் சிரிப்பெங்கே போயிற்று? ஒளி எங்கே போயிற்று? எதிரே வந்த அகோரியைப் பார்த்து ரகு நின்றான்.

“சுவாமிஜி!”

அகோரி நின்றார். முகத்தில் அசாத்திய தேஜஸ்.

“என்ன வேண்டும் மகனே?” என்று அவர் இந்தியில் கேட்டதை, அருகில் இருந்த பண்டிட்ஜி தமிழில் சொன்னார்.

“தேஜஸ்வினி மாதாவை தரிசிக்க வேண்டும்.”

“கனவில் தோன்றி உன்னை அழைத்தாரா குழந்தாய்?”

மேகலாவுக்குப் புல்லரித்தது.

“ஆம் சுவாமிஜி.”

“லட்சத்தில், கோடியில் ஒருவருக்குத்தான் அப்படி வாய்க்கும். அதோ அந்தப் பெரிய விருட்சத்தின் அடியில் தியானத்தில் ஆழ்ந்திருக்கிறாரே... அவர்தான் கருணையின் வடிவமான மாதா... அவர் காலடியில் விழுந்து கண்ணீர் மல்கு! உன் பாவமெல்லாம் கரைந்து போகும். போ குழந்தாய்!”

வரிசையில் நாலைந்து பேர் இருந்தார்கள். ரகுவும் மேகலாவும் வரிசையில் நின்றார்கள். வெகுசீக்கிரமே அவர்கள் முறை வந்தது. மாதாவைப் பார்த்ததும் மேகலாவுக்கு மறுபடியும் புல்லரித்தது. கனவில் தோன்றி ‘வா குழந்தாய்!’ என்றழைத்த அதே முகம். நீறணிந்த நெற்றி. நடுவில் வட்டப் பெரிய குங்குமம். செங்காவி நிறத்தில் உடை. ஜடாமுடி, கழுத்தில் அடுக்கடுக்காய் மணி மாலைகள். எதிரே கமண்டலம். தண்டம்.

“வா குழந்தாய்... நீ வருவாய் என்று தெரியும். போ அந்தப் புனித நதியில் நீராடி விட்டு உலர் ஆடை உடுத்தி வா...

மந்திரத்துக்குக் கட்டுப்பட்டவள் போல மேகலா கங்கையில் இறங்கி நீராடினாள். உலர் ஆடை உடுத்தி, மாதாவின் திருவடியில் மடிந்து கும்பிட்டாள். கங்கை நீரால் மாதாவின் திருவடிகளை அலம்பித் துடைத்தாள். மஞ்சள் பூசி குங்குமம் இட்டாள். மலர் தூவினாள். கண்களில் ஒற்றிக் கொண்டாள்.

"குழந்தாய்... வா இப்படி.. அருகே வா. உட்கார்!"

மாதாவின் வலது கரம் அவள் தலை மீது படிந்தது. அவரது கண்கள் மூடிக் கொண்டன. மந்திரம் போல ஏதோ காதில் ஒலித்தது. நடந்ததை மாதா சொல்லச் சொல்ல மேகலாவுக்குள் சிலிர்த்துக் கொண்டு ஓடிற்று. இப்படியெல்லாம் நடக்குமென்று யார்தான் நினைத்தார்கள்?

அன்று ஆனந்தபுரம் ஆசிரமும், அதையடுத்த சேரியும் புதிய பொலிவுடன் விளங்கிற்று. பரிபூரண சுதந்திரத் திருநாள், ஹரிஜனப் பள்ளிக்கூடத் திறப்பு விழா கொண்டாட்டங்களுக்காக ஆனந்தபுரம் ஆசிரமும், சேரியும் விழாக்கோலம் பூண்டிருந்தது. மேடையில் தாயின் மணிக்கொடி ஏந்திய பாரத மாதாவின் உருவப்படமும், மகாத்மா காந்தியின் படமும் மலர்களால் அலங்கரிக்கப்பட்டிருந்தன. பரிபூரண சுதந்திரத் திருநாள் கொண்டாட்டம் களக்காடு கிருஷ்ணய்யர் தலைமையில் நடந்தது. சுதந்திரத் திருநாள் பாடலை மீனாட்சி பாடினாள். 'காந்தி மகான் வாழிய வாழியவே!' பாடலை பாரதி வைத்யநாதய்யர் தன் வெண்கலக் குரலில் பாடினார். பாரதியின் பாடல்களுக்கு பாரதி, காந்தி, கிருஷ்ணர், விவேகானந்தர் வேடமிட்ட சேரிக் குழந்தைகள் ஆடிப்பாடின. கலைநிகழ்ச்சிகள் தொடர்ந்து களை கட்டின. எல்லாக் கலைநிகழ்ச்சிகளும் சுதந்திரத் தாகம், தேச விடுதலை, காந்தி மகான் பெருமை என்பதைச் சுற்றிப் பாடுவதாகவே இருந்தன.

நூற்றுக்கும் மேற்பட்டோர் கலந்து கொண்ட விழாவில் ஹரிஜனப் பள்ளிக்கூடத்தை, ஹரிஜன முன்னேற்ற சங்கத்தின் தலைவர் அமாவாசையான் பலத்த கரவொலிகளுக்கு இடையே திறந்து வைத்தார். பலரும் வாழ்த்திப் பேசினார்கள். கல்யாண ராமய்யர் பேச அழைக்கப்பட்டார்.

"எல்லாருக்கும் நமஸ்காரம். இன்னிக்கு நான் ரொம்ப சந்தோஷமா இருக்கேன். இப்பிடியொரு சந்தோஷத்த, இதுக்கு முன்னாலே நான் அனுபவிச்சதே இல்லை. என் வாழ்க்கையிலும், ஆனந்தபுரம் ஆசிரம வரலாற்றிலும் இந்த நாள் பொன்னாள். ஹரிஜனப் பள்ளிக்கூடத் திறப்பு விழா ரொம்பச் சிறப்பா நடந்துண்டு இருக்கு. இந்தப் பள்ளிக்கூடம் ஹரிஜனக் குழந்தைகள் படிக்க மட்டும் இல்லை. எல்லாக் குழந்தைகளும் சேர்ந்து படிக்கற பள்ளிக்கூடமா இது இருக்கும். உயர்வு தாழ்வு கற்பிக்காத, ஜாதி, மதம், இனம், தேசம் கடந்த, மனித நேயமிக்க, முற்றிலும் அன்பாலான ஒரு உலகம் அமையாதா என்பது என் கனவு. அப்படியொரு உலகம் என் ஆதர்சம். என் இலட்சியம். இந்த மனசும், பார்வையும் எல்லாக் குழந்தைகளுக்கும், சின்ன வயசிலேயே வரணும். அதற்கான விதை பிஞ்சு மனசிலேயே விழணும். அதுக்கு விதைக்கிற இடம்தான் இந்தப் பள்ளிக்கூடம். உன்னதமான ஒரு இந்திய தேசத்தைக் கட்டமைக்கும் சிற்பிகளாக, இந்தப் பள்ளியின் மாணவர்கள் இருப்பார்கள். அவர்கள் ஜாதி, மத பேதமற்ற இந்தியாவைச் சமைப்பார்கள். அப்படியொரு புதிய தலைமுறையை உருவாக்கும் பணிக்காக தன் வாழ்நாளை அர்ப்பணித்துக் கொள்ள காந்தீய வழியில் நம்பிக்கையுள்ள ரகுராமன் என்னும் இளைஞர் முன்வந்துள்ளார். அவர் தலைமையில் இப்பள்ளி இயங்கும். ஐந்து வகுப்புகளுடன் ஆரம்பிக்கும் இப்பள்ளி வெகுசீக்கிரம் உயர்நிலைப்பள்ளியாக வளர வேண்டும். ரகுராமனுடன் இணைந்து பணியாற்ற மாதவன் என்ற இளைஞர் முன்வந்துள்ளார். இருவரையும் வாழ்த்துகிறேன். இப்பள்ளி உருவாவதற்குப் பெரும் உதவியாக இருந்த களக்காடு கிருஷ்ணய்யர், வக்கீல் விஜயராகவன், சிவநேசம் பிள்ளை, பாரதி வைத்யநாதய்யர் ஆகியோருக்கு என் நன்றி. நமஸ்காரம்!" என்று முடித்த போது பெரும் கைதட்டல் ஒலித்தது. பிறகு மாதவனும் ரகுராமனும் பேசினார்கள். விழாத் தலைவர் அமாவாசையான் அடுத்து, சாந்தினி தேவியைப் பேச அழைத்தார்.

"இந்த மாபெரும் சபைக்கு என் பணிவான வணக்கம். அரிய இந்த சபையில் பேச எனக்கொரு வாய்ப்பளித்த நிகழ்ச்சி அமைப்பாளர்களுக்கு என் நெஞ்சார்ந்த நன்றியைத் தெரிவித்துக்

கொள்கிறேன். முதலிலேயே இந்த அவைக்கு ஒன்றைச் சொல்லிக் கொள்ள்ள விரும்புகிறேன். விழாத் தலைவர் குறிப்பிட்டது போல என் பெயர் சாந்தினி தேவி அல்ல. மேகலா என் பெயர். நானும் இந்த ஊர்க்காரிதான். உங்களில் ஒருத்திதான். ஒன்றரை வருஷங்களுக்கு முன்பு அப்போதைய நிகழ்வுகளால் என் மனம் துயருற்றுக் குழம்பி இருந்தது. அப்போது என் அப்பாவின் ஆத்ம நண்பர் ஒருவர் என் அப்பாவைப் பார்க்க கல்கத்தாவிலிருந்து வந்திருந்தார். அவர் வட தேசத்தில் ஹரிஜனங்களுக்காகப் போராடும் போராளி. அவர் திரும்பிப் போகும் போது அவருடன் வருமாறு என்னை அழைத்தார். எனக்கு அப்போது ஒரு மாற்றம் தேவைப்பட்டது. நான் அவருடன் போனேன். அப்போதுதான் தேசபக்தி இதழில் எழுதும் வாய்ப்பு கிடைத்தது. 'மேகலா' என்ற பெயரில்தான் முதலில் எழுத நினைத்தேன். ஆனால் அப்போதிருந்த மனநிலையில் என் அடையாளங்களை மறைத்துக் கொள்ளவே விரும்பினேன். என் முகம் தெரிந்து விடக்கூடாது என்பதில் கவனமாக இருந்தேன். ஆனால் காலத்தின் விசித்திரத்தை என்ன சொல்வது? நான் யாரிடமிருந்து விலகி இருந்தேனோ அவருடனேயே, அவர் என்று தெரியாமலேயே தொடர்பில் இருந்திருக்கிறேன். சாந்தினி தேவி என்ற பெயரில் நானும், காந்திதாசன் என்ற பெயரில் என்னவர் ரகுராமனும் ஒருவரை ஒருவர் அறியாமலே கடிதம் எழுதிக் கொண்டு சிநேகம் வளர்த்திருக்கிறோம்... போன ஜென்மத்துப் பந்தமாக இருக்க வேண்டும். ஏதோ கண்ணுக்குத் தெரியாத ஒரு இழை எங்களைப் பிணைத்துக் கொண்டே வருகிறது. ஏதோ சொல்ல வேண்டுமென்று தோன்றிற்று. என் கதை போதும்.

அன்பர்களே... சான்றோர்களே...

'அன்ன சத்திரம் ஆயிரம் வைத்தல்

ஆலயம் பதினாயிரம் நாட்டல்

அன்ன யாவினும் புண்ணியங் கோடி

ஆங்கோர் ஏழைக்கெழுத்தறிவித்தல்'

என்று எழுத்தறிவித்தலின் அவசியத்தை உரத்துச் சொன்னான் பாரதி. அந்த மகா கவிஞனுடைய கனவை நனவாக்குவது போல, சீரிய இலட்சியங்களோடு, இன்றைக்கு இந்த ஹரிஜன முன்னேற்றப்

பள்ளி துவங்கப்பட்டுள்ளது. இந்தப் பள்ளியிலிருந்து, பல குழந்தைகள் குறிப்பாக பல ஏழை ஹரிஜனக் குழந்தைகள் இலட்சியக் கல்வி பயின்று ஒரு புதிய சமுதாயத்தை உருவாக்குவார்கள் என்ற நம்பிக்கை எனக்கு இருக்கிறது. இந்தப் பள்ளியின் நிறுவனர், பெரியவர் தன் இலட்சியக் கனவைச் சொன்னார். இந்தப் பிரபஞ்சம் முழுமைக்குமான மாபெரும் கனவு அது. அப்படியொரு உலகம் உண்மையில் உருவாகுமெனில் யுத்தங்கள் ஏது? ஆக்கிரமித்தல் ஏது? எல்லைகள் ஏது? அன்பாலான உலகத்தில் பகை ஏது? இதைத்தான் நமது ஆதி கவியொருவன் 'யாதும் ஊரே யாவரும் கேளீர்' என்றானோ? இந்த இலட்சியப் பள்ளிக்குத் தலைமையேற்று நடத்தத் தன் வாழ்க்கையை அர்ப்பணித்துக் கொண்ட என்னவரை நினைத்துப் பெருமை அடைகிறேன். அவர் பணி சிறக்க வாழ்த்துகிறேன். நன்றி. வணக்கம்!" என்று மேகலா பேசி முடித்த போது சியாமளா அவளைக் கட்டி அணைத்து முத்தமிட்டாள்.

முற்பகல் 11 மணிக்கெல்லாம் விழா நிறைவு பெற்றது. பிற்பகலில் களக்காட்டில் பரிபூரண சுதந்திரத் திருநாள் கொண்டாட்டத்திற்கு மேகலா வர வேண்டுமென்று களக்காடு கிருஷ்ணய்யர் மிகவும் விரும்பியதால் மேகலா களக்காடு போனாள். ஆசிரமத்தில் தொடர்ந்து நிறைய வேலைகள் இருந்ததால் ரகுவால் களக்காடு போக முடியவில்லை. கொண்டாட்டத்திற்குப் பிறகு களக்காடு கிருஷ்ணய்யர் சுற்றுப்புற கிராமங்களுக்கு தீண்டாமை ஒழிப்புப் பிரச்சாரத்துக்குப் போனார். அவர் விருப்பப்படி, உள்ளூரில் வில்வண்டியில் போய், தெருத் தெருவாய், தீண்டாமைக்கு எதிராய் காந்தியின் கருத்துக்களை எடுத்துச் சொல்லி மேகலா உருக்கமாகப் பேசினாள்.

அவர்கள் புயல் போல கோபமாய் உள்ளே நுழைந்தார்கள்.

"ஓய் ரத்னமய்யர்..."

"வாங்கோ... ஊர்ப் பெரிய மனுஷா எல்லாரும் ஒண்ணா படை திரண்டு வந்திருக்கறதைப் பாத்தா பயம்மா இருக்கே... வாங்கோ ஒக்காருங்கோ!"

"நாங்க ஒக்காரத்துக்கு வரலை ஓய். கொதிச்சுப் போய் வந்திருக்கோம்."

“இப்பிடி நீங்கள்லாம் கோபப்படறாப்பிலே அப்பிடி என்ன ஆயிடுத்து... ”

“இன்னம் என்ன ஆகணும் ஓய்? என்ன திமிர் இருந்தா அந்த தீண்டத்தகாதவ அக்ரஹாரத்துக்குள்ளே நுழைஞ்சு அந்த ஈன ஜாதிப் பயல்களுக்கு காந்தி சொல்றார்னு வக்காலத்து வாங்கிண்டு தைரியமா பிரச்சாரம் பண்ணுவோ? எங்கேர்ந்து வந்தது இந்த தைரியம்? இது யார் குடுத்த இடம்? இந்த அநாசாரத்தாலே தெருவே நாறிப் போயி தீட்டாயிடுத்து... எந்தக் கங்கைலே மூழ்கி இந்தப் பாவத்தத் தொலைக்க? இதையெல்லாம் முளையிலேயே கிள்ளி எறியணும். இல்லேன்னா நாளைக்கு ஒரு நாய் நம்ம மதிக்காது. பெரிய மனுஷன்னு சொல்லிண்டு தெருவில நிமிந்து நடக்க முடியாது. ஏதாவது செய்யணும் ஓய்... அவ வாழ்க்கைலே மறக்கவே முடியாத மாதிரி செய்யணும். அதுவும் இன்னிக்கே இப்பவே செய்யணும்” பண்ணையார் வரதுவய்யரும், மணியமும் மற்றவர்களும் ஒரே குரலில் உறுதியாகச் சொன்னார்கள்.

ரத்னமய்யர் யோசனையாய் நின்றார்.

“என்ன யோசிக்கறேர்? ஓம்ம பொண் சங்கரிய கொஞ்சம் நினச்சுப் பாரும். என்ன பாவம் செஞ்சா குழந்தை? அவள உயிரோட இப்பிடி சிதைச்சுட்டாளே... அதுக்கு யார் காரணம்? அந்த வீரன் பயதானே... அவனோட முறைப் பொண்ணுக்காகத்தானே நம்ம குழந்தைய அந்தப் பாவி வீரன் கடத்தினான். மறந்துடுத்தா? நினச்சாலே வயிறெல்லாம் பத்திண்டு எரியறது ஓய். ஓமக்கு ஒண்ணுன்னா அது எங்களுக்கு இல்லையா? இது ஓம்ம பொண்ணுக்கு பண்ணின கொடுமைக்காக மட்டும் இல்லை. சனாதனத்துக்கு எதிரான யுத்தம். களக்காடு கிருஷ்ணன் ஊர்லே இல்லை. இதான் சந்தர்ப்பம். அந்தப் பொண்ணத் தட்டி வெச்சாதான் அடங்குவோ. அப்பதான் மேல் ஜாதிக்காரன் தெருவிலே கால் வைக்கக் கூடாதுங்கற பயம் இருக்கும். உம்மால முடியலைன்னா சொல்லும், நாங்க பாத்துக்கறோம்.”

தகவல்கள் சேகரிக்கப்பட்டன. வீரனின் நடமாட்டம் கவனிக்கப்பட்டது. அடுத்த அரை மணி நேரத்தில், திட்டமிட்டபடி இருட்ட ஆரம்பித்திருந்த அந்தப் பின் மாலைப் போதில், ஆள் நடமாற்றமற்ற சாலையில், பிரச்சாரம் முடிந்து, மேகலா வந்து

கொண்டிருந்த வில்வண்டி மறிக்கப்பட்டது. வண்டியோட்டி ஒரே அறையில் சுருண்டு விழுந்தான். அபாயம் புரிந்து அவர்களிடம் சிக்கி விடக்கூடாது என்ற வெறியுடன், மேகலா ஓட ஆரம்பித்தாள்.

அவள் ஓடினாள். நிற்காமல் இலக்கின்றி ஓடிக்கொண்டே இருந்தாள். கால்கள் துவண்டன. மூச்சிரைத்தது. தாகம் வரட்டிற்று. ஆனாலும் மரங்களுக்கிடையிலும், வயல்வெளிகளிலும், குறுக்கிட்ட ஓடைகளிலும் விழுந்து எழுந்து அவள் ஓடினாள். உயர் ஜாதி வெறி நாய்கள் அவளைத் துரத்திக்கொண்டே வந்தன. இனிமேலும் ஓட முடியாதென்று மேகலாவுக்குத் தோன்றிற்று. அப்போது அந்த குடிசை அவள் கண்ணில் பட்டது. குடிசையில் விளக்கு எரிந்து கொண்டிருந்தது. நெருங்க நெருங்க அது தன் தாய் மாமன் வீரனின் குடிசையென்று தெரிந்து அவள் நம்பிக்கையுடன் ஓடினாள். அங்கே போய் விட்டால் கவலை இல்லை. மாமன் பார்த்துக் கொள்ளும். அவள் குடிசையுள் நுழைந்தாள். அதிர்ந்தாள். குடிசையில் வீரன் இல்லை. மயிலாவும் குழந்தையும் கூட இல்லை. அவள் பொறி வைத்துப் பிடிக்கப்பட்டிருப்பதை உணர்ந்தாள். பண்ணையாரின் அடியாள் அவளைத் தூணோடு சேர்த்துப் பிணைத்தான். வெறி நாய்கள் அவளை முகர்ந்தன. முத்தமிட்டன. அவள் திமிறினாள். அவள் கன்னங்களும் உதடுகளும் தீப்பற்றி எரிந்தன. பாம்புகளாய் கரங்கள் அவள் மீது ஊர்ந்தன. இறுகத் தழுவின. அவள் கத்தி கத்தி, போராடிச் சோர்ந்து போனாள். அவள் மேலாடை உருவப்பட்டது. அவள் கட்டுகள் அவிழ்க்கப்பட்டன. ஒருவன் அவள் கால்களை இடறினான். மேகலா மல்லாக்க விழுந்தாள். உயர் ஜாதி நாய்கள் வெறியுடன் அவளைச் சுற்றிச் சூழ்ந்தன. ஒரு மிருகம் அவள் மீது படர்ந்து அவள் பெண்மையைச் சூறையாட முயல்கையில், குடிசை திறந்திருப்பது கண்டு பதறி உள்ளே ஓடி வந்த வீரன் திகைத்தான். முக்கால் நிர்வாணத்தில் யார் அந்தப் பெண்... மேகலா... மேகலாவா? பாய்ந்தான். அவன் வேல் கம்பு மேகலாவின் மேல் படர்ந்த வெறி நாயின் முதுகில் பாய்ந்து இதயம் துளைத்து வெளியே எட்டிப் பார்த்தது. விநாடியில் அந்த இடம் ரண களமாயிற்று. மேகலா அவன் தோளில் சரிந்தாள். மயங்கினாள். அதற்குள் வெறிநாய்கள் குடிசைக்குத் தீ வைக்க, தீ பற்றி எரிந்தது. வீரன், மேகலாவை ஒரு குழந்தையைத் தூக்குவது

போல இரண்டு கைகளிலும் தூக்கிக் கொண்டு வெளியே ஓடினான். மயிலாவும் குழந்தையுடன் ஓடினாள். குடிசை முழுவதும் பற்றி எரிந்து வாரைகள் நெருப்புக் கோளங்களாய் விழுந்தன. களக்காடு கிருஷ்ணய்யருக்குத் தகவல் போய், அந்த முன்னிரவிலேயே திருநெல்வேலி பெரிய ஆஸ்பத்திரியில் மேகலா சேர்க்கப்பட்டாள். மூன்று நாள் சுய நினைவு இல்லாமல் இருந்தவள், விழித்து…

"என்னை ஏன் காப்பாத்தினேள் சியாமளா?"

கங்கைக் கரை. தேஜஸ்வினி மாதாவின் கண்கள் கருணையோடு மேகலாவைப் பார்த்தன. கைகள் உயர்ந்து ஆசீர்வதித்தன.

"கவலைப்படாதே குழந்தாய். இதில் நீ செய்த பாவம் என்று எதுவுமே இல்லை. நிறை என்பது மனத்தூய்மைதான் குழந்தாய். இந்த மெய் பொய். இது அழியும். ஆனால் ஆன்மா அழியாது. அழியாத உன் ஆன்மா இந்த நதியைப் போல புனிதமாக, தூய்மையாக இருக்கிறது. எப்போது இந்தப் புனித நதியில் நீராடினாயோ அப்போதே நீ கறையென நினைத்த எல்லாம் கரைந்து போயிற்று. இதோ இந்தக் கமண்டலத்தில் இருக்கிற மந்திர நீரை உன் மீது தெளிக்கிறேன். சிந்து, நர்மதை, யமுனை, காவேரியென்று அத்தனை புண்ணிய தீர்த்தங்களையும் இதில் ஆவிர்பவித்திருக்கிறேன். இது உன் மனச்சஞ்சலத்தைப் போக்கும். நீ புனிதமானவள்! போ குழந்தாய்! புத்தம் புதிதாய் ஒரு வாழ்க்கையைத் துவங்கு!"

மந்திரம் போல் மாதாவின் குரல் ஒலித்தது. அவர்கள் வணங்கி எழுந்தார்கள்.

மூன்று மாதத்திற்குப் பின் ஒரு நாள். தெப்பக்குளத் தெரு. கல்யாண ராமய்யர் வீடு. நீண்ட நாட்களுக்குப் பிறகு மேகலாவின் முகத்தில் கீற்றாய் சிறிது வெளிச்சம். எல்லோரும் கலகலப்பாய்ப் பேசிக் கொண்டிருந்தார்கள். மறுநாள் மேகலா கல்கத்தாவுக்குப் புறப்படுவதாய் இருந்தாள். சொல்லிக் கொண்டு ஆசீர்வாதம் பெற்றுச் செல்லவே அவள் வந்திருந்தாள்.

"ஏண்டி சியாமளா, நானும் பாக்கறேன். வந்ததிலேர்ந்து நீயும் வாய் ஓயாம மேகலாவோட பேசிண்டே இருக்கே. அவ வேற நாளைக்கு ஊருக்குப் போறேங்கறா. பாவம் அதுகள்

சின்னஞ்சிறுசுகள். இனிமே எப்போ பாத்துக்கப் போறதுகளோ... அதுகளுக்கும் மனச விட்டுத் தனியாப் பேசிக்கணும்னு மனசு அடிச்சுக்காதா? அப்பிடி தனியா போய் உன் ரூம்லே செத்த நேரம் பேசிண்டிருக்கட்டுமே" என்றார் கல்யாண ராமய்யரின் மனைவி மங்களம். அது நல்ல யோசனையாகச் சியாமளாவுக்குப் பட்டது.

"வாடி!"

"ச்சூ... சும்மாரு!"

"இல்ல வா... அம்மா சொல்றான்னா அதுல அர்த்தமில்லாம இருக்காது."

மேகலா தயக்கமாய் எழுந்து போனாள். சற்று நேரத்தில் ரகுவும் வந்தான். சியாமளா கதவை ஒருக்களித்துச் சாத்தி விட்டுப் போனாள். அறையில் குறைந்த வெளிச்சமே இருந்தது. கட்டிலில் உட்கார்ந்திருந்த மேகலாவை அப்போதுதான் முதன் முதலாகப் பார்ப்பவன் போல ரகு பார்த்துக் கொண்டிருந்தான். எழுந்து முதல் முறையாய் அவளை இறுகத் தழுவிக் கொண்டான். தடுக்க நினைத்தவள், என்ன நினைத்தாளோ அப்படியே மயங்கிக் கிடந்தாள். பிரிய மனமின்றி அவர்கள் வெகுநேரம் கட்டுண்டு கிடந்தார்கள். தாபத்தோடு முத்தமிடப் போனவனை அவள் தடுத்தாள். மெல்ல விலக்கினாள்.

"என்னாச்சு?"

"போரும்."

"எது?"

"எல்லாம்."

"பிடிக்கலையா?"

"அப்பிடின்னு இல்லை."

"அப்பறம்?"

"வேண்டாம்."

"அதான் ஏன்?"

"கூசறது. மனசு ஒப்பலை."

"அதான் ஏன்?"

"நான் அழுகல் பூ!"

"ச்சீ அசடு... நீ பாரிஜாதப் பூ. மாதா சொல்லலையா? ஆசீர்வதிக்கலையா?"

"வேண்டாமே. விட்டுடப்படாதா?"

"சரி."

"ரகு!"

"சொல்லு!"

"எதுக்கு இப்படி வதையறேள்?"

"முகத்தைப் பாக்கச் சகிக்கலை."

"முகத்துக்கென்ன?"

"என்னவா? என்னவோ எதையோ பறி குடுத்தாப்பிலே மூஞ்ச வெச்சுண்டா மனசு வதையாதா?"

"பின்ன இப்பத்தான் அலை ஓஞ்சிருக்கு. இப்பப் போய்ப் பிரிஞ்சு போறேன்னா வருத்தமா இருக்காதா?"

"அப்ப போ வேண்டாங்கறேளா?"

"கட்டாயம் போய்த்தான் ஆகணுமா?"

"கல்கத்தாவிலேர்ந்து கடிதாசு வந்திருக்கே... படிச்சேள் இல்லையோ?"

"படிக்காம என்ன?"

"இப்பிடி சலிச்சுண்டா எப்பிடி? அவா எவ்வளவு ஆசையா கூப்பிடறா. காந்தி சேவா தளத் தலைவியா அவா எல்லாருமாச் சேர்ந்து ஒரு மனசா என்னத் தேர்ந்தெடுத்திருக்காளாம். என்னோட சேவை அவாளுக்கு எவ்வளவு பிடிச்சிருந்தா, தமிழ்நாட்டைச் சேர்ந்த என்ன தலைவியாத் தேர்ந்தெடுத்திருப்பா!"

"போணுங்கறே?"

"அனுப்பினேள்னா சந்தோஷப்படுவேன்"

"... ... ...

"ரகு!"

"ம்..."

"கோச்சுக்க மாட்டேளே?"

"இல்ல சொல்லு..."

"எத்தனையோ பேர் தன்னோட உயிரையே குடுக்கறா."

"எதுக்கு?"

"இந்த தேசத்துக்காக."

"அதுக்கு?"

"நாம ஏன் நம்மோட வாழ்க்கையை இன்னம் அர்த்தமுள்ளதா ஆக்கிக்கக் கூடாது?"

"அப்பிடின்னா?"

"தேச விடுதலைக்காவும், ஹரிஜன முன்னேற்றத்துக்காகவும் நாம ஏன் நம்முடைய வாழ்க்கைய அர்ப்பணிச்சுக்கக்கூடாது? சராசரி வாழ்க்கையை விட அது இன்னும் மேம்பட்ட அர்த்தமுள்ள ஒரு வாழ்க்கையா இருக்கும் இல்லையா?"

"என்ன புதுசா?"

"புதுசென்ன இதிலே? காந்தி மகானின் அடிச்சுவட்டில் நடக்கணும். சபிக்கப்பட்ட ஒரு மனித இனத்தின் விடுதலைக்காக அர்ப்பணிச்சுக்கணும். இது என் ஆசைன்னு இந்த மேகலா சாந்தினி தேவியா இருந்தப்போ எழுதினாளே, அதை நீங்க படிக்கலையா? அந்த உணர்வு பொய்யா?"

"... ... ."

"இப்போ ஹரிஜனப் பள்ளிக்கூடத்திலேர்ந்து ஒரு நல்ல தலைமுறையை உருவாக்கறதுக்காக உங்க வாழ்க்கையை அர்ப்பணிச்சுக்கணும்னு உங்களுக்கு ஏன் தோணித்து?"

"தோணித்து சரி. அதுக்கு? கல்யாணம் பண்ணிண்டா சேவை பண்ண முடியாதா? கிட்டயே இருந்துண்டு விலகி இருக்க முடியாதா?"

"எல்லாராலயும் முடியாது."

"ஏன் அப்பிடிச் சொல்றே?"

"அது முள் மேல தவம் மாதிரியான ஒரு வாழ்க்கை. உணர்ச்சி கீழே பிடிச்சு இழுத்துடும்."

"இல்லே, உள்ள வேற எதையோ வெச்சுண்டு மருகறே நீ... அதான் விலகிப் போச் சொல்லித் தூண்டறது. இல்லேன்னு சொல்லுடி பாப்போம்?"

"... ... ..."

"அப்போ அதிலேர்ந்து நீ இன்னம் மீண்டு வரலையா மேகலா?"

"ப்ச்... முழுசா வரலை. வர முடியலை."

அவள் குரல் செருமி, கண் கலங்கிற்று.

"எதுக்குக் கண் கலங்கறே?"

"தாங்க முடியலை."

"ஒண்ணுமே ஆகலை நோக்கு. புது புஷ்பம் மாதிரி மொத மொதல்ல பிரஸிடென்சி காலேஜ் கலை நிகழ்ச்சிலே உன்னச் சந்திச்சேனே அதே மேகலாவாத்தான் இப்பவும் என் கண்ணுக்குத் தெரியறே... எதுவும் எங்கிட்ட இருந்து ஒன்ன பிரிக்க முடியாது மேகலா."

"தாங்யு ரகு. இந்த மனசுதான் என்ன உயிரோடயே வெச்சுண்டிருக்கு. ஆனாலும்?"

"ஆனாலும் என்ன?"

"அந்த ராத்திரியும்... குடிசையும்... ஆறாத ரணம் அது ரகு. அவ்வளவு சுலபமா விட்டு வெளில வர முடியாது. இப்ப நினச்சாலும் குலை நடுங்கறது."

"அழிச்சுடு மேகலா. சுத்தமா மனசிலேர்ந்து எல்லாத்தையும் அழிச்சுடு. மாதாவோட ஆசீர்வாதம் உனக்கு நிறைய இருக்கு. அத மறந்துட்டையா?"

"மறக்கலை. சொல்லப்போனா எனக்குள்ளே வாழ்வதற்கான நம்பிக்கையை விதைச்சதே மாதாவோட ஆசீர்வாதம்தான்!"

"அப்பறம்?"

"கண்ணுக்குத் தெரியாத ஊவா முள் மாதிரி ஏதோ ஒரு உறுத்தல் இருந்துண்டே இருக்கு ரகு."

"ப்ச்... விடு. காலம் இந்த ரணத்த ஆத்தும் மேகலா."

"நானும் அப்பிடித்தான் நம்பிண்டிருக்கேன்."

"அப்போ நாம பிரியத்தான் போறோமா மேகலா?"

"பிரிவுன்னு ஏன் நினைக்கறேள்?"

"பின்ன... "

"மனசு நெருங்கி இருக்கச்சே தூரம் ஒரு பிரச்சனையா ரகு? இதுக்கு முன்ன மனசுக்குள்ள பொத்தி வெச்சுண்ட பிரியத்தோட நீங்க ஒரு

மூலையிலயும் நான் ஒரு மூலையிலயும் வாழலையா? அப்பவும் மானசீகமா கணவனும் மனைவியுமாத்தானே வாழ்ந்தோம்? அப்படியொரு வாழ்க்கையை இப்ப வாழ முடியாதா? அதுவும் உன்னதமான ஒரு இலட்சியத்துக்காக?"

"முடியாதுன்னு யார் சொன்னா?"

"அத நன்னாச் சொல்லுங்கோளேன்!"

"நிச்சயம் முடியும்."

"அப்பிடின்னா உங்களுக்கு என்னப் பாக்கணும் போல இருந்தா நீங்க அங்க வாங்கோ. நேக்குப் பாக்கணும் போல இருந்தா இங்க வரேன். இல்லேன்னாலும் இருக்கவே இருக்கு கடிதங்கள். என்ன சொல்றேள்?"

"அப்போ உன்னோட விரதம் எதுவரைக்கும்?"

"என்னிக்கு இந்த தேசத்திற்கு விடுதலை வருமோ அன்னிக்கு நாம கல்யாணம் பண்ணிண்டா என்ன? அதுவரைக்கும் இந்த தேசத்துக்காக நாம நம்ம வாழ்க்கையை அர்ப்பணிச்சுக்கக்கூடாதா? என்ன சொல்றேள்?"

"உன் இஷ்டம் மேகலா. அது சரி... நம்ம மனுஷா யாருமே இல்லாத அங்க எப்பிடி தனியா இருக்கப் போறயோ... அத நினச்சாதான் கவலையா இருக்கு' என்று வருத்தப்பட்டான் ரகு.

"நம்ம மனுஷாளே இல்லேன்னு ஒங்களுக்கு யார் சொன்னா?"

"அப்பிடின்னா?"

"அப்பா மாதிரி நேக்கு ஒத்தர் இங்க இருக்கார்னு எழுதி இருந்தேனே ஞாபகம் இருக்கோ?"

"இருக்கு."

"அது யார் தெரியுமோ?"

"யாரு?"

"பஞ்சு சாஸ்திரிகள்."

"அவரா? அவர் எப்பிடி அங்க வந்தார்?"

"எங்க அப்பாவோட சிநேகிதர்னு சொன்னேன் இல்லையோ? இவர ஹூக்ளி நதிக்கரைல பாத்திருக்கார். பேசி இருக்கார்.

சாஸ்திரிகளோட வேத சாஸ்திர அறிவிலே பிரமிச்சு இங்க கூட்டிண்டு வந்துட்டார்."

"நீ யாருன்னு சாஸ்திரிகளுக்குத் தெரியுமோ?"

"நன்னா தெரியும். தெரிஞ்சுதான் என்ன மகளாவே ஏத்துண்டார்."

"அவர் பொண் மீனாட்சியவே அவர் ஏத்துக்கலை. உன்னை எப்பிடி ஏத்துண்டார்? அதுவும் மகளா? ஆச்சரியமா இருக்கே?"

"ஆச்சர்யம்தான். மனுஷா மனசுதான் நூறு விசித்திரமா இருக்கே. அதுல இதுவும் ஒண்ணா இருக்கலாம்"

"ஒருவேளை சாஸ்திரிகள் கரையேறிட்டாரோ?"

"அப்படித்தான் இருக்கணும்."

"அப்பிடியே எல்லாரும் கரையேறிட்டா எவ்வளவு நன்னா இருக்கும்?"

"அதுவும் நடக்கும் மேகலா. நிச்சயம் நடக்கும்."